सातारकर महाराज व पेशवे ह्यांची रोजनिशी

भाग ८ वा.

सवाई माधवराव पेशवे

(निवडक उतारे)

अंक ३ रा.

रावबहादूर गणेश चिमणाजी वाड बी॰ ए॰

माजी नेटिव्ह असिस्टंट निसबत कमिशनर मध्यभाग

ह्यांनीं निवड करून काढली

ते

काशीनाथ बाळकृष्ण मराठे बी॰ ए॰ एल्॰ एल्॰ बी॰

ह्यांनीं छापण्याकरितां तयार केली.

डेक्कन व्हर्न्याक्युलर ट्रान्सलेशन सोसायटी - पुणें.

हिनें

मुंबई सरकारच्या परवानगीनें छापून प्रसिद्ध केली.

सन १९११

के. रा. गोंधळेकर यांच्या जगद्धितेच्छु छापखान्यांत छापिली.

किंमत २॥ रुपये.

अनुक्रमणिका.

सवाई माधवराव पेशवे
यांची रोजनिशी.

६ इतर मुलकी नोकर व त्यांचा मुशाहिरा.

८१९-(१) परगणे इंदापूर येथील फडणिसी बाळाजी कृष्ण यांजकडून दूर करून भास्कर हरी यांस सांगोन, वेतन सालीना रुपये २०० दोनशें रुपये करार केले असेत, तरी मशारनिल्हेचे हातून फडणिसीचें कामकाज घेऊन, सदरहूप्रमाणें वेतन पावीत जाणें ह्मणून, गोपाळ भगवंत कमाविसदार परगणे मजकूर यांचे नांवें. सनद १.

अर्बा सबैन मया व अलफ रजब २

रसानगी यादी.

८२०-(९) सर्वोत्तम शंकर यांजकडे सरसुभा होता, तो दूर करून, सालमजकुरापासून बाबूराव बल्लाळ यांजकडे सांगितला असे, तरी महालनिहायचे जमाबंदीचा वगैरे बंदोबस्त मशारनिल्हे करून देतील, त्याप्रमाणें वर्तणूक करणें ह्मणोन, कमाविसदारांचे नांवें छ. ९ रजब. सनदा. ११ कित्ता.

अर्बा सबैन मया व अलफ रमजान ३०

१ नारो बल्लाळ कमाविसदार, सरकार हांडे व परगणे हर्दें.
१ राघो नारायण कमाविसदार, परगणे नाशीक.
१ श्रीपत जिवाजी कमाविसदार परगणे वणदिंडोरी.
१ विठ्ठल गणेश कमाविसदार कजबे खेड व कडूस.

VI OTHER REVENUE OFFICERS AND THEIR REMUNERATION.

(819) Bàḷàji Krishṇa was deprived of the office of Fadnis of Parganá Indápur, worth Rupees 200 a year, and the office was conferred on Bhàskar Hari.

A. D. 1773-74

(820) Báburao Ballàḷ was appointed to the post of Sirsubhà in succession to Sarwotam Shankar, and orders were issued to the Kamàvisdàrs of Parganás Nàsik, Dindori, Pimpaḷner etc. to give effect to the settlement of the jamà-

A. D. 1773-74

१ खंडो गणेश कमाविसदार मौजे कोकमठाण व कसबे संवत्सर व मौजे मरकळ.
१ येशवंतराव कृष्ण कमाविसदार मौजे पांडुरली व मोकासा सिन्नर.
१ बाजी गोविंद कमाविसदार, मौजे आपटी.
१ अमृतराव वासुदेव कमाविसदार जकात सरकार संगमनेर.
१ परगणे सिन्नर निजबत अंताजी महादेव व गंगाधर राम.
१ नारो गोविंद कमाविसदार परगणे कुंभारी.
१ रघुनाथ रामचंद्र कमाविसदार बाबती सरदेशमुखी तर्फ देपूर.

११

५ किता कमाविसदार महालानिहाय यांचे नांवें कीं, घासदाणा व पेशकसी, व दिवाणदस्तुरी, वगैरे सरसुभाचीं कलमें असतील तीं सुदामतप्रमाणें सरसुभा देत जाणें ह्मणून.
१ गोविंद हरी कमाविसदार प्रांत बागलाण.
१ हरी बल्लाळ कमाविसदार परगणे पिंपळनेर.
१ कृष्णाजी विश्वनाथ कमाविसदार परगणे भामेर.
१ बाजीराऊ आपाजी कमाविसदार परगणे लोहनेर, वाखारी वोतुरपार्ले.
१ भिकाजी कृष्ण कमाविसदार परगणे दहिवल यांस.

५

१ अमृतराव बांडे यांचे नांवें सनद कीं, परगणे वरसें, व उमरपाटें.
तुम्हांकडे सरंजामास आहे तेथील दिवाण दस्तुरी वगैरे सरसुभ्याचीं कलमें असतील तीं सुदामतप्रमाणें सरसुभा देत जाणें ह्मणोन. सनद १.

रसानगी यादी.

८२१–(११) गोविंद बल्लाळ यांस प्रांत राजपुरी येथील कुल कारभार सांगोन पाठविले आहेत, त्यांस तैनाती सन सबा सितैनांत करार केल्या त्याप्रमाणें.

अर्बा सबैन मया व अलफ रमजान ३०

bandi of the mahâls that might be made by him, and to pay him the dues of the office such as Ghâs Dànâ, Peshkasi, Dasturi etc.

(821) Govind Ballâḷ was sent to Prânt Râjpuri to do duty as Kuḷkârbhâri on annual Tainât of Rupees 250 and 30 seers of oil for lighting purposes; and the following instructions were issued to Govindrao Chimâji Mânkar:—

A. D. 1773-74

नक्त सालीना मोईन | तेल दिवटीस दरमहा
निवळ २५० रुपये. | वजन ८८२॥ पक्कें.

एकूण अडीचशें रुपये नक्त सालीना, व दिवटीस तेल दरमहा वजन पक्कें अडीच शेर करार केलें असे, तरी प्रांत मजकूर पैकीं पावीत जाणें याखेरीज. कलमें.

१ कुलकारभार मशारनिल्हेनीं करावा. तुह्मीं यांचे हातून घ्यावा. बखेडा करूं नये. इतर कारकुनांनीं यांचे रजातलबेंत रहावें. किल्याचे चवकी पाहऱ्याचे बंदोबस्त तुह्मीं करून शिका मोर्तब करीत जावें. कलम.

१ मखलासी करणें ती यांणीं करावी. त्याप्रमाणें फडणीस, मजमदार व चिटणीस यांणीं लिहावें. कदाचित एक वेळ मखलासी चुकली, तरी फडनीस, मजमदार व चिटणीस बहुत दिवसांचे माहितगार आहेत, त्यांणीं मशारनिल्हेस समजाऊन सांगोन, यांचे हातून नीट करवावें. मखलासींत चुकले तरी तसेंच लाटून मग यांचे पदरीं वेडेपण आणावें असें करूं नये. निष्कपटपणें वर्तणूक करून सरकारकामावर लक्ष धरावें. कलम.

१ निकामी माणूस असेल त्यापैकीं पन्नास माणूस दूर करून त्याचे ऐवजीं मशारनिल्हे यांनीं आपले निसबतीचे चांगले कसबी ठेऊन पेशजींचे नेमणुकीप्रमाणें सरकारचाकरी करावी. कलम.

१ रयतेकडे ज्याचें कर्ज असेल, तें सर्व यांनीं निवडोन सरसुभा समजवावें, तेथून विल्हे होईल त्याप्रमाणें करावें. कलम.

१ दरकदारांकडे, व कारकुनांकडे, व मक्तेदारांकडे, प्रांत मजकूरचे गांव खोतीस आहेत. त्या गांवीं मक्तेयांची बेरीज भरून जाजती कूस असेल ती खोतांनीं भरून द्यावी. तो ऐवज हुजूर समजवावा. कलम.

---

(1) the whole management should be entrusted to him (Govind Ballál), and the clerks should serve under his orders; but orders about the guarding of forts should be issued by the Mánkar;

(2) all orders, when approved by Govind should be written by the Mujamdár, the Chiṭnis and the Faḍnis; if any such order be wrong, it should be the duty of the Mujamdár, the Chiṭnis and the Faḍnis, who are experienced officers of Government to point out the error and to get it corrected; they should not allow a wrong order to pass merely because it had been approved by the Kulkárbhári, and thereby hold him up to ridicule; they should serve him loyally keeping the interests of the public service in view;

१ सालाबादची कमावीस जमेस आहे, त्याशिवाय मशारनिल्हेंनीं साधून देतों ह्मणोन कबूल केलें त्याचीं. कलमें.

१ खंड गुन्हेगारी.

१ राबते महार, इस्तकबील.

१ पेंढेयाचा खर्च होऊन बाकी राहतील त्याचे फरोक्ताचा ऐवज.

३

एकूण तीन कलमें वगैरे कमावीस मिळोन दहा हजार रुपये साधतील, तो ऐवज मशारनिल्हेपासून पेशजीं रसद सरकारांत घेतली आहे, त्याचे रकदर्जीं लिहावें, ह्मणोन सन सबा सितैनांत करार होऊन सुम्यास गेले; आणि चवकशी करून पंधरा हजार सहाशें रुपयांचीं यादी मशारनिल्हेंनीं आणून समजाविली, त्याचे रुजवातीस हल्लीं हुजूरून विष्णु अनंत व भिकाजी केशव पाठविले आहेत, त्यांचे गुजारतीनें रुजुवातमुळें कलमें खरीं होतील, त्यांपैकीं यांजपासून सरकारांत रसद सन सीत व सबा सितैनांत दुसालांत दहा हजार तीनशें सदुसष्ट रुपये घेतले. त्यांपैकीं हुजूरून वगैरे पांच हजार चारशें सवा व्याण्णव रुपये दोन आणे रदकर्जीं ऐवज पावला आहे, तो सरकारांत घेऊन बाकी ऐवज अठ्ठेचाळीसशें साडे चवऱ्याहात्तर रुपये दोन आणे यांचा देणें राहिला आहे, तो रद्दकर्जीं द्यावा. दहा हजारांहून जास्ती ऐवज राहिला तो सरकारांत जमा करावा. दहा हजारांस कमी ऐवज जहाला तर यांचे देण्यांत वजा करावा. सरकारांतून देऊं नये. त्याप्रमाणें बोलून चालून करार केला असे, येणेंप्रमाणें. कलम.

६

एकूण सहा कलमें करार केलीं असेत, तरी सदरहूप्रमाणें वर्तणूक करणें ह्मणोन, गोविंदराव चिमाजी माणकर यांचे नांवें. सनद १.

रसानगी यादी.

---

(3) he should be allowed to replace 50 useless men by good working hands of his selection;

(4) he should ascertain the debts due from the ryots and report the same to the Sirsubhá, and should abide by his orders;

(5) the difference between the amounts fixed to be levied from Darakdárs, Kárkuns and farmers, holding Khoti villages in farm, and the amounts actually recovered by them from the villages should be credited to Government, etc. etc.

नारो आपाजीच्या रोजकीर्दीपैकीं.

८२२-(६४) हरि भिकाजी यांची असामी दप्तरदारीची तालुके कावनई येथें आहे,
खमस सबैन मया व अलफ जमादिलाकर २९
त्यांस मशारनिल्हे लिहिणार चांगले नाहीं. याजकरितां गोपाळ धोंडदेव माजी कमाविसदार यांणीं आपले कारकिर्दीत सालगुदस्तांचे बेहेड्यास मुबदला कारकून ठेऊन बेहेड्याचे नेमणुकीप्रमाणें वेतन द्यावें; ह्मणोन, कलम लिहून घेतलें आहे. त्यास पेशजींप्रमाणें हरी भिकाजी यांजपासून लिहिण्याचें कामकाज घेऊन, बेहेड्यास नेमणूक रुपये २०० दोनशें आहे. त्याप्रमाणें वेतन पावीत जाणें. हे लिहिणार चांगले नसल्यास यांजपासून लिहिणार गुमास्ता घेऊन, यांची असामी यांजकडे चालवणें ह्मणोन, परशराम त्रिंबक, तालुके मजकूर, यांचे नांवें छ. ६ रबिलाखर.

सनद १.

रसानगी यादी.

८२३-(७५) आपाजी गणेश यांचे नांवें सनद कीं, परगणा बिरमगांव, तालुके
खमस सबैन मया व अलफ जमादिलाखर २९
अमदाबाद, येथील दफ्तरदारीची असामी तीर्थ[स्व]रूप कैलासवासी नानासाहेब यांणीं वेदमूर्ति राजश्री कृष्णंभट पाटणकर यांस दिल्ही, त्यांणीं आपले तर्फेनें त्रिंबक हरी कारकून यांचे नांवें सरकारची सनद घेऊन असामीवर पाठविलें, त्यास असामीचें वेतन कराराप्रमाणें भटजींस त्रिंबक हरी देत गेले. आलीकडे मशारनिल्हे वेतन द्यावयास घालघसर करूं लागले, सबब भटजींनीं असामी राजश्री विठ्ठलराव मोरेश्वर गोळे यांचे स्वाधीन करून वेतन घेत आले. त्रिंबक हरी मृत्य पावले. त्यांचे पुत्र भिवराव त्रिंबक यांणीं सालगुदस्तां गैरवाका आपली असामी असें समजाऊन ताकीद पत्र घेतलें आहे, त्यास हल्लीं चौकशीकरतां भटजींची असामी; सबब त्यांचे पुत्र अंताजी कृष्ण पाटणकर यांचे नांवें परगणा मजकूरची दफ्तरदारीची असामी पेशजींप्रमाणें करार करून दिल्ही असे, तरी यांचे तर्फेनें कारकून येईल त्याचे हातून दफ्तर-

---

FROM NÂRO APPÂJI'S DIARY.

(822) The office of the Daftardár of Tàluká Kàwanai belonged
A. D. 1774-75
to Hari Bhikáji, and it was represented that he was not a good writer. It was ordered that if that was the case, a substitute should be taken from him for duty, but that he should not be deprived of his office.

(823) The office of Daftardár in Parganá Biramgaon in Táluká
A. D. 1774-75
Ahamdábád was conferred on Krishṇabhaṭ Páṭaṇkar by Nánásaheb Peshwa. Krishṇabhaṭ appointed a substitute to do duty for him. The substitute after some years refused to pay to Krishṇabhaṭ the salary of the offiice, VIZ. Rs. 300, as agreed

दारीचें कामकाज घेऊन वेतनाची नेमणूक बेहुद्यास रुपये ३०० तीनशें आहे, त्याप्रमाणें देत जाणें. गुदस्तां भिवराव त्रिंबक यांणीं सरकारचें ताकीदपत्र नेल्यावरी वेतनापैकीं ऐवज घेत [ला अस] त्यास माघारे घेऊन भटजींस पावता करणें ह्मणून. सनद १.

रसानगी, सनद पुरंधर छ. २५

८२४–(१२३) तालुके करनाळा, प्रांत कल्याण, येथील मजमू जगन्नाथ नारायण यांजकडे आहे, त्यास गांवगन्ना चिट्ठी महालींहून होत्ये; त्याजवर मजमूचें निशाण होत नाहीं, ह्मणोन मशारनिल्हेनीं विदित केलें; त्याजवरून हें सनद सादर केली असे, तरी महालींहून चिट्ठी होईल त्याजवर मजमदाराचें निशाण करवीत जाणें; व जमाबंदीचें वगैरे कामकाज यांचे इतल्यानें करीत जाणें. दुसरे महालीं कारकुनी दोहों चोहों महालीं मजमदारास पावत असेल, त्याप्रमाणें तुह्मीं यांस देत जाणें ह्मणोन. सनदा.

खमस सबैन मया व अलफ जिल्काद २०

१ श्रीधर नारायण सरखोत तालुके मजकूर यांस.

१ रामराव त्रिंबक यांस कीं, श्रीधर नारायण सरखोत तालुके मजकूर यांस तुह्मीं ताकीद करून सदर्हूप्रमाणें चालवणें ह्मणोन.

रसानगी यादी.

२

८२५–(१२५) तालुके राजमाची येथील फडणिसी अंताजी केशव यांजकडे होती, त्यास सालमजकुरीं दरकदारांकडे कर्जाचा ऐवज करार केला, त्यास फडणिसी त्यांजकडून दूर करून सालमजकुरापासून जनार्दन बल्लाळ निसबत नारो रघुनाथ सिदोरे यांस अवल सालापासून सांगितली असे, तरी यांचे हातें तालुके मजकूर येथील फडणिसीचें कामकाज पेशजींप्रमाणें घेऊन बेहेद्याचे नेमणुकेप्रमाणें पाववीत जाणें ह्मणोन, रामराव नारायण यांचे नांवें. सनद १.

खमस सबैन मया व अलफ मोहरम ६

रसानगी यादी.

---

upon. Krishṇabhaṭ therefore appointed another substitute. Orders were issued to accept service from the second substitute and to disburse the salary as usual.

(824) On the complaint of Jagannáth Náráyaṇ, the Mujamdár of Tálukā Karnáḷá, it was directed that all orders issued to the village from the mahál should bear Jagannáth Nārāyaṇ's mark of attestation, and that all jamábandi work should be done in consultation with him.

A. D. 1774-75

(825) The Faḍnis of Rájmáchi, Antáji Keshav, having refused to advance money, as other Darakdárs did, was deprived of his office, and it was conferred on another person.

A. D. 1774-75

८२६--(१९१) सदाशिव कृष्ण फडणीस परगणे नाशिक, यांचें नांवें खत लिहून
दिलें कीं, तुह्मांकडे फडणिसीचे दरकसंमंधें कर्जाचा ऐवज करार
केला, त्याचा भरणा सरकारांत येणेप्रमाणें. रुपये.

खमस सबैन
मया व अलफ
रविलाखर ५

१४०८ शके १६९६ जयनाम संवत्सरे, भरणा फाल्गुनमासीं.

२३८ वद्य नवमी ९
२०० वद्य १० दशमी.
९७० वद्य ११ एकादशी.

१४०८

२५९२ शके १६९७, मन्मथनाम संवत्सरे, चैत्रमासीं भरणा.

५९२। शुद्ध १ प्रतिपदा.
३६९॥ शुद्ध १३ त्रयोदशी.
१६३०। वद्य १ प्रतिपदा.

२५९२

४०००

एकूण चार हजार रुपये सदरहूप्रमाणें सरकारांत कर्जे घेतलें आहे. त्यासी, व्याज दर
माहे दरसदे रुपया एकोत्रा शिरस्तेप्रमाणें करार केलें असे. व्याजसुद्धां हिशेब करून
ऐवज पेस्तर दिल्हा जाईल म्हणून छ. २७ सफर. खत १.

रसानगी यादी.

जनार्दन आपाजीच्या रोजकीर्दींपैकीं.

८२७--(२४५) परगणे रायपूर येथील जमाबंदी वगैरे चवकशी तुह्मांकडे सांगितली
असे, तरी जमाबंदीची वगैरे चवकशी करून बंदोबस्त करून देणें
ह्मणोन, नारो कृष्ण सरसुभेदार प्रांत खानदेश यांस. सनद १.

शीत सबैन
मया व अलफ
रमजान ३०

(826) A receipt was given for Rupees 4,000 received from Sadáshiva
A. D- 1774-75 Krishṇa Phaḍnis on account of a loan advanced by
him to Government in connection with his offiice of
Fadnis; the amount, it is stated, would be returned in future. The rate of
interest on the loan was one rupee per month per cent.

(827) Náro Krishṇa Sirsubhedàr of Pargaṇà Khándesh was directed

आपाजी गोविंद कमाविसदार, परगणे मजकूर यांस सनद कीं, नारो कृष्ण बंदोबस्त करून देतील त्याप्रमाणें वर्तणूक करणें ह्मणोन. १/२

दोन सनदा दिल्या असेत. छ. १७ साबान. परवानगी रूबरू.

८२८--(२८९) तालुके रेवदंडा येथील कारकून असामी ६ लिहिण्याचे उपयोगीं नाहींत, यास्तव त्यांस दूर करून त्यांचे ऐवजीं चार असामी सन सल्लास सबैनांत जदीद करार करून दिल्या, त्यांपैकीं केसो नारायण लिहिण्याचे उपयोगीं नाहींत, याजकरितां मशारनिल्हेंस सालमजकुरीं सरसुभाहून दूर करून पेशजीं सदरहू असामी सहा दूर जाहल्या, त्यांत लिहिणार चांगले आहेत सबब त्या असामी.

सीत सबैन मया व अलफ रबिलाखर १५

१ गणेश यादव. १ बाळाजी केशव.

एकूण दोन असामी पेशजींप्रमाणें सरसुभाहून करून देऊन पत्र दिल्हें आहे, त्याप्रमाणें करार करून हे सनद तुह्मांस सादर केली असे, तरी सरसुभ्याचे पत्राप्रमाणें केसो नारायण यांस दूर करून सदरहू दोन असामींजवळून चाकरी घेऊन नेमणुकेप्रमाणें वेतन पावीत जाणें ह्मणोन, आनंदराव शिंदे यांचे नांवें छ. ९ रबिलावल. सनद १.

रसानगी यादी.

८२९--(२९३) पुण्यांत जप्तीचीं घरें सरकारांत आलीं आहेत, तीं भाड्यानें लाऊन ऐवज जमा करावयास तुह्मांस आज्ञा केली असे, तरी जीं घरें जप्तीचीं असतील, तीं भाड्यानें लाऊन ऐवज येईल तो सरकारांत जमा करणें ह्मणोन, महादाजी बल्लाळ कारकून शिलेदार यांचे नांवें छ. १५ रबिलाखर. सनद १.

सीत सबैन मया व अलफ रबिलाखर १५

रसानगी यादी.

A. D. 1775-76 to settle the jamábandi and manage the Parganá of Ráyapur.

(828) Six Kárkuns of Táluká Rewadandá being unfit for clerical duties were removed, and four new men were entertained in their place; one of these four men being found to be useless was dismissed by the Subhá, and two men were entertained in his place. The appintments were approved.

A. D. 1775-76

(829) Many houses in Poona having been attached and having thus come into the possession of Government, a Kárkun was appointed to arrange about letting them on hire and recovering the rent.

A. D. 1775-76

८३०–(२९६) वासुदेव बल्लाळ यांस तर्फ सौंदल प्रांत राजापूर निसबत सुभा

सीत सबैन मया व अलफ रबिलाखर १५

आरमार विजेदुर्ग येथील हवाला सालमजकुरापासोन सरसुभाहून सांगितला, त्याप्रमाणें हुजुरून करार केला असे, तरी मशारनिल्हे-पासून तर्फ मजकूर येथील हवाल्याचें कामकाज घेत जाणें. हवाल्या-संमंधें कलमें पेशजीं सरसुभाहून करार करून दिलीं आहेत त्याप्रमाणें. कलमें.

हवाल्यासंमंधें रसद पांच हजार रुपये करार केली आहे त्याचा भरणा आरमाराकडे मशारनिल्हेंनीं एक महिन्यानीं करावा. सदरहू ऐवजास व्याज एकोत्रा शिरस्तेप्रमाणें करार केलें असे. व्याज व मुद्दल मिळोन ऐवज मशारनिल्हेस पावला पाहिजे, त्यास दरसाल एक हजार रुपये महालाचे ऐवजीं द्यावयाची नेमणूक करून दिल्ही असे, तरी देत जाणें. कलम १.

महालाचें कामकाज करणें तें हवालदारांनीं कुल अखत्यारीनें करावें. सुभाहून महालीं गांवगन्ना परभारा रोखा करूं नये. जें करणें व लिहिणें तें हवालदारास लिहित जाणें. न्यायमनसुबी चिठ्ठी मसाला करणें तो हवालदारांनीं करित जावा. यांत हर वतनाची मनसुबी पडली, तरी हवालदारानें वाजबी निवडून सुभा समजाऊन फडशा करून घेत जावा. कलम १.

फडफर्मास, व वेठ बेगार सालाबाद-

हवालदाराची नेमणूक सालीना रुपये.

२०० हवालदार यास मोईन सालीना खेरीज शिरस्ता अवलसालापासून. रुपये.

२५ खेरीज मुशाहिरा खर्चाची नेमणूक आरमाराकडे आहे, त्यापैकीं महालाकडे नेमणूक करून दिल्ही. रुपये.

२० कागदवहा व शाईशिरें.

५ रोषनाई तेल बद्दल रुपये.

२५

२२५

एकूण सवा दोनशें रुपये सालीना नेमणूक करून दिल्ही असे, पाववीत जाणें. कलम १.

महालाचे लिहिण्यास कारकून व वसुलास प्यादे नेहमीं पाहिजेत, त्यास आरमाराचे बेहड्यास नेमणूक आहे त्याप्रमाणें असामी.

(830) The office of Haváła of Táluká Saundal in Prânt Rájápur in charge of the naval department of Vijayádurga was conferred on Wásudev Ballál by the Sirsubhá. The appointment was approved. The following were some of the instructions issued for the guidance of the officer:—

A. D. 1775-76

(1) he should as agreed upon advance a loan of Rs. 5,000 to Government;

प्रमाणें आरमाराकडे पावत आहे, त्याचा रोखा हवालदाराकडे करावा. हवालदारानें गांवगन्ना सालाबादप्रमाणें रोखे करून फडफर्मास वगैरे सुभाकडे पाववीत जावी; व शाकार सालाबादप्रमाणें दास्तानीं जमा करित जावा. कलम १.

महालाचे बंदोबस्तास मोर्तब महालाचें चालीचें करून देणें. कलम १.

१ कारकून नेहमीं लिहिण्यास.
१५ प्यादे.
१० बारमाही.
५ आठमाही.
———
१५
———
१६

एकूण सोळा असामी सदरहूप्रमाणें नेमून देणें. कलम १.

महालाचा हिशेब हवालदार यांणीं महालीं करून एकंदर ताळेबंद नख्ती व ऐनजिनसी आकारून सुभाची मखलासी करून घेऊन तपसीलवार हिशेब सुभास द्यावा. कलम १.

एकूण सात कलमें करार करून दिल्हीं असत, तरी सदरहप्रमाणें वर्तणूक करणें म्हणोन, आनंदराव धुळप यांचे नांवें. सनद १.

छ. १२ मोहरम, रसानगी याद.

८३१–(३४४) बोरघाट, व कातळदरा, व हिंदुळा, व मांजर सुभा, व राजमाची या घाटांस चौकशीबद्दल हुजुरून पिलाजी विठ्ठल कारकून निसबत हुजूर हशम व प्यादे पाठविले आहेत. हे खालून कागद येतील व वरून खालीं कागद लोकांस जातील, त्याची चौकशी करतील. त्यांस

सबा सबैन मया व अलफ रमजान २९

(2) his annual salary should be Rupees 200;

(3) the duties of the mahál should be carried on under his sole authority: the Subhà should not make any requisition whatever on the villages except through him;

(4) any adjudication regarding an important judicial dispute in connection with a Watan should after inquiry be referred by the Haváldár to the Subhà: other disputes should be disposed of by him;

(831) A Kárkun and some peons were sent to the following passes, Borghát-Kátaldarà, Hindula, Manjarsubha and Rájmàchi to examine private letters passing between

A. D. 1776-77

करूं देणें ह्मणोन, रामराव नारायण तालुके राजमाची यांचे नांवें छ. १७ रजब परवानगी राजश्री बाळाजी जनार्दन. सनद १.

८३२-(३८६) महालानिहाय प्रांत खानदेश येथील सालमजकुरीं जमाबंदी करावयाची, त्यास कमाल सालाचे अन्वयें चौकशी करून आकार करावयाची आज्ञा राजश्री नारो कृष्ण सरसुभेदार, प्रांत मजकूर यांस केली असे, ते तुम्हांस लिहितील त्याप्रमाणें वर्तणूक करून त्यांचे इतल्याखेरीज तुह्मीं जमाबंदीचा ठराव न करणें ह्मणोन कमाविसदारांचे नांवें. सनदा.

सबा सबैन
मया व अलफ
जिल्हेज २९

१ परगणे जळोद निसबत काशीनाथ नारायण.

१ परगणे राजदेहर निसबत व्यंकटराव बल्लाळ.

१ परगणे रायपूर निसबत संकराजी मोरराव.

१ परगणे चाळीसगांव निसबत संकराजी बिरेश्वर.

१ परगणे बेटावद निसबत कृष्णाजी बल्लाळ.

१ परगणे रावेर निसबत रामाजी बापूजी.

१ परगणे नां(द)गांव निसबत विश्वासराव रामचंद्र, व दामोदर गोविंद.

१ परगणे बोदवाड निसबत विश्वासराव रामचंद्र.

१ परगणे पिंपळोद निसबत पांडुरंग कमलाकर व केशवराव जगन्नाथ.

१ परगणे मुधिभामगड निसबत माधवराव कृष्ण.

१ परगणे बोरनार निसबत गोपाळ बल्लाळ.

१ परगणे आशेर निसबत केशवराव जगन्नाथ.

१ परगणे चोपडें निसबत गोपाळराव हरी.

१ परगणे पाचोरें निसबत विनायक रघुनाथ.

१ परगणे वरणगांव निसबत विनायक रघुनाथ.

१ परगणे डांगरी दिंमत ठोकें.

१ परगणे बहाळ व परगणे बोरनार निसबत रामचंद्र पवार.

१ कसबे साकोरें, परगणे माणिकपुंज, निसबत बाबूराव रामचंद्र दिंमत चिंतो विठ्ठल.

---

people above and below the Gháts. The officer of Rájmáchi was directed to permit them to carry on the examination. This order was issued under instructions from Bàláji Janardan.

(832) The officers of the various Mahàls were informed that Náro

२ देशमुख व देशपांडे परगणे वरणगांव, व परगणे पाचोरें यांसी.

२०

रसानगी यादी, छ. २१ सवाल.

८३३–(३९८) प्रांत बेलापूर येथील हशमनिसी शामजी राम यांजकडे होती, त्यास ते मृत्यु पावले, त्यांचे पोटीं पुत्र नाहीं, सबब त्यांचे बंधु अंताजी राम यांचे नांवें करार करून हे सनद तुह्मांस सादर केली असे, तरी मशारनिल्हेचे हातून हशमनिसीचें कामकाज घेऊन बेहेड्याचे नेमणूकप्रमाणें वेतन पावीत जाणें ह्मणोन, बाजी गंगाधर यांचे नांवें छ. १८ जिल्हेज. सनद. १

सबा सबैन मया व अलफ जिल्हेज २९

रसानगी याद.

८३४–(४६६) महादजी शिंदे यांचे नांवें पत्र कीं, प्रांत माळवा येथील बाबती सरदेशमुखीची मजमू पेशजींपासून बापूजी लक्ष्मण यांचेकडे आहे, त्याप्रमाणें चालत असतां आलीकडे वेतनाचा ऐवज मशारनिल्हेस पावत नाहीं, ह्मणोन विदित जालें. त्यावरून हें पत्र तुह्मांस लिहिलें असे, तरी मजमूची असामी सुदामतप्रमाणें मशारनिल्हेकडे चालऊन वेतनाचा ऐवज राहिला असेल, तो झाडीयानसीं देणें ह्मणोन, मशारनिल्हेचे नांवें. सनद १.

समान सबैन मया व अलफ जमादिलावल २६

चिटणिसी.

८३५–(५१४) गंगाधर नारायण कानिटकर यांणीं हुजूर विदित केलें. परगणे रायपूर प्रांत बुंदेलखंड येथील खंडणी पेशजींपासून सरकारांतून आपणांकडे आहे, त्यास फडणिसीचे कामावर आपले तर्फेनें पूर्वीं विठ्ठल गोपाळ यांसी पाठविलें होतें. त्यास सालगुदस्त सन सबा सबैनांत

समान सबैन मया व अलफ सवाल ३०

A. D. 1776-77 Krishṇa Sir Subhá was instructedto make inquiries and settle the Jamábandi and that they shouldact according to his instructions.

(833) Shâmji Rám, Hasabnis of Parganá Belápur, having died without male issue, the office was given to his brother Antáji Rám.

A. D. 1776-77

(834) The office of Majmu of Pránt Málvá belonged to Bápuji Laxaman. He complained that he had not received his remuneration for some time. Orders were issued to Mahádji Scindia to continue the office to Bápuji as before, and to pay him his salary with arrears.

A. D. 1777-78

(835) The office of the Fadnis of Parganá Ráypur in Pránt Bundelkhanḍ belonged to Gangádhar Nárâyaṇ Kánitkar. He sent Bápuji Appáji to officate on his behalf. The

A. D. 1777-78

त्याला दूर करून बापूजी आपाजी यांस महालीं पाठविलें. ते तेथें जाऊन सहा महिनें बसले; परंतु फडणिसीचे कामाकाजाचा दाखला मामलेदार देत नाहीं, येविशीं आज्ञा झाली पाहिजे ह्मणून, त्याजवरून हें पत्र तुह्मांस लिहिलें असे, तरी मशारनिल्हेनीं आपले तर्फेचे गुमस्ते बापूजी आपाजी पाठविले आहेत. यांचे हातें परगणे मजकूर येथील फडणिसीचें कामकाज, कैदकानू, सुदामतप्रमाणें घेऊन पेशर्जीचे सनदेप्रमाणें वेतन पाठवित जाणें. येविशींचा बोभाट येऊं न देणें ह्मणोन, बाळाजी गोविंद, प्रांत बुंदेलखंड, यांचे नांवें चिटणीसी छ. २७ साबान. पत्र १.

८३६–( ) सदाशिव गोविंद यांचे नांवें मजमूची असामी होती. त्यास मशारनिल्हे त्रिवर्ग बंधू एक जागां होते तेव्हां, सुरळीतच होतें. आलीकडे विभक्त जाहले. असामी सदाशिव गोविंद आपणांकडेसच घेऊं लागले बंधूस यथाविभागें असामीचा ऐवज द्यावा तो न देत, सबब असामी दूर करून चिंतामण हरी फडके यांजकडे सांगितली असे, मशारनिल्हे यांणीं तिराहित कारकून असामी ठेवावा; आणि त्यास थोडें बहुत वेतन करून, बोलीप्रमाणें त्यास ऐवज द्यावा. बाकी वेतनापैकीं ऐवज राहील तो त्रिवर्ग बंधूंस यथाविभागें बरोबर वांटून द्यावा. असामी त्रिवर्गाची. येणेंप्रमाणें यादीवर करार असे.

समान सबैन मया व अलफ जिल्काद २०

८३७–(१६१) जगन्नाथ महादेव फडणीस, तर्फ अशेर, यांणीं हुजूर विदित केलें कीं, आम्हीं निराळें भोजन करतों, त्यास भोजनखर्चाचा ऐवज देत नाहीं. त्याची नेमणूक करून दिल्ही पाहिजे ह्मणोन, त्याजवरून हे सनद तुह्मांस सादर केली असे, तरी तुह्मांकडे भोजनखर्चाची नेम-

समान सबैन मया व अलफ जमादिलावल २

Màmlatadár, however, refused to entrust the duties of Fadnis to him. Gangádhar Náráyan having complained to the Hujur, orders were issued to the Mámalatdár to allow Bápuji to carry on his duties and to give no cause for further complaint.

(836) The office of Májmu belonged to Sadáshiv Govind. He had two brothers who were separated from him. Sadáshiv, who was the officiator, appropriated all the proceeds of the office instead of sharing them with his brothers. The office was therefore made over to Chintáman Hari with instructions to appoint a person to do the duty on a moderate salary, and to divide the remaining proceeds among the three brothers.

A. D. 1777-78

(837) Jagannáth Mahádev, Fadnis of Turf Asher, complained that he received no food expenses though he dined separately (from the Mámalatdár). The Mámalatdár was ordered

A. D. 1777-78

णूक आहे त्यास मशारनिल्हे निराळें भोजन करितात, त्यांस खर्चाचा आजमास पाहून भोजनखर्चाचे नेमणुकेपैकीं ऐवज त्यांस देत जाणें ह्मणोन, केशवराव जगन्नाथ यांचे नांवें.

सनद १.

रसानगी यादी.

८३८–(६२८) तालुकेहाय येथील चौकशीस सर्वोत्तम शंकर यांस पाठविले आहेत, तर तालुक्यांचे लोकांची पाहणी करून, वाईट माणूस दूर करतील. त्यांस रुकाएत करून त्याचे ऐवजीं नेमणुकेंत जदीद लोक व गोलंदाज व जे जालंदाज ठेवतील, त्यांस ठेवणें; व जकीऱ्यापैकीं तोफांचे फर्म्यांचे गोळे असतील, ते ठेऊन, गैर फर्म्यांचे राहतील ते दिगर तालुकीयास देवितील, त्यांस देणें ह्मणोन.

समानीन मया व अलफ रजब १४

सनदा.

१ गंगाधर गोविंद तालुके विजयदुर्ग यांस.
१ आनंदराव धुळप सुभा आरमार विजयदुर्ग यांस.
१ कृष्णाजी विश्वनाथ तालुके अंजणवेल यांस.
१ बाळाजी गणेश, तालुके देवगड यांस.
१ महिपतराव कृष्ण तालुके रत्नागिरी यांस.
१ रघुनाथ सदाशिव, तालुके रायगड यांस.
१ मोरो बापूजी तालुके सुवर्णदुर्ग यांस.
१ आनंदराव शिंदे तालुके रेवदंडा यांस.

८

आठ सनदा, रसानगी यादी.

८३९–(६२९) कोंकण प्रांतें तालुकेहायचे बंदोबस्तास हुजूरुन सर्वोत्तम शंकर

---

to pay him a reasonable amount out of the grant allotted to him for food expenses.

(838) Sarvotam Shankar was deputed to inspect certain Tálukás in the Konkan, including the Táluká in charge of the naval department. The Mámalatdárs were directed to remove all Government servants whom he might deem unfit, to entertain new persons of his selection in their places, and to send to other Tàlukas under his direction any cannon balls which might be found to fall short of the standard size.

A. D. 1779-80

(839) The Mámalatdárs were further directed to allow Sarwotam.

समानीन मया व अलफ रजब १५ यांस पाठविले आहेत, त्यांस तालुकेयांचा बंदोवस्त कोणे रीतीचा आहे तो समजोन यथास्थित बंदोबस्त करावयाचीं. कलमें.

जंगी सामान शिलकेस असेल तें पाहून कांहीं मरामत करावयाचें व कांहीं नवें ध्यावयाचें नेमितील त्याप्रमाणें घेऊन व तयार करावयाचें तें करून, शिलकेस ठेवणें; व तालुकेयाचे गलबताची तयारी व दागदोजी सांगतील त्याप्रमाणें करणें. कलम १.

लोकांचे रोजमरे तटले असतील ते समजोन त्यांपैकीं हल्लीं द्यावयाचे नेमतील, त्याप्रमाणें लोकांचे बाटणीस ऐवज तूर्त देणें; व कांहीं सरदार दुसऱ्या सुभ्यास पाठवितील, व त्या सुभ्याकडून या सुभ्यास ठेवितील. कलम १

शिलकेस जिन्नस आहे तो पाहून जाजती कांहीं घ्यावयाचा, व मरामत करावयाचा, नेमतील त्याप्रमाणें करणें; कलम १.

तोफांचे गाड्यांची व दारूची मरामत, व तोफांचे काने भरावयाचे, व जेजाला, व बंदुखांचा साज करावयास सांगतील त्याप्रमाणें करणें. कलम १.

प्रांतांतील वस्तीचे लोक हत्यारबंद असतील, त्यांचा झाडा काढून जामीन घेणें. कलम १

एकूण सदरील पांच कलमें वगैरे जे चौकशी मशारनिल्हे करितील ते समजावणें; व जो कागदपत्र मागतील तो देणें; व तर्तूद करावयास तुम्हांस सांगतील, त्याप्रमाणें वर्तणूक करणें. म्हणोन तालुकेहाये येथील मामलेदारांस वगैरे चिटणिसी सदरहू अनवयाचीं पत्रें.

१ बाळाजी गणेश, तालुके देवगड, यांस पत्र.
१ गंगाधर गोविंद, तालुके विजयदुर्ग यांस.
१ आनंदराव धुलप, सुभा आरमार, विजयदुर्ग, यांस पत्र,
१ महिपतराव कृष्ण, तालुके रत्नागिरी, यांस पत्र.
१ कृष्णाजी विश्वनाथ, तालुके अंजणवेल, यांस.
१ मोरो बापूजी, तालुके सुवर्णदुर्ग, यांस पत्र.
१ रघुनाथ सदाशिव, तालुके रायगड, यांस पत्र.
१ अनंदराव शिंदे, तालुके रेवदंडा, यांस पत्र.

―――
८

A. D. 1779-80 rao to examine the stores and to repair such of them as might be useful. Boats, guns, and cannons were to be repaired under his instructions. Security was ordered to be taken from all residents in the province possessing arms.

८४०-(६६२) गणेश बल्लाळ कारकून निसबत चिंतामण हरी मुंबईस बातमीचे कामास आहेत; सबब त्यांजकडे दोन महागिऱ्या भरून गवत व एक महागिरीभर लांकडें देविलीं असे, तरी तालुके बेलापूरपैकीं सदरील लिहिल्याप्रमाणें त्यांजकडे पाठऊन देणें ह्मणोन, कृष्णाजी नारायण यांचे नांवें. सनद १.

समानीन मया व अलफ ज़िल्हेज़ २६.

रसानगी, गणेश हरी दिंमत चिंतामण हरी.

८४१-(८३४) प्रांत कोंकण येथील सरसुभा जिवाजी गोपाळ यांजकडे सालमजकुरापासोन सांगितला असे, तरी तुह्मीं माहालीं मुलकी, व किल्लेजातचा बंदोबस्त मशारनिल्हेचे विचारें करीत जाणें. यांचे इतल्याशिवाय कांहीं न करणें. हे सरकारचे आज्ञेप्रमाणें बंदोबस्त यथास्थित करितील ह्मणोन चिटणिसी. पत्रें.

अर्बा समानीन मया व अलफ रबिलाखर ३

किल्ले जात, सुद्धां तालुके.

१ प्रांत कल्याणभिंवडी, निसबत गोविंद राम.
१ प्रांत बेलापूर, निसबत अंताजी महादेव.
१ प्रांत राजपुरी, निसबत गोविंदराम, व चिमाजी माणकर.
१ तालुके अवचितगड, निसबत गणेश बल्लाळ व हरी गणेश.
१ मामले कोहज, निसबत गोविंदराव आबाजी.
१ तालुके उंदेरी, निसबत महादाजी कृष्ण.
१ तालुके रेवदंडा, निसबत अनंदराव शिंदे.
१ किल्ले माहूली, निसबत दुर्गाजी शिंदे.
१ किल्ले विकटगड व किल्ले कर्नाळा, निसबत सदाशिव राम दिंमत अनंदराव राम.
१ तालुके बीरवाडी, निसबत गणेश बल्लाळ, व हरी गणेश.
१ तालुके सुवर्णदुर्ग, निसबत मोरो बापूजी.
१ तालुके अंजणवेल, निसबत त्रिंबक कृष्ण.
१ तालुके नेरल, निसबत हरी लक्ष्मण.

---

(840) Krishnaji Narayen was directed to send two boats laden with grass & one with firewood to Ganesh Ballal karkun of Chintaman Hari at Bombay.

A. D. 1779-80

(841) Jiwáji Gopál was appointed Sirsubhá of the Konkaṇ, and the officers of the various Tálukás were directed to abide by his orders in revenue matters, as well as in matters connected with the administration of forts; in fact, to do nothing without his advice.

A. D. 1783-84

१ तालुके रत्नागिरी निसबत महिपतराव कृष्ण.
१ तालुके विजयदुर्ग निसबत गंगाधर गोविंद.
१ तालुके देवगड निसबत चिमणाजी रामचंद्र.

९ मा(हा)ली मुलकी तालुके.
१ परगणे साकर्से निसबत भास्कर लक्ष्मण.
१ तर्फ आठगांव निसबत मोरो गोविंद.
२ जकात प्रांत कल्याणभिंवडी निसबत बापूजी गणेश, व उद्धो दादाजी. पत्र १.
जकात तालुके रेवदंडा व बंदर रोहें व अष्टमी १.
२

१ आरमार विजयदुर्ग निसबत अनंदराव धुळप.
१ देशमुखी प्रांत वसई निसबत अनंदराव भिकाजी.
१ देशमुखी तालुके रेवदंडा, व तालुके उंदेरी निसबत महादाजी लक्ष्मण.
१ देशमुखी प्रांत राजपुरी, निसबत येसाजी रामचंद्र.
१ देशमुखी प्रांत बाळापूर, व आठगांव निसबत कृष्णाजी बल्लाळ.
९

२५

पंचवीस चिटणिसी पत्रें दिल्हीं असेत.

८४२-(८३८) तालुके अंजणवेल येथील सरहवाला लक्ष्मण बल्लाळ याजकडे आहे येविशीं. कलमें.

अर्बा समानीन
मया व अलफ
जनादिलावल ४

(842) The duties of the office of SirHawáldár of Táluká Anjaṇwel were prescribed as follows:—

A. D. 1784-85

(1) the SirHaváldár should be one of the officers sent to settle the jamábandi of the Táluká, or to make any inquiry connected with it;

(2) no revenue or account matter should be disposed of without the advice of the Haváldár;

(3) recommendations for letting out lands at reduced rents should be received through him;

(4) he should assist the judge in deciding cases.

जमाबंदी तालुके मजकूरची जिराइती व बागाइती व नक्की करावयाची, त्यास कारकून नेमावयाचे वेळेस सरहवालदार देखील नेमावे. कमजाजती जाहल्यास चौकशी करणें तेव्हां कारकून पाठवाल त्यांत सरहवालदार यासही पाठऊन चौकशी करावी. सर हवालदाराच्या इतल्याखेरीज जमाबंदीचें व हिशेबाचें काम करूं नये. कलम १.

शिस्ती नक्की गल्याची, व कारसाईची होणें, ते हंगामशीर सरहवालदार यांणीं सुभा सांगोन, शिस्ती करवाव्या, आणि जिकडील तिकडे सुभाहून रवाना कराव्या. कलम १.

तालुके मजकुरीं इस्ताव्याचे वगैरे कौलपत्रें मुलकी देणें, त्यास सरहवालदार यांणीं सुभा रदबदल करून देवीत जावें. कलम १.

तालुके मजकूरचे दादी फिर्यादी येतील त्यांची मनसुबी न्यायाधिशाकडे नेमून देणें. त्यांत सरहवालदार यांसही नेमावें. जो निश्चय होईल तो सुभा समजाऊन विल्हेस लावावें. कलम १.

सरहवालदार यांचे निसबतीस शिपाई असामी दोन पेशजींपासून आहेत, त्याप्रमाणें शिबंदीचे नेमणुकेपैकीं सदरील दोन असामी नेमून देणें. कलम १.

सदरहूप्रमाणें पांच कलमें करार करून दिल्हीं आहेत, त्याप्रमाणें सरहवालदाराचे हातून कामकाज घेत जाणें ह्मणोन, त्रिंबक कृष्ण यांचे नांवें चिटणिसी. पत्र १.

८४३–(८६६) क्षेत्र पंचवटी, परगणे नाशिक, येथें गावांतील रस्ते झाडावयास हलालखोर असामी १ एक ठेवावयाचा करून, त्यास नेमणूक सालीना रुपये ३० द्यावयाचे करार केले असेत, तर परगणे मजकूर पैकीं सदरील तीस रुपये गंगाधरराव भिकाजी रास्ते, यांजकडे देत जाणें ह्मणोन, पांडुरंग धोंडाजी कमाविसदार, परगणे मजकूर, यांचे नांवें. सनद १.

खमस समानीन मया व अलफ सफर ५

रसानगी याद.

८४४–(९५८) क्षेत्र पंढरपूर येथें सन्यासी करपात्री भिक्षेकरितां फिरतात, व ब्राह्मण सोंवळे श्री देवदर्शनास येतात, व भीमा स्नानें करून घरांस जातात; व माधोकरी ब्राह्मण मागतात, त्यांस गल्लींत उष्ट्या पत्रावळी व केरकुश्चीत जागा होऊन बिटाळ होतात, याजकरितां गल्या झाडून

समान समानीन मया व अलफ जिल्काद २९

(843) A sweeper was entertained for cleansing the streets of Nâsik on a salary of Rs. 30 a year.

A. D. 1784-85

(844) The streets of Pandharpur being dirty and strewn with leaves used as plates for food, Sannyáshis who went out to beg for food, and Brahmins who came to worship

A. D. 1787-88

निर्मळ राखण्याची आज्ञा तुम्हांस केली असे, तरी क्षेत्र मजकूरच्या गल्या हलालखोराकडून झाडऊन निर्मळ राखणें. घर पाहून दरमहा एक दोन पैसेप्रमाणें हलालखोरास देवीत जाणें; आणि गल्या चांगल्या राखणें ह्मणोन, चिंतो रामचंद्र कमाविसदार क्षेत्र मजकूर दिंमत परशराम रामचंद्र यांचे नांवें. सनद १.

रसानगी यादी.

८४५–(९७१) तुह्मांजवळ पारसनिसीचे कामास पारसी लिहिणार पाहिजे, याजकरितां काजी महमद कारकून शिलेदार निसबत भगवंतराव नारायण पारसनीस, यांस पाठविले आहेत. तरी यांजपासून पारसनिसीचें कामकाज घेत जाऊन, हे तुह्मांजवळ पोहचतील तेव्हांपासून यास रोजमरा एकमाही रुपये ३५ पसतीस रुपये देविले असेत. पावते करीत जाणें ह्मणोन, अलीबाहादर यांचे नांवें. सनद १.

समान समानीन मया व अलफ साबान १०

परवानगी रूबरू.

८४६–(९७८) कारकून निसबत दफ्तर यांचे तांदूळ वगैरे जिन्नस, खेरीज फिरंगाण कोकणांतून हरएक घाटें व गला देशांतून खरेदी करून एक खेप पुण्यास आणितील, त्यांस आणूं देणें. जकातीचा तगादा न करणें ह्मणोन सालगुदस्तांप्रमाणें सालमजकुरीं. दस्तकें.

तिसा समानीन मया व अलफ सफर १

चालतें दफ्तर.	दस्तकें.	तांदूळ वगैरे.	बैलसर.
महादाजी बल्लाळ	२	५	६०
हरी बल्लाळ फडके	३	३०	३००

the deity and returned from bathing were polluted by contact with the unclean things. The Kamávisdár was directed to entertain sweepers and to see that the roads were kept clean. He was authorized to cause every house-owner to pay, according to his circumstances, one or two pice to the sweeper every month.

(845) A person knowing Persian being required for carrying on the duties of the office of Párasnis under Ali Bahádoor, Kàji Mahamad Kárkun Silledar, was appointed to the place.

A. D. 1787-88

(846) A list is given of the Kàrkuns employed in the Daftar Department at Poona to whom passes were granted exempting from octroi grain imported by them into Poona.

A. D. 1788-89

गोविंदराव बाजी	१	५	५०
त्रिंबक लक्ष्मण शिधये	३	३८	५५
पांडुरंग कृष्ण गोडबोले	२	३०	३००
त्रिंबकराव नारायण	२	५	५०
परचुरे नारो अनंत मृत्यु पावले,			
सबब पुत्राचे नांवें सालमजकुरीं.			
भास्कर विश्वनाथ सोहनी	१	१	१०
बाबूराव केशव ठाकूर	५	१३	१७०
मोरो वापूजी फडके	३	१८	१८०
गणेश राम बापट	१	१	१०
महादाजी रघुनाथ कारकून शिलेदार	१	१	१०
कोन्हेर राम कारकून शिलेदार	१	१	१०
वालाजी राम लेले	२	८॥	८५
गंगाधर वावाजी जोशी	१	२	२०
वगाजी रघुनाथ फलटणास न्यावयाचे	१	२	२०
रामचंद्र गोविंद पेंडसे	१	१	१०
गोपाळ कृष्ण बिवलकर	१	२	२०
आपाजी राम सदावर्तीं	१	१	१०
आपाजी विठ्ठल लागू, मशारनिल्हे	१	२	२०
मृत्यु पावले, सबब त्रिंबक आपाजी पुत्र.			
त्रिंबक विठ्ठल जोशी	१	१	१०
नारो शिवराम चक्रदेव	२	३	३०
महादाजी आबाजी विध्वंस	१	१	१०
लक्ष्मण वावाजी करंदीकर	१	१	१०
बाळाजी महादेव मोघे	१	१	१०
शिवराम शंकर जोशी	१	१	१०
बाजी नारायण आगाशे	१	१	१०
कृष्णाजी चिंतामण सोहनी	१	१	१०
भिकाजी नारायण पाळंदे	२	१०	१००
मोरो लक्ष्मण, लक्ष्मण केशब वाडींकर	२	३	३०
यांचे पुत्र			

गोविंद मल्हार, मल्हार बल्लाळ भडभडे	१	२	२०
मृत्यु पावले सबब पुत्राचे नांवें.			
केसो विश्वनाथ टिळक	१	२	२०
महादाजी बल्लाळ साठे	१	५	५०
मोरो रामचंद्र देवधर	१	४	४०
दामोदर गोविंद	१	५	५०
रामचंद्र गोपाळ करकरे	१	३	३०
गोविंद हरी देवधर	१	२	२०
दिनकर नारायण करंदीकर	१	१	१०
मोरो जनार्दन भट	१	२	२०
नारो कृष्ण ओक	१	१	१०
गोविंद महादेव जोशी	१	१	१०
राघो अनंत गोखले	१	१	१०
गोपाळ अनंत अभ्यंकर	१	२॥	२५
कृष्णाजी हरी भोगले	१	१	१०
बाजी रघुनाथ भावे	१	१	१०
महादाजी नारायण अभ्यंकर	१	१	१०
जगन्नाथ बल्लाळ गानू	१	१	१०
बाबूराव जनार्दन गोडबोले	१	१	१०
आबाजी त्रिंबक जोगळेकर	१	१॥	१५
आबाजी धोंडदेव साठे	१	१	१०
आनंदराव गोपाळ	१	५	५०
वासुदेव त्रिंबक आचवल	१	१	१०
नारो कृष्ण गद्रे	१	२	२०
विसाजी बहिरव ढवळे	१	२	२०
विसाजी नारायण वाडदेकर	१	२	२०
बाळाजी सदाशिव करमरकर	१	१	१०
बाळाजी हरी ढवळे	१	१	१०
विनायक मोरेश्वर मेहेंदळे	१	२॥	२५
महादाजी नारायण बापट	१	१	१०
नारो कृष्ण भातखंडे	१	१	१०
रुद्राजी नारायण करमरकर	१	२	२०

धोंडो बल्लाळ लेले	१	१	१०
बाबूराव अनंत करमरकर	१	२	२०
कृष्णाजी गणेश पेंडसे	२	५	५०
नारो महादेव जोशी	१	१	१०
महादाजी विश्वनाथ दातार	१	१	१०
भास्कर बल्लाळ जोशी	१	१	१०
गोविंद राम आपटे	१	२	२०
सदाशिव बल्लाळ भिडे	१	२	२०
कृष्णाजी तुकदेव गोडबोले	१	२	२०
महादाजी बाबूराव लिमये	१	२	२०
मल्हार राम बापट	१	३	३०
सदाशिव महादेव शेवडे	१	२	२०
रामचंद्र हरी ढवळे	१	३	३०
बाजी अनंत पंडित	१	१	१०
धोंडो केशव काळे	१	१	१०
लक्ष्मण बल्लाळ सहस्रबुद्धे	१	१॥	१५
कृष्णाजी राम चोळकर	१	१	१०
बाळाजी बापूजी केळकर	१	२	२०
सदाशिव अनंत अभ्यंकर	१	१	१०
गंगाधर महादेव परचुरे	१	१॥	१५
मल्हार लक्ष्मण वैद्य	१	२	२०
आबाजी बल्लाळ आगाशे	१	२	२०
मोरो महादेव गपचूप	१	१॥	१५
दिनकर अनंत	१	५	५०
चिमणाजी बाबाजी	१	१॥	१५
नारो रामचंद्र काळे	१	१	१०
शिवराम बल्लाळ	१	१	१०
मोरो विष्णू गुणे	१	१	१०
रामचंद्र बल्लाल शेवडे	१	१	१०
भगवंत आनंदराव	१	१	१०
बाळाजी रघुनाथ वेलणकर	१	१	१०
नारो राम कारकून शिलेदार	१	१	१०

महादाजी विश्वनाथ लिमये	१	२	२०
त्रिंबक शंकर सोहनी	१	१॥	१५
बाळाजी नारायण शेवडे	१	२॥	२५
आबाजी भिकाजी फडके	१	१	१०
सदाशिव नारायण अभ्यंकर	१	१	१०
गणेश बल्लाळ हडप	१	१॥	१५
अंताजी विश्वनाथ खांडेकर	१	१	१०
त्रिंबक महादेव जोशी	१	१	१०
रामाजी बल्लाळ जोशी	१	१	१०
हरी नारायण कोलटकर	१	१	१०
मोरो हरी करंदीकर	१	२॥	२५
मोरो कृष्ण दाभोळकर	१	१॥	१५
बाळाजी रघुनाथ जोशी	१	१	१०
बाळाजी सदाशिव वैशंपायन	१	२	२०
दादो बल्लाळ आचवल	१	१	१०
खंडेराव सुंदर	२	७	७०
रंगो नारायण यांचे पुत्र निळो रंगनाथ करमरकर निसबत दफ्तर पोतनिसी	१	१	१०
बाळाजी नारायण वैद्य	१	१॥	१५
महादाजी गोविंद	१	१	१०
केसो जगन्नाथ	१	॰॥॰	५
त्रिंबक नारायण भावे	१	१	१०
हरी बाबाजी वैद्य	१	१॥	१५
सदाशिव शामराज निसबत जिराईतखाना हल्लीं बाळाजी सदाशीव पुत्र यांचे नांवें	१	१	१०
राघो कृष्ण गोकटे	१	१	१०
रामचंद्र नारायण	१	१	१०
आबाजी हरी	१	१	१०
बापूजी महादेव	१	॰॥॰	५
आबाजी विश्वनाथ	१	॰॥॰	५
मोरो नारायण	१	१	१०

शिदो सदाशिव	१	१	१०
शिवराम बल्लाळ	१	·॥·	५
भालचंद्र विनायक	१	·॥·	५
अंताजी महादेव	१	·॥·	५
लक्ष्मण गणेश गोगटे	१	१	१०
शिवराम विश्वनाथ सोवनी	१	२	२०
महिपतराव हरी	१	२	२०
नारो लक्ष्मण	१	३	३०
भगवंत गंगाधर मौजे माळशिरस येथें आणितील	१	१॥	१५
सदाशिव नारायण पांगारकर	१	१	१०
बाळकृष्ण बाबाजी वैद्य	१	१॥	१५
गोपाळ महादेव	१	१	११
विठ्ठल मोरेश्वर	१	२	२०
विसाजी राम भाटवडेकर	१	२	२०
	१५४	३६५॥	३३८०

एकूण तीनशें साडे पासष्ट खंडी गल्ला एकूण बैल सर तीन हजार तीनशें ऐशीं यांची दस्तकें एकशें चोपन्न दिल्हीं असेत.

८४७–(१०७९) निळो लक्ष्मण कारकून यांचे तीर्थरूप लक्ष्मण कृष्ण, परगणे मजकुरीं असामीवर जात होते, ते वाटेस मारले गेले. चिरंजीव लहान याजकरितां असामीवर गुमास्ता ठेविला आहे, त्यास परगणे मजकूरचे आजमासास गुमास्ते याचे हातून कामकाज घेऊं नये. जातीनिशीं चाकरीवर असतील त्यास वेतन द्यावें, म्हणून शेरा लिहिला आहे, त्यावरून वेतन देत नाहीं म्हणून हुजूर विदित जालें, त्यास याचे तीर्थरूप मारले गेले. भशारनिल्हे लहान,

अर्बा तिसैन मया व अलफ मोहोरम ७

(847) In the budget of Parganá Aruṇ &c it was a standing order that substitutes should not be allowed to work for permanent officers, and that the salaries should be paid to the officers themselves if actually serving. An exemption to this rule was allowed on the ground that the officer appointed was killed while proceeding to join his appointment and that his son was too young to carry on the duties of his father's office.

A. D. 1793-94

याजकरितां गुमास्त्यानें चाकरी केली आहे; सबब मागील सालचें वेतन राहिलें तें नेमणुके-प्रमाणें देणें; व पुढें निळो लक्ष्मण यांचे हातून चाकरी घेऊन आजमासास वेतनाची नेमणूक केली आहे, त्याप्रमाणें देत जाणें म्हणून, नारो चिमणाजी कमाविसदार परगणे अरूण वगैरे महाल यांचे नांवें. सनद १.

रसानगी यादी.

८४८–(१०९४) गंगाधर बापूजी शिधये यांस प्रांत बुंदेलखंड पैकीं नवा मुलुक सरकारांत आला आहे, त्यांपैकीं पन्नास हजार रुपयांचे महालची दरकी असामी मोईन सालीना रुपये अडीचशें करार करून नेमून द्यावयाची आज्ञा केली असे, तरी प्रांत मजकूर येथें सदरहू आकाराच्या महालीं असामी नेमून देणें ह्मणोन, अली बहाद्दर यांचे नांवें. सनद १.

अर्बा तिसैन मया व अलफ जमादिलावल २०

रसानगी यादी.

८४९–(११०९) प्रांत कर्नाटक येथील सरसुभा मोरो बापूजी यांजकडे सालमजकुरीं सांगितला असे, तरी माली, व मुलकी, व किल्ले जातसुद्धां बंदोबस्त मशारनिल्हेचे विचारें करित जाणें. यांचे इतल्याशिवाय न करणें हे सरकारआज्ञेप्रमाणें बंदोबस्त करितील ह्मणोन, मामलेदार, व कमावीसदार यांचे नांवें चिटणिसी. पत्रें.

अर्बा तिसैन मया व अलफ साबान २६

५ तालुकेहाय येथील मामलेदार यांस कीं, माली व मुलकी व किल्ले जातसुद्धां बंदोबस्ताविशीं. पत्रें.

१ तालुके मुदकवी, निसबत माधवराव कृष्ण.
१ तालुके नवलगुंद, देखील सरदेसगत निसबत गोविंद भिकाजी.
१ तालुके गदग, निसबत आनंदराव रामचंद्र.
१ तालुके धारवाड, निसबत बाळाराव येशवंत.
१ तालुके कितूर, निसबत महादाजी खंडेराव.

५

(848) Ali Bahâddar was directed to give Gangâdhar Bápuji Sidhaye an office worth Rs. 50,000 in some mahál of the territory of Prânt Bundelkhand, lately acquired by Government.

A. D. 1793-94

(849) Móró Bápuji was appointed Sirsubhá of Karnátak, and the Mámalatdárs were directed to act under his instructions in all revenue and fort matters and to do nothing without consulting him.

A. D. 1793-94

१० महालानिहाय येथील मामलेदार, व कमाविसदार यांस कीं, माली, व मुलकी, व ठाणींसुद्धां बंदोबस्ताविशीं.

१ परगणे जुनी हुबळी, निसबत मोरो बापूजी.
१ परगणे खानापूर, निसबत परशराम रामचंद्र.
१ फुटगांव बारीपलीकडील परगणे मनोळी, निसबत सदाशिव कृष्ण.
१ परगणे सोंडुरपालें, निसबत वेंकटराव घोरपडे.
१ तर्फे तेगूर, निसबत नरसो मेलगीर.
१ देसगत परगणे गदग वगैरे बावत, डंबलकर निसबत रघुनाथराव नीळकंठ.
१ परगणे बंकापुर, निसबत गोविंद सखदेव.
१ परगणे होनगुंद, निसबत माधवराव कृष्ण दिंमत तोफखाना.
१ परगणे जालीहाळ वगैरे, निसबत आनंदराव भिकाजी.
१ मौजे सूळ मामले तोरगल, निसबत बापूजी रामचंद्र.

१०

१ किल्ले धारवाड निसबत बापूजी शिंदे यांस कीं, माली, व मुलकी, व किल्ले मजकूर सुद्धां बंदोबस्ताविशीं.

१ तालुके सावनूर, निसबत भास्कर सखदेव यांस कीं, तालुके मजकूर येथील माली, व मुलकी, व किल्ले जातसुद्धां बंदोबस्ताविशीं महाल.

१ परगणे गुत्तल.
१ परगणे अडूर.
१ परगणे केरूर बुदरूख.
१ परगणे तीनवल्ली.
१ परगणे कोड.
१ परगणे केरूरखुर्द.
१ परगणे रटेहळ्ळी.
१ परगणे हवसहट्टी.
१ परगणे कुपेलूर.
१ परगणे शींगांव.
१ परगणे ऐरणी.
१ परगणे कागनेळा
१ परगणे निडसंगी
१ परगणे हानगल.

१ परगणे मासूर.
१ परगणे राणेबन्नूर.
१ पेठ हांवेरी.
१ परगणे कारडगी.
१ कसबे मोरब.
१ कसबे अण्णिगिरी.
१ तालुके उगरगोळ वगैरे गांव, व किल्ले परसगड.
१ कसबे हलगेरी.
१ देसगत संबस्थान हावनूर.

२३

१७

८५०—Gives the salaries and allowances of the various officers in the different Daftars at Poona. The **चालते दप्तर, एक घेरजी दप्तर, निसबत पोतनिसी दप्तर, निसबत फरासखाना, निसबत मजमदारखाना, निसबत चांकनीस.**

रोजकीर्द छ. ५ रविलाखर सुरसन खमस सबैन मया व अलफ, रवा सुदगीचे पोटांत देणें कारकून निसबत दप्तर

यांस सन अर्बा सबैनची मोईन रसानगी पट.

खात्याचें नांव.	इसमाचें नांव.	नक्त.				कापड.			एकूण	जास्ती स्वारी हिंदुस्थान.					एकंदर
		ऐन.	दिवठ्या आफ्तागिरी	पालखी	एकूण	आंख.	रुपये.	एकूण.		नक्त,	दिवठ्या आफ्तागिरी.	कापड	एकूण	पैा करार	
निसबत चालतें दप्तर.	अंताजी बल्लाळ गुरुजी.	४५०	१२१	०	५७१	१००	४०	६११	०	०	०	०	०	०	०
	महादाजी बल्लाळ गुरुजी.	४००	१२१	११८८	१७०९	१००	४०	१७४९	०	०	०	०	०	०	०
	हरी बल्लाळ फडके.	३००	१२१	११८८	१६०९	७५	३०	१६३९	०	०	०	०	०	०	०
	बाबूराव केशव ठाकूर	५००	१२१	०	६२१	१५०	६०	६८१	०	०	०	०	०	०	०

								पैकीं माताचे रुपये ११३॥ वजा जातां बाकी ५६७॥							
	नारो गंगाधर पाळंदे.	४००	११५	११८८	१७०३	१००	४०	१४७३	०	०	०	०	०	०	०
	महादाजी विष्णु गपचूप.	४५०	१२१	०	५७१	१००	४०	६११	०	०	०	०	०	०	०
	नारो अनंत परचुरे.	३००	१३२	११८८	१६२०	७५	३०	१६५०	०	०	०	०	०	०	०
	बाळाजी राम लेले.	३००	५५	०	३५५	५०.	२०	३७५	०	०	०	०	०	०	०
	लक्ष्मण नारायण सिधये.	३००	१२१	०	४२१	५०	२०	४४१	०	०	०	०	०	०	०
	कृष्णाजी गणेश पेंडसे.	७००	१२१	०	८२१	१५०	६०	८८१	०	०	०	०	०	०	०
								पैकीं सेत सनद रुपये १०० वजा							

पृ०
२९

								जातां ७८१							
	सदाशिव अनंत अभ्यंकर.	२५०	१२१	०	३७१	५०	२०	३९१	०	०	०	०	०	०	०
	कृष्णाजी महादेव गोडबोले.	४००	१७६	०	५७६	१००	४०	६१६	०	०	०	०	०	०	०
	गोपाळ रामचंद्र परचुरे.	२७५	५५	०	३३०	७५	३०	३६०	०	०	०	०	०	०	०
	आपाजी चिमणाजी गोंधळेकर.	३५०	६६	०	४१६	१००	४०	४५६	०	०	०	०	०	०	०
	महादाजी नारायण जोशी.	३००	११०	०	४१०	५०	२०	४३०	०	०	०	०	०	०	०
	बगाजी रघुनाथ	३००	१२१	०	४२१	१२५	५०	४७१	०	०	०	०	०	०	०
	बाजी गोविंद जोशी.	६००	१२१	१०००	१७२१	२००	८०	१८०१	०	०	०	०	०	०	०
	गोविंद राम आपटे.	३००	५५	०	३५५	७५	३०	३८५	०	०	०	०	०	०	०
	विसाजी गणेश दातार.	३००	०	०	३००	७५	३०	३३०	०	०	०	०	०	०	०
	कृष्णाजी गोविंद आपटे.	३००	०	०	३००	१००	४०	३४०	०	०	०	०	०	०	०
	बाजी अनंत पंडित.	३००	०	०	३००	७५	३०	३३०	०	०	०	०	०	०	०
	चिंतो शिवाजी सोवनी.	३५०	०	०	३५०	७५	३०	३८०	०	०	०	०	०	०	०

	कृष्णाजी राम चोळकर.	२५०	०	०	२५०	६०	२४	२७४	०	०	०	०	०	०	०
	वासुदेव राम चोळकर.	३०५	०	०	३०५	०	०	३०५	०	०	०	०	०	०	०
	लक्ष्मण बल्लाळ सहस्रबुद्धे.	३००	०	०	३००	७५	३०	३३०	०	०	०	०	०	०	०
	कृष्णाजी तुकदेव गोडबोले.	३००	०	०	३००	५०	२०	३२०	०	०	०	०	०	०	०
	सदाशिव नारायण सिधये.	२५०	०	०	२५०	५०	२०	२७०	०	०	०	०	०	०	०
	सदाशिव बल्लाळ भिडे.	३००	०	०	३००	०	०	३००	०	०	०	०	०	०	०
	बाबाजी महादेव भट.	३२५	०	०	३२५	६०	२४	३४९	०	०	०	०	०	०	०
	विनायक मोरेश्वर.	३५०	०	०	३५०	१००	४०	३९०	०	१५०	१२१	२०	२९१	१९६	५८६
	बाळाजी हरी ढवळे.	४००	०	०	४००	१००	४०	४४०	०	१००	१२१	२०	२४१	१७१	६११
	भगवंत अनंदराव.	४००	०	०	०	०	०	४००	०	१०० पैकीं करार २५	१२१	६० पैकीं करार ४०	२८१	१८६	५८६
	शिवराम विश्वनाथ.	३००	०	०	३००	७५	३०	३३० पैकीं गैरहजेरी	०	०	०	०	०	०	०

								वजा ४० बाकी २९०							
	बाळाजी बापुजी केळकर.	३००	०	०	३००	१००	४०	३४०	०	०	०	०	०	०	०
	मल्हार राम बापट.	३००	०	०	३००	७५	३०	३३०	०	०	०	०	०	०	०
	महादाजी बाबूराव लिमये.	५००	०	०	५००	७५	३०	५३०	०	०	०	०	०	०	०
	आबाजी कृष्ण विद्वांस.	२५०	०	०	२५०	४०	१६	२६६	०	०	०	०	०	०	०
	भास्कर विश्वनाथ सोवनी.	२५०	०	०	२५०	५०	२०	२७०	०	०	०	०	०	०	०
	शिवराम शंकर जोशी.	३५०	०	०	३५०	१००	४०	३९०	०	०	०	०	०	०	०
	खंडो राम बापट.	२७५	०	०	२७५	५०	२०	२९५	०	०	०	०	०	०	०
	नारो राम आगाशे.	३००	०	०	३००	५०	२०	३२०	०	०	०	०	०	०	०
	महादाजी नारायण परचुरे.	१५०	०	०	१५०	७५	३०	१८०	०	०	०	०	०	०	०
	रामचंद्र गोविंद पेंडसे.	२५०	०	०	२५०	५०	२०	२७०	०	०	०	०	०	०	०

पृ० ३२

सदाशिव महादेव शेवडे.	४७२	०	०	४७२	७५	३०	५०२	०	०	१२१ ५५ पागा १७६	०	१७६ पैकीं लष्करांत बद्दल	११८	६२०	पृ० ३३
बाळाजी नारायण शेवडे.	२५०	०	०	२५०	७५	३०	२८०	०	०	०	०	०	०	०	
जनार्दन कृष्ण गोडबोले.	३००	०	०	३००	१००	४०	३४०	०	०	०	०	०	०	०	
केसो विश्वनाथ टिळक.	३००	०	०	३००	५०	२०	३२०	०	०	०	०	०	०	०	
धोंडो केशव काळे.	२७५	०	०	२७५	५०	२०	२९५	०	०	०	०	०	०	०	
महादाजी नारायण बापट.	२५०	०	०	२५०	४०	१६	२६६	०	०	०	०	०	०	०	
पांडुरंग कृष्ण गोडबोले.	३००	०	०	३००	६०	२४	३२४	०	०	०	०	०	०	०	
जगन्नाथ महादेव चाकरीवर बाबाजी व्यंकटेश.	२५०	०	०	२५०	५०	२०	२७० पैकीं गैरहजेरी मुळें वजा ७०	०	०	०	०	०	०	०	
नारो वामन.	२५०	०	०	२५०	५०	२०	२७० पैकीं	०	०	०	०	०	०	०	

							गैरहजेरी मुळें वजा २०							
लक्ष्मण केशव ठाकूर.	३००	०	०	३००	७५	३०	३३०	०	०	०	०	०	०	०
रुद्राजी नारायण करमरकर.	३००	०	०	३००	५०	२०	३२०	०	०	०	०	०	०	०
बाबूराव अनंत करमरकर.	३००	०	०	३००	४०	१६	३१६	०	०	०	०	०	०	०
धोंडो बल्लाळ लेले.	२५०	०	०	२५०	५०	२०	२७०	०	०	०	०	०	०	०
बाळाजी महादेव काळे.	३५०	०	०	३५०	१००	४०	३९०	०	०	०	०	०	०	०
धोंडो विश्वनाथ खांडेकर.	३५०	०	०	३५०	१००	४०	३९०	०	०	०	०	०	०	०
भास्कर बल्लाळ जोशी.	३५०	०	०	३५०	१००	४०	३९०	०	०	०	०	०	०	०
रामचंद्र हरी सावळे.	३००	०	०	३००	५०	२०	३२०	०	०	०	०	०	०	०
राघो रुद्र मोडक.	२७५	०	०	२७५	५०	२०	२९५ पैकीं गैरहजेरी मुळें वजा ४५	०	०	०	०	०	०	०

पृ० ३४

पृ० ३५

	गोविंद कृष्ण गोडबोले.	३००	०	०	३००	०	०	३००	०	०	०	०	०	०	०
	नारो कृष्ण भातखंडे.	२७५	०	०	२७५	५०	२०	२९५	०	०	०	०	०	०	०
	लक्ष्मण बाबाजी करंदीकर.	२५०	०	०	२५०	६५	२६	२७६	०	०	०	०	०	०	०
	पांडुरंग नारायण ठकार.	३६०	०	०	३६०	५०	२०	३८०	०	०	०	०	०	०	०
	त्रिंबक विश्वनाथ लिमये.	३००	०	०	३००	१००	४०	३४०	०	०	०	०	०	०	०
	बाळाजी रघुनाथ सरवटे.	२२५	०	०	२२५	४०	१६	२४१	०	०	०	०	०	०	०
	लक्ष्मण महादेव, व त्रिंबक शंकर.	३०० पैकीं करार २२५	०	०	३०० पैकीं करार २२५	४०	१६	२४१	०	०	०	०	०	०	०
	वेंकोजी नरसी, बाळकृष्ण राम कानीटकर यांचे ऐवजी करार तैनात.	२२५	०	०	२२५	५०	२०	२४५	०	०	०	०	०	०	०
	भास्कर आपाजी, चिटको भास्कर यांचे ऐवजी तैनात.	२२५	०	०	२२५	४०	१६	२४१	०	०	०	०	०	०	०
	बाबूराव कृष्ण.	२५०	०	०	२५०	४०	१६	२६६	०	०	०	०	०	०	०

सदाशिव लक्ष्मण.	२५०	०	०	२५०	४०	१६	२६६	०	०	०	०	०	०	०
बाळाजी महादेव मोघे.	२००	०	०	२००	४०	१६	२१६	०	०	०	०	०	०	०
गंगाधर बाबाजी जोशी.	४१०	०	०	४१०	१००	४०	४५०	०	०	०	०	०	०	०
लक्ष्मण केशव वैद्य यांचे पुत्र मल्हार लक्ष्मण.	४००	०	०	४००	०	०	४००	०	०	०	०	०	०	०
बाळाजी विश्वनाथ फाटक.	३५०	०	०	३५०	१००	४०	३९०	०	०	१२१	०	१२१	०	५११
मल्हार बल्लाळ.	३५०	०	०	३५०	१२५	५०	४००	०	०	०	०	०	०	०
अंताजी नारायण.	३००	०	०	३००	१००	४०	३४०	०	०	०	०	०	०	०
अपाजी विठ्ठल लागू.	३००	६६	०	३६६	१००	४०	४०६	०	०	०	०	०	०	०
सदाशिव अनंत करमरकर.	३००	१२१	०	४२१	५०	२०	४४१	०	०	०	०	०	०	०
विष्णु कृष्ण.	४०० पैकीं ३५०	०	०	४०० पैकीं ३५०	१००	४०	४४० पैकीं १९०	०	०	०	०	०	०	०
शिवराम बल्लाळ.	४०० पैकीं	०	०	४०० पैकीं	१००	४०	४४० पैकीं	०	०	०	०	०	०	०

	३५०			३५०			३८०							
त्रिंबक विठ्ठल.	४०० पैकीं ३००	०	०	४०० पैकीं ३००	१०० पैकीं ७५	४० पैकीं ३०	४४० पैकीं ३३०	०	०	०	०	०	०	०
बाळाजी विष्णु.	३५० पैकीं ३००	०	०	३५० पैकीं ३००	१०० पैकीं ५०	४० पैकीं २०	३९० पैकीं ३२०	०	०	०	०	०	०	०
रामाजी मल्हार बापट.	२२५	०	०	२२५	४०	१६	२४१	०	०	०	०	०	०	०
गणेश हरी खांडेकर बालपर्वेसी पाणीपतच्या असाम्या.	७००	१२१	०	८२१	१००	४०	८६१	०	०	०	०	०	०	०
बाजी बल्लाळ जोशी.	१२०	०	०	१२०	० }	०	१८०	०	०	०	०	०	०	०
बाळाजी केशव आठवले.	६०	०	०	६०	० }									
माणको चिंतामण तैनात.	४००	०	०	४००	१००	४०	४०० पैकीं आदा १५०	०	०	०	०	०	०	०
मोरो बापूजी फडके.	४००	१२१	०	५२१	१००	४०	५६१	०	०	०	०	०	०	०

पृ० ३७

नि॥	गोपाळ महादेव.	५००	१२१	०	६२१	१००	४०	६६१	०	०	०	०	०	०	०
येक बेर्जी	बाळाजी हरी साठे.	५००	१२१	०	६२१	१००	४०	६६१	०	०	०	०	०	०	०
दसर	गोविंद बल्लाळ गुरुर्जी.	५२५ पैकीं शेत सनद मौजे निगडवली १५	०	०	५२५	१००	४०	५६५ पैकीं शेत सनद मौजे निगडवली १५	०	०	०	०	०	०	०
	रामचंद्र हरी देवधर.	४००	५५	०	४५५	१००	४०	४९५	०	०	०	०	०	०	०
	रामचंद्र गोपाळ करकरे.	३००	०	०	३००	१००	४०	३४०	०	०	०	०	०	०	०
	नारो कृष्ण बोक.	३५०	०	०	३५०	१००	४०	३९०	०	०	०	०	०	०	०
	गोपाळ अनंत अभ्यंकर.	३५०	०	०	३५०	१००	४०	३९०	०	०	०	०	०	०	०
	महादाजी विश्वनाथ जोशी.	२७९	०	०	२७९	६०	२४	२७४	०	०	०	०	०	०	०
	आपाजी राम सिरगोपीकर.	२५०	०	०	२५०	६०	२४	२७४	०	०	०	०	०	०	०
	नारो महादेव अभ्यंकर.	२५०	०	०	२५०	६०	२४	२७४	०	०	०	०	०	०	०

पृ० ३८

विसाजी बहिरव ढवळे.	३००	०	०	३००	७५	३०	३३०	०	०	०	०	०	०	०
सदाशिव हरी वैद्य.	२५०	०	०	२५०	५०	२०	२७०	०	०	०	०	०	०	०
कृष्णाजी हरी भोगले.	३००	०	०	३००	७५	३०	३३०	०	०	०	०	०	०	०
गोपाळ कृष्ण बिवलकर.	३५०	०	०	३५०	७५	३०	३८०	०	०	०	०	०	०	०
जनार्दन नारायण भट.	३००	०	०	३००	७५	३०	३३०	०	०	०	०	०	०	०
रंगो नारायण करमरकर.	२२५	०	०	२२५	४०	१६	२४१	०	०	०	०	०	०	०
बाजी रघुनाथ भावे.	२७५	०	०	२७५	४०	१६	२९१	०	०	०	०	०	०	०
रामाजी बल्लाळ जोशी.	३००	०	०	३००	७५	३०	३३०	०	०	०	०	०	०	०
महादाजी नारायण अभ्यंकर.	२५०	०	०	२५०	५०	२०	२७०	०	०	०	०	०	०	०
राघो अनंत गोखले.	२२५	०	०	२२५	४०	१६	२४१	०	०	०	०	०	०	०
गोविंद हरी देवधर.	३००	०	०	३००	५०	२०	३२०	०	०	०	०	०	०	०
गोविंद सदाशिव पेंडसे.	२५०	०	०	२५०	५०	२०	२७०	०	०	०	०	०	०	०
अंताजी विश्वनाथ खांडेकर.	३००	०	०	३००	५०	२०	३२०	०	०	०	०	०	०	०

पृ० ३९

कृष्णाजी बल्लाळ आपटे.	२५०	०	०	२५०	५०	२०	२७०	०	०	०	०	०	०	०
रामाजी गणेश कोलवार.	२५०	०	०	२५०	५०	२०	२७०	०	०	०	०	०	०	०
बापूजी राम सोमण.	२००	०	०	२००	४०	१६	२१६	०	०	०	०	०	०	०
सदाशिव रघुनाथ खाडीलकर.	४००	०	०	४००	६०	२४	४२४	०	०	०	०	०	०	०
बाबूराव जनार्दन.	२५०	०	०	२५०	७५	३०	२८०	०	०	०	०	०	०	०
सदाशिव महादेव.	२२५	०	०	२२५	५०	२०	२४५	०	०	०	०	०	०	०
आबाजी भिकाजी फडके.	४००	०	०	४००	१००	४०	४४०	०	०	०	०	०	०	०
गोविंद भिकाजी.	४००	०	०	४००	१००	४०	४४०	०	०	०	०	०	०	०
आबाजी धोंडदेव साठे.	२४४	०	०	२४४	४०	१६	२६०	०	०	०	०	०	०	०
बाबूराव बल्लाळ फडके.	२५०	०	०	२५०	५०	२०	२७०	०	०	०	०	०	०	०
आबाजी त्रिंबक जोगळेकर.	३००	०	०	३००	०	०	३००	०	०	०	०	०	०	०
अंताजी शिवदेव.	३००	०	०	३००	७५	३०	३३०	०	०	०	०	०	०	०
बाबाजी अनंत आपटे.	३००	०	०	३००	१००	४०	३४०	०	०	०	०	०	०	०

पु० ४०

हरी महादेव चिपळोणकर.	२५०	०	०	२५०	५०	२०	२७०	०	०	०	०	०	०	०	पृ० ४१
जगन्नाथ बल्लाळ गागू.	२५०	०	०	२५०	५०	२०	२७०	०	०	०	०	०	०	०	
रामचंद्र दादाजी खाडीलकर.	२००	०	०	२००	५०	२०	२२०	०	०	०	०	०	०	०	
रामाजी बाबूराव गोडबोले.	२७५	०	०	२७५	५०	२०	२९५	०	०	०	०	०	०	०	
नारो महादेव गोडबोले.	३००	०	०	३००	५०	५०	३५० पैकी करार ५०	०	०	०	०	०	०	०	
कृष्णाजी विश्वनाथ जोशी.	२५०	०	०	२५०	५०	२०	२७०	०	०	०	०	०	०	०	
रामाजी नारायण आगाशे.	४५०	०	०	४५०	७५	३०	४८०	०	०	०	०	०	०	०	
त्रिंबक महादेव जोशी.	२५०	०	०	२५०	५०	२०	२७०	०	०	०	०	०	०	०	
बच्याजी नारायण फडके.	२२५	०	०	२२५	४०	१६	२४१	०	०	०	०	०	०	०	
नारो रघुनाथ साठे.	२५०	०	०	२५०	४०	१६	२६६	०	०	०	०	०	०	०	
गणेश गोविंद टोळ.	२५०	०	०	२५०	४०	१६	२६६	०	०	०	०	०	०	०	
आबाजी शंकर जोशी.	२५०	०	०	२५०	४०	१६	२६६	०	०	०	०	०	०	०	

बाळाजी सदाशिव वैशंपायन.	२५०	०	०	२५०	४०	१६	२६६	०	०	०	०	०	०	०
दत्तो बल्लाळ काळे.	२२५	०	०	२२५	४०	१६	२४१	०	०	०	०	०	०	०
नारो संभाजी गोखले.	२५०	०	०	२५०	४०	१६	२६६	०	०	०	०	०	०	०
बाळाजी हरी करमरकर.	२५०	०	०	२५०	४०	१६	२६६	०	०	०	०	०	०	०
वासुदेव त्र्यंबक आचवल.	२५०	०	०	२५०	४०	१६	२६६	०	०	०	०	०	०	०
हरी बल्लाळ हडप.	३००	०	०	३००	५०	२०	३२०	०	०	०	०	०	०	०
चिमणाजी महादेव.	३००	०	०	३००	५०	२०	३२०	०	०	०	०	०	०	०
नारो शिवराम चक्रदेव.	२५०	०	०	२५०	४०	१६	२६६	०	०	०	०	०	०	०
गोपाळ लक्ष्मण लवाटे.	२५०	०	०	२५०	४०	१६	२६६	०	०	०	०	०	०	०
बाबूराव बल्लाळ चापेकर.	२५०	०	०	२५०	४०	१६	२६६	०	०	०	०	०	०	०
गोविंद केशव बिवलकर.	२५०	०	०	२५०	४०	१६	२६६	०	०	०	०	०	०	०
अंताजी गोविंद केळकर.	२५०	०	०	२५०	४०	१६	२६६	०	०	०	०	०	०	०
लक्ष्मण अनंत भांब्ये.	२५०	०	०	२५०	४०	१६	२६६	०	०	०	०	०	०	०

पृ० ४२

मोरो गोविंद पटवर्धन.	२५०	०	०	२५०	४०	१६	२६६ पैकीं गैरहजेरी बद्दल १६ वजा जातां २५०	०	०	०	०	०	०	०
रामचंद्र गोपाळ	३५०	०	०	३५०	५०	२०	३७०	०	०	०	०	०	०	०
विठ्ठल बल्लाळ दात्ये.	२५०	०	०	२५०	५०	२०	२७०	०	०	०	०	०	०	०
बाळाजी केशव.	२५०	०	०	२५०	५०	२०	२७०	०	०	०	०	०	०	०
पांडुरंग गोविंद.	२५०	०	०	२५०	५०	२०	२७०	०	०	०	०	०	०	०
प्रल्हाद गोविंद	३००	०	०	३००	०	०	३००	०	०	०	०	०	०	०
गोविंद महादेव जोशी.	४००	०	०	४००	१००	४०	४४०	०	०	०	०	०	०	०
आपाजी रघुनाथ भाव्ये.	२५०	०	०	२५०	४०	१६	२६६	०	०	०	०	०	०	०
चिमणाजी नारायण फडके.	२७५	०	०	२७५	५०	२०	२९५	०	०	०	०	०	०	०

पृ० ४३

	त्रिंबक गोविंद पंडित.	२२५	०	०	२२५	४०	१६	२४१	०	०	०	०	०	०	०	पृ० ४५
	राघो हरी वोक.	२५०	०	०	२५०	४०	१६	२६६	०	०	०	०	०	०	०	
	हरी बल्लाळ दांडेकर.	२७५	०	०	२७५	५०	२०	२९५	०	०	०	०	०	०	०	
	कृष्णाजी रघुनाथ दातार.	२७५	०	०	२७५	५०	२०	२९५	०	०	०	०	०	०	०	
	कृष्णाजी गणेश राहाळकर.	२५०	०	०	२५०	४०	१६	२६६	०	०	०	०	०	०	०	
	सदाशिव हरी बेहरे.	२५०	०	०	२५०	४०	१६	२६६	०	०	०	०	०	०	०	
	आपाजी बल्लाळ गाडगीळ.	२७५	०	०	२७५	५०	२०	२९५ पैकीं गैरहजेरीचे रुपये ४५ वजा जातां बाकी	०	०	०	०	०	०	०	
	आपाजी लक्ष्मण गोरे.	३००	०	०	३००	५०	२०	३२०	०	०	०	०	०	०	०	
	त्रिंबक नारायण जोशी.	२५०	०	०	२५०	४०	१६	२६६	०	०	०	०	०	०	०	
	सखाराम बल्लाळ कर्वे.	२५०	०	०	२५०	४०	१६	२६६	०	०	०	०	०	०	०	

	गोपाळ बल्लाळ चांदेकर.	२५०	०	०	२५०	४०	१६	२६६	०	०	०	०	०	०	०
	लक्ष्मण दादाजी खाडीलकर.	२२५	०	०	२२५	४०	१६	२४१	०	०	०	०	०	०	०
	मल्हार महादेव सान्ये.	२५०	०	०	२५०	४०	१६	२६६	०	०	०	०	०	०	०
	चिमणाजी बल्लाळ म्हसकर.	२२५	०	०	२२५	४०	१६	२४१	०	०	०	०	०	०	०
	लक्ष्मण गणेश खाडीलकर.	२२५	०	०	२२५	४०	१६	२४१ पैकीं गैरहजेरी चे ५१ वजा जातां बाकी १९०	०	०	०	०	०	०	०
	सदाशिव नारायण अभ्यंकर.	२५०	०	०	२५०	४०	१६	२६६	०	०	०	०	०	०	०
	आबाजी राम जोशी.	२५०	०	०	२५०	४०	१६	२६६	०	०	०	०	०	०	०
	गणेश नारायण जोशी.	२५०	०	०	२५०	४०	१६	२६६	०	०	०	०	०	०	०
	गणेश बल्लाळ गोखले.	२७५	०	०	२७५	५०	२०	२९५	०	०	०	०	०	०	०
	नारो गणेश लिमये.	२७५	०	०	२७५	५०	२०	२९५	०	०	०	०	०	०	०

पृ० ४५

सदाशिव आणाजी पेंढरकर.	३००	०	०	३००	५०	२०	३२०	०	०	०	०	०	०	०
गोपाळ महादेव करंदीकर.	२७५	०	०	२७५	५०	२०	२९५	०	०	०	०	०	०	०
लक्ष्मण महादेव.	३००	०	०	३००	४०	१६	३१६	०	०	०	०	०	०	०
बापूजी अनंत.	२५०	०	०	२५०	४०	१६	२६६	०	०	०	०	०	०	०
रामाजी मुकुंद.	२२५	०	०	२२५	४०	१६	२४१	०	०	०	०	०	०	०
गोविंद बाबाजी जोशी.	२५०	०	०	२५०	४०	१६	२६६	०	०	०	०	०	०	०
दिनकर नारायण करंदीकर.	४००	०	०	४००	१००	४०	४४०	०	०	०	०	०	०	०
आपाजी महादेव लिमये.	२६६ पैकीं वेतन १००	०	०	२६६ पैकीं वेतन १००	०	०	२६६ पैकीं वेतन १००	०	०	०	०	०	०	०
सदाशिव धोंडदेव नातु.	२९५ पैकीं ११६	०	०	२९५ पैकीं ११६	०	०	२९५ पैकीं ११६	०	०	०	०	०	०	०
जनार्दन नीळकंठ बर्वे.	४००	०	०	४००	१००	४०	४४०	०	०	०	०	०	०	०

पृ० ५६

	बाजी राम साठे.	२५०	०	०	२५०	४०	१६	२६६	०	०	०	०	०	०	०
	हरी बाबाजी करंदीकर.	३००	०	०	३००	५०	२०	३२०	०	०	०	०	०	०	०
	कृष्णाजी महादेव दाभोळकर.	३००	०	०	३००	६०	२४	३२४	०	०	०	०	०	०	०
	नारो कृष्ण गद्रे.	२१६	०	०	२१६	०	०	२१६	०	०	०	०	०	०	०
निसबत पोतनिसी दप्तर	मचींद्र त्रिंबक.	४००	०	०	४००	७५	३०	४३०	०	०	०	०	०	०	०
	नारो रघुनाथ.	३००	०	०	३००	५०	२०	३२० पैकीं गैरहजेरी बद्दल २० वजा जातां	०	०	०	०	०	०	०
	शिवराम विश्वनाथ.	४७१	०	०	४७१	६०	२४	४९५	०	०	०	०	०	०	०
	महादाजी गोविंद.	२५०	०	०	२५०	६०	२४	२७४	०	०	०	०	०	०	०
	अंताजी महादेव.	२५०	०	०	२५०	५०	२०	२७०	०	०	०	०	०	०	०

पृ० ४७

	शिवराम बल्लाळ.	२००	०	०	२००	४०	१६	२१६	०	०	०	०	०	०	०	पु० ४८
	भगवंत गंगाधर.	३००	०	०	३००	६०	२४	३२४	०	०	०	०	०	०	०	
	विठ्ठल मोरेश्वर.	२५०	०	०	२५०	६०	२४	२७४	०	०	०	०	०	०	०	
	भगवंत गंगाधर.	५००	१२१	०	६२१	१५०	६०	६८१	०	०	०	०	०	०	०	
	हरी बाबाजी.	३००	०	०	३००	७५	३०	३३०	०	०	०	०	०	०	०	
	भिकाजी नारायण.	३००	०	०	३००	७५	३०	३३०	०	०	०	०	०	०	०	
	गोविंद महादेव.	२५०	०	०	२५०	५०	२०	२७०	०	०	०	०	०	०	०	
	गोपाळ कृष्ण.	५३८	०	०	५३८	१००	४०	५७८	०	०	०	०	०	०	०	
	गोपाळ महादेव.	३००	०	०	३००	५०	२०	३२०	०	०	०	०	०	०	०	
	लक्ष्मण गणेश.	३५०	०	०	३५०	७५	३०	३८०	०	५०	१२१	१०	१८१	०	५६१	
	नारो लक्ष्मण.	४००	०	०	४००	१००	४०	४४०	०	०	०	०	०	०	०	
	गोविंद गंगाधर.	३००	०	०	३००	१००	४०	३४०	०	०	०	०	०	०	०	
	भालचंद्र विनायक.	२५०	०	०	२५०	५०	२०	२७०	०	०	०	०	०	०	०	

कृष्णाजी अनंत.	२००	०	०	२००	५०	२०	२२०	०	०	०	०	०	०	०
विठ्ठल कोंडाजी.	२५०	०	०	२५०	७५	३०	२८०	०	०	०	०	०	०	०
जिवाजी सखदेव.	२२५	०	०	२२५	४०	१६	२४१	०	०	०	०	०	०	०
कृष्णाजी महादेव.	२५०	०	०	२५०	४०	१६	२६६	०	०	०	०	०	०	०
रंगो महादेव.	२२५	०	०	२२५	४०	१६	२४१	०	०	०	०	०	०	०
सदाशिव शामराज.	४००	०	०	४००	१२५	५०	४५०	०	०	०	०	०	०	०
बाबाजी लक्ष्मण कानिटकर.	३५०	०	०	३५०	१००	४०	३९०	०	०	०	०	०	०	०
विठ्ठल गोविंद.	२५०	०	०	२५०	७५	३०	२८०	०	०	०	०	०	०	०
बाजी प्रल्हाद.	४००	६६	०	४६६	७५	३०	४९६	०	०	०	०	०	०	०
लक्ष्मण सखाजी.	३००	०	०	३००	१००	४०	३४०	०	०	०	०	०	०	०
बाळकृष्ण बाबाजी.	२००	०	०	२००	४०	१६	२१६	०	०	०	०	०	०	
बाजी माणकेश्वर.	४००	०	०	४००	१००	४०	४४०	०	०	०	०	०	०	०
नारो कृष्ण गोखले.	५४८	०	०	५४८	१००	४०	५८८	०	०	०	०	०	०	०

लक्ष्मण सखदेव.	२५०	०	०	२५०	५०	२०	२७०	०	०	०	०	०	०	०	पृ० ५०
महिपतराव हरी.	४००	०	०	४००	१००	४०	४४०	०	०	०	०	०	०	०	
विसाजी राम.	५००	०	०	५००	७५	३०	५३०	०	०	०	०	०	०	०	
नारो बाबाजी.	२५०	०	०	२५०	७५	३०	२८०	०	०	०	०	०	०	०	
कृष्णाजी उद्धव.	२५०	०	०	२५०	१००	४०	२९०	०	०	०	०	०	०	०	
बाळाजी नारायण.	२७५	०	०	२७५	६०	२४	२९९	०	०	०	०		०	०	
सदाशिव नारायण.	२५०	०	०	२५०	५०	२०	२७०	०	०	०	०	०	०	०	
येसाजी शंकर.	२००	०	०	२००	५०	२०	२२०	०	०	०	०	०	०	०	
खंडो दादाजी.	२००	०	०	२००	४०	१६	२१६	०	०	०	०	०	०	०	
विसाजी कृष्ण.	२२५	०	०	२२५	४०	१६	२४१	०	०	०	०	०	०	०	
त्रिंबक नारायण.	२५०	०	०	२५०	६०	२४	२७४	०	०	०	०	०	०	०	
बापूजी बाळकृष्ण.	३००	०	०	३००	७५	३०	३३०	०	०	०	०	०	०	०	
राघो कृष्ण.	२२५	०	०	२२५	४०	१६	२४१	०	०	०	०	०	०	०	

	गोपाळ राम.	२५०	०	०	२५०	४०	२०	२७० पैकीं गैरहजेरी २० बाकी २५०	०	०	०	०	०	०	०
	सदाशिव महादेव तिखे.	२५०	०	०	२५०	५०	२०	२७०	०	०	०	०	०	०	०
	सदाशिव महादेव सोनी.	३००	०	०	३००	१००	४०	३४०	०	०	०	०	०	०	०
	महादाजी हरी.	४००	०	०	४००	७५	३०	४३०	०	०	०	०	०	०	०
	बाळाजी गोविंद चाकरीवर बापूजी महादेव.	२००	०	०	२००	४०	१६	२१६	०	०	०	०	०	०	०
	उमाजी रखमांगद चाकरीवर विठ्ठल बाजी.	२५०	०	०	२५०	५०	२०	२७०	०	०	०	०	०	०	०
	विठ्ठल लक्ष्मण चाकरीवर गोपाळ गणेश.	२५०	०	०	२५०	५०	२०	२७०	०	०	०	०	०	०	०
	जोती जगन्नाथ, जगन्नाथ सखार्जी मृत्यु पावले त्यांचे														

पृ० ५१

	वेतन रु. २९९ पैकीं पुत्राचे नांवें करार.	२५०	०	०	२५०	६०	२४	२७४	०	०	०	०	०	०	०	पृ० ५२
	महादाजी अनंत चाकरीवर अंताजी विश्वनाथ.	३००	०	०	३००	७५	३०	३३०	०	०	०	०	०	०	०	
	हरी कान्हे चाकरीवर भास्कर राम.	२००	०	०	२००	५०	२०	२२० पैकीं आदा होता तो १५०	०	०	०	०	०	०	०	
	महादाजी राम कानिटकर चाकरीवर पुत्र गोपाळ महादाजी.	३००	०	०	३००	७५	३०	३३० पैकीं आदा होता तो १५०	०	०	०	०	०	०	०	
	भिकाजी शेषाद्री हे लहान															

	सबब चाकरीवर गोविंद विश्वनाथ गुमास्ता.	३००	०	०	३००	७५	३०	३३०	०	०	०	०	०	०	०
	आबाजी विश्वनाथ चाकरीवर लक्ष्मण राम.	२५०	०	०	२५०	५०	२०	२७० पैकीं आदा होता तो १५० रुपये	०		०	०	०	०	०
	वासुदेव गोविंद.	०	०	०	०	०	०	०	०	२५०	०	२०	२७०	२२०	२२०
	हैबतराव नारायण.	०	०	०	०	०	०	०	०	३००	०	४०	३४०	२७०	२७०
	रामचंद्र नारायण.	०	०	०	०	०	०	०	०	४००	०	४०	४४०	३८०	३८०
	महादाजी रामभट्ट याचे स्त्रीस.	१००	०	०	१००	०	०	१००	०	०	०	०	०	०	०
	मुरार मल्हार मृत्यु पावले सबब चिमणाजी मल्हार.	२५०	०	०	२५०	५०	२०	२७० पैकीं आदा	०	०	०	०	०	०	०

पृ० ५३

								झाला तो १५०							
निसबत फरासखाना.	येशवंतराव भास्कर.	८००	०	०	८००	०	१२०	९२०	०	०	०	०	०	०	०
	त्रिंबक विश्वनाथ.	७००	०	०	७००	०	५०	७५०	०	०	०	०	०	०	०
	बाळाजी शंकर.	३००	०	०	३००	०	१८०	४८०	०	०	०	०	०	०	०
	राघो शंकर.	५००	०	०	५००	०	६०	५६०	०	०	०	०	०	०	०
	गंगाधर नरसी.	३५०	०	०	३५०	०	४२।।।·	३९२।।।· पैकीं वजा पोता आदा रुपये ३०० बाकी ९२।।।·	०	०	०	०	०	०	०

	नारायण हरी.	३५०	०	०	३५०	०	२०	३७० पैकीं वजा ३२० बाकी राहिले ते आदा ५०	०	०	०	०	०	०	०
निसबत मजमदार.	गणेश शंकर.	५२१	०	०	५२१	०	४०	५६१	०	०	०	०	०	०	०
	नारो निळकंठ मजमदार.	०	०	०	०	०	८००	८००	०	०	०	०	०	०	०
	महादाजी रामचंद्र.	७००	१२१	०	८२१	१५०	६०	८८१	०	०	०	०	०	०	०
	बाजी विठ्ठल मृत्यु पावले.	५००	०	०	५००	१००	४०	५४० पैकीं आदा ३००	०	०	०	०	०	०	०

पृ० ५५

निसबत वाकनीस.	शामराव रघुनाथ.	७७५	१२१	०	८९६	२००	८०	९७६	०	०	०	०	०	०	०	पृ० ५६
	रामाजी कासी.	७००	१२१	११८८	२००९	३००	१२०	२१२९	०	०	०	०	०	०	०	
	अंताजी मल्हार.	४००	१२१	०	५२१	१५०	६०	५२१	०	०	०	०	०	०	०	
	बाळाजी गोविंद.	३००	०	०	३००	१००	४०	३४०	०	०	०	०	०	०	०	

७ न्यायखातें.

(अ) दिवाणी.

८५३–(४६) सोन्या थरवल दाणेकरी दिंमत पागा हुजूर, याजकडे सरकारची शिलक साडे पांचशें रुपये येणें व हा लबाड आहे, याजकरितां बेडी घालून जुन्या कोटांत बंदीखान्यांत ठेऊन पोटास अडशेरी शिरस्तेप्रमाणें देणें ह्मणून, शिवराम रघुनाथ यांचे नांवें. सनद १.

अर्बा सबैन मया व अलफ रबिलावल २२

छ. ९ जिल्हेज परवानगी रूबरू.

नारो आपाजीच्या कीर्दीपैकीं.

८५४–(७८) गौड स्वामी सन्यासी, श्री भवानी सप्तशृंग, येथें होते, ते मृत्यु पावले. त्यांचे मठांतील वस्तभाव सदाशिवदास गुजराथी नासिककर यांचा कारकून अंबादास, व अमृतराव टोके आमोडेकर याचा कारकून, असे दोघे जण येऊन मोजदाद करून ठेविली आहे; ह्मणून हुजूर विदित जाहलें. त्यास स्वामीची वस्तभाव या हरदू जणांस मोजदाद करावयासी प्रयोजन काय ? हल्लीं हुजुरून बाळाजी चिंतामण कारकून शिलेदार पाठविले आहेत; तरी तुह्मीं तेथून तालुके धोडपपैकीं कारकून व प्यादे या समागमें देऊन मठांतील वस्तभाव हरदू जणाचे कारकुनांनीं मोजदाद केली आहे ते वगैरे आणखी सावकाराकडे ठेवरेव जे असेल, ते चौकशी करून कुलमोजदाद यांचे गुजारतीनें करून बंदोबस्तीनें ठेऊन जाबता कारकून मशारनिल्हे समागमें हुजूर पाठऊन देणें ह्मणून, बाजीराव आपाजी यांचे नांवें बरहुकूम सनद पुरंधर छ. १७ जमादिलाखर. सनद १.

खमस सबैन मया व अलफ जमादिलाखर २९

जनार्दन आपाजीच्या कीर्दीपैकीं.

८५५–(२२४) त्रिंबक बल्लाळ देशपांडे तर्फ वाडें, यांची स्त्री सरकारांत येऊन

---

(853) Sónyá Tharwál Dáṇekari employed at the Págá Huzur owed Government Rupees 550 and was a rascal. He was therefore ordered to be sent to prison in fetters.

A. D. 1773-74

(854) Gaud Swámi Sanyáshi, residing in the temple of shri Bhawani of Sapta-shringa, having died, a list was ordered to be made of the property in his Math and sent to Poona.

A. D. 1774-75.

FROM JANÁRDAN APÁJI'S DIARY.

(855) The wife of Trimbak Ballál Deshpande of Wáde having

सीत सबैन मया व अलफ जमादिलाखर २९ गैरवाका समजाऊन घरांतून (तिला) बाहेर घातलें, खावयास देत नाहीं असें समजाऊन देशपांडेपणाची जप्ती करविली आहे, त्यास हल्लीं देशपांडे यांजकडे अन्याय नाहीं ह्मणून वेदशास्त्रसंपन्न राजश्री गोपीनाथ दीक्षित काशीकर यांणीं सांगीतलें त्याजवरून जप्ती मोकळी करावयाची आज्ञा करून हें पत्र तुह्मांस सादर केलें असे. तरी देशपांडे याचे वतनाची जप्ती मोकळी करणें म्हणोन, निळकंठराव रामचंद्र तालुके चास यांचे नांवें चिटणिसी छ. १५ जमादिलावल. पत्र १

८५६–(२४४) कुशा वल्लद मल्लापा तांबोळी, मौजे खरसी, तर्फ कुडाळ याणें हुजूर विदित केलें कीं, मी आपली बहिण रांडाव घरीं होती, ते संभापा तांबोळी वस्ती मौजे येकंबे, तर्फ चिमणगांव, याणें आपले लेकास करार केली त्याबद्दल रुपये २०० आपणांस द्यावें, याप्रमाणें केलें असतां त्यांणीं रुपये न देतां कसबे फलटण येथें माझा बाप मलापा यास सरकारचे वाड्यांत बसऊन जबरदस्तीनें तिशीं पाट लावून घेऊन गेला, त्याजवरी ५० पन्नास रुपये आह्मांस दिले. बाकी दीडशें रुपये राहिले, ते घटाईस येऊन देत नाहीं. येविशीं ताकीद जाहली पाहिजे; ह्मणोन, त्याजवरून हें पत्र सादर केलें असे, तरी दोनशें रुपये द्यावयाचा पहिला करार जाहला होता, त्याचे साक्ष मोजे, अगर दस्तऐवज असेल तो मनास आणून कराराप्रमाणें बाकी ऐवज राहिला असेल, त्यापैकीं सरकारची चवथाई घेऊन, बाकी ऐवज कुशा यास देणें ह्मणोन, बाबूराव कृष्ण किल्ले सातारा यांचे नांवें चिटणिसी. छ. १६ साबान पत्र १.

सीत सबैन मया व अलफ रमजान ३०

८५७–(३५८) मौजे कळवण, परगणा बोतूरपाले, हा गांव खोजे दायम यांणीं हत-

---

A. D. 1775-76. represented that her husband had turned her out of his house and refused to maintain her, his Deshpande watan was attached. Gopinath Dixit having subsequently informed Government that Trimbak Ballál was not at fault, the attachment was removed.

(856) Kusápá walad Mamápá Tamboli of Kharsi in Tarf kundol agreed to give his widowed sister in marriage to the son of Subhápá Tamboli of Ekambe in Tarf Chimangaum for Rs. 200. Subhápá however managed to get Kusápá's father detained the authorities at Phaltan and then forcibly married the widow himself. He subsequently paid Rs. 50 only to Kusápá. On Kusápá's application, it was ordered that the remaining sum should be recovered from Subhápá and paid to the Kusápá after deducting one fourth of it for Government.

A. D. 1775-76.

(857) Káji Dayam having surrendered the fort of Hatgad to the

सबा सबैन मया व अलफ जिल्काद २६ — गड किल्ला सरकारांत दिल्हा, तें समई कैलासवासी नानासाहेब यांणीं जागीर दिला. त्याप्रमाणें गांव चालत असतां खोजे दायम याचा काळ जाहला. तेव्हां त्याची बायको, करीमननिसा बेगम, इणें घरचा दासीपुत्र खोजे अहमद सरकारांत पत्राकरितां पाठविला, त्याणें आपले नांवें पत्रें करून नेऊन गांव अनभऊं लागला. तेव्हां निसाबेगम इणें शहर अवरंगाबाद येथें गुदस्तां कृष्णराव बल्लाळ यास वर्तमान सांगितल्यानंतर खोजे अहमद यास कळल्यावरी निसाबेगम इजकडे जाऊन रुजू जाहला; आणि यजीतपत्र लेहून दिल्हें कीं, तुह्मीं आपला गांव खाणें. मजला थाल तें खाऊन असेन. त्या यजीतपत्राची नकल काजीचे मोहोरेनीशीं निसाबेगम इणें हुजूर पाठविली ती पाहून सुदामतप्रमाणें मौजे मजकूर येथील जाहगिरीचा अंमल निसाबेगम इजकडे चालवणें, ह्मणोन. पत्रें.

१ सर्वोत्तम शंकर यांस.
१ मोकदम मौजे मजकूर.
१ जमीदार परगणे वोतुरपाले यांस.
१ बाजीराऊ आपाजी यास कीं, खोजे अहमद याजपाशीं पहिले कागदपत्र आहेत, त्यास तुह्मीं ताकीद करून कागदपत्र व सरकारचीं पत्रें बेगमेचे स्वाधीन करणें ह्मणोन.
१ करीमनिसा बेगम इचे नांवें पत्र कीं, पेशजी सरकारचीं पत्रें दिल्हीं आहेत, त्याप्रमाणें मौजे मजकूर जाहगिरीचा अंमल अनभऊन सुखरूप राहणें ह्मणोन.

——

५

चिटणिसी.

८५८-(५०२) समस्त डिंगरे ब्राह्मण, क्षेत्र पंढरपूर यांणीं हुजूर विदित केलें कीं, काशीनाथ डिंगरे, क्षेत्र मजकूर, हे मृत्यु पावले. त्यास त्यांचे पोटीं पुत्रसंतान नाहीं, सबब त्यांची व्यवस्था करणे ती आह्मीं सर्व भावाबंदांनीं करावी, असें असतां, आह्मां भावाबंदां न कळतां, त्याची

समान सबैन मया व अलफ रमजान २९

A. D. 1776-77. late Nánásáheb Peshvá, received the village Kalvan in Parganá Woturpale as a jahágir. On his death his illegitimate son by misrepresentation obtained letters from Government for the continuance of the Jahágir to him. On a petition made by Kariman nissa Begum, widow of Káji Dayam, the village was made over to her.

(858) Kàshináth Dingre of Pandharpur died without issue. His widow adopted a person of another gotra without consulting the Bháubands. On their complaining to

A. D. 1777-78.

बायको वेणूबाई इणें अन्यगोत्री तिसावर्षाचा पुत्र घेतला ह्मणोन; त्याजवरून, हे सनद सादर केली असे. तरी काशीनाथ डिंगरे मृत्यु पावलेत्याचे बायकोनें अन्यगोत्री तिसावर्षाचा पुत्र घेतला हें ठीक नाहीं, सबब त्यांचे घरदार जप्त करविलें असे, तरी जप्त करून जप्तीचा मोजदादं जाबता हुजूर पाठवणें; आणि घरास कुलूप घालून ठेवणें ह्मणोन, चिंतो रामचंद्र कमावीसदार, क्षेत्र पंढरपूर, दिंमत परशराम रामचंद्र यांचे नांवें. सनद १.

रसानगी यादी.

८५९–(५५२) खेमा रंगारी बऱ्हाणपूरकर मयत जाहला त्याचे पोटीं संतान नाहीं. बायको व आई मात्र आहे. असें असतां त्याचे घराची जप्ती करून वस्तभाव व ऐवज घेऊन सरकार हिंशेबीं जमा केलाच असेल, त्यास हा ऐवज तुमचे बेहेड्यांतील नव्हे. मातबर कमावीसीचे कलम हें सरकारांत दाखल करावें असें असतां तुह्मीं कांहींच लिहिलें नाहीं. यावरून काय ह्मणावें? हल्लीं रंगारी याचे ऐवजाचे चौकशीस हुजरून राघो सखदेव कारकून, व खिजमतगार व खास बरदार पाठविले आहेत. हे व हरी सदाशिव कोतवाल, शहर मजकूर, यांचे गुजारतीनें चौकशी करितील. त्यास कोणी धटाईस येईल त्यास ताकीद करून वस्तवानीचें ठिकाण लाऊन देऊन त्यापैकीं तुह्मीं जो ऐवज घेतला असेल तो, व कारकून ऐवज ठिकाण लाऊन वसूल करितील तो झाडून या कारकुनासमागमें, वाटेचे रखवालीस प्यादे लागतील ते देऊन, हुजूर पाठऊन देणें अगर हुंडी करून पाठविणें ह्मणोन, नारो कृष्ण यांस. सनद १.

समान सबैन मया व अलफ रबिलावल २४

परवानगी रूबरू.

८६०–(५७४) सुलतानजी जाधव याणें आपली लेक येसाजी भिलारा यास द्यावयाचा करार करून गुळपानें वाटलीं, मध्यस्थास पागोटें दिलें; व भिलाऱ्यापासून दोन वेळां चाळीस चाळीस रुपये घेतले. असें असतां दुसरियास दिल्ही ह्मणोन हुजूर विदित जालें. त्यास येविशींची चौकशी

तिसा सबैन मया व अलफ जमादिलाखर २

Government, the property and house of the deceased were ordered to be attached.

(859) Khema Rangári of Baránpur died without issue, leaving behind him his widow and mother. His house and property were ordered to be attached. The Kamávisdar was censured for not communicating the fact of his death to Government. He was informed that as the property was a large one it did not, under the terms of his farm, vest in him but in Government. A karkun was sent from the Huzur to make inquiry regarding the property.

A. D. 1777-78.

(860) Sultànji Jádhav agreed to give his daughter in mariage to

करून भिलारीयास खर्चवेंच झाला असेल तो माघारा देऊन मुलतानजी जाधव याजपासून गुन्हेगारी घेऊन हिशेबीं जमा करणें, ह्मणोन, धोंडो मल्हार किले ताथवडा, यांचे नांवें चिटणिसी. पत्र १.

८६१–( ) मोर जोशी, व चिंतामण जोसी, यांणीं हुजूर विदित केलें कीं, त्रिंबक जाखो यांणीं कुटुंबासहवर्तमान घरास अग्न देऊन दग्ध जाले. त्यांचें वित्तविषय, घर दग्ध जालें त्यांत वगैरे, असेल तें त्यांचे वारीस असतील त्यांणीं घ्यावें ह्मणोन, पेशजीं श्रीमंत कैलासवासी नानासाहेबांनीं आज्ञा केली, त्यास आह्मी उभयतां, व रेणको अनाजी, असे त्रिवर्ग त्रिंबक जाखो यांचे पितृभगिनीचे पुत्र त्रिवर्गही वारीस समान, असें असतां, रेणको आनाजी यांणीं सरकारांत गैरवाका समजाऊन पत्र नेलें; आणि दग्ध घरांतील मालियेत वगैरे सर्व घेतली. घर जळालें ते जागा आमचे घराचे शेजारीं, सबब जागा तुह्मी घेणें, ह्मणून, आह्मांस सांगितलें. आमचे मतें जागा व मालियेत नीमेनीम घ्यावी; परंतु रेणको आणाजीचा वृधापकाळ. देण्याघेण्याचा वोढा. वित्तविषय उडवाउडव केली. दरबारीं प्रसंग करावा, तर ते आपल्यास वडील, आणि घरांत समजले, व असें ह्मणत गेले. इतक्यांत त्यांचा काळ झाला. मालियेत त्याजकडेंच राहिली. घराची जागा आमचे वारशांत राहिली. हल्लीं रेणको आणाजीचे दत्तपुत्र अमृतराव रेणको हे जाग्यांसीं वारसा करूं ह्मणतात. चौघे ज्ञातीचे सांगतात त्यांचे आइकत नाहीं. येविशीं ताकीद जाली पाहिजे, ह्मणोन; त्याजवरून हें पत्र सादर केलें असें. तर रेणको अनाजींनीं केल्याप्रमाणें वर्तल्यास उत्तम. नसल्यास आतां तुह्मीं मनास आणून फडशा करणें. ऐवज निघेल त्यापैकीं चौथाई घेऊन सरकार हिशेबीं जमा करणें. ह्मणोन, पांडुरंग धोंडजी कमाविसदार परगणे नाशिक यांस चिटणिसी. पत्र १.

समानीन मया व अलफ रबिलावल ७

८६२–(६८६) नानाजी गबाजी, व जगंनाथ रंगाजी, व आबाजी दिनकर देशमूख

A. D. 1778-79. Yesáji Bhikra and in token of the agreement distributed jágri and leaves and gave a turban to the go-between, himself receiving Rs. 80 from Bhikra. In spite of this, he married his daughter to another person. It was ordered that an inquiry should be made and that if the above facts were proved, Sultánji should be fined and made to remburse Bhikrá for the expenses he had incurred.

(861) Trimbak Jákho of Násik set fire to his own house and burnt himself, and all the 9 members of his family to death. Such property as escaped the fire was given to his heirs—the sons of a sister of his father.

A. D. 1779-80.

(862) Dhondo Raghunáth Deshmukh of Trimbak died without

इहिदे समानीन माया व अलफ रमजान १३.

व देशपांडे परगणें त्रिंबक यांचे नांवें निवाडपत्र दिल्हें ऐसेंजे. तुम्ही हुजूर कसबे पुणें येथील मुक्कामीं येऊन विदित केलें कीं, आमचे दायाद धोंडो रघुनाथ देशमूख व देशपांडे परगणे मजकूर यांचे पोटीं पुत्रसंतान नाहीं. त्यांची स्त्री बयाबाई होती, ती मृत्यु पावलियावर तिचे जामात विद्याधरभट बिन गडीभट देवकुटे, वस्ती क्षेत्र त्रिंबक, हे ह्मणूं लागले कीं बयाबाईनें आपली यजमान कुल्याची वृत्ति, व घर, व भांडीं वगैरे होतें, तें आमचे पुत्र रघुपती व दामोदर हे उभयतां आपले दौहित्र ह्मणोन त्यांचें पादप्रक्षालन करून, दान देऊन, दानपत्र करून दिल्हें. त्याप्रमाणें तिचें सर्व आपण घेऊं. तेव्हां आह्मी ह्मणूं लागलों कीं, बयाबाई जीवंत असतां तिणें दानपत्र करून दिल्हें नाहीं. तिचे सर्वस्वाचे मालीक आम्हीं. येविशीं त्यांचा व आमचा कजिया लागोन, धोंडो महादेव मामलेदार परगणें मजकूर याजपाशीं मनसुबी पडली. त्यांणीं आपले कारकून गोपाळ धोंडदेव यांस पाठवून बयाबाईचे घराची जप्ती आमचे व व देवकुटे यांचे विद्यामानें केली; परंतु मनसुबी होऊन फडशा न जाला. देवकुटे यांणीं आमचे दायाद बाळाजी गोविंद यास दोनशें रुपये देऊन, त्यांजपासून बयाबाईचे पत्राप्रमाणें तिचें सर्व तुह्मीं घेणें. आह्मांस व आमचे भावाबंदांस संबंध नाहीं ह्मणून यजीतपत्र, व बयाबाईचे दानपत्रावर, व आणखी एक दोन पत्रावर सह्मा करून घेतल्या, त्यास देवकुटे व बाळाजी गोविंद यांस हुजूर आणून येविशींचें वर्तमान मनास आणिलें पाहिजे, ह्मणोन; त्याजवरून देवकुटे व बाळाजी गोविंद यास हुजूर आणून करीने लिहून घेऊन चौकशी हुजूर पंचाइतमतें मनास आणितां, देवकुटे यांस पुरशीस केली कीं, बयाबाईनें दानपत्र करून दिल्हें तें तुह्मीं कोण कोणास दाखविलें, त्यांची नांवनीशी लिहून पुरऊन देणें. कोणांस दाखविलें नसल्यास बयाबाई जिवंत असतां दानपत्र करून दिल्हें असें तुह्मांस दिव्य करावें लागेल. तेव्हां देवकुटे यांणीं विनंति केली कीं आपण पत्र कोणास दाखविलें नाहीं. व बयाबाई जिवंत असतां तिणें पत्र करून दिल्हें, असें दिव्य करवत नाहीं. खरें वर्तमान सांगावें, तरी इतके दिवस बाद सांगितला आहे, येविशीं अभय जाहलीयास खरें असेल ते लिहून देऊं. त्यावर आज्ञा जाहली कीं खरें असेल तें लेहून देणें. तेव्हां देवकुटे

A. D. 1780-81.

male issue, being survived by his widow Bayábái. She also subsequently died and a dispute arose regarding her house and pots and her right to officiate as priest in certain families. Her Bháwbands claimed the property as her nearest heirs, while her son-in-law Vydadharbharat Dewkule claimed it on behalf of his sons, to whom, he allaged, it was gifted away by the lady before her death. The latter produced a gift in support of his contention. The matter was taken by the parties before the Mámlatdar but no decision was passed. Eventually the Bhawbands applied to the Peshwa. Dewkule

यांणीं लिहून दिल्हें जे बयाबाई जिवंत असतां तिणें दानपत्र आह्मांस दिले नाहीं. ती मृत्यु पावल्यावर आठारोजीं आह्मीं एकटेच नाशिकास तिचे मातुळ त्रिंबकभट व भिकंभट चंद्रात्रे यांचे घरास जाऊन, ते उभयतां बंधू, व आह्मीं एकूण त्रिवर्ग बसून भिकंभट याचे हातचें बयाबाईचें नावचें दानपत्र लिहून त्याजवर त्रिंबकभट यांणीं आपली साक्ष घातली. तें पत्र आपणाजवळ ठेऊन वादास प्रवर्तलों हें वर्तमान खरें. याप्रमाणें दिव्य अगर सत्य करूं. याव-रून पाहतां, हे तुह्मांशीं वादास प्रवर्तोन खोटा वाद सांगितला असें त्यांचेच मुखेंकरून ते खोटे जाहले. त्यांस बयाबाईचे यजमानकृत्याच्या वृत्तीच्या वह्या, व घर वगैरे जें असे-ल त्यांसी देवकुटे यांस कांहीं एक संबंध नाहीं असें ठरलें. परंतु देवकुटे यांचे पुत्र ते बया-बाईचे दौहित्र. याजकरितां त्यांस तिचीं भांडीं, व चिरगुट पांघरुणें असतील तीं व एक गाई आहे ती द्यावी. वरकड यजमानकृत्याची वृति व देव, व यजमानकृत्याच्या वह्या, व वतनी वगैरे कागद, व पुस्तकें वगैरे जें असेल, तें तुह्मी व तुमचे दायाद बाळाजी गोविंद सुद्धां सर्व भाऊबंदांनीं घ्यावें; व लोकांचें देणें असेल तें व येणें असेल तें सर्वांनीं विभा-गाप्रमाणें घ्यावें, व द्यावें. यांत देवकुटे यांस संबंध नाहीं. याखेरीज सिंहस्थाचे सालीं बयाबाईचे यजमानकृत्याबद्दल पावणेंतीनशें रुपये आपल्याकडे आले आहेत, ह्मणोन देव-कुटे यांणीं सत्योत्तरें सांगितलें. त्यांपैकीं बयाबाईचे क्रियेबद्दल तुह्मी घेतले ते रुपये, शायसीं व बाळाजी गोविंद यांणीं यजीतपत्राबद्दल घेतले दोनशें व तिचें घर मोडिलें होतें, तें नीट केलें, त्यास व उचापतीचें देणें मिळोन एकूणचाळीस, एकूण सवातीनशें रुपये तुह्मांस पावले. त्यांपैकीं सींव्हस्थाचे सालचे प्राप्तीचे पावणेतीनशें रुपये वजा होऊन, पन्नास रुपये देवकुटे याचे फाजील तुह्मांकडे जाहले, ते तुह्मीं त्यास देऊन पावती घेतली, व देवकुटे याजजवळ चार पत्रें होतीं, त्यांपैकीं खोटें दानपत्र केलें तें, व बाळाजी गोविंद यांचें यजीतपत्र लि-हून घेतलें तें, एकूण दोन पत्रें त्यांनीं आणून दिल्हीं. तीं रद्द करून सरकारांत ठेविलीं. बाकी चंद्रात्रे यांजबद्दल धोंडो रघुनाथ देशमूख व देशपांडे यांचें पत्र, व त्यासंबंधीं चंद्रात्रे याची फारखती, ऐकूण दोन पत्रें राहिलीं, त्यास देवकुटे यांणीं विनंति केली कीं, धोंडो महादेव यांणीं आपले बंधूपासून पाहण्यास ह्मणोन नेलीं, तीं त्यांणीं ठेविलीं आहेत. देत नाहीं. तीं आणवावीं. त्यास तीं दोन पत्रें सरकारांत आणवून रद्द करून ठेविलीं जातील.

---

was called and examined. He was asked to state whether the deed of gift had been shown to any one. He replied in the negative. He was then told to prove the grievances of the deed by ordeal but declined to do so. He asked for mercy and offered to reveal the truth if pardon was granted to him. Pardon being granted, he admitted that the deed was forged and stated in detail when where and by whom it was prepared. A decision was then passed by the Peshwa, in favor of the Bháwband's

याप्रमाणें फडशा होऊन विद्याधरभट यांणीं शके १७०२ शार्वरीनाम संवत्सरे, वैशाख वद्य प्रतिपदा, सदरहू फडशा जाहल्याप्रमाणें कलमवार तुह्मांस यजीतपत्र लिहून दिलें; त्याजवरून हें निवाड पत्र तुह्मांस सरकारांतून करून दिल्हें असें, तरी सदरहू ठरावाप्रमाणें तुह्मीं व बाळाजी गोविंद सुद्धां सर्व भावाबंदांनीं बयाबाईची यजमानकृत्याची वृत्ति, व घर व वह्या, वतनी वगैरे कागदपत्र जें असेल, तें विभागाप्रमाणें घेऊन पुत्रपौत्रादि वंशपरंपरेनें वृत्ति अनभवून सुखरूप राहणें. येविशीं देवकुटे यांशीं अर्थाअर्थी संबंध नाहीं. तुह्मीं खरे जाहला; सबब तुह्माकडे हारकी रुपये २०१ दोनशें एक रुपया करार केले, ते सरकारांत पोता जमा जाहले असेत, ह्मणोन निवाड. पत्र १.

येविशीं धोंडो महादेव मामलेदार परगणें त्रिंबक यांस कीं, बयाबाईची वस्तवानी वगैरे, त्यापैकीं चिरगुट पांघरूण असेल तें, व गाय आहे ती विद्याधरभट देवकुटे यांचे पुत्रास देऊन, वरकड सर्व नानाजी गबाजी देशमूख यांचे स्वाधीन करणें, व यजमानकृत्याच्या लिख्याच्या, व नामावळीच्या वह्या त्रिवर्ग सरकत्यांनीं नेल्या आहेत. त्या देवकुटे रुजू करून देतील. त्यापैकीं बयाबाईचे हिश्याच्या लिख्याच्या, व नामावळीच्या वह्या असतील, त्या तुह्मी ताकीद करून देशमूख यांचे स्वाधीन करवणें; व तुह्मीं पहावयास पत्र, व फारखती, ऐकूण दोन पत्रें नेलीं आहेत, तीं सरकारचा जासूद पाठविला आहे, याजबरोबर हुजूर पाठवून देणें. रद्द करून सरकारांत ठेविलीं जातील ह्मणोन. चिटणिसी. पत्र

दोन पत्रें चिटणिसी. २

निवाड पत्राची नक्कल तपसीलवार करून दुसरीं बिल्हेस लाविली असे.

८६३-(६८७) वेदमूर्ती नागेशभट बिन सखंभट, व रामाजी बापूजी, व कृष्णाजी गंगाधर, व काशीनाथ भिकाजी, व कोंडो बाबू, व शेषाद्रि शंकर, व जिवाजी विठ्ठल, व रंगो उद्धव बडवे प्रभृति समस्त बडवे क्षेत्र पंढरपूर यांचा व भगवंत नारायण, व कृष्णाजी नारायण, व राजोबावाजी डांग्ये यांचा श्रीचे देवद्वारचा किल्लीविशीं कजिया लागोन, सन अर्बा सितैनांत मनसुबी हुजूर पडली. तेव्हां हरदू वादी यांच्या तकरीरा व जामीन घेऊन, दोघांचे रजावदीचे साक्षिदार क्षेत्र मजकूरचे पुण्याचे मुक्कामीं आणून, श्री नागेश्वराचे देवालईं कलम झाल्याप्रमाणें पुरशिसा करून, प्रथकोंकारें सड्या लिहून घेतल्या. त्या त्यांणीं सत्योत्तरें श्रीच्या पिंडीवरून उचलून दिल्या. त्यांतील सारांश कीं बडवे आहेत हेच पुरातन. यांचीच

इहिदे समानीन मया व अलफ रजमान १४.

and a Nazar of Rs. 201 was levied from them. The moveable property of the deceased lady, consisting of her pots, clothes &c. was however given to her grandson.

(863) A dispute between the Badwes and Dangyes of the temple

बडवेपणाची वृत्ति. पूर्वीं दुसरे होते असें ऐकिलें नाहीं. श्रीचे शेवाधारी कदीम. यांचीं इसमें पुजारी, व बेणारी, व डिंगरे, व परिचारक, व हरदास, व दिवटे, एकूण सहा. यांस देवाचे शेवेचें कामकाज सांगणें, तें बडवे यांणीं सांगावें. बेणारी यांणीं मंत्र ह्मणावे, व कलश-पूजा ध्यावी. पुजारी यांणीं पूजा करावी. परिचारक याणें स्नानास पाणी आणावें. डिंगरे यांणीं पाऊलघडी घालावी. आणि रंगभूमीजवळ पैसा अधेला येईल, तो घ्यावा. हरदासा-नें कीर्तन करावें. दिवट्यानें दिवटी धरावी. डांग्यानें दरवाज्याजवळ उभें राहून चोपदारी करावी, व सर्वांस बोलवावें. वरकड सर्व अधिकार बडव्याकडे. भक्त देवापुढें ठेवतील, व देवावर वाहतील, तें दरोबस्त बडवे यांचें. शेवेचे दागीने आले तर ज्याची जे सेवा, त्याचे हातीं तो दागिना भक्त देतो. देवावरील व देवापुढील दागीने वरकडास घ्यावयास अधि-कार नाहीं. यजमान येऊन श्रीची पंचामृत पूजा करून वस्त्रें समर्पील, त्या उपरी शेवा-धारी यांणीं त्यांजपाशीं मागावें. यजमान आपल्या संतोषें देईल त्याचे सहा हिस्से करून पांचांनीं पांच घ्यावे. सहावा हिस्सा दिवट्याचा. त्यांत निमे बाटणी जैतावा डांग्या दिव-ट्यास जडल्यापासून घेत आहे, परंतु जडल्यास कीती वर्षें जाहाली हें ठाऊक नाहीं. दिवट्याचे व डांग्याचे आमंत्रण एक. देवद्वाराची किल्ली प्राचीन बडवे यांची. यांणींच कुलुप घालावें, उघडावें. त्याप्रमाणें हल्लीं चालत आहे. देवास भांडारगृह नाहीं. देवाचे अलंकार वस्त्रें बडवे यांचे घरीं असतात. देवाचे शेवेचे दागीने शेवाधारी यांचे घरीं अधि-कारपरत्वें असतात. पांढरे याचा दिवाण रामराव याजकडे क्षेत्रींची हकीमी होती, त्याणें सहा सहा सेवाधारी, व ताटे, व थिटे, व आराधे यांस सांगितलें जे देवद्वाराची किल्ली डांग्याची ऐसें ह्मणा, म्हणजे बडवे आम्हांस पैका देतील. असें सांगितल्यावरून नवाजणांनीं जुलमाचें समापत्र डांग्याची किल्ली ह्मणोन केलें, तें पत्र हल्लीं लिंगापा पुजारी याजवळ आहे. समापत्र केल्यावर बडव्याशीं डांगे किल्लीचा कजिया करूं लागले. त्यापूर्वीं कधीं कज्या केला नाहीं. रामराव यांणीं समापत्र जाहल्यावर बडव्यापासून पैका घेतला; व सेवाधारी यांजपासून लटकें बोलल्याचा शब्द ठेऊन पैका घेतला. आणि किल्ली बडवे यांची बडवे यांचे स्वाधीन केली. तेव्हां डांग्याचे कजियाचा फडशा करावा, त्यास डांगे सातारियास कैलासवासी शाहूमहाराज यांजकडे फिर्याद गेले. तेथें बडव्यांसही नेलें; परंतु चौकसी हो-ऊन फडशा जाहला नाहीं; त्याजवरी कैलासवासी नानासाहेब यांजवळ डांगे कजिया उभे राहिले. तेव्हां भीमेपलीकडे डेऱ्यापुढें सड्या घेतल्या. त्यांत किली व वहने, व गा[illegible] देवास कोणी समर्पील, ते पुरातन बडवे याची; असें लिहिलें आहे. सड्या घेतल्या त्या[illegible] समई फडशा व्हावा, त्यास डांगे टाळा देऊन सातारियास गेले, याजमुळें जाहला नाहीं

A. D. 1780-81. of the Deity Viṭhobá at Pandharpur regarding th[illegible] keeping of the keys of the temple was inquired i[illegible] and decided in favour of the former.

देवाचे अलंकार व वस्त्रें सर्व बडव्यांनीं ठेवावीं. भांडारगृह निराळें नाहीं. ह्मणून याप्रमाणें सळ्यांतील अर्थ. तेव्हां किल्ली डांग्याजवळ असावी हें संभवत नाहीं. बडवे यांसीं डांगे किल्लीचें भांडण भांडत होते; त्यास त्यांचें साधन कांहींच पुरलें नाहीं. तें खोटें जाहलें. त्यास किल्लीविशीं अर्थाअर्थीं संबंध नाहीं. यात्रेकरू यजमान यांणीं श्रीची पूजा करून, बाहेर येऊन, इतर देवांची पूजा करून, पूजा निवेदन केल्याचे मंत्र ह्मणोन, उदक सोडल्यानंतर सहा सेवाधारी यांणीं पुरातन मागावयाची रीत असेल, त्याप्रमाणें मागावें. जें भक्त देईल तें संतोषें वांटून घ्यावें. देवाजवळ गलबल करूं नये. देवद्वाराची किल्ली बडवे यांची. याप्रमाणें पंचाईतमतें मनास आणितां सडीसाक्षीवरून पुरले. बडवे खरे जाहले, हें जाणोन त्यांजवरी कृपाळू होऊन भोगवटियास अलाहिदा निवाडपत्र करून दिल्हें असें, तरी निवाडापत्राप्रमाणें पूर्ववत् देवद्वाराची किल्ली, व वह्नें, व श्रीचो वस्तभाव सांभाळावयाचा अधिकार बडवे यांचा. व देवापुढें भक्त ठेवितील, व देवाचे अंगावर वस्त्रें वगैरें वाहतील, ते बडवे यांणीं घेऊन श्रीस समयोचित पोषाख करून श्रीची सेवा एकनिष्ठेनें करावी. याप्रमाणें यांजकडे पुत्रपौत्रादि वंशपरंपरेनें चालवणें. या पत्राची प्रति लिहून घेऊन, हें असल पत्र यांजवळ भोगवटियास परतोन देणें ह्मणोन, चिटणिसी पत्रें.

१ वेदमूर्ती नागेशभट बिन सखंभट, व रामाजी बापूजी, व कृष्णाजी गंगाधर, व काशीनाथ भिकाजी, व कोंडो बाबूराव, व शेषाद्रि शंकर, व जिवाजी विठ्ठल, व रंगो उद्धव बडवे, व प्रभृति समस्त बडवे, क्षेत्र पंढरपूर, यांचें नांवें निवाडपत्र दिलें ऐसें जे; पूर्ववत देवद्वाराची किल्ली, व वह्नें, व श्रीची वस्तभाव, सांभाळावयाचा अधिकार तुम्हां बडव्यांचा. व देवापुढें भक्त ठेवतील, व देवाच्या अंगावरील वस्त्रें वगैरें वाहतील, तीं घेऊन श्रीची सेवा एकनिष्ठेनें करून, श्रीस समयोचित पोषाक करून पुत्रपौत्रादि वंशपरंपरेनें सुखरूप रहाणें. तुम्हीं खरे जाहला, सबब तुम्हांकडे हरकीचा ऐवज करार केला तो रुपये एक हजार एक १,००१ रुपया सरकारांत पोता जमा जाहले असे म्हणोन, निवाडपत्र.

निवाडपत्राची नक्कल तपसीलवार करून दप्तरीं विल्हेस लाविली असे.

१ कमावीसदार वर्तमान व भावी क्षेत्र पंढरपूर परगणें कासेगांव यांस. पत्र.

१ देशमूख देशपांडे परगणे कासेगांव यांस. पत्र.

३

तीन पत्रें चिटणीसी दिल्हीं असेत.

८६४ (६८९)—विठ्ठल पाटील मोकदम मौजे बोरी बुदरुक, तर्फ आळें, प्रांत जुन्नर

---

(864) Khand Patil of Bori died leaving two sons. the elder Sam-

इहिदे समानीन मया व अलफ सवाल ७.

यांणीं हुजूर विदित केलें कीं, मौजे मजकूरची मोकदमी आमची. त्यास माझा बाप खंड पाटील यास स्त्रिया दोघी. त्यास पहिली लग्नाची, तिचे पोटीं मी जाहलों. व धाकटी पाटाची, तिचे पोटीं संभाजी जाहला. ऐसे दोघेजण दोघींचे पोटीं जाहलों; परंतु अगोदर संभाजी जाहला, मग मी जाहलों; सबब त्याचा व आमचा पाटिलकीत वडील धाकुटपणाचा कजिया लागला होता. त्याची पंचाईत मौजे मजकूरच पांढरीनें करून, फडशा करून, कागदपत्र करून दिल्हे. त्याप्रमाणें आपण मोकदमी चालवीत असतां दरम्यानें संभाजीचा लेक रघोजी याणें सरकारांत गैरवाका समजाऊन मोकदमी जप्त करविली. येविशींचें वर्तमान मनास आणून, आपले जवळील कागदपत्र आहेत ते पाहून, जप्तीची मोकळीक केली पाहिजे म्हणोन; त्याजवरून, हरदूजणाचें वर्तमान मनास आणितां, व पेशजीं पांढरीनें उभयतांचा फडशा करून, कागद करून दिल्हे. त्याप्रमाणें हरदूजणांनीं वतनाचा उपभोग केला आहे. तेव्हां वतन जप्त करावयाचें कारण नाहीं. ऐसें समजोन विठ्ठल पाटील याचें मौजेमजकूरचें मोकदमीचें वतन मोकळें केलें असे, तरी पूर्ववत्प्रमाणें मौजे मजकूरचें मोकदमीचें वतन विठ्ठल पाटील यांजकडे चालत आल्याप्रमाणें चालवणें; व रघोजी पाटील याजकडे चालत आलें, त्याप्रमाणें त्याचें त्याजकडे चालवणें म्हणोन, चिटणिसी पत्रें.

१ रामराव त्रिंबक यास सदरहूप्रमाणें. पत्र.

१ मौजे मजकूरचे स्थान व कुळकर्णी यांस पत्र कीं, वतन विठ्ठल पाटील अनभवीत आल्याप्रमाणें अनभवील. त्याचे रजेतलबेंत तुह्मी वर्तणूक करणें; व रघोजी पाटील याजकडे चालत आल्याप्रमाणें त्याचें त्याजकडे चालवणें ह्मणोन. पत्र.

१ श्रीनिवास नरसी कारकून शिलेदार यांस पत्र कीं, तुह्मांकडे पाटिलकीची जप्ती सांगितली होती, ते हल्लीं मोकळी केली असे, तरी मौजे मजकूरची मोकदमी विठ्ठल पाटील करील. तुह्मीं दखलगिरी न करणें ह्मणोन. पत्र १.

१ देशमूख व देशपांडे, तर्फ आळें, प्रांत जुन्नर, यांस सदरहूप्रमाणें. पत्र १.

४

एकूण चार पत्रें दिल्हीं असत.

A. D. 1780-81.

bhâji (by a Pát marriage) and the younger Viṭhal (by the first ordinary marriage). A dispute arose between them regarding the Pâṭilki Watan. The matter was referred by the parties to the village community who decided in favour of Viṭhal. Subsequently Sambhâji's son misrepresented the facts to Government and the watan was attached. Viṭhal applied to the Peshwa with the result that the decision of the village community was confirmed and the attachment removed.

८६५ (१०७४)–अबदूल सलाम वल्लद अहमदुल्ला व शेख हिंमत वल्लद शेर

सलास तिसैन
मया व अलफ
सवाल २३

महंमद देशमूख व देशपांडे, परगणे उंडणगांव, व देशमूख, तर्फ हवेली, परगणे शेंदुरणी, व तर्फ तोंडापूर, परगणे जामनेर, शके १७१४ परिधावीनाम संवत्सरे यांचे नांवें निवाडपत्र करून दिल्हें कीं, तुमचा व शेख अबदुल रहीम वल्लद अबदुल जबर याचा सदरील वतनाचे विभागाविशीं कजिया लागोन, मनसुवी सरकारांत पडली; त्याजवरून तुह्मीं व त्यांणीं तकरीत लेहून दिल्यावर दोघांपासून जामीन घेऊन पुरशिसांचीं उत्तरें लेहून घेतलीं, त्यास तुमचे तकरीरेंतलि अनवय जे आमचा वडील मूळ पुरुष ठाकूर कामाजी यांणीं मवासी करून वतन मेळविलें. त्यांचे पोटीं चौघे बेटे जाहले. त्यास ठाकूर कामाजी मयत जाहल्यावर पादशाहा यांणीं चौघा बेट्यांस धरून नेऊन अशीरच्या किल्यावर कैदेंत ठेविलें; आणि वतन जफ्त केलें. त्यास, बंदांत तिघे मयत जाहले. पाहूजी एक राहिला. त्यास पादशाहांनीं नेऊन, मुसलमान करून, सदरील देशमूख व देशपांडेपण, व मोकदम्या देऊन, वतनाचा फर्मान करून दिल्हा; आणि मौजे शेलवड वगैरे येथील जाहगीर दिल्ही. तेव्हां हे गांवास येऊन वतनें चालऊं लागले. त्याचे लग्नाची बायको गोदरी, पिंपरीकर गायकवाड याची लेक होती. तिचे पोटीं 'अमाजुल्ला' जाला. त्याची अवलाद आह्मी, व कंचनी रखेली होती, तिचे पोटीं 'करिमुल्ला' जाहला; व महाले रजपूत यांची लेक घरांत घातली. तिचा निका जाहाला नाहीं. तिचे पोटीं रहिमुल्ला जाहला. त्यास पाहूजी ऊर्फ अबदुल सलाम यांणीं आपले हीन हयातींत दरोबस्त वतनाचा आपले व काजीचे मोहरेनिशीं देहायनामा करून, आमचे निपणजे, व पणजे अमाजुल्ला यांजवळ दिल्हा. नंतर ते फोत जाहाले. त्याजवर बिगर निकावाली लेक रहिमुल्ला व कंचनीचा करिमुल्ला होता. त्यांचे अन्नावस्त्राचे बेगमीस पाटिलकीचा एक एक गांव नेमून देऊन दरोबस्त वतन आमचे हवालीं केलें. त्याजवर रहीमुल्लाचें कुटुंब वाढलें. एक्या गांवावर अन्नवस्त्र न चाले, याजकरितां त्यांणीं आमचे आज्याजवळ बजीदी केली. त्याजवरून ऊंडणगांव परगणियापैकीं आठ गांवचे देशमुखीचा रुसूम नेमून दिल्हा. त्याप्रमाणें त्याजकडे भोगवटा चालत असतां अबदुल रहीम याचा बाप अबदुल जबर आह्मांशीं वतनाचे वांटणीविशीं कजिया करून, मोगलाईंत इनसाफास गेले. तेथें खोटे होऊन फारखती, व बेदावा आपले सहीमोहरेनिशीं लेहून, अमाजुल्लास दिल्हा. त्याप्रमाणें वतनाचा भोगवटा पहिल्यापासून चालत आल्याप्रमाणें चालत असतां, हल्लीं अबदुल जबर याचा लेक अबदुल रहीम वतनाचे वांटणीविशीं कजिया करून सरकारांत फिर्याद आला आहे ह्मणोन; व अबदुल रहीम याचे लिहिण्यांतील मजकूर कीं पाहूजीच्या बायका लग्नाच्या दोन. थोरलीची अवलाद अबदुल सलाम, व शेख हिंमत; व धाकटीची अवलाद आह्मी आहों. आह्मांस वतनाचा वांटा असावा; ह्मणोन आमचा बाप

(865) This is a decision in a dispute relating to a Deshmukhi

अबदुल जबर मोगलाईत नवाब निजाम अल्लीखान बाहादूर यांजकडे फिर्याद होऊन पंचाईत शहर औरंगाबाद येथील सुभ्यावर नेमून घेतली. तेथें आह्मी कागदपत्र दाखऊन खरे जाहलों असतां, वाद्यांनीं पैका खर्च करून जबरदस्तीनें आमचे बापापासून वेदावा फारखती घेतली. त्याजवर आपण सरकारांत फिर्याद आलों. त्यास पाहुजीचे वेळेचा देहायनामा ते दाखवितात, तो खोटा आहे, ह्मणोन, याप्रमाणें हरदुजणांनीं लेहुन देऊन वर्तणुकेस जामीन दिल्यावर आपलाले साधनांचे कागदपत्र दाखविले. त्याजवरून पंचाईतमतें मनास आणितां पाहुजीची लग्नाची बायको एक याप्रमाणें देहायनाम्यांत लिहिलें आहे. वतनाचा भोगवटाही लग्नाचे बायकोचे अवलादीकडे चालत आहे. वरकड वतनदार पडोशी यांणीं सुरत महजर अबदुल सलाम व शेख हिंमत यास लेहून दिल्हा आहे. त्यांत देहायनाम्याप्रमाणेंच अर्थ आहे; व औरंगाबादेस आम्हीं कागदपत्र दाखऊन खरे जाहालों, असें अबदूल रहीम याच्या लिहिण्यांत आहे. त्यास कागदपत्र मागतां आपणाजवळ नाहीं. होते ते मनसुबीं पुरवीच गेले म्हणोन लेहून देतो. तेव्हां कागदपत्र दाखविले असें लिहिलें तें खोटें. उगाच खिसा लिहिला तो प्रमाण काय ? देहायनामा खोटा म्हणोन लिहितो त्याची चौकशी करितां देहायनामा काजी जलाल उंडणगांवकर व पाहुजी यांचे मोहरेनिशीं आहे. त्यास आजपावेतों एकशें एकूण बन्नास वर्षें जाहलीं. मोहरांतील अक्षरें स्पष्ट वाचत नाहींत. सबब मोकाबल्यास दुसरे कागद त्या कालचे त्या मोहरेचे आणविले. ते अबदुल सलाम व शेख हिंमत यांणीं आणून दाखविले. त्यावरून देहायनामा खरा ठरला. पैठणास निमेचा ठराव होऊन कराराची याद मान्यतेची करून दिल्ही त्या यादीची नक्कल व अबदुल सलाम यांणीं रहीमुल्लास निमेचें वतनाविशीं लेहून दिल्हें, त्या कागदाची नक्कल एकूण दोन नकला त्याणें दाखविल्या. त्याच्या असला दाखविणें म्हणोन, पुरशीस करितां असला नाहीं. ऐसे पुरशिशीचें उत्तर लेहून देतो; व दुसरे कागद दाखविले तेही मनसुबीचे उपयोगीं साधनें बलोत्तर (बलवत्तर?) पडलीं नाहीं. याजवरून सारांश पाहतां पाहूजीनें देहायनामा करून ठेविला त्यास आज तागाईत एकशें एकूण बन्नास वर्षें जाहलीं; व त्याप्रमाणें भोगवटाही तुम्हांकडेसच चालिला. याचे दाखल्याचे कागद उंडणगांवकर परगणियाचे पाटलाचा राजीनामा, व दिवाण सुखानंद याचे मोहरेचा महजर, व अमीरबेगखा याचा कौल, व पिलाजी जाधवराव याचें पत्र, व अजीमुद्दौला, सुभा औरंगाबाद, यांजपाशीं पाटील कुळकर्णी यांणीं महजर करून दिल्हा तो, व अबदुल जबर याचे यजीतखत, व जिवाजी रघुनाथ बकील सरकार याचा कौल, व पंचायतीचा सुरत महजर, व औरंगाबादेचे सुभ्याची सनद, व हल्लीं सरकारांत शाहिदीनामा तुमचे पडोशीचे जमीदार पंचांनीं पाठविला तो, व देहायनाम्याचे दाखल्यास तुम्हीं

A. D. 1792-93. Watan in Parganá Undangam, & Parganá Shendurni; it is mentioned that the original holder of the watan was

पत्रें आणून दाखविलीं तीं, याप्रमाणें सर्व कागदपत्र पाहतां लिहून दिल्याप्रमाणें लेख भोग्य साक्षीनिशीं पुरवणींत येऊन तुम्हीं खरे जाहलेत. अबदुल रहीम वतनाचे हिशाविशीं तुम्हांपाशीं भांडत होता तो खोटा पडिला याउपरी त्यास हिशाविशीं भांडावयास संबंध नाहीं. तुमचे वडील अबदुल सलाम याणीं अबदुल जबर यास परगणें उंडणगांव पैकीं आठ गांवचा देशमुखीचा रसूम नेमून दिल्हा आहे. त्याप्रमाणें म्हणोन पुरशीस करितां असला नाहीं. असें पुरशीसीचें उत्तर लेहून देतो; व दुसरे कागद दाखविले तेही मनसुबीचे उपयोगीं साधनें बलोत्तर पडलीं नाहींत यांजवरून पाहतां अबदुल रहीम वाद सांगतो तो खोटा; वतनाच्या हिश्याविशीं त्याजला तुम्हांशीं कजिया करावयास संबंध नाहीं. अबदुल सलाम यांनीं अबदुल जबर यास परगणे उंडणगाव पैकीं आठ गांवचा देशमुखीचा रसूम नेमून दिल्हा आहे. त्याप्रमाणें अबदुल रहीम यांणीं घेऊन असावें. जाजती कजिया तुम्हांशीं करूं नये. याप्रमाणें ठराव होऊन तुम्हीं देहायनाम्याचे दाखल्यास पत्रें आणून दाखविलीं तीं, व सर्व कागदपत्र पाहतां तुम्हीं लेहून दिल्याप्रमाणें लेख भोग्य साक्षीनिशीं पुरवणींत येऊन खरे जाहालेत, सबब तुम्हास हें निवाडपत्र सादर केलें असें, तरी सदरील महाल एक व तर्फा दोन येथील देशमुखी व परगणे उंडणगांव येथील देशपांडेपणाचें वतन सुदामत चालत आल्याप्रमाणें तुम्हीं व तुमची अवलाद पुस्त दर पुस्त अनुभऊन सुखरूप राहणें. तुम्हीं वादांस खरे जाहालेत. सबब वतन संमंधें तुम्हांकडे सरकारची हरकी रुपये ३००१ तीन हजार एक रुपया करार केली. त्याचा भरणा सरकारांत करून जाब घेणें म्हणोन नावाचें निवाडपत्र. १.

सदरील अन्वयें पत्रें कीं सदरील वतन सुदामत चालत आल्याप्रमाणें देशमूख व देशपांडे मजकूर यांजकडे व यांचे अवलाद अफलाद पुस्त दर पुस्त चालवित जाणें. या पत्राची नक्कल लेहून घेऊन, हें असल पत्र याजवळ भोगवटियास परतोन देणें ह्मणोन पत्रें.

१ देशाधिकारी व लेखक वर्तमान व भावी परगणे उंडणगांव, व परगणे शेंदुरणी, व परगणे जामनेर यांस.

१ देशमूख व देशपांडिये परगणे शेंदुरणी, व परगणे जामनेर यांस.

१ मोकदम देहाय परगणे उंडणगांव, व तर्फ हवेली, परगणे शेंदुरणी, व तर्फ तोंडापूर, परगणे जामनेर यांस.

३

एकूण च्यार चिटणिशी पत्रें दिल्हीं असेत. पैकीं नांवाचे निवाडपत्रांतील सारांश येथें बार करून निवाडपत्राची नक्कल तपसीलवार करून दप्तरीं ठेविली असे.

---

a Thákur, and that he was forcibly converted to Islam by the Mogal Emperor.

७ न्यायखातें.

(ब) फौजदारी.

(अ) गुन्हे.

१ फंदफितुरी व राजद्रोह.

८६६ (९१)–किल्ले दौलताबाद येथील हवालदार वगैरे यांणीं किल्ल्याचा फितूर केला होता, त्याच्या तकरीऱ्या तुह्मी नारो बाबाजी याजकडे लिहून पाठविल्या होत्या, त्या मशारनिल्हे यांणी हुजूर पाठविल्या; त्याजवरून सविस्तर विदित जाहलें. त्यास फितुरांत मुख्य असाम्या होत्या त्यांचें शासन येणेंप्रमाणें.

खमस सबैन मया व अलफ जमादिलाखर ३

१ बाळोजी कराले हवालदार यास तोफेच्या तोंडीं देऊन उडवावें.

२ एकेक हात व एक पाय तोडून टाकणें.

१ संभाजी कराले, हवालदार याचा लेक.

१ जावजी नाईक दिंमत हवालदार.

२

३

एकूण तीन असामींचें शासन सदरहूप्रमाणें करणें. याखेरीज फितुरांतील असामी.

१ माधवराव कालेले.

१ माधवराव हरी.

(B) Criminal

(1) Conspiracy & Treason.

(866) The Havaldár and other men of fort Daulatábád having become traitors, Dhondo Mahádev made inquiries, recorded evidence and forwarded the papers to Náro Bábaji who submitted them to Government. The following orders were issued:—

A. D. 1774-75

(1) Báloji Karále, Havaldár, should be blown from the mouth of a cannon;

(2) His son Sambháji and Jávaji serving under him should each have one hand and one foot cut off;

१ अंताजी कृष्ण.

१ महिमाजी अश्वठराव.

४

येणेंप्रमाणें चार असाम्यांचा अन्याय पाहून शासन करणें. ब्राह्मण शेणवी यांत असतील त्यांस बिडी घालून पोटास नागली देत जाणें. ब्राह्मण शेणवी यांस नाचण्या देऊन बेडी घालून ठेवावें ह्मणोन, धोंडो महादेव यांचे नांवें. सनद १.

परवानगी रूबरू.

८६७ (९३)—मौजे वागज, तर्फ करेपठार, प्रांत पुणें येथील अंमल महिपतराव पुणेंकर शिलेदार यांजकडे सरंजाम होता, त्यास मशारनिल्हे हैदर नाईक याजकडे गेले, सबब गांवची जप्ती सरकारांत करून जप्तीची कमावीस गंगाधर त्रिंबक यास सांगितली असे, तरी मशारनिल्हेसी रुजू होऊन, मौजे मजकूरचा अंमल सुरळीत देणें ह्मणोन, मोकदम मौजे मजकूर यांचे नांवें. सनद १.

खमस सबैन मया व अलफ रजब १६

रसानगी यादी.

नारो आपाजीच्या कीर्दीपैकीं.

८६८ (१९३)—माधवराव बांडे यांजकडे चाकरीस राहून लबाडी करितात, याजकरितां बांडे याजकडे चाकरीस लोक गेले असतील, त्यांचा शोध करून, घराची जप्ती करून, वस्तभावेचा जाबता हुजूर पाठऊन देणें; आणि मुलामाणसांस तसदी चांगली देऊन तिकडून उठोन तोरखेड्यास यादवराव रघुनाथ याजवळ रुजू होऊन आपले घरीं येत तें करणें, सदरहू असामीची जप्ती यादवराव रघुनाथ यांजकडील कारकुनाचे गुजारतीनें करणें ह्मणोन. सनदा.

खमस सबैन मया व अलफ रबिलाखर ५

---

(3) Four other persons should be punished according to their deserts, any Brahmins and Shenwis being put in chains and given only *nagli* to eat.

(867) Mahipatrao of Poona, a Silledár, having gone over to Haidar Naik, his saranjam was attached.

A. D. 1774-75.

FROM NÁRO APPÁJI'S DIARY.

(868) The houses and property of persons who had gone to serve under Mádhavrao Bánde were ordered to be attached.

A. D. 1774-75.

१ नारायणराव बारगल, तालुके तळोदें, निसबत तुकोजी होळकर.
१ गोविंदराव बुळे ठाणें जावर, दिंमत तुकोजी होळकर.
१
१
१

खमदा छ. १८ रबिलावल हस्तकपत्र पुरंधर.

८६९ (१९४)—नारायणराव कृष्ण यांचें नांवें सनद कीं, हैबती थिटा, व सटवाजी साकोरा व झाप माळी, व मल्हारजी साकोरा, व लक्ष्मण बिन सटवाजी साकोरा, व रयते कसबे केंदूर, यांणीं गावांत बखेडा करून रयेतीस फिसात करून गावांतून बाहेर घेऊन गेले आहेत. ते चिंचोसीस जाऊन गांवची वसूली सरकारची कलमें आहेत तीं माफ करावीं म्हणोन, मुद्दे घालून गांवची लावणी होऊं देत नाहीं, व वसुलही देत नाहीं म्हणोन, मोकदम व कमाविसदार यांणीं हुजूर विदित केलें, त्याजवरून हे सनद सादर केली असे; तरी सदरहू पांच असामीं किल्ले चाकण एथें अटकेस ठेऊन पोटास शिरस्ते प्रमाणें देत जाणें; आणि बंदोबंस्तानें ठेवणें म्हणोन. छ. १३ रबिलावल. सनद १.

खमस सबैन मया व अलफ रबिलाखर ५

रसानगी यादी.

८७० (२६२)—किल्ले सूरगड, तालुके अवचितगड, येथील फितव्याचा मजकूर लिहिला तो साद्यंत कळला. हवालदार यास वगैरे फितूरी लोक यांस अटकेस ठेविले आहेत. त्यांचें पारिपत्य करावयाची आज्ञा करावी म्हणोन लिहिलें, त्यास हवालदार याचे डोकें मारणें, व येसजी पवार व बहिरजी भोपतराव यांचे हातपाय तोडणें, व दुसरे फितूरी लोक आहेत त्यांची चौकशी करुन ज्याचा जसा अन्याय असेल त्याप्रमाणें पारिपत्य करणें. माहदाजी गणेश फडके

सीत सबैन मया व अलफ जिल्काद २८

(869) Haibati Thiṭá, Saṭwáji Sákorá, and others of Kendur instigated the ryots of the village to leave their homes and took them to Chinchosi; they asked that certain demands of Government on the village should be remitted, and refused to allow the lands to be cultivated or to pay the revenue till their request was granted. The Mokadam and Kamávisdár having represented the matter to the Huzur, the 5 instigators were ordered to be confined in fort Chákaṇ.

A. D. 1774-75.

(870) A conspiracy was detected among the officers of fort Surgaḍ in Táluká Awachitgaḍ. It was ordered that the Hawaldár should be beheaded, that two others should have

A. D. 1775-76.

यास बेडी घालून माफजतीनें बरोबर लोक देऊन हुजूर रवाना करणें. किल्ले वंदनगडकरी लोक, आठरा असामी, तालुके मजकुरी आहेत त्यास चार महिनें नामजाद ठेवावयाची आज्ञा करावी म्हणोन लिहिलें, त्यास तूर्त तालुके मजकुरी ठेवणें म्हणोन, आबाजी बल्लाळ व भास्कर महादेव यांचें नांवें. सनद १.

परवानगी रूबरू.

जनार्दन आपाजीच्या कीर्दीपैकीं.

८७१ (२९१)–अबी सुपी व राधी सांगली, कोळ्याच्या बायका यांचे भाऊबंद कोळ्यांत गेले म्हणून हुजूर पाठविल्या, त्यांची चौकशी करून तुम्हांकडे पाठविल्या असे, तरी कोळणीमजकूर यास हजीर जामीन घेऊन सोडून देणें म्हणून, रामचंद्र महादेव कमाविसदार, कसबे खेड, यांचे नांवें. छ. २५ रविलावल. सनद १.

सीत सबैन मया व अलफ रविलाखर १५

रसानगी यादी.

८७२ (३३०)–सखाराम हरी फितुर करीत होते, सबब बिडी घालून तुम्हांकडे किल्ले नगर येथें अटकेंत ठेवावयास पाठविले आहेत, त्यास पोहोंचवावयास कृष्णाजी भैराळ कारकून, व स्वार व गाडदी दिल्हे आहेत. त्यांस पक्क्या बंदोबस्तानें किल्ले मजकुरीं अटकेंत ठेऊन भोजन घालीत जाणें. परभू कारकून त्यांजवळ जाऊं न देणें. चौकीस माणसें ठेवाल तीं वरचेवर बदलीत जाणें. मराठा एक माणूस खिजमतगारीस ठेऊन देणें. तो पंधरा दिवसां बदलीत जाणें. धोत्रें अगर शेलापागोटें लागल्यास देणें. जेवणाची व वस्त्रपात्राची आबाळ न करणें. बेडी नेहमीं असों देणें. सखाराम हरी खेळ्या राजकारणी आहे. कोणे गोष्टीस चुकणार नाहीं. याजकरितां एक कोठडी करून त्यांत घालून बाहेरहून कुलुप घालीत जाणें. एकास त्याज-

सबा सबैन मया व अलफ साबान २०

their hands and feet cut off, and that the rest should be punished according to their deserts.

FROM JANARDAN APAJIS DIARY.

(871) Two Koḷi women were arrested, as their kinsmen were implicated in an insurrection, and were sent to Huzur. Orders were issued for their release, after taking security for their appearance whenever required.

A. D. 1775-76.

(872) Sakhárám Hari being implicated in a conspiracy was sent to prison in fort Nagar. The Officer in charge of the fort was directed to give him proper food and clothing, to allow no Parbhu kàrkun to approach him, to change the guard over him frequently and his attendant every fortnight, and to lock him up in a room. The Officer was warned that the prisoner was a

A. D. 1776-77.

वळ जाऊं न देणें. याचे गुण तुह्मांस ठाऊकच आहेत. या करितां फार चांगला बंदोबस्त करणें ह्मणोन, महादाजी नारायण यांचे नांवें. सनद १.

परवानगी रूबरू.

८७३ (३३१)—बाबूराव हरी फितुर करीत होते, सबब बिडी घालून तुह्मांकडे किल्ले सिंहीगड येथें अटकेंत ठेवावयास पाठविले आहेत, त्यास पोहोंचवावयासी विठ्ठल यशवंत कारकून व स्वार व गाडदी दिल्हे आहेत. त्यांस पक्क्या बंदोबस्तानें किल्ले मजकुरी अटकेंत ठेऊन भोजन घालीत जाणें. परभू कारकून त्याजवळ जाऊं न देणें. चौकीस माणसें ठेवाल तीं वरचेवर बदलीत जाणें. जेवावयास ब्राह्मणाकडून घालवीत जाणें. जेवणाची आबाळ न करणें. धोत्रें शेलापागोटें लागेल तें लिहून पाठवणें. ज्या कोठडींत ठेवाल तेथें प्रवेश होऊं न देणें. बेडी नेहमीं असों देत जाणें. सारांश गोष्ट, फितुरी आहेत. यांचा विश्वास न धरितां पक्क्या बंदोबस्तानें ठेवणें ह्मणोन, सखो मल्हार यांचे नांवें. सनद १.

सबा सबैन मया व अलफ साबान २०

परवानगी रूबरू.

दौलत बाबूराव, बाबूराव हरी यांचे पुत्र, फितुरांत होते. त्यांस बिडी घालून किल्ले चाकण येथें अटकेंत ठेवावयास तुम्हांकडे पाठविले आहेत. त्यांस पोहोंचवावयास राघो नारायण कारकून, व स्वार, व गाडदी दिल्हे आहेत, तरी पक्क्या बंदोबस्तानें अटकेंत ठेऊन भोजन घालीत जाणें. परभू कारकून त्याजवळ जाऊं न देणें. चौकीस माणसें ठेवाल तीं वरचेवर बदलीत जाणें. एक मराठा माणूस खिजमतगारीस वतनदार पाहून ठेऊन देणें. पंधरा दिवशीं बदलीत जाणें. जेवणाची आबाळ न करणें. धोत्रवस्त्रपात्र लागल्यास लिहून पाठवणें. येथून पाठविलें जाईल. ज्या खोलींत ठेवाल तेथें दुसऱ्या माणसाचा प्रवेश होऊं न देणें. पक्क्या बंदोबस्तानें ठेवणें ह्मणोन, नारायणराव कृष्ण यांचे नांवें. सनद १.

परवानगी रूबरू.

महिपत बाबूराव, बाबूराव हरी यांचे पुत्र, फितुरांत होते, सबब बिडी घालून किल्ले त्रिंबक येथें अटकेंत ठेवावयास तुम्हांकडे पाठविले आहेत. त्यांस पोहोंचवावयास सदाशिव शंकर कारकून, व स्वार, व गाडदी दिल्हे आहेत, तरी किल्ले मजकुरीं पक्क्या बंदोबस्तानें अटकेंत ठेऊन भोजन घालीत जाणें. चौकीस माणसें ठेवाल तीं वरचेवर बदलीत जाणें. परभू कारकून त्यांजवळ जाऊं न देणें. एक मराठा माणूस खिजमतगारीस ठेऊन देणें. पं-

---

scheming politician, who would stop at nothing, and that every precaution should therefore be taken for his safe custody. He should always be kept in fetters and no one allowed to go near him.

(873) Similar orders were issued in regard to Báburao Hari,

धरा दिवशीं बदलीत जाणें. वस्त्रपात्र कार्याकारण लागेल तें देत जाणें. जेवणाची व वस्त्रपात्राची आबाळ न करणें. ज्या कोठडींत ठेवाल तेथें दुसऱ्याचा प्रवेश न होय असें करणें. पक्का बंदोबस्त करणें ह्मणोन, धोंडो महादेव यांस. सनद १.

परवानगी रूबरू.

भास्कर नारायण फितुरांत होते, सबब बिडी घालून किल्ले धोडप येथें अटकेंत ठेवावयास तुम्हांकडे पाठविले आहेत, त्यांस पोहोंचवावयास हैबतराव माणकेश्वर कारकून, व स्वार, व गाडदी दिल्हे आहेत; तरी किल्ले मजकुरीं पक्के बंदोबस्तानें अटकेंत ठेऊन जेवावयासी घालीत जाणें. चौकीस माणसें ठेवाल तीं वरचेवर बदलीत जाणें. वस्त्रपात्र लागेल तें कार्याकारण देत जाणें, वरचेवर सावधगिरी करीत जाणें ह्मणोन, बाजीराव आपाजी यांचे नांवें. सनद १.

परवानगी रूबरू.

मीर्जा फाजलबेग फितूर करीत आहे, सबब बिडी घालून तुम्हांकडे किल्ले नारायणगड येथें अटकेस ठेवावयास पाठविले आहेत, त्यांस पोहोंचवावयास मुळचंद कारकून, व स्वार, व गाडदी दिल्हे आहेत; तरी पक्क्या बंदोबस्तानें ठेऊन पोटास शेर देत जाणें ह्मणोन, रामचंद्र शिवाजी यांचे नांवें. सनद १.

परवानगी रूबरू.

८७४ (३४३)—रावजी परभू याचें घर मौजे सिद्धेश्वर, तालुके पाल, येथें आहे, त्यास रावजी मजकूर हा दोन वर्षें कोळ्यांत मळई करून, कागदपत्र पाठऊन, लबाड्या करीत होता; ह्मणोन हुजूर विदित जाहलें, त्यावरून हें पत्र तुम्हांस सादर केलें असे; तरी तुह्मी सुभाहूनच त्याचे घरीं बातमी न कळतां, तो घरीं असेल ते वेळेस जप्ती दहा शिपाई, व एक कारकून चांगला इतबारी पाहून, त्याचे घराची जप्ती करून कागदपत्र त्याचे घरांत जे सांपडतील ते जप्त करून पाठवणें; व रावजी मजकुरास निराळा काढून, कोणाचे मार्फतीनें कोळ्याचे कामांत पडला

सबा सबैन मया व अलफ रमजान २९

A. D. 1776-77. Daulat Báburao and Mahipat Báburao, Bháskarrao Nàràyan and Mirza Fazalbeg, to the Officers of the forts of Sinhgad, Chàkan, Trimbak, Dhoḍap and Náràyaṇgaḍ respectively.

(874) Government having learnt that Ráwaji Parbhu was in communication with the Koḷis and was inciting them to rebellion, Rámrao Náráyaṇ in Táluká Rájmáchi was directed to search his house at Sidheswar in Tàluká Pál without previous intimation, and attach and send to the Huzur all the papers that might be found therein. Rámrao was further directed to ascertain

A. D. 1776-77.

होता, कसकसी वर्तणूक करावयास कोणीं सांगितली होती, त्याप्रमाणें कोळ्यांत कसा मिळाला होता, तें सविस्तर त्याची जमानी लिहून घेऊन, सत्वर हुजूर पाठवणें. हुजुरून जप्ती आली आहे असें त्यास तूर्त कळों न देणें. युक्तीनें त्याचे घरांत कागदपत्र व त्याची जमानी लिहून घेऊन पाठवणें; आणि हुजुरून आज्ञा होईल तेव्हां रावजीस सोडावयाचा जाहल्यास जामीन घेऊन सोडणें, तूर्त किल्ल्यास नेऊन ठेवणें ह्मणोन, रामराव नारायण तालुके राजमाची यांचे नांवें छ. १७ रजब परवानगी राजश्री बाळाजी जनार्दन फडणीस.

सनद १.

मुतालीक ह्यांचे रोजकीर्दीपैकीं.

८७५ (८)—नारो रामाजी कारकून हा बाजी गोविंद बर्वे यांजकडून हैदरखानाचे लष्करांतून बातमीस लष्करांत आला होता, तो सांपडला, सबब तुह्मांकडे किल्ले धारवाड येथें अटकेस ठेवावयास मराठे गाडदी दिंमत रामजी वणजारे वगैरे असामी २० वीस असामीं बराबर पाठविलें आहे, तरी याचे पायांत बिडी घालून किल्ले मजकुरीं पक्क्या बंदोबस्तानें ठेऊन पोटास शेर शिरस्तेप्रमाणें देत जाणें ह्मणोन, त्रिंवकराव येशवंत यांचे नांवें. सनद १.

समान सबैन मया व अलफ सबाल ३

परवानगी रूबरू.

८७६ (६२२)—मौजे घनगड येथील लोक रामचंद्र गोविंद, माजी कारखानीस, यांणीं इंग्रजांचे गडबडेंत सालगुदस्तां फिताऊन सखाराम हरी अटकेस होता, त्यास मोकळा करून, किल्ला बदलावा असा मनसबा करून, बाहेरील लोक बीरदीचे रानांत आणून लबाडी करित होता, तो इंग्रजाचा मोड जाहला तेव्हां रानांतील लोक पळून गेले. पुढें फितुराचें वर्तमान तुम्हांस कळल्यावर तुह्मी चौकशी केली. तो आठ आसामी फितुरी, त्यांपैकी कारखानीस मजकूर व जावजी मापारी

समानीन मया व अलफ जमादिलाखर ४

---

from him in private full particulars as to how he joined the Koḷis, who induced him to do so, and what part he took in their affairs, and to submit his statement to the Huzur.

FROM THE MUTÁLIK'S DIARY.

(875) Náro Rámji Kárkun who was found to be a spy sent by Báji Govind from Haiderkhán's camp was sent to prison.

A. D 1777-78

(876) During the disturbances caused by the English in the preceeding year, Rámchandra Góvind, who formerly held the office of Kárkhânnis, collected a force in the forest of Birandi, and entered into a plot with the men of the fort of

A. D. 1779-80

बरदेकर हे दोघे लष्करांत जाऊन येऊन बातमी नेत होते, त्यामुळें पळून गेले. बाकी सहा असामी फितुरी तुह्मांस सांपडले, ते हुजूर पाठविले त्याचे अपराध मनास आणून शासनाविशीं. कलमें.

किता. असामी.

१ तानाजी नाईक बंबर तट सर नौबत याचा अपराध पाहतां भारी शासनास योग्य; परंतु सरकारांत फितुराचें वर्तमान जाहीर केलें, सबब उजवा हात तोडणें.

१ खंडोजी सेजवलकर, सयाजी सुर्वे याचा भाऊ, सयाजी मजकुराचे ऐवजीं चाकरीस होता, त्यास सखाराम हरी यास मोकळा करावयाच्या मनसव्यांत तूं आहेस कीं नाहीं असें जैतोजी जांबुळकर, व देवजी महाडीक यांणीं पुशिलें असतां तुह्मांस कळविलें नाहीं, सबब शासनास योग्य, परंतु भावाचे मुबदला नव चाकरीस आला, सबब न सांगितलें, परंतु कारखानिसाचे निरोप लोकांस सांगत होता, असा फितुराचा मिलाफी, सबब उजवा हात तोडणें.

२

दोन असामीचे उजवे हात तोडणें.

कलम १.

किता. असामी.

१ देवजी धोंडजी महाडीक.
१ भिवाजी धोंडजी नाईकेणें.
१ मोराजी बहिरजी नाईकगुंड.
१ जैताजी जांबुळकर.

४

चार असामी बहुत अपराधी, सबब त्यांस तोफेच्या तोंडीं बांधून उडवून देणें.

कलम. १

Ghangad for the surrender of the fort and the release of Sakhárám Hari. On hearing of the defeat of the English, the force which had assembled dispersed. The plot was then discovered and eight persons were found to have been implicated in it. Two of them, the Kárkhànnis, and Jáwaji Mápári absconded. The rest were arrested and punished as follows:—

(1) Tánáji Náik Sarnobat deserved condign punishment; but as he gave information to Govt. he was allowed to escape with the loss of only his right hand.

एकूण दोन कलमें लिहून सहा अपराधी तुह्मांकडे किल्ले मजकुरीं येसाजी दरवडा खिजमतगार याजबराबर पाठविले आहेत, तरी खिजमतगाराचे विद्यमानें सदरहू दोन कलमांप्रमाणें पारिपत्य करून हुजूर लेहून पाठवणें ह्मणोन, अर्जोजीराव ढमाले हवालदार व कारकून किल्ले मजकूर यांचे नांवें. सनद १.

रसानगी यादी.

हरिहरराव पांडुरंगराव यांच्या कीर्दीपैकीं.

८७७ (७६३)–परगणे मजकूरपैकीं लोक कितुरकर देसाई याजकडे चाकरीस गेले असतील त्यांचीं घरें व चीजबस्त जी असेल, ती चौकशी करून जप्त करावयाकरितां कारकून पाठविले आहेत; तरी हे देसाई मजकूर यांजकडे परगणे मजकूरचे लोक गेले असतील त्यांची चौकशी करून घरें व चीजबस्त जप्त करितील, त्यांस जप्त करूं देणें, अडथळा न करणें ह्मणोन.

इसन्ने समानीन मया व अलफ जमादिलाखर २१

१ अंताजी शंकर कमाविसदार दिंमत परशराम रामचंद्र, परगणे तेरदाळ, यांजकडे कामगिरीस गिरमाजी जिवाजी कारकून दिंमत परशराम रामचंद्र यास पाठविले आहेत, सबब सदरहु अन्वयें.

१ अंताजी विठ्ठल कमाविसदार, परगणे यादवाड, दिंमत परशराम रामचंद्र यांजकडे रामाजी दादाजी कारकून दिंमत परशराम रामचंद्र पाठविले, सबब सदरहु अन्वयें.

१ भास्कर सखदेव कमाविसदार परगणे जमाखिंडी दिंमत परशराम रामचंद्र यांस पत्र कीं सदरहुप्रमाणें जप्त करून हुजूर लेहून पाठवणें ह्मणोन.

३

एकूण तीन पत्रें छ. १९ जमादिलावल समानीन, परवानगी रूबरू दिल्हीं असेत.

८७८ (९८९)–बळवंतराव काशी यांचे नांवें सनद कीं, तुम्हीं विनंतिपत्र पाठविलें

---

(2) One man who was serving as a substitute for his brother received the same punishment.

(3) The rest were ordered to be blown from guns.

FROM HARIHARRAO PÁNDURANG'S DIARY.

(877) The officers of Pargaṇá Terdáḷ and Yádwád &c. were directed to attach the property of persons who had gone over to the Desai of Kitur.

A. D. 1781-82.

(878) Kasbe Siur in Pargaṇá Gándápur belonged to Ahilyábai Hoḷkar. A feud existed between the village officers and the kamávisdár and the parties had been quarrelling for 4 months. Baḷwantrao Káshi happened to encamp at the village,

A. D. 1788-89.

तिसा समानीन मया व अलफ रमजान २

तें प्रविष्ट जाहलें. कसबे सिउर, परगणे गांडापूर, येथें मुक्कामास आलों तो गांव अहिल्याबाई होळकर यांजकडील त्या गांवचे कमाविसदार व पाटील कुळकर्णी यांचा कजिया लागोन चार महिने झुंजत होता. त्यास लोणारा किल्ला ज्या भिल्लांनीं घेतला ते भिल्ल आंत होते. त्याजला आह्मीं मागों लागलों. त्यांणीं उत्तर केलें कीं तुह्मीं हजारपांचशें रुपये घेऊन जावें. आह्मी भिल्ल देत नाहीं. त्याजवरून होळकराकडील कमाविसदार, व पागे यांच्या विचारें गांवावर हल्ला केला तेसमई आमचे सोळा माणूस जखमी, व तीन ठार जाहले; व भिल्लांचे शंभर माणूस जखमी व कांहीं ठार जाहले. त्यांच्यानें दम न धरवे तेव्हां रघुनाथ धोंडाजी व गोविंद चिमणाजी मातबर गृहस्थ गावांत राहतात, त्यांच्या हवेल्या थोर आहेत, त्यांत भिल्ल व कुळकर्णी शिरोन गोळी वाजविली, इतक्यांत अस्तमान होऊन रात्र पडली. याजवर हरदूजणांनीं मागील दरवाजा उघडोन भिल्ल काढोन दिल्हे. ते भिल्ल सांपडले असते ह्मणजे इतकी मसलत न लांबती त्यांचीं घरें जप्त केल्यास वीस पंचवीस हजारांची सरकारची किफायत होईल ह्मणोन, व रोजमरे याचे ऐवजाकरितां लिहिलें तें विदित जाहलें. ऐशास गांव चार महिने लढत होता, तो तुह्मीं हल्ला करून घेतला, उत्तम केलें. रघुनाथ धोंडाजी व गोविंद चिमणाजी यांणीं सरकारचे हरामखोर सोडून दिले याजकरितां त्यांचे घराची जप्ती करून जे सांपडेल त्याची याद लिहून हुजूर पाठविणें. आणि त्यांस कैद करणें, व कुळकर्णी यांचे वतनाची जप्ती करणें, येविशीं अहिल्याबाई होळकर यांस पत्र सादर केलें आहे, तरी तुह्मीं सदरहू लिहिल्याप्रमाणें करणें ह्मणोन. सनद १.

रसानगी, त्रिंबक नारायण परचुरे.

कारकून निसबत दप्तर.

---

and learning that the Bhils who had taken the fort of Lonárá were in the village he demanded their surrender. The villagers sent word that they would pay Rs. 500 or 1000 to Balwantrao rather than surrender the Bhils. Balwantrao with the consent of the Kamávisdár attacked the village. Some of the Bhils were killed and wounded, and the rest were taken by the villagers to the houses of Raghunáthrao Dhondoji and Govind Chimnáji two influential men in the village. The Kulkarni also joined them, and they fired on Balwantrao's men. At night-fall, they allowed the Bhils to escape. Balvantrao having reported the facts to Government, Raghunáth and Govind were ordered to be arrested, and their houses were attached. The Kulkarni's watan was also attached. The facts of the case were also communicated to Ahilyábai.

७ न्यायखातें.

(ब) फौजदारी.

(अ) गुन्हे.

२ खून व आत्महत्या.

८७९ (९७)—पदमसिंग पिसाळ देशमुख, प्रांत वाई, याचे नांवें अभयपत्र कीं कुसाजी भोसला कुणबी रयत मौजे ओझरडें, संमत हवेली, प्रांत मजकूर, यास पाटाचे पाण्याचे कजियामुळें तुह्मी मार दिल्हा, त्या मारानें कुणबी मजकूर त्याच दिवशीं मृत्यु पावला; खून तुह्मांकडे लागला; सबब तुह्मांस सरकारांत आणून अटकेस ठेविलें होतें. त्यास खुनाबाबत सरकारची गुन्हेगारी रुपये १७५० साडेसत्राशें करार करून विठ्ठलराव मोरेश्वर गोळे यांची निशा सरकारांत घेतली असे. या उपरी खुनाचा लांजा सरकारचा तुह्मांकडे नाहीं, सुखरूप राहणें अभय असें ह्मणोन. पत्र १

खमस सबैन मया व अलफ साबान १९

रसानगी यादी.

मुतालीक याचे रोजनिशीपैकीं.

८८० (२)—संभू पाटील, कसबे धामणगांव, परगणे मलकापूर यास पत्र कीं, तुह्मा व कसबे मजकूर येथील गांवकरी यांचा वतनसंमधें कजिया होता, यामुळें तूं परागंदा होऊन गांवकरी यासीं दावा करावयाकरितां रात्रीस जमाव करून गांवावर आलास, तेव्हां मइनाई पाटलीण, मौजे पळसखेडें, तर्फ पिंपरी, परगणे जामनेर, इचा लेक वाटेस कसबे मजकूरचे सिवारांत सांपडला तो तूं ठार मारिलास; सबब मइनाई पाटिलीण हुजूर फीर्याद आली, त्याजवरून तु-

खमस सबैन मया व अलफ साबान २६

---

(2) Murder & suicide.

(879) Padamsing Pisál, Deshmukh of Prânt Wái, beat Kusâji Bhósle, a ryot of Ózarde, to death in a dispute relating to canal water. He was arrested & kept in confinement but was afterwards released on his giving security for the payment of a fine of Rs. 1,750.

A. D. 1774-75

FROM THE MUTÁLIK'S DIARY.

(880) Sambhu Pátil of Dhámangaon in Pargaṇa Malakâpur, having a quarrel with the village officer regarding the watan, left the village. He collected some men and came to the village one night to attack his enemies. He found a son of Mainái

A. D. 1774-75.

जला मसाला करून हुजूर आणून मनास आणितां खुनाचा आरोप तुजवर आला, सबब तूं आपला घरबंद व शेत याचा निमे वांटा मइनाईस देऊन दत्तु पाटील मइनाईचा दीर याचे नावें भवरगांवचे पाटील वगैरे यांचे साक्षीनें कागद लिहून दिल्हा; सबब खुनाचा अन्याय माफ करून सरकारांत गुन्हेगारी रुपये १५० दीडशें रुपये घेऊन हें अभयपत्र दिल्हें असे, तरी कसबे मजकुरीं सुखरूप राहणें ह्मणोन. पत्र १.

रसानगी याद.

८८१ (२०९)–बाजीराव आपाजी, तालुके धोडप, यांचे नांवें सनद कीं, हटकरी धणगर याचा चाकर मुदबख्या गुदस्तां गुजराथेंतुन दौलत बाबूराव याचे पथकांतून कंठाळ सुद्धां घेऊन पळोन आपल्या घरास जात होता, तो रात्रीं मौजे महारपाटणें परगणे वांबोरी, येथें येऊन वस्तीस राहिला, दुसरे दिवशीं तेथून निघोन आपल्या घरास जात होता, तो भुता पाटील व बाबाजी पाटील व नेऱ्या भिल व महार मौजे मजकूर यांणीं मुदबख्यास वाटेंत गाठून जिवें मारिलें, सबब भुता पाटील व बाबाजी पाटील पळाला. त्याचा भाऊ भिवजी पाटील व नेऱ्या भिल व महार यांस किल्ले धोडप येथें अटकेस ठेविलें आहे, त्याचे पारपत्याची वगैरे. कलमें.

सीत सबैन मया व अलफ रबिलाखर १५

Pátlin of Paḷaskhede in the field and killed him. Mainái complained to the Huzur, and the charge of murder was proved. Sambhu therefore granted to Mainái half a share in his houses and fields and executed a document to that effect in favour of Datto Pátil, Mainábái's brother-in-law. A pardon was consequently given to him for his offence, Rs. 150 being levied from him as fine.

(881) Mudbakhya, a servant of a Hatkari Dhangar, ran away with his master's property from the camp of Daulatráo Báburao on his way home halted one night at Mahárpátṇe in Pargaṇá Wákhari. The next morning while proceeding to his destination, he was way-laid and murdered by Bhutá Páṭil, Báwáji Páṭil, Neryá Bhil and a Mahár. These persons were therefore imprisoned in fort Dhodap. Orders were now issued for the disposal of the prisoners as follows:—

A. D. 1775-76.

(1) The murderers Bhutá and Néryá should be taken to the village where the murder took place and beheaded;

(2) One of the murderers, Báváji Pátil, having absconded, his brother

भुता पाटील, भिवजी पाटील याचा भाऊ बावाजी पाटील, व नेऱ्या भिल यांणीं खून केला, त्याणें भिवजीचा भाऊ बावाजी पळाला सबब खुनी असामींचे पारिपत्य.

१ भुता पाटील.
१ नेऱ्या भिल.

२

दोन असामी यांणीं ज्या गांवीं खून केला त्या गांवीं हरदू जणांस नेऊन छाटून टाकणें. कलम १.

किता. असामी.

१ भिवजी पाटील बावाजी यानें खून करोन पळोन गेला, सबब त्याचा भाऊ.
१ महारानें मुदबख्याची पितळी घेतली सबब.

२

दोन असामी जामीन घेऊन सोडून देणें. कलम १.

मौजे मजकूरची पाटिलकी जफ्त करावयाविशीं सरसुभाहून सनद तुह्मांस सादर जाहली आहे, त्याप्रमाणें पाटिलकी जफ्त करणें. कलम १.

तीन कलमें लिहिलीं आहेत, तरी सदरहू लिहिल्याप्रमाणें करणें ह्मणोन. सनद १.

रसानगी यादी.

जनार्दन आपाजीच्या कीर्दीपैकीं.

८८२ (२९५)—बाळसेट बिन गोंदसेट सोनार देवरुखकर याचे नांवें चिटणिसी
सीत सबैन मया व अलफ रविलाखर १५ पत्र कीं, गोंदसेट सोनार मुराडकर याच्या लेकास रामा दसपुत्र्या व राघोबा विश्या या दोघांनीं जिवें मारिला, त्याचे सोबतीस गोपाळा गुहागरकर सोनार व तुझा लेक सदाशिव होता असें ह्मणून गोंदसेट मजकूर पेशजीं हुजुर फिर्याद जाहला होता, त्याजवरून येविशींचा शोध करतां सदाशिवाकडे सदरहूविशींचा लांझ्या नाहीं, असें जाहलें; परंतु चौकशीबद्दल कांहीं दिवस अटकेस होता, आरोप आला, सबब पंचगव्य देववून हें आज्ञापत्र सादर केलें असे, तरी सदरहू खुनाचा लांझ्या तुझा लेक सदाशिव याजकडे नाहीं. पूर्ववत्प्रमाणें आपले सोनाराचे जातींत

---

was arrested. He and the Mahár who had taken a pot belonging to Mudbakhyá were ordered to be released on furnishing security.

(3) The Páṭilki watan of the village was confiscated.

FROM JANÂRDAN ÂPÂJIS DIARY.

(882) Two persons murdered a son of Gondshet Sonár. Bálshet
A. D. 1775-76. Sonár's son, Sadáshiv, was their accomplice, but at the inquiry he proved his innocence. Orders were therefore

वर्तत जाणें. तुझे लेकाकडे हरकी रुपये १५० दीडशें करार करून हुजूरांत पागा दिंमत बाजी मोरेश्वर यासीं छ. २९ सवालीं देविले ते सरकारांत सदरहूप्रमाणें जमा जाले असत ह्मणोन. छ. २३ मोहरम. पत्र १.

८८३ (४७५)—यादो पांडुरंग आवटी कसबे बारागांव नांदुर, परगणे मजकूर, व कुळकर्णी मौजे चिंचोलें, परगणे मजकूर याच्या दोन स्त्रिया होत्या, त्यांस कण्हेरीच्या मुळ्या चारल्या, एक स्त्री मृत्यु पावली, एक आजारी आहे. यादो पांडुरंग कसबे मजकूरहून पळोन गेला, ह्मणोन तुह्मांकडील कारकूनांनीं हुजूर विदित केलें, त्याजवरून हे सनद तुह्मांस सादर केली असे, तरी कसबे मजकूरचे आवटीपण, व मौजे मजकूरचें कुळकर्ण, येणेंप्रमाणें जफ्त करून उत्पन्न होईल तें परगणे मजकूरचे हिशेबीं जमा करणें; व यादो पांडुरंग याचा शोध करून त्यास धरून हुजूर पाठऊन देणें ह्मणोन, निळकंठराव रामचंद्र पागा, यांचे नांवें. छ. २ जमादिलावल.

समान सबैन मया व अलफ रजब ३०

सनद १.

रसानगी यादी.

मुतालिक ह्याचे रोजनिशीपैकीं.

८८४ (७)—सटवाजी लाड खिजमतगार याणें आपला चाकर पोर्गा ठार मारिला, सबब मशारनिल्हेस किल्ले गदग येथें अटकेंत ठेवावयास पाठविला असे, तरी यास बेडी घालून किल्लेमजकुरीं पक्क्या बंदोबस्तानें ठेऊन शिरस्तेप्रमाणें पोटास शेर सनद—पैवस्तगिरीपासून किल्ले मजकूर पैकीं देत जाणें ह्मणोन, रामचंद्र नारायण यांचे नांवें. सनद १.

समान सबैन मया व अलफ साबान १४

परवानगी रूबरू. राजश्री बाळाजी महादेव कारकून शिलेदार.

---

issued that cow's urine should be given to purify him as he had been for some time in jail, and Rs. 150 were levied from him as a present.

(883) Yádo Pándurang, kulkarni of Chiucholi in Parganá Nándur, gave roots of the *kanher* plant to his two wives to eat. One of them died, and the other sufferd from the effects of the poison. Yádav absconded. His watan was attached, and orders were issued for his apprehension.

A. D. 1777-78.

FROM THE MUTÂLIK'S DIARY.

(884) Saṭwáji Lád khismatgár having murdered his servant-boy was sent to prison in fort Gadag.

A. D. 1777-78.

८८५ (६१५)—नरहर लक्ष्मणराव कमाविसदार, परगणे शेवगांव, यांचे नांवें सनद कीं, रामाजी येल्हो ब्राह्मण यास कसबे तीसगांव, परगणे मजकूर एथें जिवें मारिलें. ते मारेकरी ब्राह्मण वगैरे तेरा असामी कैद करून हुजूर आणिले होते, त्याचा करार येणेंप्रमाणें. कलमें.

तिसा सबैन मया व अलफ जमादिलावल

मारेकरी असामी १३ पैकीं शूद्र चार व मुसलमान एक, एकूण असामी ५ पांच किल्यावर अटकेस ठेविले. बाकी. असामी.

१ जनार्दन बापूजी.
१ हरी रामगिरधर.
१ भवानी यशवंत.
२ मल्हार त्रिंबक, व मुक्ताजी त्रिंबक.
१ विठ्ठल गोपाळ.
१ मल्हारी ब्राह्मण.
१ गोविंदा ब्राह्मणभाई निसबत हरी रामगिरिधर.

८

एकूण आठ असामी किल्यावर अटकेस ठेवावयाचे केले होते, ते मना करून त्याजकडे ऐवज करार १०००१ रुपये.

यासि तपशील.

१५०० रामाजी येल्हो यांचे पुत्रास खुनाबद्दल द्यावे.
८५०१ सरकारचे खंडाबद्दल सरकारांत घ्यावे.

१०००१

आठ असामी बेड्यासुद्धां सरकारचे प्यादे हुजूर हशमाकडील बरोबर देऊन तुह्मांकडे पाठविले आहेत तेथें पोंहचलियावर जामीन चांगले पक्के घेऊन जामीनकतबे हुजूर पाठवणें; आणि सदरहू असामींच्या बेड्या तोडून जातीबाहेर ठेवणें. पुढें यांणीं राहावें, पुढें वर्तणूक कशी करावी याची आज्ञा हुजुरून होईल त्याप्रमाणें करवणें. कुटुंबसुद्धां जातीबाहेर ठेवणें. कलम १.

रामाजी येल्हो यांचें कर्ज या असामीं पैकीं ज्याजकडे येणें असेल तें त्याजपासून व्याजसुद्धां सरकारचे ऐवजाबरोबर एका महिन्यांत वसूल करून रामाजीचे पुत्रास पावतें करून, पावती घेऊन हुजूर पाठवणें. कलम १.

सदरहू असामी तुह्मीं आपलेजवळ पुढें चाकरीस कधींही ठेऊं नये. ऐसें केलें असे, तरी न ठेवणें. कलम १.

परगणे मजकूर येथील फडणिसी नारो रघुनाथ याजकडे आहे, त्याचे तर्फेनें रा-

(885) Thirteen men murdered, Rámaji Yelló who held the appointment of Fadnis at Tisgaum in Pargana Shevgaum. Five of them, one a musalman and four Shudrás were sent to prison. The rest who were Brahmins were first ordered to be imprisoned but that order was revoked and they were fined Rs. 10,001, out of which Rs. 1500 were ordered to be given to the son of the deceased. It

A. D. 1778-79.

एकूण दहा हजार एक रुपया सात असामी ब्राह्मण व एक ब्राह्मणभाई मिळोन आठ असामींकडे सदरहूप्रमाणें करार केला असे, तरी याची निशा एक महिन्याचे मुदतीची घेऊन ऐवज वसूल करणें; आणि यापैकीं दीड हजार रुपये रामाजीचे पुत्रास देऊन बाकी सरकारचे खंडाचे पंच्यायेसींशें एक रुपयाची हुंडी करून एक महिन्याचे आंत ऐवज हुजूर पुण्यास पावता करणें. कलम १.

माजी येल्हो कामकाज करित होते. हल्लीं त्यांचे पुत्र गोविंद राम यांस मशारनिल्हेनीं आपले तर्फेनें फडणिसीचें कामकाज सांगितलें आहे, तरी त्यांचे हातें घेत जाणें. कलम १.

येणेंप्रमाणें पांच कलमें करार केलीं असत, तरी सदरहूप्रमाणें वर्तणूक करणें ह्मणोन छ. २४ रविलावल. सनद १.

रसानगी यादी.

८८६ (६४५)—गंगी परदेशिण इणें आपला दादला सोमल घालून जिवें मारिला, सबब अटकेंत ठेवावयास किल्ले सिंहगड येथें पाठविली आहे, तरी किल्ले मजकुरीं अटकेंत ठेऊन पोटास शेर शिरस्तेप्रमाणें देऊन काम करवीत जाणें ह्मणोन, नारो महादेव यांचे नांवें. सनद १.

समानीन मया व अलफ जिलकाद ५

रसानगी यादी.

८८७ (७०७)—त्रिंबक मनाजी दिंमत तुकोजी होळकर यांणीं हुजूर विदित केलें कीं, आपलें घर कसवे आकोलें एथें आहे, त्यास गांवांत दादो जयराम यांची स्त्री शामाबाई इची अप्रतिष्ठा शिमग्यांत गांवकरी यांणीं केली, सबब तिणें जीव दिल्हा, त्याचे चौकशीस सरकारांतून विसाजी हरी

इसन्ने समानीन मया व अलफ साबान ११

---

was directed that security should be taken from these Brahmins and that they should be excommunicated. Further orders were to be issued regarding their future residence. The officer of Shewagaum was told never to employ them under him. The son of the deceased was given the appointment of his father.

(886) Gangi, a Pardéshi woman murdered her husband by administering arsenic to him. She was therefore sent to prison.

A. D. 1779-80.

(887) The villagers of Akóla outraged the modesty of Shàmá, wife of Dàdo Jayràm, during the Shimgà holidays. She therefore committed suicide. Visàji Hari was sent

A. D. 1781-82.

कारकून पाठविले, त्यांणीं चौकशी करून अन्यायी यांजपासून गुन्हेगारी घेतली. हलीं विसाजी हरी सर्व गांवास पंचगव्य देऊन असामी पाहून पट्टी घेतात. येविशीं आज्ञा जाहली पाहिजे ह्मणोन; त्याजवरून हें आज्ञापत्र सादर केलें असे, तरी त्रिंबक मनाजी यास सर्वांबरोबर पंचगव्य देणें, पट्टी मना केली असे, तरी यास पट्टीचा तगादा न करणें ह्मणोन, विसाजी हरी यांस चिटणिसी. पत्र १.

सलास समानीन मया व अलफ जमादिलाखर ३०

८८८ (७६६)—कृष्णाजी उतेकर याणें कृष्णाजी महाडीक शिंपी, वस्ती कसबे पाली, याच्या कुणबिणी दोन, मौजे रतबगांव, तर्फ पाल हवेली, येथील नदीवर जिवें मारून आपण महाडास घरीं गेला, त्याचा पत्ता तुह्मीं लाऊन धरून आणून, किल्ले सरसगड येथें अटकेंत ठेविला आहे, त्यास हलीं तोफेचे तोंडीं द्यावयाची आज्ञा केली असे, तरी तोफेच्या तोंडीं देऊन उडवून टाकणें ह्मणोन, बाजी गोविंद यांचे नांवें. सनद १.

रसानगी यादी.

अर्बा समानीन मया व अलफ जमादिलावल २०

८८९ (८४०)—सदाशिव गणेश केळकर वस्ती वाडा फणसें, मौजे वाडें तर्फ खारेपाटण, तालुके विजेदुर्ग, याणें गोविंदभट पैठण, वस्ती वाडा मजकूर यांची कन्या गुणाजी गणेश केळकर, वस्ती मौजे वानिवडें, तर्फ मजकूर यास दिल्ही होती, ती जिवें मारली ह्मणून हुजूर विदित जाहलें; त्याजवरून येविशींची चौकशी करितां गुणाजी गणेश याची बायको मारल्याचा मुद्दा सदाशिव गणेश याजकडे लागू होतो; सबब यास कैद करून बरावर गाडदी निसबत राघो विश्वनाथ गोडबोले असामी ४ चार देऊन बिडीसुद्धां किल्ले वंदन एथें अटकेस ठेवावयाकरितां पाठविला असे, तरी किल्ले मजकुरीं पक्के बंदोबस्तानें अटकेस ठेऊन पोटास शेर शिरस्तेप्रमाणें देत जाणें ह्मणोन, नारो शिवदेव यांचे नांवें. सनद १.

रसानगी यादी.

---

from the Huzur to inquire into the matter. He fined the offenders and ordered that all the villagers should drink cow's urine to purify themselves and pay a cess imposed by him. Trimbak Mánáji complained to the Huzur. The cess was remitted but he was ordered to drink cow's urine to purify himself.

A. D. 1782-83.

(888) Krishṇáji Uṭekar killed two female servants of a tailor of Páli. He was ordered to be blown from a gun.

A. D. 1783-84.

(889) Sadáshiva Gaṇesh Keḷker of Wádá Faṇase in Mouze Wáde of Turf Kháre Pátaṇ in Táluká Vijedurg having murdered his brother's wife was sent to prison.

८९० (९०८)–बळवंतराव नरसी याचें घर कसबे खटाव, प्रांत मजकूर येथें आहे, त्यास त्याचे भाऊबंद वगैरे शें दीडशें लोक जमा होऊन मशारनिल्हेचा वाडा वेढून त्यास बाहेर काढिलें; व त्याचीं माणसें तोडिलीं, त्या जमावांत किल्ले वर्धनगड येथील लोक होते, ह्मणून कळोन आलें; त्याजवरून हें पत्र लिहिलें असे, तरी मशारनिल्हेचे बाडियावर लोक चालोन गेले. त्याची चौकशी मनास आणावी लागती. यास्तव त्या जमावांत किल्ले मजकूरचे लोक असतील त्यांस पाठवून द्यावें ह्मणून, परशराम श्रीनिवास पंडित प्रतिनिधी यांचे नांवें चिटणिसी.

सीत समानीन
मया व अलफ
मोहरम १९

पत्र १.

८९१ (९६१)–रखमी साळोखी इचा दादला लक्ष्मण साळोखा, वस्ती कसबे पुणें, हा गुणी कुणबीण दिंमत बच्याजी रामाजी कारकून निसबत चिटणीस इचा खून हडपसरचे रानांत करून खुन्यें पळोन गेले; त्यांत साळोखा मजकूर होता तोही पळोन गेला, त्याचें ठिकाण न लागे, याजकरितां रखमी मजकूर इजला सरकारांत धरून आणून हजीर जामीन घेणे, ह्मणोन तगादा केला असतां जामीन न मिळे, सबब किल्ले सिंहीगड येथें रखमीमजकूर इजला अटकेंत ठेवावयाकरितां गाडदी असामी सहा निसबत राघो विश्वनाथ याजबराबर पाठविली आहे, तरी किल्लेमजकुरीं बंदोबस्तानें अटकेंत ठेऊन पोटास शेर शिरस्तेप्रमाणें देत जाणे ह्मणोन, केशवराव जगन्नाथ यांचे नांवें.

समान समानीन
मया व अलफ
मोहरम १८

सनद १.

परवानगी रूबरू.

८९२ (१०५८)–सदाशिव गणेश केळकर, वाडा फणसें मौजे वाडें, तर्फ खारापाटण, तालुके विजयदुर्ग यांणीं हुजूर विनंती केली कीं गुणाजी गणेश तिवरेकर मौजे वानिवडे, तालुके मजकूर यांची स्त्री मारल्याचा आरोप मजकडे आला, सबब किल्ले वंदन येथें सरकारांतून मजला अटकेस

सलास तिसैन
मया व अलफ
सफर १९

---

(890) The Bháubands of Baḷwantrao Narsi of Khaṭáv numbering about a hundred and fifty, surrounded the house of Baḷwantrao, took him out and killed his men. Some men from the Wardhangaḍ fort were alleged to be implicated in the matter. The Pratinidhi was asked to send them to Poona for inquiry.

A. D. 1785-86.

(891) Laxmaṇ Sáḷokhá of Poona being concerned in the murder of a female servant absconded, and could not be found. His wife Rakhmi was therefore ordered to furnish security for her appearance when required but she was unable to do so. She was therefore sent to prison in Sinhgaḍ.

A. D. 1787-88.

(892) Guṇáji Gaṇesh Tiwrekar of Wániwade in Táluká Khárá-

दहा वर्षे ठेविलें होतें, त्यास हल्लीं मोकळें केलें; परंतु प्रायश्चित्त देऊन शुद्ध केलें नाहीं. याजकरितां स्वामींनीं कृपाळू होऊन जीवनमाफक राजदंड घेऊन, प्रायश्चित्त द्यावयाची आज्ञा करून, मजला दोषापासून मुक्त केलें पाहिजे ह्मणोन; ऐशीयास गुणाजी गणेश तिवरेकर याची स्त्री मारल्याचा आरोप केळकर मजकूर याजकडे आला होता, सबब याजपासून राजदंड व ब्रह्मदंड घेऊन सर्व शिष्ट सभेंत विध्युक्त प्रायश्चित्त देववून शुद्ध करून, हे पत्र सादर केलें असे, तरी तुह्मीं तालुके मजकूरचे ब्राह्मणांस ताकीद करून सदाशिव गणेश यांशीं अन्न व्यवहार करीत ते करणें, ह्मणोन चिटणिसी. पत्रें.

१ गंगाधर गोविंद तालुके विजयदुर्ग यांस.

१ समस्त ब्राह्मण तालुके मजकूर यांस.

७ न्यायखातें.

(ब) फौजदारी.

(अ) गुन्हे.

३ डाके.

८९३ (२३०)—आनंदराव त्रिंबक सुभेदार परगणे सुपें यांस सनद कीं, काळ्या वल्लद गंगाजी गोळा, वस्ती कसबे सुपें, हा बेरडांकडे चाकरीस राहून दरवड्यांत जात होता ह्मणोन तुह्मीं लिहिलें, ऐशास काळ्या मजकूर हा बेरडांमध्यें चाकर होता, सबब याचा शिरच्छेद करावयाची तुह्मांस आज्ञा केली असे, तरी काळ्या गोळ्याचा शिरच्छेद करणें ह्मणोन. सनद १.

सीत सबैन मया व अलफ रजब २४

रसानगी, मल्हारजी कामथा खिजमतगार दिंमत सखाराम भगवंत.

८९४ (२३१)—महादाजी नीलकंठ याचे गोटांतील बेलदार व पेंढारी यांणीं साल-

---

A. D. 1792-93. pátan had his wife murdered by Sadáshiv Ganesh Kelkar of Wáde in Táluká Vijayadurga who was imprisoned for the same for ten years. The latter was then released without being purified. He prayed Government to purify him, offering to pay a reasonable ~~sum as fine. His prayer was granted, two fines~~ (one to be paid to Government and the other to Bráhmans) being levied.

(3) Dacoity.

(893) Kályá walad Gangáji Gola of Supe was found to have served under Berads, joined Berads and to have accompanied them on their expedition for committing dacoity. He was therefore ordered to be beheaded.

A. D. 1775-76.

(894) The Beldárs and Pendháris in the camp of Mahádáji Nilkant

सीत सबैन मया व अलफ रजब ७ — गुदस्तां नबाबाचे लष्करांत लूट केली, सबब शहर ब्न्हाणपूर येथें मुलेंमाणसें सुद्धां अटकेस ठेविले आहेत. त्यांपैकीं दहा असामी जमातदार वगैरे मुख्य असतील ते ठेऊन बाकी सोडून देणें ह्मणोन, नारो कृष्ण यांचे नांवें.

सनद १.

रसानगी यादी.

८९५ (२३५)—महिपत्या मांग, मौजे उंदीरगांव, परगणे संगमनेर, येथें राहून मुलकांत दरवडे घालीत होता. त्याणें विठ्ठल शिवाजी यांचें कापड जालनापुराहून जात होतें, तें लुटून नेलें. त्याचा मुद्दा मांग मजकुराकडे लागला, सबब त्यास धरून आणावयास लोक पाठविले, तो महिपत्या पळोन गेला. त्याचीं माणसें व जमावाचे लोक सांपडले ते आणून नेवाशाचे गढींत अटकेस तुह्मीं ठेविले आहेत त्यांचीं.

सीत सबैन मया व अलफ साबान १०

कलमें.

१ डोचकीं मारणें. असामी.

१ संत्या महिपत्याचा भाऊ.

८ चाकर दरवड्याचे.

२ मौजे उंदीरगांव येथील.

१ महिम्या.

१ नवशा.

२

१ अर्जुन्या, मौजे आलेगांव, परगणे टेंबुरणी.

१ सोन्या, मौजे रोठेगांव तर्फ कडवलीत.

२ मौजे आंधूर, परगणे वैजापूर.

१ गोप्या.

१ येशा.

२

A. D. 1775-76. having plundered the camp of the Nawab in the preceeding year had been sent to prison. They were now ordered to be released with the exception of 10 principal persons, Jamátdars &c.

(895) Mahipatyà Máng used to reside at Undirgaum in Pargana Sangamner and to commit dacoities in the country. On one occasion he committed robbery of some cloth be-

A. D. 1775-76.

१ विठ्या, मौजे बिळवणी, परगणे वैजापूर.

१ उद्या, कसबे वैजापूर.

८

१ खंड्या, भिलाफी वाटेकरी, मौजे बहिरवाडी, परगणे नेवासें.

१०

कलम.

१ सोडून देणें, महिपत्याचीं माणसें.

असामी.

१ हरकी, त्याची बायको.

१ येशा पोर, उमर वर्षें १॥

२

कलम.

२

एकूण कलमें दोन लिहिलीं असेत. सदरहूप्रमाणें वर्तणूक करणें म्हणोन, रामचंद्र नारायण, परगणे नेवासें वगैरे महाल, यांचे नांवें. सनद १.

रसानगी यादी.

८९६ (२५३)–बाजीराव आपाजी, तालुके घोडप यांचे नांवें. सनद.

सीत सबैन मया व अलफ सवाल ११	१ तुह्मीं हुजूर विनंति केली कीं, गावज्या भिल वस्ती मौजे कसाबखेड, परगणा माणिकपुंज, याणें डोंगरहटीचे भिलासीं मिळोन परगणे मजकुरीं गांवगन्ना दंगा करून लुटलें, सबब

longing to Viṭhal Siváji, which was being brought from Jálnàpur. The robbery was traced to him and he was arrested. He however absconded. His men and confederates were then seized and the following orders were passed:—

(1) Mahipatyá's brother and Mahipatyá's eight servants who assisted him in his dacoities, and one person who was Mahipatyá's confederate and a sharer in his spoil were ordered to be beheaded.

(2) Mahipatyá's wife and child were ordered to be set at liberty.

(896) Gáwajyá Bhil of Kasábkheḍ in Parganá Mánikpunja, hav-

भिल मजकुरास धरून किल्ले धोडप येथें अटकेस ठेविला आहे ह्मणोन, त्याजवरून हे सनद सादर केली असे, तरी गांव लुटले त्यांत हा होता ऐसा पत्ता तुर्ती मनास आणून भिल मजकूर त्यांत होता ऐसें असल्यास मारून टाकणें ह्मणोन सनद.

८९७ (५०७)–येशवंतराव बिन संताजी संकपाळ पाटील, व बहिरो गणेश वगैरे कुळकर्णी मौजे चांदक, प्रांत वाई, याणें लक्ष्मण कान्हेर याच्या वाडियावर चाळीस पन्नास माणूस घेऊन येऊन, दंगा करून, बेकैदी केली; सबब पाटील मजकूर याचा हक्क व मळे व मिराशीचीं शेतें वगैरे असतील व कुळकर्णी याचें कुळकर्ण व ज्योतिषपण सरकारांत जफ्त करून जफ्तीची कमाबीस तुह्मांस सांगितली असे, तरी पाटीलकीचा हक्क व शेतें व मळे, वगैरे व कुळकर्णी याचें कुळकर्ण व ज्योतिषपणाची जफ्ती करून, जफ्तीचा आकार इमानें इतबारें करून, आकारा पैकीं तुह्मांस सालीना रुपये ७५ पाउणसे करार केले असेत, ते घेऊन बाकी ऐवज राहील तो सरकारांत पावता करून पावलीयाचा जाब घेत जाणें ह्मणोन, गोपाळ आपाजी कारकून, मार्फत मोरो हरी, यांचे नांवें. सनद १.

समान सबैन मया व अलफ सवाल १७

सदरीलप्रमाणें लक्ष्मण कान्हेर याचे नांवें सनद कीं, मशारनिल्हे अंमल करितील, तुह्मीं अडथळा न करणें ह्मणोन. सनद १.

२.

परवानगी राजश्री सखाराम भगवंत.

जनार्दन आपाजीच्या कीर्दीपैकीं.

८९८ (५१२)–बापूजी रघुनाथ कुळकर्णी, मौजे ब्राह्मणी, तर्फ राहूरी, परगणे

A. D. 1775-76.

ing attacked and plundered some villages in the Parganá, was arrested by the Kamávisdár and kept in the fort of Dhóḍap. It was ordered that if Gáwajyá's complicity in the crime was proved beyond doubt he should be beheaded.

(897) Yeshwantrao bin Santáji Sankpál Páṭil and Bahiró Gaṇesh Kulkarṇi and others of Chádak in Prânt Wái led an attack on the house of Laxmaṇ Kánher with the assistance of 40 or 50 persons. Their watans were therefore ordered to be attached.

A. D. 1777-78.

FROM JANÁRDAN APÁJI'S DIARY.

(898) Bápuji Raghunáth Kulkarni of Bráhmaṇi, Tarf Ráhuri in

समान सबैन मया व अलफ सवाल ३० संगमनेर, हा मांगास मिळोन दरवडे घालीत होता. त्याचे मुद्दे कुळकर्णी मजकूर याचे घरी निघाले, सबब त्याचें कुळकर्ण हिशाचें सरकारांत जफ्त करून हे सनद तुह्मांस सादर केली असे, तरी मौजे मजकूर येथील मशारनिल्हेचे हिशाचें कुळकर्ण जफ्त करून सदरहूचे उत्पन्नाचा आकार होईल तो प्रांत गंगथडी येथील हिशेबीं जमा करणें ह्मणोन, नरसिंगराव बल्लाळ यांचे नांवें'

छ. २० साबान. सनद १.

सदरील अन्वयें मोकदम मौजे मजकूर यांस. सनद १.

२.

रसानगी यादी.

८९९ (७१४)–कसबे बावधन, प्रांत वाई, येथें रामाजी गोविंद वाळंबेकर यांचे घरी दरवडा पडला, सबब कसबे मजकूरचे रखवालीचे वगैरे बेरड असामी ७ सात असामी धरून किल्ले परळी येथें अटकेंत ठेवावयास पाठविले आहेत. यांचे पायांत बेड्या घालून किल्ले मजकुरीं पक्के बंदोबस्तानें अटकेंत ठेवणें; आणि पोटास शेर शिरस्तेप्रमाणें देत जाणें ह्मणोन, बाळाजी नारायण यांचे नांवें.

इसन्ने समानीन मया व अलफ रमजान १२

सनद १.

रसानगी यादी.

७ न्यायखातें.

(ब) फौजदारी.

(अ) गुन्हे.

४ चोऱ्या व दरवडे.

जनार्दन आपाजीच्या कीर्दीपैकीं.

९०० (२४७)–येश्या व जावज्या बेरड, तुह्मी चोरीवर धरिले होते. त्यास बाजपूस

A. D. 1777-78. Pargaṇá Sangamner used to commit dacoities with the assistance of Mángs, and stolen property was found in his house. His watan was therefore attached.

(899) A dacoity having taken place at Báwdhan in Práut Wái, seven Rakhwáldárs of the village, of the Beraḍ caste, were arrested and sent to prison.

A. D. 1781-82

(4) Theft and robberies.

FROM JANÁRDAN APÁJIS DIARY.

(900) Two Berads arrested for theft died of the beating they

सीत सबैन मया व अलफ रमजान ३० — करितां न सांगत, ह्मणोन मार दिला याजमुळें मयत झाले, त्यास बेरडाची वस्तवानी त्याचे रुपये तुह्मांकडे येणें आहेत, ते याद तुह्मांपाशीं आहे, त्याप्रमाणें वसूल करून हुजूर पाठविणें ह्मणोन, भिकाजी आपाजी कारकून दिंमत पागा हुजूर यांचे नांवें. छ. ३ साबान. सनद १.

रसानगी यादी.

९०१ (२८५)–विश्वनाथभट पाटणकर वस्ती मौजे खेड, कसबे नेवरें, तालुके रत्नागिरी हा चोऱ्या करीत होता, ह्मणोन अटकेंत ठेविला. त्यास जामीन घेऊन सोडून द्यावा, तरी जामीन मिळेना, सबब तालुके मजकुराहून तुह्मीं हुजुर पाठविला, तो येऊन पोहोंचला, त्यास हल्लीं येथें वेदमूर्ती जनार्दनभट भिडे वस्ती मौजे महाबळ, तर्फ संगमेश्वर, तालुके मजकूर यांस विश्वनाथ भटांनीं फिरोन चोरी करूं नये, व कांहीं बदफैली करूं नये, काशीस जावें, याप्रमाणें जामीन घेऊन सोडून दिला असे ह्मणोन, महिपतराव कृष्ण तालुके मजकूर यांस, जाब १. सदरहूचा जामीन कतबा दप्तरीं असे छ. ४ सफर.

सीत सबैन मया व अलफ रबिलाखर १५

परवानगी रूबरू.

९०२ (३४६)–विसो दातार हा पुण्यांत लोकांचे घरीं चोऱ्या करीत होता त्यास धरून कैद करून तुह्मांकडे अटकेंत ठेवावयासी पाठविला आहे, यास किल्ले सोलापूर येथें पक्के बंदोबस्तानें ठेऊन पोटास शेर मध्यम प्रतीचा देत जाणें ह्मणोन, रामचंद्र शिवाजी, तालुके मजकूर यांचे नांवें परवानगी राजश्री बाळाजी जनार्दन फडणीस. रसानगी, पांडुरंग कृष्ण कारकून दिंमत अनंदराव काशी कोतवाल शहर पुणें छ. २८ रजब. सनद १.

सबा सबैन मया व अलफ रमजान २९

A. D. 1775-76. received at the hands of a kárkun in the Huzur Págá for not confessing their guilt. The kàrkun was ordered to send their property to Government.

(901) Vishvanáth Bhaṭ Pâṭaṇkar of Kheḍ in Táluká Ratnágiri being given to committing thefts was arrested and being unable to furnish security was sent by the District officer to the Huzur. Janárdan Bhaṭ Bhide stood surety for him, promising that he would not again commit theft or any other offence and that he would repair to Benáres.

A. D. 1775-76.

(902) Viso Dátár being given to committing thefts in Poona was sent to prison in fort Sholápur. The order was given by Báḷáji Janárdan and communicated to the writer of the order by a clerk of the Kotwál of Poona.

A. D. 1776-77.

९०३ (४२५)—गोपाळजी आंगरे यांजकडील चोरट्यांनीं लांजे महालांत उपद्रव
सबा सबैन मया व अलफ सफर २ — केला आहे, यास्तव लोकांस बक्षीस द्यावयास करून स्वारी पाठविली आहे, ह्मणोन लिहिलें, त्यास चोरांचा पत्ता पाहून पारिपत्य करणें. जो चोर धरून आणील त्यास कार्याकारण पाहून बक्षीस देणें ह्मणोन.
कलम १.

९०४ (६३६) कमावीस जप्ती बरहुकुम मुकुंदा भाट याणें श्रावण मासचे दक्षणेसमई
समानीन मया व अलफ शाबान २३ — रमण्यांत ब्राह्मणांचे वस्तभाव चोरली, सबब कैद करून त्याजवळ सनगें सांपडलीं ते गुदस्तां त्रिंबक मोरेश्वर कारकून दिंमत हशम, सनगें एकूण. आंख.

५	दुपट्टे धुवट फाटके	२
।·	टोपी डोईची छिटी	१
५।		३

९०५ (६८५)—गळी गुजर वगैरे वस्ती कसबे बारामती याचे घरचे चाकरांनीं भाई-
इह्दिदे समानीन मया व अलफ रमजान ६ — चंद गुजर वस्ती कसबे मजकूर याचे घरीं चोरी केली ते. असामी.

१ खेत्रू पवार.
१ राणु गावडा.
१ जोगु मचाला.

३

एकूण तीन असामी वस्तवानीसुद्धां सांपडले, ते तुह्मीं धरून गुजरांची वस्तवानी मांघारी देऊन कैद करून ठेविले आहेत; त्यांचीं शासनें करावयाची आज्ञा जाली पाहिजे, ह्मणोन

(903) Maháł Lánje being infested by robbers, order was issued
A. D. 1776-77. to trace and punish them, and permission was given to grant suitable rewards to those who might assist in arresting the offenders.

(904) Mukundá Bhát stole articles belonging to Bráhmins who
A. D. 1779-80. were assembled at Ramná for the purpose of receiving the Daxiná disbursed during the month of Shrávan. He was imprisoned, and clothes worth Rs. 5-4 found on him were confiscated.

(905) Three persons committed theft at the house of Bháichand
A. D. 1780-81. Gujar of Báramati and were arrested with the property stolen. Pándurang Báburao returned the property to

तुह्मांकडील आपाजी बाबाजी यांणीं हुजूर विनंती केली; त्याजवरून हे सनद तुह्मांस सादर केली असे, तरी सदरहू तीन असामींचीं शासनें एकेक हात तोडून सोडून देणें; आणि हुजूर लिहून पाठवणें ह्मणोन, पांडुरंग बाबूराव यांस. सनद १.

रसानगी, आपाजी बाबाजी दिमत पांडुरंग बाबूराव.

९०६ (८४४)—तालुके रत्नागिरी येथें शामल जंजीरकर याजकडील चोरांचा उपद्रव जाहला होता, याजकरितां लोक स्वारीस पाठविले, त्यास लोकांनीं चोर धरून आणिल्यास पन्नास रुपये बक्षीस द्यावयाचा करार केला, त्याप्रमाणें लोकांनीं चोर धरून आणिले, सबब सरकारांतून पन्नास रुपये बक्षीस द्यावयाची आज्ञा जाली पाहिजे ह्मणून तुह्मीं हुजूर विनंती केली; ऐशास शामलाकडील चोरटे धरावयाची मेहेनत लोकांनीं चांगली करून चोरटे धरिले, सबब बक्षीस एक साला रुपये पन्नास ५० रुपये द्यावयाचा करार करून हे सनद सादर केली असे, तरी सदरील पन्नास रुपयांची नांवनिशीवार लोकांस वांटणी करून, तालुके मजकूर येथील हिशेबीं खर्च लिहिणें ह्मणोन, महिपतराव कृष्ण यांचे नांवें. सनद १.

अर्बा समानीन मया व अलफ जमादिलाखर १६

रसानगी यादी.

९०७ (९०४)—कोंकणप्रांतीं चोरटे चोऱ्या करीत होते, त्यांस तुह्मीं धरून आणून चौकशी करून त्यांचे अपराध हुजूर लेहून पाठविले; त्याजवरून चोरांचीं पारिपत्यें करावयाचीं. बीतपशील.

सीत समानीन मया व अलफ मोहरम ८

२० डोकीं मारावयाचे. असामी.

१ माना म्हार वारूळकर वस्ती हाय तर्फ मरल माहाल.

१ सोना बिन गणोजी शेलार, वस्ती ढोकवलें, तर्फ हेळवाक.

१ कृष्णशेट बिन पांडशेट सोनार चिपळुणकर, हलीं वस्ती कसबे बामणोली, तर्फ मजकूर.

---

the owner and solicited orders for the disposal of the thieves. He was directed to cut off one hand of each of the offenders and to set them at liberty.

(906) A reward of Rs. 50 was offered for the capture of robbers residing in the territory of the Janjirkar who used to commit robberies in the Táluká of Ratnágiri. The robbers having been captured, the rewards were ordered to be paid.

A. D. 1783-84.

(907) The following sentences were passed on 58 persons (Mahárs, Sonárs &c.) who were concerned in thefts committed in the Konkan and whose cases were reported for orders:—

A. D. 1785-86.

१ लक्ष्मण बिन धोंडशेट सोनार, वस्ती येलें, प्रांत सातारा, संभशेट, व जान-
शेट सोनार तावीकर, यांचे घरचा पोर्गा.
१ बाळू बिन माहादजी पाकडा, वस्ती मौजे भेंडमगांव. प्रांत पनाळा.
१ देवा बिन बहिरू महार. वस्ती मौजे पांचगणी. तर्फ मरळी महाल.
१ गणा म्हार बिन हिरा काजुरलीकर हल्लीं वस्ती पाटण.
१ नाना म्हार बिन खंडा म्हार तळेकर हल्ली वस्ती मौजे उमरडें तर्फ मुरळी.
१ रघा बिन दुलबा म्हार वस्ती मौजे पाली तर्फ तांब तालुके व्याघ्रगड.
१ राया बिन धारा म्हार वस्ती मौजे उमेरडें तर्फ परळी.
१ जान्या बिन धारोजी हेमण वस्ती मौजे कुलकवाडी.
१ लख्या बिन देवजी राणीक, वस्ती मौजे कुलकवाडी.
१ भिका बिन कृष्णाजी बुटर्या, वस्ती कुलकवाडी.
१ सोना बिन ताना भोवड, वस्ती कुलकवाडी.
१ लक्ष्मण बिन बाळकोजी बुटर्या, वस्ती चिपळूण.
१ लक्ष्मण बिन बाळकोजी मोऱ्या, वस्ती मौज कुलकवाडी.
१ गोपाळ सावत देसाई, वस्ती मौजे मेढें. तर्फ फुणगुस.
१ कृष्णाजीराव खानवीलकर वस्ती मौजे बुडींयें. तर्फ फुणगुस.
१ लख्या कावल्या, वस्ती मौजे नारसिंगें तर्फ फुणगुस.
१ मादु रायकर वस्ती मौजे मेढें तर्फ फुणगुस.

२०

१३ उजवा हात व डावा पाय तोडावयाचे. असामी.

१ तान शेट सोनार वस्ती मौजे कुसबडें तर्फ पाटण.
१ होना लव्हार वस्ती मौजे ढोकवलें, तर्फ हेळवांकला.
१ महादजी बिन रुपाजी पाकडा, वस्ती मौजे भेडसगांव.
१ येसू बिन रुपाजी पाकडा वस्ती मौजे भेडसगांव.
१ गोदा बिन येसू पाकडा वस्ती मौजे भेडसगांव.
१ ताना म्हार बिन रामा म्हार पालकर, हल्लीं वस्ती मौज मरळी.
१ धाका बिन भिका म्हार वस्ती मौजे बिचोडी तर्फ हेलवाक.
१ जिवाजी बिचारा वस्ती मौजे हसोल हल्लीं वस्ती कुलकवाडी.
१ रघोजी पोर्गा निसबत वाजोजी शिंदे वस्ती कुलकवाडी.

---

20 Persons to be beheaded,

13 ,, to have the right hand and left leg cut off,

१ अंतशेट बिन बाळशेट सोनार वस्ती मौजे खडपवली तालुके चिपळूण.
१ रत्नोजी बिन रामजी कदम वस्ती मौजे कुलकवाडी.
१ नारशेट बिन दादशेट सोनार मुरुडकर, हल्लीं वस्ती कसबे पुणें.
१ लक्ष्मण बिन आपाजीराव सुर्वे, कुंभारखाणकर.

१३

१८ उजवा हात तोडावयाचे. असामी.

१ गोरखोजीराव इंदुलकर वस्ती मौजे कुसवडें तर्फ पाटण.
१ हणमंता इंदुलकर, वस्ती मौजे कुसवडें, तर्फ पाटण.
१ हिरोजी इंदुलकर, वस्ती मौजे कुसवडें, तर्फ पाटण.
१ बाळोजीराव इंदुलकर वस्ती मौजे कुसवडें, तर्फ पाटण.
१ गणसालवी वस्ती मौजे कुसवडें तर्फ पाटण.
१ लक्ष्मण बिन विठोजी शेलार ढोकवलकर वस्ती मौजे रासाटी, तर्फ पाटण.
१ सेका बिन भानजी मांगड्या वस्ती मौजे कुसवडें तर्फ पाटण.
१ सेका बिन आपाजी सेड्या, वस्ती मौजे धावडें, तर्फ मरळी.
१ रता बिन सोना म्हार, वस्ती मौजे सावरट, तालुके व्याघ्रगड.
१ माला बिन बिठा म्हार, वस्ती मौजे उंबरणें, तर्फ मरळी.
१ संता बिन हरनाक म्हार, वस्ती मौजे उंबरणें, तर्फ मरळी.
१ भाना बिन मामल, हल्लीं वस्ती मौजे हाय, तर्फ मरळी.
१ बाकू बिन नागोजी धावडा. वस्ती मौजे कुलकवाडी.
१ चिमा बिन उदाजी पाटील, वस्ती मौजे खडपवली, तर्फ चिपळूण.
१ कृष्णशेट बिन बाळशेट वस्ती. मौजे खडपवली, तर्फ चिपळूण.
१ लक्ष्मण बिन माणकोजी सालवी, वस्ती लवलें, तर्फ खेड.
१ हरी गुरव, वस्ती मौजे तिवरें, घेरा प्रचितगड.
१ रघा गुरव, वस्ती मौजे राई, तर्फ फुणगुस.

१८

४ उजवा हात व कान एक कापावयाचे असामी.

१ बहिरू शेलार, वस्ती मौजे कुसवडें, तर्फ पाटण.
१ भागा बिन भिका म्हार, दरेकर, हल्लीं वस्ती मौजे सावरट, तर्फ तांब.
१ सतू बिन धारोजी धामशा, वस्ती मौजे कुलकवाडी.

18 Persons to have the right hand cut off,

१ राजू बिन हिरोजी राणीक, वस्ती कुलकवाडी.

४

१ सोना बिन सता म्हार, वस्ती मौजे पापरडें, तर्फ मरळी, याचा उजवा हात व पाय तोडावा.

१ साना बिन ताना म्हार, वस्ती त्र्यांबवली, तर्फ (देव)रुख, याचा एक कान कापावा.

१ सभाजी बिन हरजी दुगणकर, वस्ती मौजे कुलकवाडी, तर्फ चिपळूण, बिशोभित करून फिरऊन मेक देऊन मारावा.

५८

एकूण अठ्ठावन असामीची सदरहू लिहिल्याप्रमाणें पारिपत्यें करणें ह्मणून, महिपतराव कृष्ण मामलेदार तालुके रत्नागिरी यांस. सनद १.

रसानगी यादी.

९०८ (९३१)—तालुके अंजणवेल येथें बंदीवान आहेत, त्यांचे पारपत्याची आज्ञा, जाहली पाहिजे ह्मणोन तुह्मी बिनंतीपत्र पाठविलें तें प्रविष्ट जाहलें त्यास. कलमें.

सबा समानीन मया व अलफ सवाल २३

मल्हार आपाजी व त्याचा पोरगा हुजुरून किल्ले बहिरवगड येथें अटकेस ठेवावयासी पेशजीं पाठविला, त्यास मल्हार आपाजी सर्दीमुळें आजार होऊन मृत्यु पावला; पोरगा अटकेस आहे ह्मणोन लिहिलें, त्यास पोर्ग्यास जामीन घेऊन सोडून देणें. कलम १.

येसा गुलाम निसबत रामचंद्रभट गद्रे, वस्ती मौजे पालशेत, तर्फ गुहागर, हा भटजीचें घरीं मनस्वी वर्तणूक करून कामकाज न करी, यास्तव त्याणी सोड दिल्ही, त्याणें मुलकांत ब्राह्मणाचे घरी दोन तीन बेळां चोऱ्या केल्या, सबब अटकेस ठेविला आहे, ह्मणोन लिहिलें. त्या चोऱ्या कोण

4 Persons to have the right hand and one ear cut off.

3 „ * * * *

(908) A slave, named Yesá, belonging to Rámchandrabhaṭ Gadre of Palset in Tarf Guhágar shirked work, and behaved impudently. Rámchandrabhaṭ therefore discharged him. The slave then began to commit thefts He was arrested and orders were solicited by the Mámlatdár of Anjanwel as to his disposal. Full details as to the places of thefts and the amount stolen in each case were called for, and the Mámlatdár was informed that on

A D 1786-87

ताना देवळ्या कुणबी, बस्ती मौजे आडुर, तर्फ गुहागर, याणें मौजे वलणेश्वर, तर्फ मजकूर, येथें फिरस्ती महारीण होती तिजबराबर बदकर्म केलें; सबब अटकेस ठेविला आहे ह्मणोन लिहिलें, त्यास याचें घर जफ्त करून वस्तभाव तालुके मजकूरचे हिशेबीं जमा करणें; आणि यास पोटास शिरस्तेप्रमाणें शेर देऊन इमारतीवर काम घेत जाणें. कलम १.

कोणते जागा, किती ऐवजपर्यंत केल्या, तें तपशीलवार लेहून पाठवणें. समजोन आज्ञा होईल त्याप्रमाणें करणें; तोंपर्यंत पोटास शेरशिरस्तेप्रमाणें देत जाणें; इमारतीचें काम घेणें. कलम १.

एकूण तीन कलमें सदरहू लिहिल्याप्रमाणें करणें ह्मणोन, त्रिंबक कृष्ण यांचे नांवें. सनद १.
रसानगी, त्रिंबक नारायण परचुरे.

७ न्यायखातें.

(ब) फौजदारी.

(अ) गुन्हे.

५ फसवणूक.

९०९ (५४१)–शहर पुणें येथील कोतवाली पेशजीं घासीराम सावळदास याजकडे होती, तेव्हां त्यांणीं रमाबाई ब्राह्मणीण बायको, चांभारगोंदेंकरीण, इजपासून सवाष्ण जेवावयास गेली ह्मणोन निमित्य ठेऊन पन्नास रुपये घेतले आहेत. त्यास रमाबाईकडे सवाष्ण जेवावयास गेली असें लागत नाहीं. याजकरितां हल्लीं रुपये ५० पन्नास माघारे द्यावयाचे केले असत; तरी मशारनिल्हेचें फाजील कोतवाली संबंधें सरकारांत आहे, त्यांपैकीं सदरहू पन्नास रुपये रद्द कर्ज लिहून रमाबाईस देविले असे. तरी देणें; आणि पावलीयाचें कबज घेणें. ह्मणोन आनंदराव कासी कोतवाल यांचे नांवें. छ. १२ जिल्हेज. सनद १.

समान सबैन मया व अलफ सफर २६

---

receipt of the information, final orders would be passed. A prisoner died of cold in the fort of Bahiravgad; his son who was also in prison was ordered to be released.

(5) Cheating.

(909) Gháshirám Sáwaldás who was formerly a Kotwál of Pooná, fined a Brahmin widow Rs. 50 for going to dine at another Brahmin's house under the pretence that her husband was alive. The Huzur considered that the charge was not proved and ordered the money to be refunded to her.

A. D. 1777-78.

७ न्यायखातें.

(ब) फौजदारी.

(अ) गुन्हे.

६ चोरीचा माल घेणें.

९१० (७२४)–अबदुल रहिमान जमादार, निसबत हुजूर हशम, यांणी हुजूर वि-
इसन्ने समानीन मया व अलफ सवाल १८
दित केलें की, लाड महमद व शेख चांद यांजपासून मीं चोरीचे दागिने विकत घेतले, सबब कसबे जुन्नर येथें माझें घर आहे त्याची जफ्ती बाळाजी महादेव यांणी करून वस्तभाव वगैरे बीतपशील.

नक्त रुपये १७	कापड	दागिनें.
सनगें एकूण किंमत अजमासें रुपये.		१ जामा बुट्टेदार.
१९। महंमुद्या ४		२ बासनें छिटी.
४ तिवट १		१ रुमाल.
१७॥ शेले ४		१ वळी.
९ लुगडें चंद्रकळा.		१ मूठ.
		१ कठाळ.
४९।।।		७
		बैल सर २

एकूण सत्रा रुपये नक्त व पावणेपन्नास रुपयाची सनगें, व सुमारे दागिने सात, व बैल दोन येणेंप्रमाणें किल्ले शिवनेरीस नेलें आहे; येविशी आज्ञा जाली पाहिजे ह्मणोन; त्याजवरून येविशीची चौकशी हुजूर मनास आणिता जमादार मजकूर याणें एकशेंवीस रुपयांचे दागिने चौघांस दाखऊन घेतले. चोरीचे असें ठावकें नाही. याप्रमाणें जालें, सबब याची जफ्ती केली आहे ते मोकळी करून हें पत्र सादर केलें असे, तरी सदरहूप्रमाणें वस्तभाव व घर कागदपत्र जफ्तीस ठेविलें आहे तें याचे हवाली करणें; व अबदुल रहिमान यास जामीन सदरीलविशी हुजूर घेतला, याजकरितां शिवनेरीस तुह्मीं जामीन घेतला आहे त्याचा कतबा माघारा देणें ह्मणोन, बाळाजी महादेव यांचे नांवें चिटणिसी. पत्र १.

---

(6) Receiving stolen property.

(910) Abdul Rahman's property was attached by Bálájí Mahádeo
A. D 1781-82
(officer of Junnar) on the ground that he has purchased stolen ornaments. Abdul applied to the Peshwá. It was found that Abdul purchased the ornaments publicly and in good faith. His property was therefore ordered to be released from attachment

७ न्यायखातें.

(ब) फौजदारी.

(अ) गुन्हे.

७ बनावट दस्तऐवज.

जनार्दन आपाजीच्या कीर्दींपैकीं.

९११ (४८६)—बाळाजी केशव करडेले, दिंमत गणपतराव विष्णु गद्रे, याणीं हुजूर विदित केलें कीं, कृष्णाजी सदाशिव, वस्ती मलगांव, परगणे निंबाईत, याणीं खोटी हुंडी भगवंत बहिरव थथे औरंगाबादकर, याचें नांवची राखले रावजी दामोदर, नामें जोग बाळकृष्ण हरी गद्रे निसबत त्रिंबकराव विश्वनाथ यास द्यावें, अशी लिहिली. त्याचा ऐवज हुंडीप्रमाणें आपण दिल्हा. पुढें थथ्यांची रुजवात होतेसमयीं बोलले कीं, हुंडी खोटी; आमचे दुकानची नव्हे; ऐवज घेतला नाहीं. तेव्हां त्याचा शोध करितां, कृष्णाजी सदाशिव यानें खोटी हुंडी लिहिली; त्याजवरून सरकारांतून ताकीदपत्रें दिल्हीं कीं, खोटी हुंडी लिहिली त्याणीं ऐवज द्यावा. असें असतां, कृष्णाजी सदाशिव ऐवजाचा निकाल करून देत नाहीं ह्मणोन; त्याजवरून हें पत्र सादर केलें असे, तरी तुह्मीं कृष्णाजी सदाशिव यास पागा असीउमरी येथें आणून त्याजपासून व्याजसुद्धां ऐवज घेऊन, त्यापैकीं सरकारची चौथाई घेऊन, हुजूर पागेचा हिशेबीं जमा करून बाकी ऐवज बाळाजी केशव याचा देणें. याशिवाय कृष्णाजी सदाशिव याजपासून साधेल ते गुन्हेगारी घेऊन, हिशेबीं जमा करून, हुजूर लेहून पाठवणें ह्मणोन, गंगाधर शंकर यांचे नांवें. छ. २६ जमादिलाखर, चिटणिसी. पत्र १.

समान सबैन मया व अलफ रजब ३०

९१२ (६५५) चिंतो रामचंद्र भोपटकर याणें कृत्रिमीं पत्रें हातानें शिक्के करून,

(7) Forgery.

FROM JANÁRDAN ÁPÁJI'S DIARY.

(911) Krishṇáji Sadáshiv of Malgám in Pargaṇá Nimbáyet forged a hundi and cashed it. He was ordered to pay back the amount fraudulently received of which one fourth was to be credited to Government, and to pay as large a fine as possible.

A. D. 1777-78.

(912) Chinto Rámchandra Bhopaṭkar, forged false documents and seals. He was therefore imprisoned in fort Sinhgad and orders were issued not to allow him access to pen paper and ink.

A. D. 1779-80.

समानीन मया व अलफ जिल्हेज २ — साधकांची खोटी पत्रें लोकास करून दिल्हीं, सबब त्यास किल्ले सिंहीगड येथें अटकेंत ठेवावयास पाठविला आहे, तरी शाई व लेखणी व कागद त्याजवळ न जाई असा पक्क्या बंदोबस्तानें अटकेंत ठेऊन पोटास शेर शिरस्तेप्रमाणें किल्ले मजकूरपैकी देत जाणें ह्मणोन, नारो महादेव यांचे नांवें. सनद १.

रसानगी यादी.

७ न्यायखातें.

(ब) फौजदारी.

(अ) गुन्हे.

८ जबरीचीं लग्नें.

जनार्दन आपाजीच्या कीर्दीपैकीं.

९१३ (२४१)—बापूजी आपाजी केळकर यांची कन्या दोहो सवा दोहो वर्षांची सदाशिवभट करमरकर, वस्ती सातारा, यांणी जबरदस्तीनें धरून नेऊन गोपाळ कृष्ण कानिटकर याचा पुत्र मुका, यास देऊन लग्न करविलें; आणि मुबदला गोपाळ कृष्ण कानिटकर यांची कन्या सदाशिवभटानीं आपल्या बंधूस केली. केळकराची कन्या दुसरी नवरी थोर असतां धाकटी कन्या धरून जबरदस्तीनें नेऊन लग्न लाविलें, सबब करमरकर व कानिटकर या उभयतांचे घरांस बहिष्कार घालणें, व त्यांची घरें वस्तभावसुद्धां जप्त करणें; दोघांचे घरास बहिष्कार घालून जप्ती केल्याचें सविस्तर हुजूर लेहून पाठविणें ह्मणोन. सनदा.

सीत सबैन मया व अलफ रमजान ३०

१ कृष्णराव अनंत, मुक्काम सातारा, यांस कीं, सदाशिवभट करमरकर, याचे घरास बहिष्कार घालणें; आणि घर वस्तभावसुद्धां जप्त करणें, व ज्या गांवीं मुलीचें लग्न लागलें तेथील जोशी उपाध्ये यास आणून हुजूर पाठविणें ह्मणोन.

---

(8) Forced marriage.

FROM JANÁRDAN ÁPÁJI'S DIARY.

(913) Sadáshiv Bhat Karmarkar of Satárá forcibly took away a daughter of Bápuji Apáji Kelkar, aged two years or two years and a quarter, and married her to Gopál Krishna Kánitkar's dumb son and in return for this service Gopál Krishna's daughter was married to Sadáshiv's brother. Bápuji Apáji had another elder unmarried daughter, and the marriage of the younger daughter was therefore improper. Sadáshiv's and Gopál's families were

A. D. 1775-76.

१ श्रीनिवास शामराव कमाविसदार, प्रांत कराड यास कीं, गोपाळ कृष्ण कानिटकरास, धाकटी कन्या धरून आणली, असें कळलें असून तिचें लग्न आपल्या पुत्राशीं केलें, सबब कानिटकराचें घरास बहिष्कार घालणें; आणि घर वस्तभाव देखील मौजे टेंबू, प्रांत मजकूर येथें इनाम जमीन आहे, ते वगैरे जें कानिटकराचें असेल त्यासुद्धां जप्त करणें ह्मणोन.

२

रसानगी यादी, छ. १४ साबान.

९१४ (५६४)–हरी महादेव करमरकर, वस्ती कसबे बीरवाडी, तर्फ मजकूर, यांचे वंधूची कन्या नवरी आहे. तीस त्रिंबक धारप याणें धरून रानांत नेली, त्याजबद्दल येस जोशी उपाध्ये तर्फ मजकूर, व आबाजी बाबाजी धारप हे उभयतां रानांत जाऊन तिशीं त्रिंबक धारप याचें लग्न लाविलें, ऐसें येस जोशी व आबाजी बाबाजी ह्मणतात ह्मणोन हुजूर विदित जालें. त्याजवरून मनास आणतां मूल धरून नेली, तिचें लग्न येस जोशी यांणीं रानांत लाविलें, हा महद् अन्याय केला, सबब त्यांचें वतन जप्त करावयाविशीं हे सनद सादर केली असे, तरी मशारनिल्हेचें तर्फ मजकूरचें ज्योतिष व उपाध्येपण सरकारांत जप्त करणें; आणि सरकारदलाईत पाठविले आहेत, यांजबरावर त्रिवर्गांस हुजूर पाठऊन देणें म्हणोन, कृष्णाजी रामचंद्र तर्फ बीरवाडी यांचे नावें. छ. २४ रबिलाखर. सनद १.

समान सबैन मया व अलफ जमादिलावल ८

रसानगी यादी.

९१५ (६८०)–सदाशिव नागनाथ यांणीं हुजूर विदित केलें कीं, आपण मौजे

---

therefore excommunicated and their property was ordered to be attached. The Joshis and priests officiating at the marriage were also summoned to the Huzur.

(914) Government was informed that Trimbak Dhárap of Birwádi in Táluká Birwádi forcibly took away Hari Mahádev Karmarkar's daughter outside the village and there married her. A certain Joshi officiated as priest and Abáji Bábáji Dhárap was with him. The officer of Birwádi was informed, that the offence was very serious, and was directed to attach the Joshi's watan and to send the three offenders to the Huzur.

A. D. 1777-78.

(915) Sadáshiv Nágnáth, an inhabitant of Anantgaum in Parganá Ambe Jogái went on a pilgrimage to the Godávari, leaving his wife and daughter at home. Náro Báwáji

A. D. 1779-80.

समानीन मया व अलफ जमादिलावल ५

अनंतगांव, परगणे आंबेजोगाई, येथें वस्तीस राहतों. त्यास गुदस्ता जेष्ठमासीं आपण सिंहस्थास गोदास्नानास गेलों, घरीं कुटुंब होतें; व आपली कन्या लग्न करावयाची मूल होती. त्यास नारो बावाजी व केसो बावाजी कुळकर्णी आंबेकर, यांणीं आपण घरी नाही ऐसी संधी पाहून जेष्ठ शुद्ध सप्तमीस अस्तमानीं दहा प्यादे व शेषंभट आंबेकर ऐसे आणून आमचे घरी मारामार करून मुलीस धरून शेजारी सटवाजी पाटील मौजे मजकूर, याचे आंगणांत नेली. तेंच दिवशी त्या पाटिलाची भावजई मेली होती, तशीच मुलीस त्याचे आंगणांत उभी करून नारो बावाजी यांणीं आपले आगावरील पांगरूण मधी धरून केसो बावाजी एकीकडे उभा राहिला, व एकीकडे मुलीस उभी केली, आणि शेषंभटानें मंगलाष्टकें म्हणोन, मुलीचे गळ्यांत मंगळसूत्र बांधोन, नाक टोंचोन, नथ घालून, मुलीस सोडून दिल्ही, आणि ते निघोन गेले. त्यास ब्राह्मणाचें लग्न नांदी श्राद्ध, सप्तपदी इत्यादिक कोणताही विधी केला नाही, ह्मणोन. ऐसीयास केसो बावाजी कुळकर्णी याणें सदाशिव नागनाथ यांचे कन्येस धरून नेऊन शेषभटास नेऊन लग्नाचा विधी पुर्ता न करितां मंगळाष्टकें मात्र ह्मणोन मंगळसूत्र बांधोन नाकांत नथ घालून सोडून दिल्ही, याप्रमाणें अविधिकर्म जाहालें, तेव्हां तुह्मीं कुळकर्णी मजकुरास व शेषंभटास व आणीक या कर्मात होते त्यांस बहिष्कार घालून, जाहालें वर्तमान हुजूर लेहून पाठवावें तें न केलें, हे कोण गोष्ट ? हल्लीं हें पत्र लिहिलें असे, तरी याउपरी ज्यांणीं सदरहूप्रमाणें केलें त्यांस बहिष्कार घालून घडला प्रकार चौकशी करून हुजूर लिहून पाठवणें ह्मणोन, समस्त ब्राह्मण क्षेत्र आबेंजोगाई, यांचे नांवें. पत्र १.

मालोजी नाईक बावळे, यास सदरहू अन्वयें पत्र की, येविशीं पेशजी तुह्मांस सरकारचें पत्र सादर जाहलें असतां येविशींचें वर्तमान चौकशी करून लेहून पाठविलें नाही. याउपरी कोणाची रुरयात न करितां चौकशी करून, कुळकर्णी यास व शेषभटास वगैरे या कामांत

---

and Keso Báwáji, taking advantage of his absence, entered Sadáshiv's house and with the assistance of 10 peons, whom they had hired for the purpose, forcibly carried away the daughter. They took her into the compound of Satwáji Pátil of the village, and made her stand before Keso, Náro holding a cloth between them. Sheshambhat chanted the hymns sung on occasions of marriage, tied the auspicious thread round the girl's neck and put an ornament on her nose. They then set the girl free and went away. Her father on his return represented the matter to the Peshwa. The Brahmin community of the sacred place of Ambe Jogái was reprimanded for not having reported the facts to Government. The community was now directed to excom-

असतील त्यांस ब्राह्मणांकडून बहिष्कृत करऊन, चौकशीचा मजकूर तपसीलवार लिहून कुळ-कर्णी व शेषंभट यांस सरकारचे दलाईतांबरोबर हुजूर पाठविणें ह्मणोन. पत्र १.

२

एकूण दोन पत्रें चिटणिसी दिल्हीं असत.

९१६ (७५९)—निंबाजी गोसावी ब्राह्मण, वस्ती मौजे खरडी, परगणे कासेगांव, यांणीं हुजूर विदित केलें कीं, आपण आपले स्त्रीस व कन्येस घेऊन आपले सासऱ्याचे घरीं, मौजे कामथी, परगणे मनरूप येथें गेलों होतों. त्यास तेथील कुळकर्णी योगेश्वर शामजी, यांणीं जबरदस्तीनें आमची कन्या धरून नेऊन वाड्याचीं कवाडें लाऊन आपले पुत्राशीं लग्न करावयाचें योजून गांवकरी जोशी जमा करून लग्न करावें असें ह्मणों लागला. त्यास गांवकरी न करीत, व आपला भाऊ माणकोबा यांणीं दगड घेऊन आपणांस मारून घेतलें, तेव्हां आमचे कन्येस सोडून दिल्हें. त्याजवर आह्मीं आपले कन्येचें लग्न करण्यास जातों तेथें कुळकर्णी मजकूर अडथळा करितो, लग्न करूं देत नाहीं, मूल थोर जाली, याजकरितां त्यास ताकीद जाली पाहिजे ह्मणोन; त्याजवरून हें पत्र तुह्मांस सादर केलें असे तरी येविशींचें वर्तमान तुह्मीं मनास आणून एक वेळ लग्न जाहलें नसलियास, गोसावी मजकूर आपली कन्या दुसरे वरास देईल त्यास देऊं देणें. कुळकर्णी जबरदस्तीनें लग्न लावीत होता, असें असलियास त्याजपासून गुन्हेगारी सरकारांत घेऊन जमा करणें ह्मणोन, चिंतो रामचंद्र कमाविसदार, क्षेत्र पंढरपूर, दिंमत परशराम रामचंद्र यांचे नांवें चिटणिसी. पत्र १.

इसन्ने समानीन मया व अलफ जमादिलाखर १६

---

municate Náro, Keso and Sheshambhaṭ and to report the facts of the occurrence in detail after inquiry.

(916) Nimbáji Gosávi, a Brahmin of Khardi in Parganá Kásegaum, complained that he had gone to his father-in-law's house at Kámṭhi in Parganá Manrup, with his wife and daughter, that while there Yogeshwar Shámji, the kulkarṇi of the village, forcibly took his (Nimbáji's) daughter away to his house, closed the doors and collected the priests with a view to marry the girl to his son, that however as the villagers objected and as Nimbáji's brother struck himself with a stone, Yogeshwar released the girl, and that he was now obstructing the marriage of the girl with another person. Nimbáji therefore prayed that Yogeshwar might be ordered to desist from doing so. The Kamávisdár of Pandharpur was directed to inquire into the matter and to allow Nimbáji, in case his daughter had not already been married, to give her in marriage to any person he chose. He was further directed to fine Yogeshwar, if the allegations made against him were found to be correct.

A. D. 1781-82.

९१७ (९३७)—मल्हार भवानी भींगोरे, मौजे खाबसवाडी, तर्फ लांजे, परगणे धारूर, यांणीं हुजूर विदित केलें कीं, बयाजी दत्ताजी ठाकूर देशमूख कळंबकर, व राणोजी बिन सुलतानजी शेळका पाटील व विठू तेली कारभारी मौजे मजकूर, या त्रिवर्गांनीं आपणांस व आपले स्त्रीस कैद करून मारामार केली. बहुत तसदी देऊन आह्मांस ह्मणों लागले कीं, आह्मीं तुझे मुलीचें लग्न लावितों. तेव्हां आपण उत्तर केलें कीं, मूल लहान तीन वर्षांची आहे, या समयीं लग्न करावयासी योग्य नव्हे. ह्मणोन आपण बोलतांच मजला मारिलें; आणि गांवांतील गोविंद धोंड्या, उदमी ब्राह्मण, मीठ विक्या, उमर वर्षे पंचेताळसाचा, याजला आणून उभे केलें. आह्मीं त्यास पाहतां बहुत अनर्थ करून द्वाही दुराई केली, तेव्हां आह्मां उभयेतांस कमच्या मारून बेदम केलें. आपण बेदम पडलों असतां त्या दोहों चहूं घटकांत लग्न लाविलें ह्मणोन त्रिवर्ग बोलों लागले. आह्मीं यासी दृष्टीनें पाहिलें नाहीं, अशी जबरदस्ती आह्मांवर केली. येविशींची वाजवी चौकशी होऊन, ज्याणें आह्मांवर जबरदस्ती केली आहे त्याचें पारपत्य करून आमचे मुलीचें लग्न येथाविधी करऊन दुसऱ्या वरास द्यावयाची आज्ञा केली पाहिजे ह्मणोन; त्याजवरून हें पत्र सादर केलें असे, तरी येविशींची चौकशी मौजे मजकूरचे व भोवरगांवचे ब्राह्मण जमा करून त्यांच्या जबान्या लेहून घेऊन, त्या जबान्यांवरून या ब्राह्मणावर जबरदस्ती करून लग्नाची अविधी केली, असें जाहालें असल्यास हल्लीं या मुलीचें विधियुक्त दुसरें लग्न करऊन, ज्यांनीं याजवर जबरदस्ती केली आहे त्यांचें पारपत्य येथास्थित करून, गुन्हेगारी घेऊन हुजूर पाठवणें. तेथें विल्हेस न लागे तरी जबान्यासुद्धां

सबा समानीन मया व अलफ मोहरम १५

---

(917) Malhár Bhawáni Bhingore of Khábaswáḍi in Tarf Lánje in Parganá Dhárur complained that the Deshmukh Páṭil and Kárbhári of his village arrested and beat him and his wife and pressed him to allow them to marry his daughter to a man of their selection. The girl was three years old and Malhár urged that she had not reached marriageable age. The Deshmukh and other persons thereupon called Govind Dhonḍyá, a Brahmin trader in salt, aged 45, and declared that they would marry the girl to him. Malhár and his wife strongly protested against the marriage but to no purpose. The Deshmukh and others beat Malhár and his wife so severely that they fell down and lay unconscious for about 2 hours. When they came to their senses, they were told that the marriage had been celebrated. Malhár therefore prayed that an inquiry might be made, and that he might be permitted to marry the girl to another bride-groom. The Kamávisdár of Paiṭhan was ordered to investigate the matter, and if he found that the marriage

A. D. 1786-87.

हुजूर पाठवणें ह्मणोन, सदाशिव विठ्ठल कमाविसदार, मोकासी परगणे पैठण, दिंमत मानसिंगराव सोळसकर, यांचे नांवें चिटणिसी. पत्र १.

७ न्यायखातें.

(ब) फौजदारी.

(अ) गुन्हे.

९ बदकर्म.

९१८ (७०३)—जनोजी डावरा, मौजे धोलवड, तर्फ हवेली, प्रांत जुन्नर, याची बायको अहिली, हिणें देवजी बिन खंडोजी चिंचवडा, वस्ती मौजे मजकूर, याजवळ बदकर्म केलें, सबब देवजी मजकूर याजपासून तुह्मी गुन्हेगारी घेऊन, याचे बायकोस अटकेस ठेविली आहे. तिचें पारिपत्य जाहालें नाहीं, ह्मणोन, डावरा मजकूर याणें हुजूर अर्ज केला, त्याजवरून हे सनद तुह्मांस सादर केली असे, तरी राणोजी शेलार खिजमतगार, निसबत खास जिलीब, दिंमत संभाजी धांईरीकर, यास पाठविला आहे, याचे गुजारतीनें अहिलीचें नाक कापून सोडून देणें; आणि हुजूर लिहून पाठवणें, ह्मणोन, बाळाजी माहादेव मामलेदार तालुके शिवनेर यांचे नांवें. सनद १.

इसन्ने समानीन मया व अलफ रजब १६

रसानगी यादी.

९१९ (८९१)—जानकी लगडीण, इणें बदअंमल केला, सबब किल्ले विसापूर येथें अटकेस ठेविली आहे, तीस सोडावयाविशीं तिचा बाप शिवजी गाइकवाड, याणें हुजूर अर्ज केला; त्याजवरून तिणें बदअंमल करूं नये, याप्रमाणें शिवजी मशारनिल्हे यास जामीन घेऊन सोडावयाची आज्ञा केली असे, तरी तिजला सोडून देऊन शिवजी मशारनिल्हे याचे हवालीं करणें ह्मणोन, भिकाजी गोविंद यांचे नांवें. सनद १.

सीत समानीन मया व अलफ साबान. १३

परवानगी रूबरू.

---

had been celebrated without the usual ritual, to get the girl married to another person, and to inflict an adequate punishment on the offenders.

(9) Adultery.

(918) Ahili, wife of Janoji Ḍrâwarâ of Dholwaḍ in Prânt Junnar committed adultery with Devji Khanḍoji Chinchawḍâ. Devji was fined and Ahili was sentenced to have her nose cut off and then to be set at liberty.

A. D. 1781-82.

(919) Jânki Lagaḍin was imprisoned at fort Visâpur for adultery. Her father Shiwâji Gâikwâḍ prayed for her release. His prayer was granted on his standing surety for her future good conduct.

A. D. 1785-86.

९२० (११०८)—काशी कोम त्रिंबकजी चवाण, वस्ती कसबे नेवासें, इणें आपला
खमस तिसैन मया व अलफ जिल्हेज १ दादला व घरदार सोडून पुण्यांत येऊन बदकर्म करीत होती, सबब किल्ले सरसगड येथें अटकेस ठेवावयास बरोबर गाडदी, निसबत राघो-विश्वनाथ याजकडील देऊन पाठविली असे, तरी किल्ले मजकुरीं कैदेंत ठेवणें, तेथें कोणाशीं बदकर्म करूं नये; व कोणी निसबतीस घेऊन आपले घरीं नेऊन काम काज करऊं नये, किल्ले मजकूरचे इमारतीचें वगैरे काम घेऊन पोटास शेर शिरस्ते-प्रमाणें देत जाणें ह्मणोन, गोविंद बाजी यांचे नांवें. सनद १.

रसानगी, राघो विश्वनाथ गोडबोले.

७ न्यायखातें.

(ब) फौजदारी.

(अ) गुन्हे.

१० भूमिगत द्रव्य.

नारो आपाजीच्या कीर्दीपैका.

९२१ (१९५)—कसबे सिन्नर येथें जावजी पाचोरा कुणबी याजकडें ठेवणें सांपडलें,
खमस सबैन मया व अलफ रबिलाकर ५ त्याची चौकशी करितां ठेवणें सांपडलें तें काढून नेलें, थांग लागों देत नाहीं, ह्मणोन तुह्मांकडील कारकुनांनीं हुजूर विदित केलें; त्याजवरून हुजूरून त्याचे चौकशीस सदाशिव बाबाजी कारकून शिलेदार पाठविले आहेत. त्यांस, व समागमें प्यादे आहेत त्यांस रोजमरा. रुपये.

१५ सदाशिव बाबाजी यांस रोजमरा एकमाही, छ. १ रबिलावलचा.

१२ प्यादे दिंमत अबदुला यांस रोजमरा दुमाही, छ. १ सफरचा.

---

(920) Káshi kom Trimbakji Chaváṇ of Newáse left her husband
A. D. 1794-95. and was living in adultery in Poona. She was therefore sent to prison in fort Sarasgaḍ.

(10) Treasure-trove.

FROM NÁRO ÂPÁJI'S DIARY.

(921) Government was informed that some treasure had been
A. D. 1774-75. found by Jáwaji Páchorá, kuṇbi of Sinner, but that no trace of it could be discovered. Sadáshiv Bábáji kàrkun Silledár was therefore sent from the Huzur to inquire into the matter.

६ देवजी वल्लद रामजी.

६ रघोजी वल्लद कुसाजी.

१२

एकूण सतावीस रुपये रोजमरा एकमाही, व दुमाही सदरहू तेरखांचा हुजूर पावला आहे. पुढें ठेवीची चौकशी होऊन ठिकाण लागे तों रोजमरा एकमाही व दुमाही भरल्यास तालुके पटापैकीं देणें ह्मणोन, बाळकृष्ण केशव यांचे नांवें. छ. १४ रबिलावल. सनद १.

रसानगी यादी.

९२२ (२६९)—मौजे खडकवासलें तर्फ हवेली पुणें कर्यात मावळ, येथील मोकदमांनीं सरकारचे आज्ञेशिवाय मौजे मजकूरचे रानांत ठेवणें खणावयास गेले; त्याची चौकशी हुजूर मनास आणितां, ठेवणें यांस सांपडलें नाहीं, परंतु सरकारचे आज्ञेशिवाय हे ठेवणें आणावयास गेले, सबब सहाशें रुपये गुन्हेगारी यांजकडे करार केली, याचा भरणा हुजूर होईल, तुह्मीं ठेवण्याविशीं मौजे मजकूरचे मोकदमांस उपसर्ग न लावणें ह्मणोन, आनंदराव जिवाजी यांचे नांवें चिटणिसी. पत्र १.

सीत सबैन मया व अलफ मोहोरम १

९२३ (७४६)—शामराव मुरार याची हवेली किल्ले मुल्हेर येथें आहे, त्यांत द्रव्य आहे; त्याचा शोध करून जमीन खणून द्रव्य सांपडेल त्यापैकीं निमे शामराव यास द्यावें; व निमे सरकारांत घ्यावें ह्मणोन, राघो अनंत दिंमत मजकूर यांणीं हुजूर विनंती केली; त्याजवरून श्रीनिवास त्रिंबक कारकून, व खिजमतगार असामी दोन तुह्मांकडे पाटविले आहेत, तरी बेलदार वगैरे माणसें लागतील तीं देऊन, राघो अनंत जागा दाखवितील तेथें तुह्मीं जवळ उभें राहून जमीन खणून माल निघेल तो बंदोबस्तीनें काढणें. जो माल निघेल त्यापैकीं निमे शामराव मुरार यास द्यावा, निमे सरकारांत घ्यावा; याप्रमाणें करार केला असे, तरी जो माल निघेल तो हुजूर लेहून पाठवणें, आज्ञा होईल त्याप्रमाणें करणें ह्मणोन, रामचंद्र कृष्ण, तालुके मुल्हेर, यांचे नांवें. सनद १.

इसन्ने समानीन मया व अलफ रबिलाखर ६

---

(922) The Mokadams of Khadakwásle in Turf Haveli, Poona, Karyát Máwal, having dug for treasure in the village lands, without the permission of Government were fined Rs. 600 though no treasure was found.

A. D. 1775-76.

(923) Rágho Anant, a servant of Shámrao Murár, represented that treasure was hidden in Shámrao's house at fort Mulher and prayed that it might be dug up and one half given to Shámrao, the other half being taken by Govern

A. D. 1781-82.

शामराव मुरार यांचे नांवें सनद कीं, जो माल निघेल त्यापैकीं निमे तुम्हांस बक्षीस करून निमे सरकारांत घेतला जाईल, खातरजमा असो देणें ह्मणोन. सनद १.

२

एकूण दोन सनदा दिल्या असेत, रसानगी यादी.

७ न्यायखातें.

(क) फौजदारी.

(अ) गुन्हे.

११ जादूगिरी.

९२४ (१७)—बाळाजी महादेव कारकून, निसबत दफ्तर, यांणीं विदित केलें कीं, आपले स्त्रीस कोंकणांतील भुतें लागून बाधा जाहली आहे. त्याजकरितां कोंकणांत मौजे देवघर, तर्फ देवरुख, तालुके रत्नागिरी येथें जाऊन देवापाशीं सहा महिन्याचा गूण मागितला, त्याप्रमाणें सहा महिने निक्षून गूण पडिला; परंतु उपद्रव कोणाकडून होतो याचें ठिकाण लागलें पाहिजे त्यास चौगांवच्या देवाच्या दाखल्यानें ज्याचें भूत निवडेल तें त्याचे पदरीं घालून उपद्रव न होय तें करणें; आणि भुताळ्यापासून गुन्हेगारी घेणें ह्मणोन, महिपतराव कृष्ण यांचे नांवें चिटणिसी छ. २१ रमजान. पत्र १

अर्बा सबैन मया व अलफ रमजान ३०

९२५ (२४)—परशराम जिवाजी डोंगरे मौजे केळें, तर्फ केळें माजगांव, यांणीं हुजूर

---

ment. The prayer was granted and the officer of Mulher was directed to cause the spot shown by Rágho to be dug up and to report the result.

(11) Practice of witchcraft and sorcery.

(924) Báḷáji Máhádeo, a karkun in the Daftar, represented that his wife had been possessed by an evil spirit in the Konkaṇ, that he had prayed the deity of his village Dewaghar, in Tarf Devrukh in Táluká Ratnágiri, that she might be cured within 6 months and that she had been cured accordingly within the 6 months. He requested that inquiries might now be made to find out who caused the evil spirit to possess his wife. Orders were issued accordingly to find out and fine the offender and to take steps to stop further trouble.

A. D. 1773-74.

(925) Parashrám Jiwáji Ḍongre of Keḷe in Tarf Keḷe Májgaum,

अर्बा सबैन मया व अलफ जिल्काद ३० विदित केलें कीं, आमचे घरीं भूताची पिडा होऊन बहुत नाश झाला. येविशींची चौकशी थळी पडथळीं करितां बाबू महादेव डोंगरे, मौजे मजकूर यांणीं देवास माजुका केल्या; व भुतें घातलीं असें निघालें; त्याप्रमाणें गांवकरी यांचे गुजारतीनें त्यांचे पदरीं भुतें घातलीं असतां सुरळीतपणें वारीत नाहीं ह्मणोन, त्याजवरून तुह्मीं चौदेवास पडथळें नेमून पडथळीं ज्याचें भूत निवडेल त्यापासून वारऊन यांस फिरून उपद्रव न लागे तें करून जामीन घेऊन अन्यायाप्रमाणें गुन्हेगारी घेऊन सरकार हिशेबीं जमा करणें ह्मणोन बाजी महादेव यांचे नांवें छ. सवाल चिटणिसी. पत्र १.

नारो आपाजीच्या कीर्दीपैकीं.

९२६ (१७१)—तालुके अंजणवेल, व तालुके सुवर्णदुर्ग, येथील भुताळ्यांची चौकशी करून बंदोबस्त करावयाचें काम बाजी राम यांजकडे सांगितलें आहे, त्यास बंदोबस्ताचे कामकाजास तुह्मांकडून तालुक्यापैकीं शिपाई देविले असत, तरी नेहमीं नेमून देणें, व भुताची चौकशी गांवगन्ना फिरोन करावयाची आज्ञा मशारनिल्हेस केली आहे, हे गावगन्ना फिरोन पेशजी सरसुभाहून कलमबंदीचा जाबता करून दिला आहे, त्याप्रमाणें चौकशी करतील, त्यांस करूं देणें ह्मणोन. छ. २४ जिल्काद. सनदा.

खमस सबैन मया व अलफ मोहरम ६

१ कृष्णाजी विश्वनाथ तालुके अंजणवेल यांस शिपाई असामी ३ तीन देणें ह्मणोन.

१ मोरो बापूजी तालुके सुवर्णदुर्ग यांस शिपाई असामी ३ तीन देणें ह्मणोन.

—

२

रसानगी यादी.

A. D. 1773-74. respresented that there being much sickness in his family due to the influence of evil spirits, he made inquiries at several sacred places and found that the evil spirits were sent by Bábu Mahádeo Dongre. He further stated that though the fact was brought home to Bábu in the presence of the villagers he did nothing to call away the spirits. Báji Mahádeo was therefore directed to institute inquiries to fine the offenders, to cause the evil spirits to be driven out, and to take security from the offender, binding him to abstain from such acts in future.

FROM NÁRO ÁPÁJI'S DIARY.

(926) A kárkun Bájirao was appointed to move about in the Tálukás of Anjanwel and Suwarnadurga and make inquiries regarding persons possessing power over evil spirits. Two kárkoons from the Tálukás and some peons were deputed to assist him.

A. D. 1774-75.

तालुके सुवर्णदुर्ग, व तालुके अंजणवेल, येथील भुताळ्याचे बंदोबस्ताचें काम तुम्हांकडे आहे, त्याचे कामकाजास सदरहू दोन तालुक्यांपैकीं दोन कारकून व दहा लोक देविले होते, त्यांपैकीं कांहीं दिले व कांहीं न दिल्हे; त्यास हल्लीं गांवगन्ना फिरोन चौकशी जाहली पाहिजे, यास्तव दोन तालुक्यांपैकीं लोक असामी सहा देविले असत. त्यांशिवाय जदीद असामी पांच करार केले, त्यांस मोईन वगैरे.

कारकून असामी १ मोईन सालीना रुपये ५०	प्यादे असामी ४ दरमहा दर असामीस आकरमाही शिरस्ता रुपये ४ प्रमाणें दरमहा रुपये १६.

एकूण असामी पांच पैकीं कारकून असामी एक यास मोईन सालीना पन्नास रुपये, व प्यादे असामी चार यांसी दरमहा आकरमाही शिरस्ता सोळा रुपये करार केले असत, तरी सदरहूप्रमाणें पांच असामी जदीद ठेऊन बंदोबस्त करणें; आणि चाकरी बमोजीब आकार होईल तो कमाविसपैकीं देणें ह्मणोन, बाजीराम यांचे नांवें. छ. २४ जिल्काद.

सनद १.

रसानगी यादी.

९२७ (१७३)—तालुके रत्नागिरी, व तालुके विजयदुर्ग, व तालुके देवगड, व तालुके सौदळ, येथील भुताळ्यांचे बंदोबस्ताचें काम तुह्मांकडे सरसुभाहून सन इसन्ने सबैनांत सांगोन, कमाविसीचे ऐवजीं नेमणूक करून दिली आहे. सालीना. रुपये.

खमस सबैन मया व अलफ मोहरम ६

३५० तुह्मांस मोईन.

३०० ऐन तैनात.

५० भोजन खर्च, व पोरगा मिळोन.

३५०

७५ कारकून असामी १ एकूण मोईन.

१७६ प्यादे कामकाजाबद्दल, असामी ४ दरमहा दर असामीस रुपये ४ प्रमाणें रुपये १६ एकूण आकरमाही.

१० कागद बहा, व शाई शिरें, यांस अदमासें नेमिले असत. चौकशीनें खर्च लागतील ते करावे.

६११

(927.) The salary of the officer sent to inquire about persons

एकूण सहाशें अकरा रुपये सालीना खर्चाची नेमणूक, पेशर्जी सन इसन्ने सबैनांत, सरसुभाहून विसाजी केशव यांणीं करून दिल्ही आहे, त्याप्रमाणें हुजुरून करार केली असे, तरी भुताळ्यांचे व कमाविसीचे ऐवजीं चौकशीनें खर्च करणें. कमाविसीचा हिशेब हुजूर समजावीत जाणें. त्यांत मजूरा दिल्हे जातील. भुतांचे चौकशीचीं वगैरे. कलमें.

चौकशीचें वगैरे कलमांचा जाबता सरसुभाहून विसाजी केशव यांणीं सन इसन्ने सबैनांत करून दिला आहे, त्याप्रमाणें गावगन्ना फिरोन चौकशी मनास आणून बंदोबस्त करून सालाचें सालांत हुजूर समजावीत जाणें. कलम १.

गुन्हेगारी पंचवीस रुपयांपासून पन्नास रुपये पावेतों घ्यावी, ह्मणोन सरसुभाहून चौकशीचें कलमाचा जाबता करून दिला त्यांत कलम लिहिलें आहे. परंतु कोकणची रयत गरीब, मसाला गुन्हेगारीवर दृष्टी न देणें. ह्मणोन सन सलासांत सरसुभाचें पत्र आहे, त्या अन्वयें जीवन पाहून गुन्हेगारी घेत जाणें. कलम १.

एकूण दोन कलमें करार केलीं असत, तरी सदरहूप्रमाणें वर्तणूक करणें ह्मणोन, बाजी महादेव यांचे नांवें. छ. १९ जिल्हेज. सनद १.

रसानगी यादी.

जनार्दन आपाजीच्या कीर्दीपैकीं.

९२८ (२२०)—मार्तंड जोशी रायरीकर, याणें जादुगिरीचा प्रयोग केला, सबब किल्ले घनगड येथें अटकेंत ठेवावयास पाठविला असे, तरी पायांत बेडी घालून पक्या बंदोबस्तानें अटकेंत ठेऊन पोटास दरमहा, कैली.

सीत सबैन मया व अलफ. जमादिलाखर २९

८८१॥	तांदूळ सडीक मोठे.
८।२	जोरी बाजरी वगैरे दाणे यांचें पीठ करून.
८८१	दाळ.
८८।·	मीठ.
८॥·१॥।	

A. D. 1774-75. possessing power over evil spirits was fixed at Rupees 350. He was directed not to impose heavy fines as the ryots in Konkan were poor.

A. D. 1775-76. (928) Martand Joshi Rayarikar having practised magic, was sent to prison in fort Ghangad. It was ordered that fetters should be put on him, that these should be removed

एकूण पावणेआठ पायली कैली, दरमहा, पोटास सनदपैवस्तगिरीपासून देणें, व दोन प्रहरीं अंघोळीचे वेळेस बेडी तोडून स्नान घालणें. कपाळीं विभूत व गंध एकंदर लाऊं न देणें; व स्नानसंध्या जपज्याप कांहीं करूं न देणें; व दोन प्रहरीं एक वेळ मात्र आपल्या वेतानें भोजनास करून खाईल, उपरांत बेडी घालीत जाणें; व सायंकाळीं बेडी न काढणें, व भोजनास दुसऱ्यानें करील तर, व व्रत कांहीं करूं लागेल व स्नानसंध्या कांहीं करूं लागेल, तर एकंदर करूं न देणें ह्मणोन, रामराव नारायण तालुके राजमाची यांचे नांवें. छ. ९ रबिलाखर.

सनद १.

रसानगी यादी.

९२९ (२३७)—सिदोजी सिनगारा भोई निसबत गंगाधर शंकर दिंमत पागा हुजूर, याचा भाऊ काळोजी यास मोराजी तिकोना भोई, याणें भुतें घालून जिवें मारिलें, याप्रमाणें गोतभोई, शहर पुणें, नाईक असामी ५० यांणी मोराजीचे आंगीं मुद्दा शाबीत केला. तेव्हां जादुगिरीची विद्या निर्फळ व्हावी, यास्तव पुढील वरले दोन दांत पाडून चांभाराचे कुंडांतील पाणी पाजून जातीबाहेर टाकावा असें ठरलें असतां, मोराजी गोताजवळ म्हणतो कीं, जातींतून गेल्यावर बेरडां मांगास मिळून मारे करीन. अशा बदफैलीच्या गोष्टी सांगतो, सबब तुह्मांकडे, किल्ले कोहज, येथें अटकेस ठेवावयास पाठविला असे, तरी मोराजीचे पुढील वरले दोन दांत पाडून, चांभाराचे कुंडांतील पाणी पाजून, किल्यावर अटकेस बंदोबस्तीनें ठेवणें; आणि बंदीवानाप्रमाणें काम करऊन पोटास शेर देत जाणें ह्मणून, भिकाजी गोविंद मामले कोहज यांचे नांवें. छ. ९ माहे रजब.

सांन सबैन मया व अलफ रमजान ३०

सनद १.

रसानगी यादी.

---

only once in the day at the time of the mid-day meal, which he should be made to prepare himself, that he should not be allowed to apply sacred ashes or sandal mark, nor to perform the daily religious rites, nor to recite sacred hymns.

(929) It was proved by the evidence of 50 of his caste-men that Moráji Tikoná Bhoi, caused the death of Káloji Singárá Bhoi through the instrumentality of evil spirits. In order that his powers of sorcery might be rendered ineffectual, it was ordered that two of his front upper teeth should be extracted, that he should be made to drink water from the Chàmbhárs' reservoir, and that he should then be excommunicated. Moráji however threatened his caste-men that if he were excommunicated he would join the Berads and Mángs and practise witchery through them. He was therefore sent to prison at Kohaj, and orders were issued for the extraction of his teeth, and for his being made to drink Chámbhárs water, and to work like other prisoners.

A. D. 1775-76.

९३० (९२९)—बाळाजी धोंडदेव, वस्ती मौजे जिवली, तर्फ केळें माजगांव, तालुके
सबा समानीन रत्नागिरी. यांणीं हुजूर विदित केलें कीं, मौजे मजकूर येथें आपले
मया व अलफ घरीं आज दोन वर्षे भुताचा उपद्रव नानाप्रकारें होऊन नाश जाला.
सावान ९ एका वर्षामध्यें अकस्मात् घरास आग लागोन घर दोन वेळां भुतांनीं
जाळलें. त्यांत वस्तभाव झाडून जळाली. कांहीं राहिलें नाहीं. त्यास आपल्यावर भुतें घालून कोणीं दावा केला, त्याची चौकशी करून पत्ता लाऊन पारपत्य होय तें केलें पाहिजे ह्मणोन; त्याजवरून हें पत्र सादर केलें असे, तरी येविशीची चौकशी तुह्मीं करून, ज्याचीं भुतें मशारनिल्हेचे घरीं उपद्रव करीत असतील, त्याजकडून भुतें वारऊन फिरोन यांचे घरीं उपद्रव न होय ऐसा जामीन घेणें; व गुन्हेगारी घेऊन तालुके मजकूरचे हिशेबीं जमा करणें ह्मणोन, महिपतराव कृष्ण यांचे नांवें चिटणिसी. पत्र १.

७ न्यायखातें

(ब) फौजदारी.

(अ) गुन्हे.

१२ गोवध.

९३१ (१०८७)—कसबे खेड, तर्फ मजकूर. प्रांत जुन्नर, येथील महारांनीं गोवध
अर्बा तिसैन केला, व गुरें मारलीं, ह्मणोन हुजूर विदित जालें; त्याजवरून महाराचे
मया व अलफ हाडोळ्याची जमीन आहे, तिची जफ्ती सरकारांत करून कमावीस
रबिलावल १ तुह्मांकडे सांगितली असे, तरी हाडोळ्याचे जमीनीची जफ्ती करून,
उत्पन्नाचा आकार होईल तो सरकार हिशेबीं जमा करणें ह्मणोन, महिपत कृष्ण कमाविसदार कसबे मजकूर यांचे नांवें. सनद १.

रसानगी, त्रिंबक नारायण परचुरे कारकून निसबत दफ्तर.

---

(930) Bálájí Dhondadeo of Jiwali in Tarf Kele Majgaum in Táluká
A. D. 1786-87. Ratnágiri complained that he had been troubled in various ways by evil spirits for the last two years, that during the current year his house was twice set on fire by them and all the property therein was destroyed. He prayed that the persons who sent the evil spirits to harass him might be traced and punished. An inquiry was ordered to be made.

(12) Cow-killing.

(931) The Mahárs of Khed in Pránt Junnar having killed a cow
A. D. 1793-94. and other cattle their watan was ordered to be attached.

९३२ (१०९३)—केशवराव जगन्नाथ याचे नांवें कीं, तुझी विनतीपत्र पाठविलें तें प्रविष्ट जाहलें. केदारी मांग, वस्ती मौजे कल्याण, पेरा किल्ला सिंही-गड, याचे घरीं येश्या व अंबऱ्या मांग, वस्ती मौजे किकवी, तर्फ खेडेंबारें हे चार महिने येऊन राहिले होते, त्यास तिघां मांगांनी छ. १० रबिलावली धोंडजी करजवणा, याची गाय मोगरवाडीचे रानांतून गुरातील धरून आणून कल्याणचे रानांत दिवसास बांधोन ठेऊन, सायंकाळी तिघां जणानी मुरा व कुराड बिळे वस्त्यानें जिवें मारली. त्याचे चौकशीस किल्ले मजकुरीहून शिपाई, व कल्याणकर पाटील, व बेरड पाठविले. जाग्याचा थांग मोघमदऱ्यांत लागला, सबब कल्याणकर महाराचे घरांतील झाडे घेऊन, मांगाचे घरांत गेले तों केदाऱ्या मांग याचे घरांत सुद्दा सांपडला, सबब घर जफ्त करून तिघे मांग किल्यास आणून चौकशी करिता कबूल जाहले. त्यांची जबानी लिहोन घेतली. तिची नक्कल पाठविली आहे. मांगाचा अपराध थोर आहे. पारपत्याची आज्ञा जाहली पाहिजे ह्मणोन, तपसीलें, लिहिलें तें कळलें. त्यास मांगांनीं गाईचा वध केला, सबब सदरील तीन असामींचे उजवे हात तोडून सोडून देणें ह्मणोन, छ. ९ रबिलाखर. सनद १.

अर्बा तिसैन मया व अलफ जमादिलावल १७

रसानगी, त्रिंबक नारायण.

७ न्यायखातें.

(ब) फौजदारी.

(अ) गुन्हे.

१३ किरकोळ.

९३३ (६१९)—येसोबा नाईक संभूस, वस्ती कसबे संगमनेर, याचे घरीं सन समान सबैनात चोरांनी दरवडा घातला, त्यापैकी किल्ले पटा येथें अटकेस चोर असामी नऊ ९ असामी ठेविले आहेत, त्यांची हल्लीं डोकी मारावयाची तुम्हांस आज्ञा करून, हे सनद सादर केली असे, तरी

समानीन मया व अलफ जमादिलावल २८

---

(932) Certain Māngs of Kalyan near Sinhgaḍ having killed a cow, their right hands were ordered to be cut off.
A. D. 1793-94

(13) Miscellaneous offences such as negligence in guarding prisoners &c.

(933) Nine dacoits imprisoned at fort Paṭṭā were ordered to be beheaded. Four other prisoners, also concerned in dacoity had escaped from fort Bitingā. The persons who had been responsible for their safe custody were ordered to be sent to the Huzur.
A. D 1779-80.

सदरहू चोरांचीं डोकीं, रघोजी पवार खिजमतगार यास पाठविला आहे, याचे गुजारतीनें मारणें; व किल्ले बितिंगा, तालुके मजकूर येथें चार दरवडेकरी अटकेंत होते, ते पळोन गेले सबब दरवडेकरी यांचे चौकीच्या लोकांस हुजूर आणविले असत, तरी पाठऊन देणें ह्मणोन, बाळकृष्ण केशव यांचे नांवें. सनद १.

रसानगी यादी.

९३४ (७७८)–अबदुल्ला वलद शेख नथु जमातदार, हा नांदगिरीकर बेरडांस जामीन होता; त्यास ते पळोन गेले सबब अबदुल्ला मजकूर यास, किल्ले सिंहगड येथें अटकेस ठेवावा, याजकरितां बिडीसुद्धां बराबर गाडदी देऊन पाठविला असे, तरी किल्ले मजकुरीं यास पक्के बंदोबस्तानें अटकेस ठेऊन, पोटास शेर शिरस्तेप्रमाणें देत जाणें ह्मणोन नारो महादेव यांचे नांवें. सनद १.

सलास समानीन मया व अलफ सफर १२

९३५ (८५८)–बाळ जोशी चांदोरकर, हे त्रिंबकराव नारायण याजकडे सरकारची चौकी असतां, त्याजकडे जाऊन त्यासीं कांहीं बोलणें बोलून गेले सबब त्यांस कैद करून किल्ले सुरगड, तालुके अवचितगड, येथें अटकेस ठेवावयास बरोबर गाडदी, दिंमत शेख अहमद याजकडील दहा असामी देऊन पाठविलें असे, तरी पायांत बेडी न घालितां पक्के बंदोबस्तानें किल्ले मजकुरीं अटकेस ठेऊन, पोटास शिधा मध्यम प्रतीचा देत जाणें ह्मणून गणेश बल्लाळ, व हरी गणेश यांचे नांवें. सनद १.

खमस समानीन मया व अलफ सवाल १७

रसानगी, रावो विश्वनाथ गोडबोले.

९३६ (८८९)–बाबाखान, वस्ती मौजे चावणें, तर्फ तुंगारतन, हा तालुके कर्नाळा येथें चोऱ्या करीत होता, त्यास धरून आणून किल्ले कर्नाळा येथें अटकेस इब्रामखान जेजालदान याचे चौकींत ठेविला होता त्याणें इब्रामखान यास आपली बहीण देऊं केली. त्या लालचीनें बाबाखान

खमस समानीन मया व अलफ रजब २५

---

(934) Abdullá wd. Shek Nathu, Jamátdár, had stood surety for certain Berads of Nándgir. The Berads having absconded, Abdullá was sent to prison.
A. D. 1782-83.

(935) Bál Joshi Chándorkar went and communicated with Trimbakrao Náráyan, while the latter was in custody. He was therefore sent to prison.
A. D. 1784-85.

(936) Báwákhán of Chàwaṇe in Tarf Tungártan, having committed robberies in Táluká Karnáḷá, was sent to prison in fort Karnáḷá. While there, he offered to give his sister in marriage to Ibrámkhán, the guard on duty, and Ibrám, therefore
A. D. 1784-85.

याचे पायांतील बेडी तोडून पाहाऱ्यांतून काढून दिला, तो दुसरे चौकीस सांपडला; त्याजवरून बावाखान व इभ्रामखान यांस अटकेस ठेविले आहेत. त्यांचे पारिपत्याविशीं आज्ञा जाली पाहिजे, ह्मणोन तुह्मी विनंती केली; त्याजवरून हरदूजणाचा एकेक हात व एकेक पाय तोडावयाची आज्ञा केली असे, तरी सदरीलप्रमाणें तोडून टाकणें ह्मणोन रामराव अनंत तालुके मजकूर यांचे नांवें. सनद १.

रसानगी यादी.

९३७ (९५७)—विठोजी बिन सुलतानजी सातकर, पाटील निम्मे कसबे खेड, तर्फ मजकूर. प्रांत जुन्नर, हा पेशजी दारू प्याला ते समई, याजपासून दहा हजार रुपये गुन्हेगारी घ्यावी, परंतु बाळोजी पलांडे यांणीं रदबदल केली कीं, हा अन्याय यास माफ करावा, या उपरी दारू पिणार नाहीं, पुढें अंतर पडेल तर दहा हजार रुपये गुन्हेगारीचे याजपासून घ्यावे. असे असतां, हल्लीं पुण्यांत दारू प्याला, तो कोतवालीकडे सांपडला, याजकरितां गुन्हेगारी सरकारांत घ्यावयाची, त्यास ऐवज मिळत नाहीं ह्मणतो, यास्तव विठोजी मजकूर याची निम्मे पाटिलकी, व वतन संबंधें इनाम व हकदक, मानपान, व इनाम जमीन चाहुर एक आहे, त्याची जफ्ती करून, तुह्मांस कमावीस सांगितली असे, तरी सदरीलप्रमाणें जफ्ती करून, इमानें इतबारें वर्तोन, अंमल चौकशीनें करून, ऐवज आकारेल त्यापैकी तुमचा रोजमरा दुमाही रुपये १५ पंधरा छ. १० जिल्कादचा हुजूर दिल्हा आहे. पुढें दुमाही भरल्यावर तेथें जफ्तीचे कामास असाल तोंपावेतों रोजमरे घेत जाणें. मजूरा पडतील. बाकी ऐवज राहील तो सरकारांत पावता करून जाब घेणें ह्मणोन, बाळाजी चिंतामण कारकून शिलेदार यांचे नांवें. सनद १.

समान समानीन मया व अलफ जिल्काद २४

मोकदम निम्मे, चौगुले, व शेट्ये, व रयान, कसबे मजकूर यांचे नांवें सनद कीं, मशारनिल्हेसी रुजू होऊन, वतनसंबंधें वगैरे मुदामत चालत आल्याप्रमाणें देत जाणें ह्मणोन. सनद १.

---

removed his fetters and set him free. He was arrested however by the outer guard. Ibrám and Báwákhán were sentenced each to have one hand and one leg cut off.

(937) Vithoji bin Sultánji Sátkar, the owner of half the Paṭilki watan of kasbe Khed was fined Rs. 10,000 for drinking liquor. At the intercession of Báḷáji Palánde, he was pardoned and the fine was remitted on his agreeing to abstain from drinking in future, and to pay the above amount of fine in case he drank. He was subsequently found drunk by the police in Poona. The above fine was therefore imposed and as he was unable to pay it, his watan was attached.

A. D. 1787-88.

सर्वोत्तम शंकर यांचे नांवें चिटणिसी पत्र कीं जफ्तीचें कामकाज मशारनिल्हेचे हातें घेत जाणें ह्मणोन. पत्र १.

एकूण तीन पत्रें, रसानगी यादी.

विठोजी मजकूर याजपासून गुन्हेगारी घ्यावयाचा ठराव जाहला, याजकरितां सनदांवर तेरखा होऊन रवाना जाहल्या नाहीं सबब दूर.

९३८ (१०१६)—कसबे नाशिक येथें ब्राह्मण मद्यपान करितात, त्यांची चौकशी करावयाविशीं तुह्मांस आज्ञा जाहली आहे. त्यास धर्माधिकारी ब्राह्मणास मिळून मलई करितात, सबब धर्माधिकारीपण जफ्त करावयाची आज्ञा केली असे, तरी कसबे मजकूर येथील धर्माधिकारीपण जफ्त करून, ऐवज होईल तो सरसुभाचे हिशेबीं जमा करीत जाणें ह्मणोन, सर्वोत्तम शंकर यांचे नांवें, सनद १.

इहिदे तिसैन मया व अलफ जिल्हेज १९

रसानगी, त्रिंबकराव नारायण परचुरे कारकून निसबत दफ्तर.

९३९ (१०१७)—कसबे नाशिक येथील ब्राह्मणांची चौकशी करावयाविशीं सर्वोत्तम शंकर यांस आज्ञा केली आहे, तरी मशारनिल्हे चौकशी करून ब्राह्मण वगैरे अटकेस ठेवावयाबद्दल तुह्मांकडे पाठवितील. त्यांस पक्क्या बंदोबस्तानें किल्ले हाये येथें अटकेस ठेऊन पोटास शेर देत जाणें ह्मणोन. सनदा.

इहिदे तिसैन मया व अलफ जिल्हेज १९

१ बाजीराव अपाजी, तालुके घोडप, यांचे नांवें.
१ बाळकृष्ण केशव, तालुके पटा, यांचे नांवें.
१ रामचंद्र कृष्ण, तालुके मुल्हेर, यांचे नांवें.

३

एकूण तीन सनदा. रसानगी, त्रिंबकराव नारायण परचुरे कारकून निसबत दफ्तर.

---

(938) It was reported that the Brahmans of Násik drank liquor. Sarwóttam Shankar was deputed to inquire into the matter. He was authorized to attach the watan of the chief priests of the town, as they were implicated in the above offence.

A. D. 1790-91.

(939) Orders were issued to the several forts to receive any Brahmans sent for custody by Sarwottam Shankar in connection with the inquiry into liquor drinking.

A. D. 1790-91.

९४० (१०३४)–मौजे गांवखडी, तर्फ लांजें, तालुके विजेदुर्ग, येथील महार यांणी मौजे कशेळी, तालुके मजकूर, येथील कुळकर्णी याचा बैल रानांत दगडांनीं जिवें मारिला, त्यास कृष्णाजी गोविंद गोरे यांणी मौजे मजकूरचे महारांस खोड्यात घालून ठेविले आहेत. ते महार तुह्मांकडे पाठवितील त्यांची चौकशी करून, कुळकर्णी याचा बैल रानांत दगडांनीं जिवें मारिला असल्यास, पक्का मुद्दा पाहून, ज्या महारांनी मारिला त्यांचें पारिपत्य एक हात व एक पाय याप्रमाणें तोडून सोडून देणें ह्मणोन, गंगाधर गोविंद यांचे नांवें. सनद १.

इहिदे तिसैन मया व अलफ रमजान २०

रसानगी यादी.

९४१ (१०४०)–परसू बिन जावजी जमदडा निसबत चिमणाजी नीळकंठ कोल्टकर, याणें इंग्रजांचे लोक घाट उतरोन चिपोळणास गेले, ह्मणोन खोटी बातमी येऊन सांगितली, सबब किल्ले चाकण येथें अटकेस ठेवण्यास बरोबर सखाराम विश्वनाथ याजकडील प्यादे देऊन पाठविला असे, तरी किल्ले मजकुरी पक्के बंदोबस्तानें अटकेस ठेऊन, याजपासून किल्याचे इमारतीचें काम घेऊन, पोटास शेर शिरस्तेप्रमाणें देत जाणें ह्मणोन, भगवंतराव नारायण यांचे नांवें सनद १.

इसन्ने तिसैन मया व अलफ सवाल २०

रसानगी, सखाराम विश्वनाथ सान्ये.

७ न्यायखातें

(ब) फौजदारी

(अ) गुन्हे

१४ ज्या गुन्ह्यांचीं नांवें नाहींत असे गुन्हे.

९४२ (३२५)–बाबूराव कृष्ण यांस सनद कीं, खानाजाद, किल्ले सातारा येथें आला

(940) A Mahár of Gáwakhadı in Tarf Lánje in Táluká Vijaydurga stoned a bullock of a kulkarni to death. The officer of the Táluká was directed to cut off one hand and one foot of the Mahár, if the offence was proved.

A. D. 1790-91

(941) Parsu bin Jáwji Jamdadá serving under Chimnáji Nilkanth Kólatkar gave false information that the English army had crossed the ghaut and gone to Chiplun. He was therefore sent to prison

A. D. 1791-92.

(14) Offences not specified.

(942) It was ordered that Khánáját, a prisoner in Sátárá fort who after inquiry had been found to be a rascal should be beheaded.

A. D. 1776-77.

सबा सबैन मया व अल्फ साबान १३

आहे, त्याची चौकशी तुह्मी केलीत, त्यास तो लबाड असें ठरण्यांत आलें आहे, सबब त्याचें डोकें मारावयाची आज्ञा केली असे, तरी यास मारून टाकणें; आणि हुजूर लिहून पाठवणें ह्मणोन. सनद १.

९४३ (७००)—गोपाळ बल्लाळ याचे नांवें सनद कीं, तुह्मीं विनंतिपत्र पाठविलें तें

इसन्ने समानीन मया व अलफ जमादिलाखर २७

प्रविष्ट जाहालें. तालुके कावनई, येथें बंदीवान भवानजी पाटील पाडेकर, व सदाशिव मोन्या, व निंबाजी गतवीर आहेत; त्यांचे पारिपत्याविशीं पूर्वी विनंती लिहिली होती. उत्तर आलें कीं, जामीन घेऊन सोडून देणें. त्यास यांजला कोणी जामीन रहात नाहीं, व दंड द्यावयास पदरीं एक पैसा नाहीं, पारिपत्य केल्यावांचून सोडल्यास पुन्हां उपद्रव करावयास चुकणार नाहीं, यांचें पारिपत्य असावें, ह्मणोन लिहिलें, त्यास सदरील तीन असामींचें पारिपत्य करावयाची आज्ञा तुम्हांस केली असे, तरी अपराधानुरूप पारिपत्य करणें ह्मणोन, मशारनिल्हेचे नांवें. सनद १.

परवानगी रूबरू.

७ न्यायखातें

(क) वेड

९४४ (९२३)—मानसिंग रागडा शिंदा पोर्गा यास वेड लागलें, सबब तालुके शिव-

सीत समानीन मया व अलफ जमादिलाखर २७

नेर येथें अटकेस ठेवावयाबद्दल शेख बाळा वल्लद शेख बहुदीन, व महमद कासम वल्लद शेख रुस्तुम दिंमत शेख रजब निसबत हुजूर हशम, यांजबराबर पाठविला आहे, तरी यास तालुके मजकूरचे हरएक किल्यावर अटकेस ठेऊन, पोटास शिरस्तेप्रमाणें देत जाणें ह्मणोन, बाळाजी महादेव, तालुके मजकूर, यांचे नांवें. सनद १.

रसानगी यादी.

---

(943) The officer of Táluká Káwanai solicited orders regarding

A. D. 1781-82.

the punishment of three prisoners in the fort. He was directed to take sureties from them and to set them at liberty. He represented that the prisoners were unable to furnish security and that they were without even a pice and recommended that some punishment be inflicted on them. He was directed to punish the men according to their deserts.

(c) Insanity.

(944) Mánsing Rágdá Scindá having become insane was sent to

A. D. 1785-86.

Táluká Shivner for confinement.

७ न्यायखातें

(ड) न्यायखात्यांतील कामगार

९४५ (१२४)--निंबाजी विठ्ठल व निंबाजी अनंत कुळकर्णी मौजे चिंचोडी परगणे नेवासें यांणीं बऱ्हाणपूरचे मुक्कामीं हुजूर विदित केलें कीं, शिवाजी विठ्ठल व नारो विठ्ठल यांचे वडील आमच्या वडिलीं कुळकर्णावर गुमस्ते ठेविले होते त्यांणीं एकजदी भाऊ निमे कुळकर्णाचे विभागी ह्मणोन कलह मांडिला. त्याबद्दल या दोघांची व आमची मनसुफी नारो बाबाजी यांजपाशीं पडली; त्यांणीं चांगला शोध न करितां, वाद्यास निवाडपत्र करून दिल्हें, ह्मणोन आह्मीं हुजूर फिर्याद होऊन, वेदशास्त्रसंपन्न राजश्री रामशास्त्री बावाकडे मनसुफी आणिली, त्यांणीं निर्वाह केला नाहीं. मी, निंबाजी विठ्ठल हिंदुस्थानांत चाकरीस गेलों. मागें नारो बाबाजीनी पहिलें मनास आणिलें, तें हुजूर समजाऊन निमे वतनाचीं पत्रें वाद्यास हुजूरचीं करून दिल्हीं, त्याप्रमाणें निम्मे वतन वादी अनभवितात. आमचें ह्मणोन निम्मे वतन ठेविलें तें सरकारांतच आहे; आम्हीं घेतलें नाहीं, त्यास वाद्यास गुमस्ता म्हटलेला कागद कानगोपाशीं आहे, व वाद्या दुसरे गावीं कुळकर्णाची गुमस्तगिरी करीत असोन, मालधणी ह्मणोन बीकलम घातलें आहे. आमचे वडिलीं दुसरे गुमस्ते ठेविले, त्यांणीं कुळकर्णी ह्मणोन या गावीं बीकलम लिहिलें आहे, व आमचे वडीलांचे हातचा कागद, वाद्यास गुमस्ता ह्मटलेला, देशपांडे परगणा मजकूर यांजपाशीं आहे, त्यास वतनाची जफ्ती करून सदरहू चार कागद प्राचीन आहेत, ते आह्मी हजीर करितों, ते पाहून पांढरीच्या साक्षा नारो बाबाजीनीं घेतल्या, त्या साक्षीदारांस पुरसीस करून निवाडा केला पाहिजे, ह्मणोन विनंती करून कानगो जवळील कागदाची तालीक कानगोचे मोहरेनसी दाखविलीत; त्याजवरून महिपत नारायण व अंदो शिवदेव यांस आणून त्याजवळ नारो बाबाजीचे विद्यमानचें सरकारचें पत्र होतें तें पाहिलें, तों त्यांत यास सदरहू प्राचीन चोहों कागदांचा अर्थ नाही, त्याजवरून हे सनद सादर केली असे, तरी निंबाजी विठ्ठल व निंबाजी अनंत याजपासून वर्तणुकेचा, व सदरहू प्राचीन चार कागद अमुक मुदतीस दाखवावयाचा जामीन, मातबर गांवचा मोकदम, सरळ, चांगला, घेऊन दरोबस्त कुळकर्णाचें वतनाची जफ्ती करून, पेशजीं तीन सालें त्याजकडे चालली त्याचें हक्क उत्पन्न पूर्ववतप्रमाणें सरकारांत घेऊन वाडे कुळकर्णाचे देखील पूर्ववत अनामत करून हरदू वाद्यांस कागदपत्रसुद्धां, पुणियास, मनसुफीस शास्त्रीबावांकडे रवाना करणें. ते बर-

खमस सबैन मया व अलफ जिल्काद २१

(d) Judicial officers.

(945) A watan dispute was sent for disposal to Rám Shástri.

A. D. 1774-75.

हक मनसुफी करून विल्हेस लावितील. दोन्ही वाद्यांचीं घरें गांवांत वाडीत हल्लीं नांदतीं घरें असतील तीं भाऊबंदसुद्धां जफ्तीखालें टेवणें. हरदू वादी कुळकर्णी याणीं नवीं घरें मिळऊन रहावें; याप्रमाणें करणें म्हणोन, नारो आपाजी याचे नांवें. सनद १.

येविशीं रामशास्त्री यांस कीं, हरदू कुळकर्णी याचे वतनाची जफ्ती करून जामीन घेऊन, कागदपत्रसुद्धां तुम्हांकडे पाठवितील. त्यांचें वर्तमान मनास आणून वाजवी असेल त्याप्रमाणें विल्हेस लावावें म्हणोन. १.

२

रसानगी यादी.

९४६ (३०३)–आनंदराव काशी, यांचे नांवें सनद कीं, शहर पुणें येथील कोतवाली धोंडो बाबाजी यांजकडे होती, ते दूर करून सालमजकुरापासून तुम्हांस सांगितली असे, तरी इमानें इतबारें वर्तोन, अंमल चौकशीनें करून, शहरचा चौकी पाहरा याचा कोतवाली संबंधाचा बंदोबस्त चांगला राखोन, रयतेवर जुलूम जाजती न करितां वाजबीचे रुईनें अंमल करून रयेत अबाद राखणें येविशीं कोतवाली संबंधें. कलमें.

सबा सबैन मया व अलफ जमादिलावल २९

हल्लीं तुम्हांकडे कोतवालीसंबंधें रसदेचा ऐवज एकुणीस हजार एक रुपया करार केला आहे, त्याचा भरणा हुजूर करून जाब घेणें. या भरण्याचा ऐवज, व मागील तुमचे कारकीर्दीचे हिशेबाची मखलाशी होऊन ऐवज ठरेल त्यापैकीं, धोंडो बाबाजी याचे कारकीर्दींत कोतवालीचे ऐवजापैकीं रदकर्ज पावला असेल तो वजा करून, बाकी राहील तो, धोंडो बाबाजी याचे हिशेबाची मखलासी होऊन ऐवज देणें निघेल तो मिळोन, कोतवाली संबंधें उत्पन्न होईल त्यांत नेमणुकी खर्च वजा करून बाकी ऐवज रदकर्जीं घेत जाणें. कलम १.

महाल मजकूर शिबंदीची वगैरे नेमणूक करून दिल्ही जाईल. कलम १.

रसदेस व्याज, दरमहा दरसदे रुपया एकोत्रा शिरस्तेप्रमाणें करार केलें असे. कलम १.

हल्लीं रसद तुम्हांपासून घेतली आहे, त्याहून जाजती रसद दुसरा पहिल्याच सालांत देऊं लागल्यास घालमेल करणें जाहली तरी, रसदेचा वगैरे खर्च वाजबीचे रुईनें नव्याकडून देविला जाईल. एकसाल गुदरल्यानंतर घालमेल जाल्यास रसदेचे ऐवजपैकीं मखलाशीमुळें देणें ठरेल तो ऐवज नव्या कोतवालाकडून देविला जाईल. कलम १.

---

(946) The office of Kótwál of Poona City was conferred on Anandrao Káshi. He was directed to patrol the city efficiently and to do the other duties honestly and justly and without oppressing the ryots. The following subsidiary instructions were issued to him:—

A. D. 1776-77.

दरकदारांपासून कामकाज सुरळीत घेत जाणें. कलम १.

दरमहाचे दरमहा कोतवाली संबंधें ऐवज जमा होत जाईल त्यांत नेमणूक दरमहा शिबंदीचा वगैरे खर्च वजा करून, बाकी ऐवज रदकर्ज खर्च ल्याहावा, दरकदारांचीं वेतनें अखेरसालीं द्यावीं. कलम १.

सन खमस सबैनांत चाळीस हजार रुपये रसद सरकारांत तुम्हांपासून घेतली, पुढें कोतवाली काढून धोंडो बाबाजी यास सांगितली, त्यास तुमचे सन खमस सबैनचे हिसेबाची मखलाशी होऊन बाकी ऐवज देणें निघेल त्यापैकीं, धोंडो बाबाजी यांजकडून तुमचे सावकारास पावती जाहली असेल ती वजा होऊन बाकी सावकाराचा ऐवज देणें राहील तो, हल्लीं तुम्हांपासून एकोणीस हजार एक रुपया रसद घेतली आहे, ही फिटल्यावर पुढें कोतवालीचे ऐवजीं सावकारास द्यावा. बोभाट न यावा. कलम १.

गंगाधर शामजी यास अमीनीची असामी हल्लीं कोतवालीकडे नवा करार करून दिल्ही असे, याजपासून कुल कामकाज अमीनीचें घ्यावें, सान्या दरकदारांनीं

कमाविसीचें कलम पांच हजार रुपये पर्यंत होईल, तें कोतवालीकडे जमा धरून रदकर्जी घेणें. जाजती कलम पांच हजार रुपयांवर जाहल्यास पोत्यास भरणा करणें. कलम १.

धोंडो बाबाजी याचे कारकीर्दीचे हिशेबाची मखलासी होऊन ऐवज देणें ठरेल त्यांत अंतस्ताचा ऐवज वजा करून बाकी देणें राहील तो एका वर्षानें अंमलाचे पैवस्तगिरीपासून हमीदारानें द्यावा. कलम १.

हल्लीं एकोणीस हजार एक रुपया रसद सरकारांत घेतली आहे, हा ऐवज फिटल्यावर तुमचा ऐवज मागील रसदेपैकीं मखलासीमुळें ठरेल तो, व दरकदारांचा रसदी ऐवज हिस्सेरशीदप्रमाणें कोतवालीचे ऐवजीं देत जाणें. कलम १.

पांडुरंग कृष्ण सर अमीन हुजुरून नेमून दिल्हे आहेत, त्यांचे विद्यमानें कुल कामकाज कोतवालीचें करीत जाणें. इतल्याशिवाय केल्यास मजुरा पडणार नाहीं. कलम १.

रसद फिटे तोंपर्यंत कोतवालीकडील ऐवज सरकारांत घेऊं नये. अंमलाची घालमेल होणार नाहीं. कलम १.

(1) He should advance to Government a loan of Rupees 19001 at an interest of Rupee one *per cent per mensem;*

(2) the income derived from the office should, after deducting sanctioned expenditure, be taken in liquidation of the loan. in case the income exceeded by Rs. 5000, the excess should be remitted to Government;

(3) the duties should be carried on, under the supervision of Pándurang Krishna Sir Amin, appointed by Government;

चावडीस नेहमीं येऊन आपलें दरकाचें काम करावें. कामाचा खोळंबा होऊं नये. जाहाल्यास अमीनानें दरकदार नसेल त्याचें निशाण करून काम चालवावें. कलम १.

धोंडो बाबाजी याचे कारकीर्दीतील सरकारसनदेशिवाय कारकून व प्यादे असतील, त्यास तुमचे उपयोगीं पडतील त ठेवणें; तुम्हास उपयोगीं नसतील ते दूर करणें. त्यांचे ऐवजी नवे नेमणुकेप्रमाणें ठेवणें. कलम १.

शहरांतील कजीया, भांडण, न्याय मनसुबी, असेल ती तुह्मी वाजवी मनास आणून फडशे करणें; आणि हरखी गुन्हेगारी साधेल ती घेऊन हिशेबीं जमा करणें. कलम १.

एकूण पंधरा कलमें करार करून दिल्हीं असेत, तरी सदरहूप्रमाणें वर्तणूक करणें ह्मणोन. सनद १.

रसानगी यादी.

९४७ (३७१) पांडुरंग त्रिंबक कमावीसदार, मौजे पिंपळस, तर्फ कोऱ्हाळें, दिंमत धोंडो मल्हार, यांस पत्र कीं. रामाजी महादेव मोकदम मौजे मजकूर यांणीं हुजूर विदित केलें की, मौजे मजकुरी गांवांत कोणास घर देणें घेणें, अगर कोणाची भिंत, व पनाळ, व मोरी, व जागा अधिकउणी, याचा कजिया असेल तो पेशजींपासून मनास आणावयाचा आह्मांकडे चालत आहे, त्यास हल्लीं कमावीसदार जाग्याजुग्याचे वगैरे कितेक खटले मनास आणितात, आम्हास किमपि कळों देत नाहीं, व गांवखर्चाची नेमणूक सरकारांतून आहे, व रयतीपासोन दाणे खर्चाचे घेतो, त्याचा गावखर्च आमचा आह्मी पूर्वीपासून करितों, त्याप्रमाणें कमावीसदार करूं देत नाहीं, व भगवंत रामाजी वडूकर गावांत चाळेकुचाळे करितात, व यांजकडे बाकी आह्मा-

सबा सबैन मया व अलफ जिल्हेज ११

(4) all the Darakdárs should always attend the cháwdi for the prompt transaction of their respective duties: in case any one failed to attend, the Amin Gangádhar Shámji should perform his duties;

(5) all disputes arising in the city should be decided by the Kótwál and fines (from those against whom the decision was passed) and presents (from those in whose favour the decision was passed) should be levied.

(947) Rámáji Mahádeo Mokádam of Pimpalas in Tarf Korhále, and former Kamávisdár of the village represented that all disputes regarding houses, walls, easements, and sites in the village had till then been decided by him and that Pándurang

A. D. 1776-77.

कडे कमावीस मौजे मजकूरची होती ते वेळेची आहे, त्याजविशीं सालगुदस्तां ताकीदपत्रें नेलीं, परंतु वसूल देत नाहींत. येविशीं ताकीद जाली पाहिजे, ह्मणोन; त्याजवरून हें पत्र सादर केलें असे. तरी गावांत जागाजुगा, व घर देणें घेणें, व कजीया मनास आणणें, व गांवखर्च नेमणुकेप्रमाणें तो पेशजीपासून रामाजी महादेव करीत आले आहेत, त्याप्रमाणें यांचे हे करितील; तुह्मीं नवीन दिकत करितां ते न करणें. तुह्मीं जमाबंदी करून वसूल घेत जाणें, बरकड पेशजीप्रमाणें यांचे हे करितील. भगवंत रामाजी यांजकडे बाकीचा ऐवज येणें, त्यास ताकीद करून व्याजसुद्धां वसूल करून यांजकडे देणें ह्मणोन. पत्र १.

चिटणीसी.

जनार्दन आपाजीच्या कीर्दीपैकीं.

९४८ (३९९)—शहर पुणें येथील कोतवाली तुम्हांकडे सांगितली होती, ते दूर करून सालमजकुरीं घासीराम सावळदास यांस सांगितली असे, तरी पेठांतील चावड्या जकीरासुद्धां यांचे हवालीं करणें. मशारनिल्हे अंमल करितील. तुम्हीं दखलगिरी न करणें म्हणोन, आनंदराव काशी यांचे नांवें रसानगी यादी छ. १६ जिल्हेज. सनद १.

सबा सबैन मया व अलफ जिल्हेज २९

९४९ (७३८)—बाजी बल्लाळ यांस तालुके अंजणवेल येथील न्यायाधिशी सालमजकूर अव्वल सालापासून सांगोन तैनात सालीना खेरीज शिरस्ता रुपये १०० शंभर रुपये करार करून देऊन हे सनद सादर केली असे, तरी मशारनिल्हेपासून तालुके मजकूर येथील न्यायाधिशीचें कामकाज घेऊन सदरीलप्रमाणें तैनात पाववीत जाणें. यांचे हाताखालीं मनसुबीचे कामकाजास प्यादे असामी दोन देविले असेत, तरी तालुके मजकूरचे शिबंदीपैकीं नेमून देणें म्हणोन, त्रिंबक कृष्ण यांचे नांवें. सनद १.

इसन्ने समानीन मया व अलफ सफर ३

रसानगी यादी.

Trimbak, the present Kamávisdár, was interfering with his practice and had decided some such disputes himself. Pándurang Trimbak was directed to allow the old practice to continue.

(948) The office of Kotwál of Poona City was taken from Anandrao Káshi and conferred on Ghásirám Sáwaldás.

A. D. 1776-77.

(949) Báji Ballál was appointed to the office of Judge (Nyáyádhish) of Táluká Anjanwel on a salary of Rs. 100 a year besides the usual grants, and 2 peons were placed at his disposal.

A. D. 1781-82.

९५० (७९०)—तालुके अंजणवेल येथील न्यायाधिशी सालगुदस्त बाजी बल्लाळ यांस सांगोन सनद सादर जाहाली असतां, न्यायाधिशाचें काम मशार निल्हेचे हातें सुरळीत होत नाहीं ह्मणोन हुजूर विदित जाहालें. त्यास न्यायाधिशाचें काम काज येणेंप्रमाणें घेणें. कलमें.

सलास समानीन मया व अलफ रबिलाखर २७

मुलकी कजिये वतनाचे वगैरे येतील त्यांचें वर्तमान तुह्मीं आईकोन, मनास आणावयास न्यायाधिशाकडे सांगावें. त्यांणीं हरदू जणांचे कतबे करीने, व पुरसीसा व जामीन, व सड्या घेऊन, पांच ग्रहस्थ मेळऊन, वाजवी मनास आणून, तुह्मांस समजाऊन फडशा करावा. कोणी घटाईस आला तर तुह्मीं निक्षून ताकीद करणें. कोणाचा कोणीं पक्ष करूं नये. सरकार कामाविशीं प्यादे, व पंचाईतीस चार जमीदार परनिष्ठ, न्यायप्रकरणीं उपयोगी असतील ते नेमून देत जाणें. न्याय वतनाचे वगैरे फार, तर्फ मजकुरीं तटले आहेत, त्यांचे निवाडे करून वाजवीचे रीतीनें फडशा करून हुजूर समजवावें, तेथें कोणी घटाईस आला तर, जाहला मजकूर हुजूर समजावणें. कलम १.

न्यायाधिशीसंबंधें कागदपत्र होतील ते, मशारनिल्हेनीं आपले निसबतीस ठेऊन कजीया विल्हेस लागलीयावर कागदाचें फेरिस्त घालून, सरकाराचे दप्तरांत ठेवीत जावें, त्याची खबरदारी वरचेवर मशारनिल्हेनीं करीत जावी. कलम १.

कजिया संबंधेंची चिठी मसाला करणें त्याची याद यांजपासोन ल्याहावी, याजवर मखलाशी होऊन चिठी होत जावी. कलम १.

कजियासंबंधें वादीयास आणणें, व निरोप देणें, व नेमोतर घेणें, ते न्यायाधिशीकडे घेववून निरोप देत जाणें. कलम १.

वतन कोणाचें जप्त करणें, व मोकळीक करणें, यांचे विद्यमानें वर्तमान मनास आणून वाजवी असल्यास करीत जाणें. कलम १.

---

(950) Bâji Ballâḷ had been appointed Judge at Táluká Anjanwel, and Government was informed that the Táluká officer, Trimbak Krishṇa, did not allow Bâji to do the duties of his office. The following instructions were therefore issued to the Táluká officer:—The Táluká officer should receive all civil disputes relating to watan &c. and hand them over to the Judge for adjudication. The Judge should record the statements of the parties and the evidence of witnesses, and should decide with the assistance of five independent persons and after explaining the matter to the Táluká officer. In case any one objected to submit to the Judge's authority, the Táluká officer should issue a strict warning to him. Partiality should not be shown to any person. The Panchâyat should consist of 4 Jamindárs who should be

A. D. 1782-83.

एकूण कलमें पांच. सदरहू लिहिल्याप्रमाणें वर्तणूक करणें म्हणोन, त्रिंबक कृष्ण यांचे नांवें चिटणिसी. पत्र १.

९५१ (८३२)–सटवोजी गावडे पागा यांचे नांवें सनद कीं, तुम्हीं लोकांचे कजिये कफावती मनास आणून फडशे करितां. त्यामध्यें हरकी गुन्हेगारी, व कर्जचौथाई वगैरे कमाविशीबद्दल मागील ऐवज जमा जाहला असेल तो, व पुढें जमा होईल तो, तुम्हांकडील पागेचे हिशेबीं जमा करीत जाणें म्हणोन. सनद १.

अर्बा समानीन मया व अलफ मोहरम १३

सदरील अन्वयें नानाजी रघुनाथ कारकून, दिंमत मशारनिल्हे यांस कीं, तुम्हीं चौकशीनें कमाविसीचा ऐवज जमा होईल त्याचा हिशेब राखून, पागेचे हिशेबीं जमा करवीत जाणें म्हणून. सनद १.

२

रसानगी याद.

९५२ (९७४)–शहर जुन्नर येथील कोतवालीची असामी रामचंद्र शिवाजी यांजकडे आहे. त्यास वेतनाचा ऐवज चार पांच सालां राहिला आहे, व यांचे कारकुनाचे हातून कोतवालीचें कामकाज तुम्हीं घेत नाहीं, म्हणोन मशारनिल्हेनीं हुजूर विदित केलें; त्याजवरून हें पत्र तुम्हांस सादर केलें असे, तरी कोतवालीचे असामीचें वेतन मागील सालचें राहिलें असेल तें देणें; व पुढें बरकड दरकदारांस पावेल त्याप्रमाणें यांस देत जाणें, व कोतवालीचें कामकाज मशारनिल्हेकडील कारकुनाचे हातून सुदामत चालत आल्याप्रमाणें घेत जाणें,

तिसा समानीन मया व अलफ जिल्हेज ६

---

men of pure character and conversant with law. The watan and other cases pending disposal should be decided in the right manner and the decision should be communicated to the Huzur. Papers relating to the adjudication of cases should remain with the Judge and should be sent to Government, together with a list after the decision had been passed.

(951) Saṭwoji Gáwḍe of the cavalry used to receive complaints and decide them. He levied fines and presents from sucessful litigants and fees for recovering details. He was directed to credit the sums so levied to Government.

A. D. 1783-84.

(952) The Office of Kotwál in the town of Junnar belonged to

फिरोन बोभाटा येऊं न देणें म्हणोन, बाळाजी महादेव तालुके शिवनेर यांचे नांवें चिटणिसी. पत्र १.

७ न्यायखातें.

(इ) पोलीस.

अर्बा सबैन मया व अलफ रमजान ३०

९५३ (१४)—तालुके विजयदुर्ग येथें गोपाळजी आंगऱ्या याणें चोर सोबतीस मेळऊन, प्रांतांत चोरी करितो, व घरें जाळितो, व रयतीपासून पैका घेतो, व वाणी उदमी जिन्नस भरून वर घांटें आणितात त्यांस उपद्रव करितो, ह्मणून हुजूर विदित जालें; त्याजवरून त्याचे बंदोबस्ताचीं कलमें येणेंप्रमाणें.

हुजुरून बंदोबस्ताबद्दल असामी १०० ऐकशें पाठविल्या आहेत, त्यांस रोजमरा नेमणूक जाबत्याप्रमाणें लोक तेथें राहतील तोंपर्यंत तालुके मजकूरपैकीं देत जाणें येणेंप्रमाणें. कलम १.

जदीद असामी १०० एकशें दर असामीस आदा सरसालांत पन्नास रुपये पडत असा शेरा करून ठेऊन चोरांचा बंदोबस्त करणें. महिना दोन महिने ठेऊन बंदोबस्त जालियावर पुढें दूर करणें. कलम १.

आंगऱ्या मजकूर याजकडील चोर धरून आणून, साहेब काम करील त्यास बक्षिस कार्याकारण पाहून देणें. मजुरा पडेल. कलम १.

A. D. 1788-89. Rámchandra Shiváji. Báláji Mahádev of Shivner was directed to pay him the emoluments of his office and to send his kárkun to do duty under him.

(E) Police.

A. D. 1773-74.

(953) Government having been informed that Gòpálji Ángre, with his accomplices, was committing robberies, burning houses and extorting money from the ryots in Táluká Vijaydurga, and harassing the traders carrying merchandise above the Ghàts, the following arrangements were made:—

(1) One hundred men were sent from the Huzur and one hundred more were ordered to be entertained for a month or two, to put down the robbers;

येणेंप्रमाणें तीन कलमें करार करून दिल्हीं असेत, तरी सदरीलप्रमाणें वर्तणूक करणें म्हणोन, महादाजी रघुनाथ यांचे नांवें. छ. ९ रमजान. सनद १.

रसानगी यादी.

९५४ (५६)–कसबे सुपें येथें चोरांचा उपद्रव आहे, त्यास रखवालीस बेरड करार करून दिल्हे, त्यास दरमहा. रुपये.

अर्बा सबैन मया व अलफ रबिलावल २२

१०	नाईक	१
१३॥	बेरड असामी	३
२३॥		४

एकूण साडे तेवीस रुपये चार असामींस दरमहा देविले असेत, तरी गांवखर्चीखेरीज पटी खानेसुमारी देखील ब्राह्मण याप्रमाणें करून, बेरड मजकूर यांचा मुशाहिरा सरकार ऐवजाशिवाय देऊन गांवची रखवाली करवणें म्हणोन, आनंदराव त्रिंबक सुभेदार, परगणे मजकूर, यांचे नांवें छ. २६ सफर. सनद १.

रसानगी यादी.

९५५ (११४)–कसबे नाशिक, परगणे मजकूर, येथील फौजदारीची असामी अंबादास गिरमाजी यांस सांगोन, वेतन सालीना रुपये १५० दीडशें करार करून पाठविले आहेत, तरी त्यांचे निजबतीस महालाचे शिबंदीपैकीं प्यादे देऊन, कसबे मजकूर येथील फौजदारीचें कामकाज यांचे हातें घेऊन, सदरहू दीडशें रुपये सालीना पाठवित जाणें म्हणोन, विसाजी हरी कमाविसदार, परगणे मजकूर यांस. सनद १.

खमस सबैन मया व अलफ सवाल १७

रसानगी यादी.

---

(2) sanction was accorded to the payment of rewards for the apprehension of the robbers.

(954) The village Supá being infested by robbers, one Náik (pay Rs. 10 a month) and 3 Berads (pay Rs. 13–8 a month for the three) were permitted to be entertained for watching the village. The amount of their pay was ordered to be recovered by a special rate imposed upon the residents (Bráhmins included.)

A. D. 1773-74.

(955) The Office of Fauzdár of Kasbe Nàsik was given to Ambádás Girmáji on a salary of Rupees 150 per annum.

A. D. 1774-75.

मुतालिक ह्यांचे रोजनिशीपैकीं.

९५६ (३) श्रीसिद्धेश्वर महादेव, वास्तव्य कसबे पैठण, येथें देवालयांत श्रीचे पुजेचीं उपकर्णें, व वस्त्रें, व पूजेचें साहित्य नेहेमीं असतें, व देवालयांत रात्रीं गरीब वाटसरू वगैरे राहतात; याजकरितां देवालयाजवळ रात्रीस चौकी पाहारा नेहमीं ठेवावयाचा करार करून हे सनद तुम्हांस सादर केली असे, तरी परगणे मजकूरचे नेमणूकचे प्याद्यांपैकीं दोन मराठे व दोन महार एकूण चार असामी श्रीचे देवाल्याजवळ चौकीस रात्रीं दररोज देऊन चौकी पाहारा करवीत जाणें म्हणोन, कमाविसदार वर्तमान, व भावी परगणे पैठण यांस.

खमस सबैन मया व अलफ रमजान २२

सनद १.

रसानगी यादी.

९५७ (२१९) क्षेत्र पंढरपूर येथें चोरांचा उपद्रव होतो, सबब तेथील रखवालीस सनदी प्यादे असामी २५ पंचवीस ठेवावयाची तुम्हांस आज्ञा केली असे, तरी पंचवीस प्यादे चांगले पाहून दीड महिना ठेऊन क्षेत्र मजकूर येथील चोरांचा बंदोबस्त करणें. क्षेत्र मजकूर येथील ऐवजीं तुम्हांस मजुरा पडेल ह्मणोन, चिंतो रामचंद्र कमाविसदार, क्षेत्र मजकूर, दिंमत परशराम रामचंद्र यांचे नांवें.

खमस सबैन मया व अलफ जमादिलाखर २८

सनद १.

परवानगी रूबरू.

९५८ (४९५)–कृष्णराव अनंत यांचे नांवें पत्र कीं, शहर सातारा येथील रखवा-

---

FROM THE MUTÁLIK'S DIARY.

(956) The Kamávisdár of Paiṭhaṇ was directed to keep a guard consisting of 2 Maráthá peons and 2 Mahárs at night at the temple of Siddheshwar Mahádeo at Paiṭhaṇ to protect the property belonging to the deity as also the poor travellers who stopped at the temple.

A. D. 1774-75.

(957) There being many thieves at Pandharpur, the Kamâvisdár was directed to entertain 25 additional peons and to put down the thefts.

A. D. 1774-75.

(958) Krishṇarao Anant engaged 33 Mángs and Beraḍs to keep watch in the town of Satárá on a salary of Rs. 263 per month and a half. He was directed to levy the amount, which came to Rs. 2104 a year, from merchants and traders and well-to-do people in the town. No contribution was to be levied from the poor. It was ordered that a security bond should be taken from the

A. D. 1777-78.

समान सबैन मया व अलफ रमजान ८ — लीस मांग, व बेरड असामी ३३ तेहतीस यांस रोजमरा दीड माही रुपये दोनशेंत्रेसष्ट करून तुह्मीं ठेविले आहेत, त्यास एक रोजमरा शहरांत पटी करून दिल्हात. पुढें रोजमरीयास ऐवज पाहिजे त्याचा आकार सरसालचे रोजमरे आठ एकूण रुपये २१०४ एकविसशें चार होतात, त्यास शहरांत मातबर सावकार, व ग्रहस्थ, व वाणीउदमी मातबर पाहून सदरहू ऐवजाची पटी ठरावून ऐवज वसूल करून बेरडांस देत जाणें. गोरगरीबांवर पटी न करणें ह्मणोन. पत्र. १

शहरांत अगर भवरगावीं चोरी जाल्यास बेरडांनी भरून द्यावी याप्रमाणें त्यांचा कागद लिहून घेऊन पक्का जामीन घ्यावा. याप्रमाणें करून मग पटी करून रोजमरियाचा ऐवज देणें म्हणोन पत्रांत लिहिलें असे.

९५९ (५१८)–बाळाजी गणेश यांस सनद कीं, पिलाजी, व तानाजी ताकपीर, शिलेदार यांस पथकसुद्धां चोरांच्या पारपत्यास तालुके देवगड येथें पाठविले आहेत. स्वार असामी.

समान सबैन मया व अलफ जिल्काद ३०

७ खासे.
२ कारकून.
११६ स्वार.

१२५

एकूण सवाशें असामी रवाना केले आहेत, तरी यांजपासून चाकरी घेत जाणें, यांचे रोजमरीयाची बेगमी हुजूर जिल्हेज अखेरपर्यंत जाली आहे, तुह्मी त्यांची गणती घेऊन हुजूर पाठवणें, आणि गणतीप्रमाणें चाकरी घेत जाणें, पुढें रोजमरा यांस हुजरून पावत जाईल, ह्मणोन, छ. २७ सवाल. सनद १.

परवानगी रूबरू.

९६० (७७२)–पांडुरंग धोंडजी कमाविसदार परगणे नाशिक यांचे नांवें सनद कीं, तुह्मीं विनंतीपत्र पाठविलें तें प्रविष्ट जालें. नाशिकांत चोऱ्या होतात, व दरवडे पडतात यांचे बंदोबस्तास हुजुरून लोक पाठवावे ह्मणोन लिहिलें; त्याजवरून गाडदी रोहिले दिंमतहाय. असामी.

सलास समानीन मया व अलफ साबान २७

३१ दिंमत रणबाजखान.
३० दिंमत मीर अबास.

Berads promising to make good all property stolen in the town or in its neighbourhood.

(959) Piláji and Tanáji Tákpir Silledár were sent with their detachment of 116 horse to punish robbers in Táluká Dewgad, and their expenses were paid from the Huzur.

A. D. 1777-78.

(960) Thefts and dacoities having occurred in Násik, the Kamâvis-

२० दिंमत अबदुलसतार.
२० दिंमत सेरजमालखान.

१०१

एकशएक असामी पाठविले असत, तरी यांस नाशिकांत ठेऊन चोऱ्यांचा, व दरवड्यांचा बंदोबस्त चांगला करणें. गाड्यांस पर्जन्य काळानिमित्य राहावयास निवारा करून देणें ह्मणोन, मशारनिल्हेचे नांवें. सनद १.

परवानगी रूबरू.

९६१ (८२२)–मौजे करंजगांव, तर्फ नाणेंमावळ, येथें वेदमूर्ती हरभट उपाध्ये यांचे घरीं दरवडा पडला, सबब मौजे मजकुरीं रखवालीस शिपाई देविले असेत, तरी नेमून देऊन रुजू दोन महिनेंपर्यंत तेथें ठेवणें म्हणोन. सनदा.

अर्बा समानीन मया व अलफ. सबाल ५

१ तालुके राजमाची, निसबत रामराव नारायण यांजकडून राजमाचीपैकीं कर्णेकरीसुद्धां असामी ६ सहा देविले त्याविशीं.

१ किल्ले विसापूर निसबत भिकाजी गोविंद यांजकडून किल्ले मजकूरपैकीं असामी ५ पांच देविले त्याविशीं.

२

रसानगी, सदाशिवभट नानल.

९६२ (८२३)–तालुके चास येथें सटवाजी हजारी वगैरे कोळी यांणीं दंगा करून, रयतीपासून खंड घेऊन, घरें जाळलीं, यांजकरितां पेशजीं हुजुरून कोळ्यांचे बंदोबस्तास पन्नास लोक हशमी पाठविले आहेत, त्या शिवाय तालुके मजकूरचे माहितगार लोक जदीद छ. २० रजबपासून असामी ३० तीस एकूण दरमहा दर असामीस तैनात रुपये ५ पांच निवळ आकरमाही

अर्बा समानीन मया व अलफ सबाल १४

A. D. 1782-83. dár asked for assistance from the Huzur. A force of 101 Rohillá Gárdis was sent to him for the purpose.

(961) A dacoity having occurred at Karanjgaum in Turf Náṇe-Máwaḷ at the house of a priest, Harbhaṭ Karve, 11 peons were sent for two months to protect the village. A. D. 1783-84.

(962) Saṭwáji Hajári Koḷi was making attacks on the village of Táluká Chás, levying black-mail and burning houses. Fifty soldiers were therefore sent from the Huzur to A. D. 17?? 84.

शिरस्तेप्रमाणें करून ठेविले आहेत, त्याप्रमाणें हुजुरून लोक करार करून दिल्हे पाहिजेत, ह्मणोन तुह्मीं विनंती केली; त्याजवरून तुमचे ठेवणुकेप्रमाणें तीस असामी सदरहू तारखेपासून करार करून, हे सनद तुह्मांस सादर केली असे, तरी चोरांचा बंदोबस्त होईतोंपर्यंत लोक ठेवणें. बंदोबस्त जाल्यावर लोक दूर करणें; आणि सदरहू लोकांचा आकार होईल तो तालुके मजकूरचे हिशेबीं खर्च लिहिणें, मजुरा पडेल ह्मणोन, नीळकंठराव रामचंद्र यांचे नावें. सनद १.

रसानगी यादी.

खमस समानीन मया व अलफ जमादिलावल २४

९६३ (८८१)—शहर अमदानगर येथें चोरांचा उपद्रव होऊन दरवडे पडतात, याजकरितां शहर मजकूरचे रखवालीस माणसें ठेवावयाकरितां शहरांत बाहेरील बिछाइती वाणी किराणा, भुसार वगैरे जिन्नस आणून विक्री करितात, त्यांस बिछाइतीची अडत शहर मजकूर येथील जो उदमी करील त्यास त्यांणीं पोटास द्यावें, याप्रमाणें पेशजीं पासून चालत आहे, त्यास बिछाइतीयाची अडत एकाचे जिमेस लाविल्यास हजार बाराशें रुपये पर्यंत दरसाल उत्पन्न होतील. यास्तव बिछाइतीयांची अडत एकाचे जिमेस लाऊन देऊन, आकार होईल तो शिबंदीखर्चास नेमून द्यावा. ह्मणजे शहर मजकूरचे दरवड्यांचा वगैरे बंदोबस्त होईल, ह्मणोन तुम्हांकडील कारकुनांनीं विनंति केली; त्याजवरून शहर मजकुरीं बिछाइती वाणी येतात, त्यांची अडत एकाचे जिमेस लाऊन, त्यास काम सांगून आकार होईल त्याची शिबंदी ठेऊन, दरवड्यांचा वगैरे शहरचा बंदोबस्त करणें, एक हजार निदान बाराशें रुपयांवर जाजती आकार जाल्यास सरकारांत जमा करीत जाणें ह्मणोन, विठ्ठल नारायण मामलेदार, तालुके अमदानगर यांचे नावें. सनद १.

रसानगी यादी.

९६४ (९९३)—श्रीत्रिंबकेश्वरीं सिंहस्थाकरितां गोसावी वगैरे जमा होतात.

---

put down the Kolis, and sanction was accorded to the entertainment of 30 additional men at Rs. 5 each for the same purpose.

A. D. 1784-85.

(963) Owing to the prevalance of dacoities at Ahmednagar, the employment of Rakhwáldárs was sanctioned and provision was made for their pay out of the revenue realized by the sale of the brokerage monopoly of goods brought for sale from outside the town.

A. D. 1788-89.

(964) It being the Sinhastha **year**, it was expected that Gosávis would flock in large numbers to Trimbakeshwar, and that quarrels and disputes would take place. Two

तिसैन समानीन मया व अलफ सवाल ८ त्यांत कजेकफावती करतील, याजकरितां त्यांचे बंदोबस्तास सरकारांतून गाडदी, निसबत राघो विश्वनाथ वगैरे यांजकडील असामी २०० तुह्मांकडे पाठविले आहेत, यांस तेथे चौक्या नेमून देऊन बंदोबस्त राखून गोसावी यांचा वगैरे परस्परें कज्या होऊं न देणें ह्मणोन, धोंडो महादेव यांचे नांवें. सनद १.

रसानगी, राघो विश्वनाथ कारकून शिलेदार.

९६५ (९९४)–कसबे नाशिक येथें सिंहस्थाचे यात्रेचा वगैरे बंदोबस्त जाला पाहिजे, याकरितां गाडदी निसबत राघो विश्वनाथ असामी १०० शंभर पाठविले आहेत, तरी कसबे मजकुरीं यांजपासून चाकरी घेऊन, यात्रा गावांत व गांवाबाहेर राहील तिचा बंदोबस्त चांगला करणें ह्मणोन, कृष्णराव गंगाधर कमाविसदार परगणा नाशिक यांचे नांवें. सनद १.

तिसैन समानीन मया व अलफ जिल्काद २

रसानगी, त्रिंबकराव नारायण कारकून निसबत दफ्तर.

९६६ (११२१)–धोंडो केशव यांजकडे मौजे पाडळी, संमत कोरेगांव, प्रांत वाई, हा गांव सरकारांतून आहे. तेथें पेंढारी वगैरे यांचा उपद्रव जाहला आहे, याजकरितां किल्ले चंदनपैकीं लोक असामी १० दहा उपद्रव मोडेतोंपर्यंत गांवचे रखवालीस नेमून देणें ह्मणोन, पांडुरंग त्रिंबक दिंमत विठ्ठलराव मल्हार यांचे नांवें. सनद १.

खमस तिसैन मया व अलफ. रजब २६

रसानगी, त्रिंबक नारायण परचुरे कारकून निसबत दफ्तर.

७ न्यायखातें.

(एफ) तुरुंग.

९६७ (४७)–हरी सखोजी, व त्याची स्त्री हीं उभयतां किल्ले सिंहीगड येथें अट-

---

hundred soldiers were therefore sent to the place to assist the Kamávisdár, who was directed to see that no disturbance took place.

(965) 100 Gárdis were sent to Násik for keeping order among the pilgrims coming to Násik during the Sinhastha year.
A. D. 1768-69.

(966) The village of Pádaḷi in Samat Koregaum being infested by Pendháris, 10 sepoys from fort Chandan were sent to protect the village.
A. D. 1794-95.

(F) Prisons.

(967) Hari Sakhoji and his wife who were in prison at fort

अर्बा सबैन मया व अलफ. रबिलावल २२ — केस आहेत, त्यास हरी सखोजीस समाधान नाही, मूत्रावरोध जाहला, व त्याचे स्त्रीस संग्रहणीची वेथा जाहली. दोघांचीही अवस्था भारी आहे, ह्मणोन विदित जाहलें; त्याजवरून हें पत्र सादर केलें असे, तरी हरी सखोजी व त्याची स्त्री ऐसी मौजे उरवडें येथें पोहोंचऊन देणें, मौजे मजकुरी विठ्ठल येशवंतराव खासनीस, दिंमत हुजुरात, यांची मातोश्रीचे स्वाधीन करून पावती घेणें ह्मणोन, आनंदराव जिवाजी यांचे नांवें चिटणिसी छ. १४ जिल्हेज. पत्र १.

नारो आपाजीच्या कीर्दीपैकीं.

९६८ (६५)—भवानीदास बलराम जेजालंदाज, किल्ले रामगड, तालुके विजयेदुर्ग, याजकडे पितृतीथ होती, याजकरितां किल्ले मजकूर येथील दरवाज्यास कोठीनजीक जातीचे चार लोक बोलाऊन, तटावर अग्नीत आउती देऊन बिन्हाडास आला, तों वाऱ्यानें किटाळ कोठीवर उडोन कोठींतील जिन्नस जळाला. — खमस सबैन मया व अलफ. जमादिलाखर २९

बीतपसील.

गला कैली साडेतिसेरी.		वजन.	कचे.
४॥३॥१॥=	नागली.	॥·॥४८१॥	दारु.
।·॥१॥=	वरी.	८॥७॥	काथागबाळ.
॥·॥१।≡	मीठ.	८८६।	ताग.
५॥·८१॥≡		·॥१॥७॥१॥	

सुमारी. सुमार.

४२ कले, चर्मी.
२ बुधले.
३ अधवडी.
२ गोळ्या शिसें.

५१

A D. 1773-74. — Sinhgaḍ being seriously ill, it was ordered that they should be released and sent to the village of Urawaḍe.

FROM NÁRO APPÁJI'S DIARY.

(968) Bhawánidás Balrám Jejálandáj of fort Rámgaḍ in Táluká Vijayadurga on the anniversary of his father's death made a fire on the rampart and threw offerings on it. A spark was blown by the wind to the store-room which took fire and a considerable quantity of grain, gunpowder &c. was burnt. Bhawánidás — A D. 1774-75

एकूण गला केली पावणें सहा खंडी, पावणें दोन पायली, तीन सीपें वजन कचे साडे-अकरा मण, पावणें आठ शेर दीड टांक, व सुमारी एकावन याप्रमाणें कोठींतील जिन्नस जळाला, त्याजवरून जेजालंदाजास अटकेंत ठेविला आहे, त्यास चार वर्षें जाहालीं. त्याज-पासून सदरहू जिनसांची किंमत घ्यावी, तरी बायको व माणसें कोणी नाहींत, जरजर जाहला आहे, अडसेरी मात्र द्यावी लागते, कांहीं उत्पन्न व्हावयाचें नाहीं, यास्तव सोडून द्यावयाची आज्ञा केली पाहिजे ह्मणोन तुह्मी विनंतीपत्र पाठविलें; त्याजवरून मनास आणितां जेजालंदाज मजकूर याचें कोणी नाहीं, व तोही मरावयासी जाहला आहे, सबब सदरहू जिन्नस नुकसान जळित खर्च लिहून, जेजालंदाजास सोडून देणें ह्मणोन, महादाजी रघुनाथ यास छ. १ रबिलाखर. सनद १.

९६९ (१२९)—धोंडभट गाडगीळ, वस्ती रेवदंडा, यांणीं हुजूर विदित केलें कीं, जंजीरें मजकूरचे चोरांनीं दोन चोऱ्या केल्या, ते चोर सांपडले, त्यास एक चोरी खत्री याचे घरची चोरानें झाडून भरून दिली. दुसरी चोरी आमचे घरीं केली ते कबूल जाले, परंतु त्यास द्यावयास अवकात नाहीं. तिघे ब्राह्मण चोर सहा महिनें अटकेंत आहेत, बहुत श्रमी होतात, याज-करितां ब्राह्मणांस सोडावें, आह्मीं चोरी भरून पावलों, मागत नाहीं, वाईट बरें यांस जालें तर दुर्निमित्य येईल, असें रेवदंड्याचे अंमलदारास ह्मटलें, परंतु ते ऐकत नाहींत, व सर-कारांत चोरीची तिजाई द्या ह्मणतात, येविशीं आज्ञा जाली पाहिजे ह्मणोन, ऐशास धोंड-

खमस सबैन मया व अलफ मोहरम २०

was therefore thrown into prison and kept there for 4 years. At the end of that period, it was reported that the man had no wife or other relations, that there were no means of recovering the value of the property from him, that he was much emaciated, and that his daily ration was a useless charge on Government. He was therefore ordered to be released.

(969) Three Brahmins of Janjire had committed two thefts, one at the house of a Khátri and the other at the house of Dhoṇḍ Bhaṭ Gádgiḷ of Revadandá. They produced the property of the first theft, but were unable to produce that of the second, though they confessed that they had committed the theft. They were therefore imprisoned and remained in confinement for 6 months. At the end of the period Dhoṇḍ Bhaṭ waived his claim to the property stolen and applied for the release of the prisoner on the ground that should they die, he would incur the odium of causing their death. The Officer of Rewadandá refused to comply with the request unless the value of a third share of the stolen property was paid to Government as usual. The matter was taken to the Peshwa by Dhoṇḍ Bhaṭ. The Officer

A. D. 1774-75.

भटाकडे चोरी जाली सबब त्याणें चोरांस अटकेंत ठेवविलें; हलीं चोरांपासून ऐवज येत नाहीं, चोर ब्राह्मण उपास करितात यास्तव चोरी भरून पावली, यांस सोडावें असें ह्मणतात हेंच खरें किंवा अंतस्थ चोरीचा ऐवज भरून घेतला, आणि सोडावयाविषईं रदबदली करितात, येविशींची चौकशी करून, उगेंच सोडावें हेंच खरें असल्यास चोरांस सोडून देणें. भटास तिजाईचा तगादा न लावणें. खंड गुन्हेगारी घेतली असेल ती सरकारांत जमा करणें ह्मणोन आनंदराव शिंदे, जंजीरे रेवदंडा यांचे नांवें. पत्र १.

९७० (१६७)—कसबे नारायणगांव येथें जंगमाचे घरीं दरवडा पडला होता, त्यास मौजे आरवी, कसबे मजकूर, येथें बेरड वस्तीस राहिले होते, त्यांस नारायणगांवकरी यानीं धरून हुजूर पाठविले. असामी १० दहा ते जुन्या कोटांतील बंदीखान्यांत बिड्या घालून ठेविले आहेत; त्यांचें वर्तमान मनास आणतां त्यांजकडे कांहीं मुद्दा लागूं होत नाहीं, सबब जामीनकतबा घेऊन बेरड सोडविले असत; तरी सदरहू दहा असामींच्या बेड्या तोडून सोडून देणें ह्मणोन, शिवराम रघुनाथ निसबत खासगी यांस छ. ११ जिल्काद. सनद १.

खमस सबैन
मया व अलफ
मोहरम ६

रसानगी, गोंदजी गाड्या प्यादा, दिंमत बहिरजी मोरे.

९७१ (२०१)—किल्ले सिंहगड येथें रामचंद्र विठ्ठल याचीं मुलें माणसें. असामी.

खमस सबैन
मया व अलफ
रबिलाखर ५

२ तीर्थरूप व मातुश्री.
२ भावजया.
३ मुलें.
२ कुणबीण व पोरगा.
—
९

---

of Rewadandá was ordered to ascertain whether the Bráhmins were really unable to restore the stolen property and were starving themselves or whether they had privately restored the stolen property to Dhond Bhaṭ who was now interceding on their behalf. In the former case, the prisoners were directed to be set at liberty.

(970) A dacoity having occurred at Náráyangàon, 10 Berads living in Âravi, a neighbouring village had been arrested and kept in the prison in Junákot. As nothing could be proved against them, they were ordered to be set at liberty.

A. D. 1774-75.

(971) The parents and other relations of Rámchandra Viṭhal were imprisoned at fort Sinhgaḍ. The parents being old and unable to stand the cold climate of the place were

A. D. 1774-75.

एकूण नऊ असामी किल्ले मजकुरीं अटकेंत आहेत, त्यास मशारनिल्हेचे तीर्थरूप व मातुश्री यांचा वृद्धापकाळ, किल्याची हवा सर्द, मानत नाहीं, याजमुळें बहुतेक हैराण आहेत, म्हणोन विदित जालें; त्याजवरून हें पत्र तुम्हांस लिहिलें असे, तरी सदरहू नऊ असामी किल्ल्याखालीं उतरणें. हीं आपले घरीं, मौजे उरवडें येथें, येऊन राहतील, त्यांचे मुबदला रामचंद्र विठ्ठल याचे बंधु व्यंकोजी विठ्ठल यास किल्ल्यावर ठेवणें; व मशारनिल्हेची बहीण पेशजी भेटावयास गेली आहे तिजलाही जाऊं देणें म्हणोन, आनंदराव निंबाजी किल्ले सिंहगड यांचे नांवें चिटणिसी छ. १८ रजब. पत्र. चिटणिसी पत्र येऊन सदरहू-प्रमाणें सनद लिहून दिल्ही.

परवानगी रूबरू.

९७२ (३७४)–हरी आपाजी काणे, याणीं हुजूर विदित केलें कीं, आपला भाऊ गदाधर आपाजी, वस्ती कसबे खेड, तालुके सुवर्णदुर्ग, हा तोतयाकडे गेला होता, याजमुळें त्यास कैद सरकारांत केलें होतें, तेथून भयेंकरून पळोन गेला यास्तव सुभां आपल्यास नेऊन गुन्हेगारी पन्नास रुपये घेतले, परंतु आपला भाऊ आलाहिदा, त्याचे कन्येचें लग्न होणें, याकरितां सरकारांतून कौल देवावयाची आज्ञा जाली पाहिजे म्हणोन; त्याजवरून हें पत्र सादर केलें असे, तरी याचा भाऊ भयेंकरून गेला आहे, घरीं कन्येचें लग्न व्हावयाचें आहे, सबब यास कौल देऊन घरीं आणवणें; कन्येचें लग्न होऊं देणें; मग जीवन पाहून भावापासून गुन्हेगारी घेतली आहे, त्याअन्वयें याचें जीवन पाहून गुन्हेगारी घेणें म्हणोन, मोरो बापूजी यांस. पत्र १.

सबा सबैन
मया व अलफ
जिल्हेज १२

चिटणिसी.

९७३ (४१७)–बाजीराव गोविंद वर्वे हैदरअली यांजकडे गेले, सबब त्याच्या

---

permitted to reside in their house in Urawade and Rámchandra's brother was ordered to be imprisoned in their stead.

(972) Gadádhar Appáji Káṇe of Khed, in Táluká Suwarṇadurga, having joined the Pretender was arrested and imprisoned. He escaped from prison and his brother Hari was fined Rs.50 by the Subhá. Hari Appáji represented that Gadádhar had to perform his daughter's marriage and prayed that a pass might be given permitting him to return home for this purpose. Moro Bápuji was instructed to give the safe-pass as requested and to levy a reasonable fine from Hari after the celebration of the marriage.

A. D. 1776-77.

(973) Bájirao Govind having gone over to Haidar Ali, his two wives were kept in custody at Mangaḷwedhe. Bájirao's father Govind Gopáḷ represented that Bájirao's daughter

A. D. 1776-77.

सबा सबैन
मया व अलफ
मोहरम ६

स्त्रिया दोन किल्ले मंगळवेढें येथें अटकेंत ठेविल्या आहेत, त्यास मशारनिल्हेची कन्या उपवर जाली, लग्न कर्तव्य, ह्मणोन गोविंद गोपाळ, मशारनिल्हेचे तीर्थरूप यांणीं हुजूर विनंती केली, त्याजवरून मशारनिल्हे यास सरकारांत जामीन घेऊन, हे सनद तुह्मांस सादर केली असे, तरी दोघी स्त्रिया कन्येसहवर्तमान पुण्यास पावते करणें ह्मणोन, मेघःशामराव यांचे नांवें. सनद १.

रसानगी यादी.

९७४ (४२३)–त्रिंबक गणेश भट याची बायको, व लेक अटकेस आहे, त्यास मूल आठ वर्षांचा जाला, त्याचा व्रतबंध जाहला पाहिजे, ह्मणोन लिहिलें त्यास त्याचे सोइरे आप्त कोणी जामीन देऊन मुंज करतील, तरी बायको व मुलास पक्का जामीन घेऊन त्यांचे हवाला करणें, मुंज जाहल्यावर पुन्हां पूर्ववतप्रमाणें अटकेस ठेवणें.

सबा सबैन
मया व अलफ
सफर २

९७५ (४२९)–रघ सावंत भोसले, व केसो बाबाजी यांस सनद कीं, अंताजी केशव जोशी निसबत रामराव नारायण यांस किल्ले विसापूर येथें अटकेस ठेवावयास पाठविले आहेत, तरी त्यास बेडी घालून पक्क्या बंदोबस्तानें किल्ले मजकुरीं अटकेस ठेऊन पोटास शेर शिरस्तेप्रमाणें सनद पैवस्तगिरीपासून देत जाणें. किल्ले मजकूर नाजूक जागा; अंताजी केशवचा लेक फार लबाड आहे; फितवाफांद्यास व निघोन जाण्यास चुकणार नाहीं. यास्तव चौकीचे लोक मजबूत चांगले नेमून देणें; आणि बेडी रोज तुह्मी आपले रूबरू पाहात जाणें; लोहारास

सबा सबैन
मया व अलफ
सफर १६

had attained the marriageable age and that she must therefore be married. He was asked to stand security for the ladies and orders were issued that the ladies and the girl should be sent to Poona.

(974) Trimbak Bhat's wife and son were imprisoned in the fort of Ratnágiri. The boy having attained the age of 8 years, permission was given to release both him and his mother in order that his thread-ceremony might be performed. It was further ordered that security should be taken from them before their release and that after the ceremony they should again be imprisoned.

A. D. 1776-77

(975) Antáji Keshav Joshi, in the employ of Rámrao Náráyan, was sent to prison in the fort of Visápur. Ragh Sáwant Bhosle and Keso Bábáji were informed that he was an intriguing person, that he was sure to attempt to escape, that a trusty guard should therefore be kept over him, that his fetters should every day be inspected by them in person, that the blacksmith should be strictly warned to be careful in rivetting the fetters, that Antáji should

A. D. 1776-77

चांगली ताकीद करून ठेवणें; चौकीचे लोकांजवळ त्यांचें भाषण न व्हावें, त्यांजवळ यांचें भाषण न व्हावें, चौकीचे लोकांशिवाय दुसऱ्यानें कोणीं जाऊं नये, असा पक्का बंदोबस्त करून ठेवणें ह्मणोन. सनद १.

परवानगी रूबरू.

जनार्दन आपाजीच्या कीर्दीपैकीं.

९७६ (४४५)–धोंडो गोपाळ केळकर किल्ले घनगड येथें अटकेंत आहे, त्याचे पाय सुजले आहेत, उठवत बसवत नाहीं, ह्मणोन तुह्मीं विनंतीपत्र पाठविलें तें पावलें. ऐशीयास मशारनिल्हेस फार बेरें वाटत नाहीं, याजकरितां पायांतील बिडी तोडून औषधउपाय करणें; आणि चौकीचा बंदोबस्त चांगला करून, लोकांचे फेरफार वरचेवर करून बरा जाहाला ह्मणजे फिरोन पायांत बिडी पूर्ववतप्रमाणें घालणें ह्मणोन, गोविंद रघुनाथ किल्ले मजकूर यांचे नांवें. सनद १.

सबा सबैन मया व अलफ रबिलावल २९

९७७ (४५५)–धोंडो गोपाळ केळकर, तोतयाचे फितुरांतील, किल्ले घनगड येथें अटकेस होता, तो मृत्यू पावला, त्याची क्रिया जाहली पाहिजे, याजकरितां त्याची बायको तालुके रत्नागिरी येथें अटकेंत आहे; तीस जामीन घेऊन क्रिया करण्याबद्दल मोकळीक करणें, क्रिया जाहालीयावर पोटीं संतान असल्यास अटकेस ठेवणें, संतान नसेल तर जामीन पक्का घेऊन मोकळीच असों देणें ह्मणोन, सदाशिव केशव यांचे नांवें. छ. ८ रबिलाखर. सनद १.

सबा सबैन मया व अलफ रबिलाखर २६

परवानगी, राजश्री बाळाजी जनार्दन फडणीस.

---

be prevented from speaking to the guard, and that no other persons should be allowed to approach him.

FROM JANÁRDAN APPÁJI'S DIARY.

(976) Dhoṇḍo Gopáḷ Keḷkar, a prisoner in the fort of Ghangaḍ, having swollen feet was unable to move. The officer of the fort represented the matter to Government, and orders were issued to remove the fetters and to keep Dhoṇḍo under medical treatment. It was further ordered that after his recovery fetters should be put on again.

A. D. 1776-77.

(977) Dhoṇḍo Gopáḷ Keḷkar, who was confined in the fort of Ghangaḍ for conspiring with the Pretender died. Orders were therefore issued to release his wife from custody at Ratnágiri in order that she might perform the funeral rites of the deceased. It was further ordered that she might be allowed to remain at large if she had no issue, that otherwise she should be sent back to prison after the performance of the obsequies.

A. D. 1776-77.

९७८ (४९७)—अर्जोजीराव ढमाले हवालदार, व कारकून किल्ले घनगड यांस सनद कीं, सखाराम हरी हे किल्ले पुरंदर येथें अटकेस होते, ते हल्लीं येथून तुह्मांकडे बेडीसुद्धां पाठविले आहेत, तरी किल्ले मजकुरीं बेडीसुद्धां पक्का बंदोबस्तानें अटकेस ठेऊन, पोटास शेर शिरस्तेप्रमाणें देत जाणें. याची बेडी तुह्मीं आपले दृष्टीनें रोजचे रोज पाहत जाणें. याचे चौकीस लोक ठेवाल ते एका दो रोजीं हेरफेर करून दुसरे लोक चौकीस नेमीत जाणें; आणि याची रखवाली बहुत खबरदारीनें करणें. सखाराम हरी याचे रखवालीस लोक राहातील त्यांणीं त्याशीं बोलूं नये, याप्रमाणें लोकांस चांगली ताकीद करणें, याजबरोबर रखवालीस स्वार दिंमत सदाशिव धोंडदेव, व गाडदी दिल्हे आहेत, हे किल्ले मजकुरीं पोहोंचऊन हुजूर येतील ह्मणोन. सनद १.

समान सबैन मया व अलफ रमजान १५

परवानगी रूबरू.

९७९ (५३१)—महादाजी गणेश फडके किल्ले चंदनगड येथें अटकेंत आहेत, त्यास बरें वाटत नाहीं, याजकरितां मशारनिल्हेची स्त्री, व कुणबीण त्यांजकडे जात आहे, त्यांस किल्यावर घेऊन, स्त्रीस सिधा मध्यम प्रतीचा, व कुणबिणीस अडशेरी देत जाणें ह्मणोन, शामराव जगजीवन यांचे नांवें. छ. ७ जिल्काद. सनद १.

समान सबैन मया व अलफ सफर २६

रसानगी यादी.

९८० (५४४)—नरसिंगराव गोविंद किल्ले पाली येथें अटकेस आहे, त्याची मातुश्री पुणियांत होती, ते मृत्यु पावली, तिची क्रिया करण्याबद्दल ब्राह्मण तेथें अस्थी घेऊन येईल. अस्थी आलियावर नरसिंगराव याचे पायांतील बेडी काढून, चौकी चांगली बंदोबस्तानें ठेऊन क्रियेस ब्राह्मण

समान सबैन मया व अलफ सफर २६

---

(978) Sakhárám Hari was sent in custody from fort Purandhar to fort Ghangad. The officer of the fort was directed to see personally every day that Sakhárám was properly fettered and to allow no communication with him and to see that he was very carefully guarded,

A. D. 1777-78.

(979) Mahádáji Ganesh Phadke, a prisoner at fort Chandangad being indisposed, his wife with her female attendant was permitted to come and reside with him. She was given the usual ration.

A. D. 1777-78.

(980) Narsingrao Govind, a prisoner at fort Páli, lost his mother residing in Poona. Her bones were sent to him with a Brahmin, in order that he might perform the obsequies

A. D. 1777-78.

मेळऊन वीस रुपयेपर्यंत क्रिया करण्यासी देऊन क्रिया करवणें. क्रिया जाहलीयावर पूर्ववतप्रमाणें बेडी घालून ठेवणें म्हणोन, बाजी गोविंद यांचे नांवें. छ. ८ जिल्हेज. सनद १.

परवानगी रूबरू. राजश्री बाळाजी जनार्दन फडणीस.

९८१ (५७२)—मोरो बाबूराव यांस किल्ले अमदानगर येथें ठेवावयास पाठविले आहेत, समागमें विसाजी आपाजी फौज सुद्धां दिल्हे आहेत, तुम्हांजवळ येऊन पोहचल्यावर हवालीं करून घेऊन किल्यांत ठेवणें; घर चांगलें असेल त्याचा बंदोवस्त करून राहावयास देणें; समागमें खिजमतगार, ब्राह्मण वगैरे विसाजी आपाजी सांगतील त्याप्रमाणें ठेवणें; तेथें पोहचाऊन विसाजी आपाजी माघारे हुजूर येतील. तुम्हीं बंदोबस्त चांगला करणें. मोरो बाबूराव यांजकडील हत्यारेंबंद माणूस जवळ नसावें, तुम्ही आपल्या कडील एक शाहाणा इतबारी मर्द माणूस जवळ ठेवणें; त्याणें रात्रंदिवस जपत जावें. बाहेरील माणूस किल्यांत जाईल त्याची चौकशी करीत जाणें, किल्याचा बंदोबस्त चांगला करावा. किल्याबाहेर शहरांत बेकार लोक राहात असतील, त्यांचा बंदोबस्त करणें. सारांश गोष्ट तुम्ही इतबारी यास्तव तेथें रवानगी केली आहे. सावधपणें राहून बंदोबस्त चांगला राखणें, वर्तमान लिहीत जाणें. मोरो बाबूराव खासा, व दोन भिक्षुक ब्राह्मण, व एक आचारी, व एक ब्राह्मण, व एक शागीर्द, व दोन खिजमतगार बिन हत्यारी, याप्रमाणें असामी ठेऊन, भोजनाचें साहित्य वगैरे उत्तम करून देत जाणें, व न्हावी एक लागेल तेव्हां तुम्हीं आपणांकडील विश्वासू पाठवित जाणें; वरकड बंदोबस्ती चांगली वरचेवर करीत जाणें म्हणोन महादाजी नारायण यांचे नांवें. सनद १.

तिसा सबैन मया व अलफ जमादिलाखर २९

परवानगी रूबरू.

९८२ (५७३)—बाबूराव हरी, व सखाराम हरी अटकेस आहेत. त्यास त्यांचे मातुश्रीचें वर्षश्राद्ध श्रावण शु॥ अष्टमीस आहे, त्यास श्राद्धांबद्दल खर्चास दर असामीस रुपये ५ पांच प्रमाणें देविले असेत. ते देऊन, श्राद्धाचें दिवशीं पायांतील बिडी काढून श्राद्ध करवणें. श्राद्धाचे दिवशीं एक दोन ब्राह्मण, व एक ग्रहस्थ, व दोन माणसें येतील त्यांस किल्ल्यावर घेऊन,

तिसा सबैन मया व अलफ जमादिलाखर ३०

---

of the deceased. His fetters were ordered to be removed while performing the ceremony.

(981) Moro Báburao was sent with his attendants to prison in fort Ahmednagar. The officer of the fort to give him first class diet and to keep a very careful watch over him: if a barber was required, a trustworthy man must be sent.

A. D. 1778-79.

(982) Baburao and Sakhárám Hari were imprisoned at fort

श्राद्ध जालीयावर दुसरे दिवशीं खालीं उतरून देणें; आणि पूर्ववत्प्रमाणें उभयतांस बंदोबस्तानें ठेवणें ह्मणोन. सनदा.

किल्ले प्रतापगड.

१ जयराम कृष्ण यांस सनद कीं, बाबूराव हरी यांस श्राद्धास पांच रुपये खर्चास देणें ह्मणोन.

१ अर्जोजीराव ढमाले हवालदार, व कारकून किल्ले घनगड यांस सनद कीं, सखाराम हरी यांस श्राद्धाबद्दल खर्चास रुपये पांच देणें ह्मणोन.

२

परवानगी रूबरू.

९८३ (५८९)—मामले कोहोज येथें बंदीवान अटकेस आहेत, त्यांपैकीं डोकीं मारावयाचीं, व शासनें करावयाचीं वगैरे. कलमें.

तिसा सबैन मया व अलफ सफर २३

डोकीं मारावयाच्या असामी.

२ खंड्या बेरड याचे पोरगे आहेत ते.

१ फाजीलखान नूरमहमद याचा भाऊ यास, भिवराव येशवंत यांणीं तारापूरचे मुक्कामींहून पाठविला आहे तो, एकूण तीन असामींचीं डोकीं मारणें. कलम १.

शिवराम ब्राह्मण भिवराव येशवंत यांणीं तारापूरचे मुक्कामींहून पाठविला त्याचा जामीन घेऊन सोडणें. कलम १.

मोराजी भोई याणें भुतें घालून काळोजी भोई यास मारिलें. तो मामले मजकुरीं आहे, त्याचा एक हात तोडून सोडणें. कलम १.

कडेलोट करावयाचे.

भिवराव येशवंत याणें तारापूरचे मुक्कामींहून पाठविले ते.

१ बहादूरसिंग.

A. D. 1778-79. Pratápgaḍ and Ghangaḍ. Orders were issued to give them Rs. 5 each to enable them to perform the usual ceremonies on the anniversary of their mother's death, to remove their fetters on that day and to admit one or two priests into the forts for the occasion.

(983) Sentences were passed on some of the prisoners at fort Kohoj, three were ordered to be beheaded, two to be thrown down the precipice. One prisoner, Moráji Bhoi, who had been convicted of murdering another man through the agency of spirits was sentenced to have one hand cut off. Another prisoner, Rámá Kánaḍá,

A. D. 1778-79.

नारायणजी शितोळा हुजुरून सन सलास सबैनांत अटकेंत ठेवण्यास पाठविला, त्याची सबब काय आहे ती लिहून पाठविणें.

१ देवसिंग खरकसिंगाचा कारभारी.

—

२

एकूण दोन असामींस कडेलोट करणें.

कलम १.

रामा कानडा ब्राह्मण ह्मणवितो, परंतु पुण्यांत गाईंचीं पुच्छें कापीत होता; तो मामले मजकुरीं अटकेस आहे; त्यास कुजक्या नागली पोटास देत जाणें. कलम १.

एकूण सहा कलमें करार करून हे सनद तुह्मांस सादर केली असे, तरी सदरहूप्रमाणें वर्तणूक करणें. व याखेरीज आणखी बंदीवान असतील त्यांचा झाडा हुजूर पाठवून देणें. सदरहू लिहिल्याप्रमाणें सरकारचे खिजमतगार भिवजी जगताप, व संताजी टिळेकर दोन असामी पाठविले आहेत, यांचे गुजारतीनें पारपत्य करून लिहून पाठविणें ह्मणोन, महादाजी रघुनाथ, मामले कोहोज यांस. सनद १.

रसानगी बरहुकूम पट.

९८४ (५९०) किले सिंहीगड येथें बंदीवान अटकेस आहेत, त्यांपैकीं हुजूर आणावयाचे वगैरे येविशीं.

तिसा सबैन
मया व अलफ
सफर २९

सुभाना ब्राह्मण, व मर्या जासूद हैदर नाईक यांजकडील फितुरी किले मजकुरीं आहेत, त्यांचे पायांत बिडी घालून पक्क्या बंदोबस्तानें हुजूर पाठवून देणें. कलम १.

रामजी भागवत याची बायको, व सासू, किले मजकुरीं अटकेस आहेत. त्या काय निमित्य ठेविल्या तें लिहून पाठविणें. कलम १.

एकूण दोन कलमें करार करून हे सनद तुह्मांस सादर केली असे, तरी सदरहूप्रमाणें वर्तणूक करणें, याखेरीज बंदीवान किले मजकुरीं असतील त्यांची सबब लाऊन, नांव-

---

who though professing to be a Brahmin was caught cutting the tails of cows in Poona, was sentenced to be fed on rotten Nágli. The sentences were ordered to be carried out in the presence of two Khismatgárs sent from the Huzur. A complete list of the remaining prisoners was at the same time asked for.

(984) A similar list of prisoners, with details of their offences,

निशीवार झाडा हुजूर लेहून पाठवणें ह्मणोन, नारो महादेव किल्ले मजकूर यांचे नांवें.

सनद १.

रसानगी यादी.

९८५ (५९३) बंदीवान तालुके, व किल्ले हाये येथें वगैरे जागीं अटकेस ठेविले आहेत, त्यांचे पारिपत्य करण्याविशीं. सनदा.

तिसा सबैन मया व अलफ रबिलावल ८

१ रघुनाथ सदाशिव, तालुके रायगड यांस कीं, गोपाळ सोनार ग्वाहागरकर हा सोनाराचे मुलास राघोबा विंझ्या याणें जिवें मारिला त्यांत होता, सबब किल्ले रायगड येथें ठेविला आहे; त्यास दादजी कंडारा, व मोराजी झुन्या खिजमतगार, दिंमत तानाजी पडवळ यास पाठविले आहेत. त्यांचे गुजारतीनें सोनार मजकुराचा उजवा हात तोडून सोडून देणें ह्मणोन. कलम १.

१ अजेंजीराव ढमाले हवालदार, व कारकून किल्ले घनगड यांस की, जग्या मारवाडी नागरगांवकर भुताला, सबब किल्ले मजकुरीं ठेविला आहे. त्यास दादजी लांडगा, व मोराजी झुन्या, दिमत तानाजी पडवळ, खिजमतगार यांस पाठविले आहेत, यांचे गुजारतीनें एक बोट कापून, त्यास सोडून देणें ह्मणोन.

१ बाबाजी भिकाजी, तालुके अमदाबाद यांस की, तालुके मजकुरी हरी बल्लाळ यांणीं स्वारींतून बंदीवान पाठविले ते. असामी.

१ बाबाजी कदम.
१ संताजी भोडवा.
१ रामजी सिस्ता.
१ भवानी बिचफरा.
१ साबाजी पाडेकर.

५

A. D 1778-79. was also called from fort Sinhgaḍ. Two prisoners were ordered to be sent in fetters to the Huzur.

(985) The following sentences were passed on certain prisoners confined in various forts:—

A. D 1778-79.

(1) Nagyá Márwáḍi who practised witchcraft to have one of his fingers cut off;

एकूण पांच असामी यांचे, राणोजी शेलार, व संभाजी मोकाता खिजमतगार, दिंमत संभाजी धायरीकर, पाठविले आहेत, त्यांचे गुजारतीनें एकेक हात तोडून त्यांस सोडून देणें ह्मणोन.

१ बाजी गोविंद तालुके सरसगड यांस कीं, संतू पवार कोळ्याचे मळईत होता, सबब किल्ले पीरगड, तालुके मजकूर येथें अटकेस ठेविला आहे, त्यास दादजी लांडगा, व मोराजी झुन्या खिजमतगार, दिंमत तानाजी पडवळ, यांस पाठविले आहेत, यांचे गुजारतीनें पवार मजकुराचें डोकें मारून हुजूर लेहून पाठवणें ह्मणोन.

१ नारायणराव कृष्ण, किल्ले चाकण यांस कीं, बहिरजी पवार, तुळाजी पवाराचा भाऊ, किल्ले मजकुरीं आहे, त्यास गोपाळजी शिंदा खिजमतगार, दिंमत तानाजी पडवळ, यास पाठविला आहे, त्याचे गुजारतीनें पवार मजकुराचा एक पाय तोडून त्यास सोडून देणें ह्मणोन. सनद १.

१ रामचंद्र कृष्ण, तालुके मुल्हेर यांस कीं, हरी बल्लाळ यांणीं स्वारींतून बंदीवान तालुके मजकुरीं सन सीत सबैनांत पाठविले ते. असामी.

१ अलाबकस बलद शेख सादन गाडदी.
१ भिवजी बिन बापूजी थांडा.
३ मांग.
  १ गोव्या.
  १ निंव्या.
  १ सेटी.
  ———
  ३
———
५

एकूण पांच असामींचा अनाजी राजगुरू, व कबाजी नलवडा खिजमतगार, दिंमत संभाजी धायरीकर, यांस पाठविले आहेत, त्यांचे गुजारतीनें एकेक हात तोडून त्यांस सोडून देणें ह्मणोन. सनद.

१ माधवराव कृष्ण यांचे नांवें कीं, तोफखान्यांत बंदीवान आहेत, त्यांपैकीं शासन करावयाचे असामी.

---

(2) Bápoo Bhái who was caught robbing a Brahmin wo[illegible] ornaments to have one hand and one foot cut off;

२ एक हात व एक पाय तोडावयाचे.

१ रामा बेरड, मालजी नाईक बेरड आळंदीकर याजकडे चाकर होता तो.

१ बदली भोई ब्राह्मणाचे बायकोच्या आंगावरील वस्त्र चोरून नेत होता तो.

२

२ एकेक हात तोडावयाचे.

१ मल्हारी कुणबी खानापूरकर याणें चोरी केली सबब.

१ याकुबखान झारेकरी चोर ह्मणोन ठेविला आहे तो.

२

१ भिमा मांग जागेवाडीकर याणें खंडोजी भोसला जागेवाडीकर याची घोडी चोरली, सबब त्याचा एक पाय तोडावा.

५

पांच असामी यांस, देवजी शिंदा, दिंमत संभाजी धायरीकर, व हसाजी निसवण, दिंमत रायाजी संकपाळ, खिजमतगार पाठविले आहेत, त्यांचे गुजारतीनें सदरहूप्रमाणें शासन करणें ह्मणोन. सनद.

७

सात सनदा रसानगी जावता. याखेरीज बंदीवान असतील त्यांची सबब लाऊन नांवनिशीवार झाडे लिहून हुजूर पाठविणें, ह्मणोन सनदांत लिहिलें असे.

९८६ (६०४) किल्ले मजकुरीं सखाराम हरी अटकेस आहेत, त्यांस पोटास शिधा पावत आहे तो मना करून, जुन्या नागलीचें पीठ दररोज वजन पक्के ⟨⟩१ एक शेर प्रमाणें देत जाणें. पिठाशिवाय आणखी कांहीं न देणें. उपास करूं लागल्यास करूं देणें, मनास न आणणें. नवी बेडी येथून पाठविली आहे ही सखाराम हरी यांचे पायांत घालून, पक्के बंदोबस्तानें ठेवणें. बि-

तिसा सबैन मया व अलफ रबिलाखर २१

(3) Malhári kuṇbi who committed theft to have one hand cut off;

(4) Other prisoners (named) were to be beheaded, or have hands or feet, or both cut off as ordered in each case.

(986) The officers of fort Ghangaḍ were directed to give prisoner Sakhárám Hari one seer of old Nágli flour and nothing else, in lieu of the ration previously given to him, to let

A. D. 1778-79.

डीचा खिळा दररोज तुम्ही पाहत जाणें, ह्मणोन, अजोंजीराव ढमाले, हवालदार व कारकून,, किल्ले घनगड यांचे नावें. सनद १.

परवानगी रूबरू.

९८७ (६०५)—बाबूराव हरी किल्ले प्रतापगड येथें अटकेस आहेत. ते किल्ले सुयारगड, तालुके सुवर्णदुर्ग, येथें अटकेस ठेवावयाचे करून हे सनद तुह्मांस सादर केली असे, तरी तुह्मी तालुके मजकुरीहून पन्नास माणूस, व शाहाणा कारकून प्रतापगडास पाठऊन, बाबूराव हरी यास घेऊन जाऊन किल्ले सुयारगड येथें पक्के बंदोबस्तानें अटकेस ठेवणें; आणि पोटास शेर देत जाणें.

तिसा सबैन मया व अलफ रबिलाखर २३

जयराम कृष्ण यास सरकारचें पत्र अलाहिदा सादर केलें असे, तरी पत्र पावतांच तुह्मीं त्यांजकडे लोक, व कारकून पाठऊन, सदरहू लिहिल्याप्रमाणें मशारनिल्हेस घेऊन जाऊन किल्ले मजकुरी पक्या बंदोबस्तानें बेडीसुद्धां ठेवणें ह्मणून, मोरो बापूजी यांस. सनद १.

येविशीं जयराम कृष्ण किल्ले प्रतापगड यांस कीं, मशारनिल्हेकडून लोक, व कारकून तालुके सुवर्णदुर्गाहून तुह्माकडे येतील त्यांचे हवाली बाबूराव हरी यांस करून कबज घेणें ह्मणून. सनद १.

२

रसानगी, बाजी बल्लाळ कारकून, दिंमत जयराम कृष्ण.

मशारनिल्हेची स्त्री प्रतापगडास आहे, ते त्याजबरोबर आल्यास घेऊन जाऊन दोघांस एक जागा ठेवणें ह्मणून मोरो बापूजी यांचे सनदेंत लिहिलें असे; व जयराम कृष्ण यांचे सनदेंत मशारनिल्हेची स्त्री किल्ले मजकुरी आहे, ते त्याजबरोबर जात असल्यास सुयारगडास रवाना करणें, जात नसल्यास तिचे घरास पोहोंचाऊन देणें ह्मणोन लिहिलें असे.

९८८ (६४१)—सखाराम हरी किल्ले मजकुरी अटकेस आहेत. त्यांचे पायांत बिडी थोर आहे ती काढून, लहान बिडी घालणें, व महिना पंधरा दिवशीं हजामत करवीत जाणें; बायको, व लहान पुत्र, व कुणबीण एक लहान पोरगी, अशी तिघें पुण्याहून जातील. त्यांस किल्यावर घेऊन

समानीन मया व अलफ सवाल १३

him starve himself if he chose to do so, and to put on his legs the new fetters sent from the Huzur.

(987) Báburao Hari a prisoner at Pratápgad was ordered to be sent to fort Suryágad. His wife who was with him was allowed to accompany him if she chose, otherwise she was ordered to be sent home.

A. D. 1778-79.

(988) Orders were issued to the officer of fort Ghangad to remove

मशारनिल्हेजवळ ठेवणें; आणि मशारनिल्हेस, व बायकोस शिधा मध्यम प्रत, व कुणबीणीस शेर शिरस्तेप्रमाणें देत जाणें. औषधें वगैरे लागल्यास तुह्मांजवळ सांगतील, त्याप्रमाणें चौकशीनें आणून देत जाणें ह्मणोन, अर्जोजीराव ढमाले हवालदार, व कारकून किल्ले धनगड यांचे नांवें. सनद १.

रसानगी याद.

९८९ (७४०)—चिमणाजी दलपतराव, संस्थान पेठ, हे किल्ले त्रिंबक, तालुके मजकूर, येथें अटकेस आहेत. त्यांस त्रिंबक अनंत गोडबोले यांचे विद्यमानें गंगापुरांत ठेवावयाचा करार करून दरमहा खर्चास रुपये २५० अडीचशें देविले असेत, तरी तालुके मजकूरपैकीं देत जाणें. मशारनिल्हेनीं फंदफितूर करूं नये येविशीं पक्का जामीन त्रिंबक अनंत यांचे विद्यमानें घेणें ह्मणोन, धोंडो महादेव यांचे नांवें. सनद १.

इसन्ने समानीन मया व अलफ सफर १२

रसानगी यादी.

९९० (८१९)—अर्जोजीराव ढमाले हवालदार, व कारकून किल्ले धनगड यांचे नांवें सनद कीं, ब्राह्मण बायका किल्ले मजकुरीं अटकेस आहेत, त्यांस लुगडीं, व चोळ्या व पांघरावयास कांबळी, सरदीची जागा याजकरितां देविली पाहिजेत ह्मणोन लिहिलें, त्याजवरून बायका असामी.

अर्बा समानीन मया व अलफ रमजान १४

१ कृष्णी.
१ कोंडी.
१ दारकी कायस्तीण.
१ कृष्णी पैठणकरीण.

४

A. D. 1779-80. the heavy fetters put on Sakhárám Hari and to substitute lighter ones in their place and to have him shaved every month or fortnight. Permission was also given to admit into the fort his wife, an infant son and a female servant and to allow them to stay with him. The officer was directed to supply him with such medicines as might be required.

(989) Chimnáji Dalpatrao of Sansthân Peth who was a prisoner at fort Trimbak was allowed to reside at Gangápur on furnishing sufficient security.

A. D. 1781-82.

(990) Clothes consisting of 2 sáris worth Rs. 2 each and 4

एकूण चार असामीस लुगडीं वगैरे द्यावयाचीं त्यांची किंमत.   रुपये.

१६ लुगडीं, दर असामीस २ प्रमाणें लुगडीं सुमार ८ दर २ प्रमाणें.   रुपये.

२ चोळ्या, दर असामीस ४ प्रमाणें सुमार १६ दर ८≈ प्रमाणें.   रुपये.

२ कांबळ्याबद्दल दर असामीस रुपया ।॥॰ प्रमाणें.   रुपये.

२०

एकूण वीस रुपयांचीं सदरहू लिहिल्याप्रमाणें सनगें देविलीं असेत. तरी खरेदी करून
देणें. मजुरा पडतील ह्मणोन.   सनद १.

परवानगी रूबरू.

९९१ (८८६)–अर्जोजीराव ढमाले हवालदार, कारकून किल्ले घनगड यांचे नांवें
सनद कीं, रामचंद्र गोविंद, माजी कारखानीस किल्ले मजकूर, हा
अपराधी, सबब किल्ले विसापूर येथें अटकेस आहे. त्याचा लेक
गोविंद रामचंद्र वारा वर्षांचा किल्ले मजकुरीं तुह्मांजवळ अटकेंत आहे,
त्यास सोडावयाविशीं त्याचे आईनें हुजूर रदबदली केली, सबब सोडावयाचा करून हे
सनद तुह्मांस सादर केली असे, तरी गोविंद रामचंद्र यास पोटखर्चे रुपये २७।≈ सबा
सत्तावीस तीन आणे जाहला आहे ह्मणोन तुह्मीं लिहून पाठविलें, त्यास पोटखर्चाचे सदरहू
रुपये, व जामीन घेऊन सोडून देणें ह्मणोन.   सनद १.

खमस समानीन
मया व अलफ
जमादिलाखर २८

रसानगी याद.

९९२ (९८३)–माधवराव कृष्ण भिगारकर हे किल्ले चावंद, तालुके शिवनेर येथें

A. D. 1783-84. boddices worth Rs. 0-2 each and one blanket worth
Rs. 0-8-0 were ordered to be supplied to each of the 4
female prisoners at fort Ghangaḍ.

(991) Rámchandra Govind Kárkhánnis of fort Ghanagaḍ having
A. D. 1784-85. been accused of some offence was imprisoned himself
at fort Visápur, and his son Govind, aged 12 years, at
fort Ghanagaḍ. At the intercession of the boy's mother Govind was
released. It was ordered that diet expenses should be recovered and that
a surety should be taken.

(992) Mádhavrao Krishna, a prisoner in fort Cháwand, being old

सीत समानीन मया व अलफ जिल्काद ३० — अटकेंत आहेत, त्यास मशारनिल्हे वृद्ध, व अशक्त, सबब त्यांची स्त्री त्यांजवळ राहणार, त्यास किल्ले मजकुरीं मशारनिल्हेजवळ ठेऊन पोटास शेर शिरस्तेप्रमाणें देत जाणें ह्मणून, बाळाजी महादेव यांचे नांवें.

सनद १.

रसानगी याद.

९९३ (१०८४)—मंडाजी गांड्या, मौजे टाकळी, तर्फ माहूर, व हरी पारगांवकर यांणीं मौजे मजकुरीं दावे करून जलेत केली, सबब किल्ले नारायणगड येथें अटकेस ठेविले आहेत. त्यास पोटगीचा ऐवज द्यावयास ताकत नाहीं म्हणोन तुह्मीं हुजूर विदित केलें, त्यास त्यांजपासून जीवन पाहोन ऐवज उत्पन्न होईल तो घेऊन, सरकारहिशेबीं जमा करणें; आणि हरदूजणांस जामीन घेऊन सोडून देणें ह्मणोन, रामचंद्र शिवाजी यांचे नांवें. (अर्बा तिसैन मया व अलफ मोहरम २१) सनद १.

रसानगी याद.

९९४ (११११)—मोरो बापूजी यांचे नांवें सनद कीं, तुह्मीं छ. २५ जिल्हेजचें विनंतिपत्र पाठविलें तें प्रविष्ट जाहलें. पाद्री वैद्य पुण्यांत होता त्याचा भाऊ, मुशाबुरूज फिरंगी, परशराम रामचंद्र याजवळ लष्करांत चाकरीस होता, त्याची व दुसरे जमातदार यांची कटकट जाहाली, तेव्हां दोघे पाहारेयांत ठेविले. नंतर एक सोडला. फिरंगी मजकूर यास किल्ले धारवाड येथें लष्करांतून अटकेंत ठेविला, त्यास चौकशीकरितां सरकारी अपराध विशेष नाहीं; पोटास शेर, व चौकीस दहा बारा असामी आहेत, खर्च होऊन उपयोग नाहीं, त्याची (खमस तिसैन मया व अलफ मोहरम १३)

A. D. 1785-86. and infirm, his wife asked permission to reside with him in the fort. The permission was granted and the fort officer was directed to arrange for her diet.

(993) Mandáji Gàndyá of Tàkli in Máhur and Hari Párgaonkar, two incendiaries who were imprisoned in fort Náráyangad were unable to pay for their maintenance and the charge therefore fell on Government. Orders were issued to levy from them such amount as could be recovered and to set them at liberty after taking security. (A. D. 1793-94.)

(994) A Portuguese serving in the army under Parashrám Rámchandra, who was the brother of a Christan Doctor in Poona, having quarrelled with another officer, both were imprisoned. One of them was subsequently released but the other, viz. the Portuguese, remained in custody at Dhárwár. Moro Bápuji (A. D. 1794-95.)

जवानी सेवेशीं पाठविली आहे, जामीन मिळत नाहीं, त्यास सोडावयाची आज्ञा व्हावी; व आणखी एक दोन असामी अटकेंत आहेत, आज्ञा जाहल्यास अन्याय पाहून फडशा करीन ह्मणोन लिहिलें, त्यास अपराधाची चौकशी चांगली करून फिरंगी मजकूर यास सोडून देणें, व आणखी एक दोन बंदीवान असतील त्यांचा अपराध असेल तसें पारपत्य करून, गुन्हेगारी घेऊन सरसुभांचे हिशेबीं जमा करणें; आणि जामीन घ्यावयाजोगे असतील त्यांचा जामीन घेऊन अपराधी अटकेंत आहेत त्यांस सोडून देणें ह्मणोन. सनद १.

रसानगी, त्रिंबक नारायण परचुरे कारकून निसबत दफ्तर.

८. सरकारी कामगार, व जहागिरदार यांचें गैरवर्तन.

नारो आपाजीच्या कीर्दीपैकीं.

९९५ (६२)—तालुके कल्याणभिंवडी, व तालुके नेरळ देखील परगणे नसरापूर, व तर्फ चोण, येथील पेशजीं रामाजी महादेव यांचे कारकीर्दींत सुटी पडल्या आहेत, त्यांची चवकशी माजी मामलेदारांनीं करून फडशा केला नाहीं, त्यास हल्लीं सुटीची चवकशी झाली पाहिजे, यास्तव याचा एख्तीयार तुह्मांवर आहे, तरी तुह्मीं बहुत रीतीनें चवकशी करून, कोणाची रुयात न धरितां, रयतीस सूट पडोन दरम्यान ऐवज राहिला असेल, त्याचा बारीक शोध करून, लोभ न धरितां, व भीड संकोच न पडतां, सुटीचा ऐवज होईल तो साधावा. चवकशी करून हुजूर आणून समजावाल त्याप्रमाणें फडशा होईल, दार असेल तो वसूल घेणें, नादार असेल तो हसेबंदी लाऊन वसुलांत आणणें, व केवळ बुडीत, व गयाळ असेल, व वसूल करावयासी ठिकाणच नाहीं असें असेल तें हुजूर आणून समजावणें. समजोन

अर्वा सबैन
मया व अलफ
रबिलावल २२

---

now reported that on inquiry he did not consider that the Feringee was much to blame, and recommended that as it was no use incurring the expense of feeding and guarding him, and as he was unable to find a surety, he might be set at liberty. The recommendation was accepted.

VIII. Misconduct of Government officers and Jahágirdárs.

FROM NÁRO APPÁJIS DIARY.

(995) It was found that no inquires had been made by the former Mámlatdàr regarding the remissions granted from time to time to the ryots of Táluká Kalyáṇ Bhiwandi and Táluká Neral A special officer was appointed to look into the matter. He was directed to make a very thorough and impartial inquiry and ascertain how much of the amount of sanctioned remissions had been

A. D. 1773-74.

फडशा करणें तो केला जाईल, ह्मणोन सालगुदस्तां हुजूरून करार जाला, त्यावरून सुटीची चवकशी करून, ऐवज घ्यावयाचा ठराऊन, दाग, नादार, गयाळ, मयत यांचा झाडा तपशिलवार निवडून त्याप्रमाणें वसूल घ्यावा, तरी सरखोत, व फुटखोत पुढें सुटीचा कज्या राहिला नाहीं ह्मणोन कबजे मागतात, ह्मणोन तुह्मीं हुजूर विदित केलें; ऐशास सालमजकुरीं सुटीचे ऐवजीं मामलेदारापासून कर्ज रुपये ५०००० पन्नास हजार घ्यावयाचे करार केले आहेत, त्याप्रमाणें मामलेदार हुजूर भरणा करतील ते, व पेशजीं रामाजी महादेव, व दिनकर महादेव, यांजपासून सुटीचे ऐवजीं कर्जदाखल रुपये ३५००० पस्तीस हजार सरकारांत घेतले आहेत ते, एकूण पंचायशी हजार रुपये ज्यांचे त्यांस पोहोंचले पाहिजेत, त्यास सालगुदस्तां सुटीची चवकशी तुह्मीं केली. त्यांपैकीं दार कुळांचा ऐवज वसूल घेऊन सालमजकुरीं पन्नास हजार रुपये मामलेदारांपासून घ्यावयाचा करार जाला आहे त्या ऐवजीं घेणें. नादार कुळांकडील तूर्त ऐवज यावयाचा नाहीं. त्यांचें जीवन पाहून हतेबंदी करून, तो ऐवज पेशजीं रामाजी महादेव, व दिनकर महादेव, यांजपासून पस्तीस हजार रुपये घेतले आहेत त्या ऐवजीं वसुलास नेमून देणें. नादारपैकीं एक दोन असामींचें फाजील सरकारांत मामलतसंबंधें येणें आहे, त्या ऐवजीं सुटीचा ऐवज त्या असाम्यांकडे ठरेल तो रदकर्जी लिहिणें. गयाळ मयताचा झाडा हुजूर आणून समजावणें. सुटीपैकीं ज्या कुळांपासून वसूल घ्याल त्यांस पुढें सुटीचा लांझ्या राहिला नाहीं ह्मणोन जाब सरसुभ्याहून लिहून घेणें. येणेंप्रमाणें सुटीचा फडशा करून जावता हुजूर समजावणें, त्याप्रमाणें विल्हेस लागेल. चवकशीमुळें पंचायशीं हजारांस ऐवज न पुरला तर, मागील मामलेदारांनीं सुटीपैकीं ऐवज साधणूक करून घेतला असेल, त्याची रुजुवात करून पस्तीस हजारांचें रदकर्जी लिहिणें ह्मणोन, त्रिंबक विनायक सरसुभा प्रांत कोंकण यांचे नांवें. छ. १४ जिल्हेज.

सनद १.

रसानगी याद.

९९६ (१८९)—वेदशास्त्रसंपन्न राजश्री रघुनाथ दीक्षित यांचे नांवें कीं, मकाजी

---

collected from the ryots and misappropriated by the officers. In cases in which the person concerned in the fraud was able to repay the money misappropriated it should be recovered from him. If he was not able to pay, an agreement for the payment of the money by instalments should be taken. Cases in which the officers concerned were in extremely poor circumstances should be reported to the Government for orders.

(996) Makáji Teli of kasbá Khed owed some money to his creditors. They handed over the documents regarding the loan to Raghunáth Dixit. He forcibly recovered the

A. D. 1774-75.

खमस सबैन मया व अलफ रबिलाखर ५

तेली, कजबे खेड, यानें हुजूर विदित केलें कीं, आपण सावकाराचें कर्ज देणें आहे. बारावयासीं आवाकांत नाहीं, असें असतां रघुनाथ दीक्षित यांणीं माझे सावकारांचीं खतें घेऊन मजला फार सक्त तगादा करून मजपासून ऐवज उगऊन घेतला.

६०० मल्हार भट पाठक, पुणेंकर, यांचे मुद्दल रुपये २०० त्याचा वसूल घेतला.

बरहुकूम.

३०० भटजीस दिले रुपये.

३०० दरम्यान आपण घेतले रुपये.

६००

४० महादेव भट दातार, खेडकर, यांचे मुद्दल रुपये २५ त्याचा वसूल तपशील.

१७ कान्हूचा कुणबी बनजाजी याचे मुद्दल रुपये १२ त्याचा वसूल.

३९ रामकृष्ण भट वैशंपायन यांचे मुद्दल रुपये १५ त्याचा वसूल.

१५ आपा सराफ, खेडकर, याचे मुद्दल रुपये १० त्याचा तपशील.

७११

एकुण सातशें अकरा रुपये वसूल घेतला, त्याची चवथाई सरकारांत द्यावी तेही न दिल्ही, आपणच मध्यें रुपये खाऊन मज गरीबास तसदी देतात. हल्लीं महिपतराव देशपांडे, चाकणकर, यांजपासून एकशेंचोवीस रुपयांचें माझें खत घेऊन, त्यांचें तीनशें रुपये देणें ह्मणोन तसदी केली आहे, याजमुळें मी परागंदा होऊन फिरतों. लोकांची खतें घेऊन यास तसदी न देणें, ह्मणोन पेशजीं सरकारचें पत्र सादर जाहलें असतां मानीत नाहींत, मजला जबरदस्तीनें बुडवितात. येविसींची आज्ञा जाहली पाहिजे ह्मणोन; ऐशीयास एक वेळ तुह्मांस सरकारांतून ताकीदपत्र सादर जाहलें असतां फिरोन लोकांचे कर्जाकरितां या गरीबास तगादा करून देशधुडी लाविला हे कोण रीत? दरमियान रुपयेही गरीबाचे खातां हें परिच्छिन्न, उत्तम नसे. हल्लीं हें पत्र सादर केलें असे, तरी या उपरीं असे तगादे एकंदर न करणें. पेशजीं सातशें अकरा रुपये वसूल घेतला आहे, त्यापैकीं दरम्यान

तीनशें रुपये घेतले आहेत ते, व बाकी चवथाई हुजूर पाठऊन देणें, येविशींचा बोभाट फिरोन हुजूर न येत असें करणें ह्मणोन. चिटणिशी. छ. २६ मोहोरम. पत्र १.

मुतालिक ह्यांचे रोजनिशीपैकीं.

९९७ (१)–निंबाजी व तान्हाजी महाजन, कसबे नसिराबाद, परगणे मजकूर, याणें

खमस सबैन मया व अलफ साबान १२

हुजूर विदित केलें कीं, आपलें कर्ज काळो बाबाजी कुळकर्णी, कसबे मजकूर, यांजकडे येणें होतें तें नारो केशव, दिंमत कमाविसदार, परगणे मजकूर यांणी चौकशी करून चौथाई सरकारांत घेऊन आपलें कर्ज वसूल करून दिल्हें. त्यास हल्लीं नारो केशव दूर होऊन, मशारनिल्हेचे तर्फेनें हिराजी रणसोड परगणे मजकुरीं आले आहेत. ते कुळकर्णी मजकुराची बळासी करून कर्जापैकीं कुळकर्ण्याकडील ऐवज आपल्यास पावला आहे, तो माघारा देवितात. येविशीं ताकीद जाली पाहिजे ह्मणोन; त्याजवरून हें पत्र तुह्मांस सादर केलें असे, तर बाजवी कर्ज असतां चवथाई सरकारांत घेऊन निकाल करून देविला, तो फिरोन मनास आणावयास प्रयोजन काय? तर महाजनास कर्जाचा तगादा न करणें, व याखेरीज महाजनाचें कर्ज लोकांकडे येणें तें बाजवी मनास आणून चौथाई सरकारांत घेऊन कर्जाचा निकाल करून देवणें. फिरोन बोभाट येऊं न देणें ह्मणोन, हिराजी रणसोड, दिंमत महादाजी केशव कमाविसदार, परगणे मजकूर, यांचे नांवें चिटणिसी. पत्र १.

जनार्दन आपाजीच्या कीर्दीपैकीं.

९९८ (३४२)–फकीर महमद माजी कमाविसदार, मौजे केम, परगणे वांगी, याज-

---

to molest the man and to remit to Government a fourth of the loan recovered by him.

FROM THE MUTÁLIK'S DIARY.

(997) A debt due to Nimbáji and Tánáji Mahájan of Nasirábád

A. D. 1774-75.

from Kálo Bábáji Kulkarni was recovered for them by Náro Keshav, an agent of the Kamávisdár, and a fourth of it was as usual credited to Government. Náro Keshav was subsequently recalled by the Kamávisdár and Hiráji Ransod was appointed in his place. Hiráji siding with the Kulkarni asked Nimbáji and Tánáji to restore to the Kulkarni the money levied by them. They applied to the Huzur. Hiráji was informed that his action in raking up an old matter was improper, and he was directed not to press Nimbáji and Tánáji to return the money.

FROM JANÁRDAN APPÁJI'S DIARY.

(998) The Mokádams of Kem in Pargaṇá Wángi laid a complaint

सबा सबैन मया व अलफ रमजान २९

कडे तुह्मीं अन्याय लाऊन द्यावे, अन्याय लाऊन न दिल्यास रुपये पांच हजार रुपये गुन्हेगारी सरकारांत तुह्मीं द्यावी, याप्रमाणें सन खमस सबैनांत कबूल केलेंत; त्याजवरून कलमें लागूं करावयाची चौकशी कमळाकर भास्कर याजकडे सांगितली; त्यांणीं मनास आणितां कलमें लागूं न जाहलीं, तुह्मीं खोटे पडलेत, सबब सदरहू पांचहजारांची बरात राणूजी नाईक निंबाळकर यांची सालगुदस्त बापूजी जैन कमाविसदार, मौजे मजकूर, यांजवर करून ऐवज सरकारांत घेतला असे, तरी सदरहू पांच हजारांचे व्याजसुद्धां बापूजी जैन यांस पावते करून कबज घेणें ह्मणोन, मोकदम मौजे मजकूर यांस छ. १२ रजब. सनद १.

रसानगी अजमास.

९९९ (४६२)–त्रिंबक कृष्ण व भवानी हरी कमाविसदार, तर्फ हवेली, प्रांत संगमनेर, यांस पत्र कीं, शिंपी, रंगारी, साळी वगैरे उदमी रयत कसबे संगमनेर यांणीं हुजूर विदित केलें कीं, कमाविसदाराकडून, व कसबे मजकूरचा केरोजी पाटील गुंजाळ यांजकडून आपल्यास जाजती उपद्रव लागतो, त्याचा बंदोबस्त सरकारांतून जाल्यास आमची नांदणूक होईल; नाहीं तरी होत नाहीं; त्याजवरून यांचें वर्तमान मनास आणून कलमें करार करून दिलीं असेत. बीतपशील.

समान सबैन मया व अलफ जमादिलावल १०

किता.	कलमें.	किता.	कलमें.
१	कसबे मजकूरचे उदम्यांपासून गुदस्तां मोहोतर्फ्याशिवाय एकसालां पट्टी सरकारांत घेतली असतां सालमजकुरीं	१	कसबे मजकूरचे उदमी बाजारास परगणे मजकुरीं जातात, त्यांस मना करूं नये. कलम.

A. D. 1776-77.

against the late Kamávisdár of the village, Fakir Mahomed, and agreed to forfeit Rs. 5000 to Government if they failed to substantiate it. Kamlákar Bháskar was then deputed to inquire into the matter, and he found that the charges were not true. The complainants were therefore directed to pay in the amount agreed upon.

(999) The tailors, dyers, weavers and other traders of Kasbá Sangamner represented that they were much harassed by the Kamávisdár and by Keroji Pátil. The Kamávisdár was therefore addressed as follows:—

A. D. 1777-78.

(1) The levy in the preceeding year from the traders, in addition to Mohotarf, was for one year only: It should not be made in the current year.

दुसरे पट्टीचा तगादा केला आहे तो न करणें; वसूल घेतला असेल तो माघारा देणें. कलम.

१ आंबराईचे कलमांचा ऐवज मागों नये; सुदामत याची चाल कशी आहे ते सरकारांत समजाऊन द्यावी; मनास आणून आज्ञा येईल त्याप्रमाणें वसूल घ्यावा, फडशा होई तोंपर्यंत वसुलाचा तगादा न करणें. कलम.

१ मोहोतफर्याशिवाय अलीकडे रुपये सहाशें काळीचे तोट्यास घेतां, त्यास त्याचें कारण सरकारांत समजाऊन द्यावें; मनास आणून आज्ञा होईल त्याप्रमाणें वर्तणूक करावी, याचा ठराव होई तोंपावेतों वसुलाचा तगादा न करणें. कलम.

३ हरएक बेगार कसबे मजकूरचा पाटील घेतो ते लाऊं नये.

१ हुजीर बेगार.

१ काळीची बेगार हरएक कामाची कसबे मजकुरीं पडत्ये, ते काळीपासून घ्यावी, उदम्यांजवळ घेऊं नये.

१ तट्टु बैल बेगारीचे घेणें ते तर्फ हवेलीचे सरहद्देपावेतों घ्यावे, दूरचे बेगारीस घेऊं नये.

३

१ कापड व हरजिन्नस तुम्हीं घेतां, त्याची किंमत उदम्याचे निरखाप्रमाणें द्यावी.

---

(2) no amount should be levied on account of mango trees: the previous practice in this matter should be reported and orders would then be issued;

(3) explanation should be furnished as to why Rs. 600 were levied annually from the traders in addition to Mohotarf to make up the loss in the land revenue;

(4) the levy should be postponed till the matter was finally decided by Government:

(5) handkerchiefs should be taken from the dyers and tailors only once on the Dasará day, not monthly;

(6) the traders should not be prevented from attending other markets in the Parganá;

(7) the traders should not be compelled to render forced service for the following purposes:—

(a) for carrying furniture from one place to another,

(b) for purposes connected with land-revenue administration; similarly the traders should not be called upon to supply ponies and bullocks for service grátis, except when required for use upto the limits of Tarf Haveli and no further;

१ दसरेयाचे रुमाल शिंपी, रंगारी, यांजपासून दसऱ्यास द्यावयाचा कायदा आहे, त्याप्रमाणें एक वेळ घ्यावे; बारमाहीं रुमालांचा उपद्रव न करणें.
कलम.

——

४

१ तेलीयाची पेंड कसबे मजकुरीं विकत नाहीं, सबब बाहेर विकावयास नेतात; त्यास सुदामत जकात घ्यावयाचा शिरस्ता नसिल्यास न घेणें.
कलम.

१ सराफांपासून खुर्दा घेणें तो खरेदीचे निरखानें घ्यावा, सराफांस खुर्दा देणें तो विक्रीचे निरखाप्रमाणें द्यावा.
कलम.

३ कित्ता कलमें.
१ चरुरंगाचे सतेल.
१ पडदा खादीचा.
१ मेण.
——
३
तीन कलमें घेऊं नयेत.

——

१०

येणेंप्रमाणें चवदा कलमें लिहिल्याप्रमाणें करणें, व केरोजी पाटील यास अलाहिदा सरकारचें आज्ञापत्र सादर जाहलें आहे, त्याप्रमाणें पाटील मजकुरास वर्तवणें, जाजती उपसर्ग करूं न देणें. येविशीं फिरोन बोभाट येऊं न देणें ह्मणोन, चिटणिसी. पत्र १.

१००० (५४६)—मोरोबा देव यांचें नांवें पत्र कीं, मौजे रांजणगांव, तर्फ पाबळ

---

(8) full value according to the prices current, should be paid for any clothes or other articles purchased by the Kamávisdár;

(9) if it should be the custom to exempt oil cakes carried by oilmen for sale elsewhere from octroi the custom should be respected. The Kamávisdár was directed to act up to these instructions himself and to see that they were obeyed by Keroji Pátil also and it was stated that complaints in these matters in future would not be tolerated.

(1000) Morobá Dev, a Kamávisdár of Ránjangaum Tarf Pábal was

समान सबैन मया व अलफ सफर २६ — प्रांत जुन्नर, येथील निमे अंमलाची कमावीस तुम्हांकडे होती, त्यास तुमचें व गांवकरी यांचें बनत नाहीं, बास्तव कमावीस दूर करून विष्णु महादेव याजकडे सांगितली असे, तरी मशारनिल्हे अंमल करितील, तुह्मीं दखलगिरी न करणें ह्मणोन, चिटणिसी छ. २८ जिल्हेज. पत्र १.

१००१ (५५१)—पांडुरंग कृष्ण यांचे नांवें सनद कीं, परगणे लोहनेर, वाखारी, बोतूरपाळे, येथील तेजकरी यांचे रुजुवातीस तुह्मांस पाठविलें आहे, त्यास कोणाची रुरयात न करितां रुजवात चांगली करणें, फिरोन रुजवातीची चौकशी करावी लागेल असें न करणें; व सदरहू महालाचे साहुकार, वाणी, उदमी, यांजपासून कर्जपट्टी घ्यावयाची आज्ञा पेशजी तुह्मांस केली आहे, त्यास कर्जपट्टी जीवन पाहून वासुदेव नारायण व जगदीश व्यंकटेश कमाविसदार परगणे मजकूर यांचें विद्यमानें ठरावीत जाऊन वसूल घेणें. आजपर्यंत कर्जपट्टीचा ऐवज वसूल जाहला असेल तो हुजूर पाठवणें, व पुढें होईल तोही हुजूरच पाठवीत जाणें. या ऐवजावर वराता जाहल्या असतील त्यास ऐवज न देणें, ह्मणोन. सनद १.

समान सबैन मया व अलफ रविलावल २२

रसानगी यादी.

१००२ (७०४)—निंबाजी देवजी देशपांडे आकोलेकर, निसबत महादजी शिंदे, यांणीं हुजूर विदित केलें कीं कसबे मजकूर येथें आमचे घरीं फाल्गुन वद्य पंचमीस सालगुदस्त लग्न जाहलें, ते दिवशीं शामाबाई ब्राह्मणबाईको पाहुण्यांचे स्वयंपाकास ठेविली होती; तिजला न्यावयासी गांवकरी, कमाविसदाराची परवानगी घेऊन आले, तेव्हां ती घराबाहेर निघाली; त्याजवर तिची अब्रू त्यांणीं घेतली, सबब तिणें प्राण दिल्हा; त्याचे चौकशीस हुजूर उभयतां

इसन्ने समानीन मया व अलफ रजब २३

A. D. 1777-78. — removed from office because he was not on good terms with the villagers.

(**1001**) Pándurang Krishṇa was deputed to make full and impartial inquiry regarding peculations in Parganá Lohner, Wakhari, Woturpale. He was also directed to recover *karjpaṭṭi* from merchants and traders.

A. D. 1777-78.

(1002) Nimbáji Dewaji Deshpáṇḍe of Akolá engaged Shámá a Brahmin woman, as a cook for a marriage--feast. One day, the village officers, under orders from the Kamávisdár came to take her away, and when she came out of the house, they outraged her modesty. She therefore committed suicide. Visáji Hari and Dhonḍo Náráyaṇ were sent from the Huzur to inquire into the matter. They levied from Nimbáji Rs. 100 as process fee, and in-

A. D. 1781-82.

मशारनिल्हे यांस पाठविलें आहे, त्यास त्यांणीं, तिजला बाहेर काढून कां दिल्हें हें निमित्य ठेऊन मजपासून शंभर रुपये मसाला घेतला, व एक हजार रुपये गुन्हेगारीचे लाविले आहेत; त्यास ती मोलकरीण, तिजला आपण अडथळा कसा करावा; ती आपले संतोषें निघोन बाहेर गेली, येविशींचा अपराध मजकडे नाहीं, मसाला व गुन्हेगारी माफ केली पाहिजे ह्मणोन; त्याजवरून मनास आणून रदबदलीमुळें गुन्हेगारीचा ऐवज मशारनिल्हेस माफ केला असे; तगादा न लावणें; शंभर रुपये मसाला घेतला आहे, त्यापैकीं पन्नास रुपये माघारी देविले असत; देणें, आणि यांचे घरीं माणसें बसविलीं असतील ते उठवणें ह्मणोन, विसाजी हरी, व धोंडो नारायण यांस. सनद १.

रसानगी यादी.

खलास समानीन मया व अलफ सवाल १९

१००३ (७७४)—गणेश बल्लाळ व हरी गणेश यांचे नांवें सनद कीं, तालुके अवचितगड व बीरवाडी येथील मामलत, बाबूराव पासलकर, व विश्वनाथ भास्कर यांजकडे होती, ते त्यांजकडून दूर करून सालमजकुरीं तुम्हांकडे सांगितली असे, तरी इमानें इतबारें वर्तोन अंमल चौकशीनें करणें. मामलत संबंधें कलमें.

मामलत संमंधें तुम्हांपासून रसद सरकारांत घ्यावयाचा करार. रुपये.

२५००० तालुके अवचितगड. रुपये.
१०००० तालुके बीरवाडी. रुपये.

३५०००

बाबूराव पासलकर व विश्वनाथ भास्कर यांजकडे तीन सालां मामलत होती. त्यास जमाखर्चाची, व कमाविसीची वगैरे कुलकलमांची चौकशी करून घावयाची रावजी पांडुरंग यांणीं करार केला आहे, त्याऐवजी तुम्हांपासून रुपये २०००० वीस

---

flicted on him a fine of Rs. 1000, on the ground that he turned the woman out of his house. He complained to the Peshwà, urging that the woman left his house of her own accord, and that he had no power to stop her. The fine was remitted and half the amount of the process fee was ordered to be refunded.

A. D. 1782-83.

(1003) The Màmlat of Táluká Avchitgaḍ and Birwáḍi was taken away from Báburao Pásalkar and Viswanáth Bháskar and conferred on Gaṇesh Ballál and Hari Gaṇesh. The salary of the office was Rs. 2209 The previous Mámlatd árs held office for three years and it was alleged by Ráwji Pándurang that they had during that period obtained by false accounts and by

याशीं मुदती.

२५००० श्रावण वद्य पंचमी.

५००० भाद्रपद वद्य पंचमी.

५००० अश्विन वद्य पंचमी.

———

३५०००

एकूण पस्तीसहजार रुपये सदरहू मुदतीप्रमाणें सरकारांत भरणा करून पावलीयाचा जाब घेणें. कलम १.

तुम्हांस वेतनाची नेमणूक माजी मामलेदाराप्रमाणें. रुपये.

१७५९ तालुके अवचितगड येथील मामलतीचें वेतन रुपये.

१७५० नक्त मोईन पालखीसुद्धां. रुपये.

९ तेल दिवटीस दरमहा वजन पक्के ८८३।।। प्रमाणें बारमाही वजन पक्के ८१८५ दर रुपयास वजन ८८५ प्रमाणें. रुपये.

———

१७५९

४५० तालुके बीरवाडी येथील मामलतीचें वेतन.

———

२२०९

एकूण दोन हजार दोनशेंनऊ रुपये सालमजकूर अवल सालापासून करार केले असेत. घेत जाणें. कलम १.

हजार रुपये सरकारांत घ्यावयाचे करार केले असेत, तर भाद्रपद वद्य पंचमीचे मुदतीनें सरकारांत भरणा करून पावलीयाचा जाब घेणें. कराराप्रमाणें तफावत लागू जाहाली तर सदरहु वीस हजार रुपये मामलतीकडे रसदेंत जमा धरून तुम्हांस पावतील. रुजुवातमुळें ऐवज विसाहजारांस कमी जाल्यास तितका ऐवज तुह्मांस देऊं नये. अजीच तफावत लागू न जाली तरी अगदींच ऐवज तुह्मांस देऊं नये. सरकारांत कमाबीस जमा धरावा. कलम १.

माजी मामलेदाराचे निसबतीस दोन कारकुनांच्या आसाम्या होत्या, त्या तुह्मांकडे करार केल्या असे. तर तुह्मीं आपले कारकून ठेऊन, चाकरी घेऊन, नेमणुकेप्रमाणें वेतन देत जाणें. कलम १.

सालमजकुरीं तुह्मांपासून रसद घेतली आहे, हा ऐवज तुमचा व्याजसुद्धां फिटे तोंपर्यंत मामलतीची घालमेल होणार नाहीं. कलम १.

माजी मामलेदाराकडे ईस्तकबिल सन समानीन तागाईत सन इसन्ने समानीन एकूण तीन सालां मामलत होती, तेथील इजमाहाली वहिवाटी दुसालां सरकारांत आल्या, व एकसालां येणें आहे, त्यांत जमाखर्चांत वगैरे चाळीस हजार रुपये माजी मामलेदार व महालकरी यांजवर तफावत लागू करून घावयाचा करार केला

---

appropriation of fines &c. Rs. 40000. The Mámlatdárs accounted for Rs. 19474 as the amount paid as secret money. Ráwji Pándurang was

रसदेस व्याज एकोत्रा शिरस्तेप्रमाणें करार केलें असेत. तरी हिसेब बमोजीम मजुरा पडेल. कलम १.

तालुके मजकरचे लोकांची हजिरी घेऊन, गाहाळ, नाकारे माणूस असेल तें दूर करून चांगलें माणूस त्याचे ऐवजीं त्या शेन्यांत ठेऊन, जावता हुजूर पाठवणें. कलम १.

माजी मामलेदाराकडे दोहों तालुक्यांपैकीं खोतीनें गांव असतील, ते तुह्मीं आपले हवालीं करून घेऊन, जमाबंदीप्रमाणें वसूल तालुके मजकुराकडे घेत जाणें. कलम १.

पालखीचे व आफ्तागिराचे सामानाबद्दल. रुपये.

१५० पालखीस.
२५ आफ्तागिरांस.

१७५

एकूण पावणे दोनशें रुपये एकसालां तालुके मजकूरपैकीं घेणें. कलम १.

माजी मामलेदारांनीं अंतस्ताची गोष्टी सांगून सरकारांत आणून दिल्ही आहे; त्याखेरीज वशर्त वीस हजार रुपये तफावत लागू करून द्यावयाचा करार रावजी पांडुरंग यांणीं केला आहे, सबब त्यांस बक्षीस रुपये २००० दोन हजार रुपये, वीस हजार तालुके तफावत लागू करून दिल्यास सरकारांतून बक्षीस दिल्हे जातील. कलम १.

हुजुरून कारकून रुजुवातीस जाईल, त्याचे विद्यमानें सहा महिन्या अलीकडे आहे, तर जमाखर्चांत वगैरे चौकशी करून सदरहू चाळीस हजार रुपये लागू करावे. त्यापैकीं माजी मामलेदारांनीं तीन सालां मिळोन अंतस्ताची याद पेस्तर १९४७४। एकुणीस हजार चारशें सवा चवऱ्याहात्तर रुपयांची, व याखेरीज सालाबादी दरबारखर्चाची याद लिहून दिली आहे, त्यास दरबारखर्चाची याद खेरीज करून, अंतस्ताचे यादीचे रुपये तुह्मांस चाळीस हजारांत मजुरा देऊन, बाकी वीस हजार पांचशें पावणे सव्वीस रुपये लागू करून द्यावे त्यांत वशर्त वीस हजार रुपये सरकारांत तुह्मांपासून घ्यावयाचे करार केले असेत, त्यास रुजुवातमुळें तफावत लागू होईल तितका ऐवज विसा हजारांत तुह्मांस पावेल; रुजुवातीमुळें जाजती ऐवज विसा हजारांशिवाय जाहल्यास सरकारांत घेतला जाईल, व कमी विसाहजारांस जाल्यास तितका ऐवज तुह्मांस देऊं नये. कलम १.

दोहों तालुक्याचे बेहडे अलाहिदा होतील, त्याप्रमाणें वर्तणूक करणें. बेहडेयांस उफाल ऐवज राहील, तो तुह्मीं रदकर्जीं घेत जाणें. कलम १.

directed to prove the charge in regard to the remaining amount of Rs.

रुजुवात करावी. आकस आदावत कोणाची
करूं नये. कलम १.

माजी मामलेदार यांचे निसबतीचे लोक
व कारकून असतील त्यांपैकीं गैर उपयोगी
असतील ते दूर करून, चांगले सरकार
उपयोगी पाहून ठेवणें. कलम १.

एकूण चौदा कलमें करार करून हे सनद सादर केली असे, तरी सदरहूप्रमाणें वर्तणूक करणें ह्मणोन. सनद १.

रसानगी यादी.

१००४ (८१०)–तर्फ राहुरी, परगणे संगमनेर, येथील मामलत जनार्दन बाहिरव व

अर्बा समानीन
मया व अलफ.
साबान १५

भिकाजी धोंडदेव यांजकडे होती, त्या सालची तफावतीची रुजवात नरसिंगराव बल्लाळ सरसुभा, प्रांत गंगथडी, यांणीं केली आहे; त्याखेरीज तुह्मी पांच हजार रुपये जाजती मशारनिल्हेकडे लाऊन द्यावयाचे करून, सरसुभा मुचलका लिहून दिला आहे; त्याचे रुजवातीस, व रयत फिर्याद आली होती त्याचे चौकशीस हुजुरून राघो नारायण कारकून शिलेदार यांस पाठविले आहेत त्यांस, व त्यांजबरोबर प्यादे व जासूद दिल्हे आहेत त्यांस रोजमरा साल गुदस्त सन सलास समानीन पासून रुपये.

५० राघो नारायण कारकून शिलेदार यास रोजमरा दुमाही छ. १ जमादिलाखरापासून.
२१॥ रोजमरा दीडमाही. रुपये.

१५॥ प्यादे दिंमत जयाजी नाईक गोवेकर यांस
छ. १० जमादिलाखरापासून. रुपये.

८॥ विठोजी बुधजी पेडणेकर.
७ शिवजी नेवाजी म्हाले.

१५॥

20000 and was promised a reward of Rs. 2000 if he succeeded in doing so.

(1004) The Sirsubhá of Gangathadi made an inquiry into the mis-appropriation committed by Mámlatdárs, Janárdan Bahirao and Bikáji Dhondeo of Tarf Ráhuri in Parganá Sangamner. Wásudeo Rámkrishna offered to bring home to the

A. D. 1783-84.

६ कृष्णाजी पवार जासूद जथे आणाजी नाईक यास छ. २०
जमादिलाखरापासून रुपये.

२१॥

७१॥

एकूण साडे एकाहत्तर रुपये रोजमरा सदरहू तेरखांपासून देविला असे. तरी मशारनिल्हे तेथें रुजुवातीचे व चौकशीचे कामांस राहतील, तों पावेतों दुमाही व दीडमाही मिळोन साडेएकाहत्तर रुपये रोजमरा तर्फ मजकूरपैकीं देत जाणें ह्मणोन, वासुदेव रामकृष्ण कमाविसदार, तर्फ मजकूर यांचे नांवें. सनद १.

रसानगी यादी.

१००५ (८४७)—परगणे मनोर व कारखाना कोलई येथील मामलत सुभाहून, व तर्फ आगाशी येथील फडणिशी बाळाजी विठ्ठल फडके याजकडे होती, त्या सबंधें आपाजी लक्ष्मण पेंढारकर याणीं तफावतीची यादी लिहून दिल्ही. त्याची हुजूर चौकशी होऊन, त्यांत लोकांचा ऐवज फडके यांणीं जबरदस्तीनें घेतला होता, सबब ज्याचा त्यास माघारा द्यावयाचा केला, त्यापैकीं नारो राम फडके यांजकडे कांहीं लांड्या नसतां भात, गुरें, ढोरें, वस्तवानी, जरा बाजरा जप्त करून, बाळाजी विठ्ठल यांणीं नेली; त्यापैकीं मशारनिल्हेनीं कबूल केले त्याप्रमाणें रुपये ११०८।≈ पैकीं चौथाई सरकारांत घ्यावयाचे ते वजा रुपये २७७॥≈, बाकी रुपये ८३१। आठशें सवा एकतीस रुपये देविले असेत. तरी फडके यांजकडील तफावतीचे ऐवजापैकीं तुह्मीं हवाला घेतला आहे, त्याऐवजीं नारो राम यांचे पुतण्ये गोविंद बल्लाळ

अर्बा समानीन
मया व अलफ
रजब १२

Mámlatdárs misapropriation of Rs. 5000 which had escaped the notice of the Sirsubhá. A kàrkoon was sent from the Huzur for inquiry.

(1005) Appáji Laxmaṇ Pendhárkar complained of extortion committed by Báláji Viṭhal Fadke during his term of the office of Mámlat of Parganá Manor and of the office of Fadnis of Tarf Agáshi, and gave in a memo of the sums extorted. An inquiry was made at the Huzur and the complaint was found to be true. The money extorted from different persons was ordered to be refunded to them. In one case Báláji Viṭhal had, as admitted by him, confiscated without any reason property worth Rs. 1108-7 belonging to Náro Rám Fadke. A fourth part of the sum was

A. D. 1783-84.

फडके यांस पावते करून, पावलीयाचें कबज घेणें म्हणोन, बाळकृष्ण हरी गद्रे व परशराम नारायण सोवनी यांचे नांवें. सनद १.

रसानगी यादी, तफावतीची एकंदर.

१००६ (८५४)—परगणे एरंडोल वगैरे महाल, देखील परगणे पाचोरे व वरणगांव, येथील मामलत घनःशाम त्रिंबक यांजकडे इस्तकबील सन तिसा सबैन तागाईत सन सलास समानीन एकूण पांच सालां होती, त्यास मशारनिल्हेकडे तफावतीचा ऐवज जमीदाराचे कारभाऱ्यांनीं लागू करून द्यावयाचा करार केला आहे, त्याचे रुजुवातीस हुजुरून महादाजी रामचंद्र, व नारो बाजीराव कारकून शिलेदार यांस पाठविले आहेत, व बराबर जासूद व प्यादे दिल्हे आहेत, त्यांस रोजमरा. रुपये.

खमस समानीन मया व अलफ रमजान १८

२०७ दुमाही. रुपये.

१६१ कारकून.

१११ महादाजी रामचंद्र यांस छ. १५ जमादिलाखर सालगुदस्तां सन अर्बापासून. रुपये.

१०० खुद्द.

११ दिवट्या, आफ्तागिऱ्या मिळोन असामी २ रुपये.

१११

५० नारो बाजीराव यांस छ. १५ सवालापासून.

१६१

४६ प्यादे दिंमतहाय यांस छ. १ सवालापासून. रुपये.

२८ दिंमत सुर, सावंत.

७ तुकोजी राणोजी गोळे.

६॥ नानोजी तानाजी सपस.

---

ordered to be credited to Government and the rest to be refunded to the owner.

(1006) The office of Mámlatdár of Parganá Erandol, Páchore, Warangaon &c. was held by Ghanashám Trimbak for 5 years. The agents of the Jamindárs having offered

A. D. 1784-85.

७॥ भगवंत निसणस.
७ पदाजी धुमाळ.

२८

१८ दिंमत रामजी यादव. रुपये.
६ गण सावंत.
६॥ खंडोजी जगथाप.
५॥ यमाजी माहाडीक.

१८

४६

२०७

२६ जासूद जथेहाय यांस दीडमाही छ. १ साबानापासून. रुपये.
६॥ कान्होजी खंडोजी जथे निंबाजी नाईक उंबरे.
६॥ संताजी लक्ष्मणजी जथे बयाजी गणजी.
१३ जथे लिंगोजी नाईक.
६॥ संताजी भिवजी.
६॥ मळोजी तुकोजी.

१३

२६

२३३

एकूण दोनशेंतेहेतीस रुपये रोजमरा दुमाही व दीडमाही तेरा असामींस सदरहू तेरखांपासून देविला असे, तरी तेथें रुजुवातीचे कामास राहातील तोंपावेतों देत जाणें ह्मणोन, भिकाजी बिश्वनाथ कमाविसदार परगणे एरंडोल वगैरे महाल यांचे नांवें. सनद १.

रसानगी यादी.

---

to bring home to him certain misappropriation of money, two **karkuns** were sent from the Huzur to inquire into the matter.

१००७ (८६७)—समस्त ब्राह्मण व रयत मौजे माणकेश्वर, परगणे भूम, यांणीं हुजूर विदित केलें कीं, मौज मजकूर हा गांव सेख आबुबकर पीरजादे याजकडे आहे; त्यास आमचा हिंदुधर्म चालों देत नाहीं, ब्राह्मणांचे अग्निहोत्रांस नानाप्रकारचें उपद्रव करितो, व ब्राह्मणसंतर्पणसमई पंक्तींतून हाडें टाकावीं, ब्राह्मणस्त्रिया पाणी आणावयास जातात त्यांस स्पर्श करावा, गांवांत हरीकीर्तन केल्यास कुफराणा करितात ऐसें ह्मणोन धोंडेमार करावा, लग्नाची मिरवणूक होऊं देत नाहीं, कुणब्यांच्या बायका बळेंच घरांत घालून बाटविल्या, गांवांत दारूच्या भट्या नेहमीं लावितो, व महावधाचीं कर्मे करितो, व वतनदारीचीं मिराशी शेतें घेतलीं आहेत व देवळाचे धोंडे काढून आणिले, गावांत देवघेव करूं देत नाहीं, हिंदु धर्माचा उच्छेद करून पीडा बहुत केली आहे, त्यास स्वामींनीं कृपाळू होऊन येविशींचा बंदोबस्त केला पाहिजे ह्मणोन, त्याजवरून पीरजादे याची वर्तणूक सुधी नाहीं, याजकरितां मजकूरचा स्वराज्याचा अंमल पीरजादे याजकडे आहे, तो जप्त करून जप्तीची कमावीस तुह्मांस सांगितली असे. तरी स्वराज्याचा अंमल, मुकासा बाबती, साबोत्रा, घासदाणा, व हुजूर चौथाई व सुभेखर्च सुद्धां जप्त करून, मौजे मजकुरीं ठाणें बसऊन, हिंदुधर्म चालऊन समस्त ब्राह्मणांस व रयतेस उपद्रव लागों न देणें; आणि स्वराज्याचे अंमलाचा आकार होईल तो सरकारांत पावता करून जाब घेत जाणें ह्मणोन, आपाजी बनाजी, निसबत गोविंद भगवंत पिंगळे, यांचे नांवें. सनद १.

खमस समानीन मया व अलफ सफर १२

रसानगी यादी.

पीरजादे याजकडे मौजे मजकूर येथील स्वराज्याचा अंमल आहे याचा दाखला दफ्तरीचा निघाला नाहीं, परंतु जप्ती करावयाकरितां सनद लिहून दिल्ही. पुढें मोकळीक होते समई दाखला पाहून मोकळीक करावी.

परवानगी रूबरू.

(1007) The Brahmins and ryots of Mánkeshwar in Parganá Bhum complained that the village was in the possession of Sayad Abubakar Pirjáde, that he obstructed the Brahmins in their sacrifices, that he threw bones in the midst of Brahmins while dining, that he touched Brahmin women while going to draw water, that he stopped marriage processions that he forcibly took away kunbi women and polluted them, that he opened liquor distilleries, that he removed stones from temples, that he did other acts calculated to subvert the Hindu religion. His amal in the village was therefore attached.

A. D. 1784-85.

१००८ (८८३)—प्रांत कल्याणभिंवडी येथीलमामलत तुह्माकडे आहे, त्यास परगणे गोरठ, खेरीज तर्फ सुर्याराव करून, व तर्फ कोरकडा, प्रांत भिंवडी, या हरदु महालांत सालाबादशिवाय जाजती पट्या करून वगैरे ऐवज तुह्मीं घेतला, व महालकरी याणीं घेतला आहे, तो माघारे देवावा ह्मणोन जमीदार याणी हुजूर येऊन अर्ज केला, व यादी समजाविली; त्यावरून रयतेचें हरद्र मनास आणून इस्तकबील सन समानीन तागाईत सन सलास समाननिच्या सालात गैरवाजवी, जमीदार, व रयतेपासून ऐवज घेतला आहे त्यापैकीं माघारा द्यावयाचा त्याची वगैर कलमें.

खमस समानीन
मया व अल्फ
जमादिलावल २९

× × × ×

एकूण चार कलमें करार करून, हे सनद सादर केली असे, तरी सदरीलप्रमाणें वर्तणूक करणें ह्मणोन, गोविंद राम यांचे नांवें. सनद.

रसानगी यादी.

मुतालिकांचे रोजकीर्दीपैकीं.

१००९ (२४)—गिरमाजी लक्ष्मण कुळकर्णी, परगणे मजकूर, याची मूल नरसो आणाजीनीं लग्न करावयाकरितां पळऊन नेली, हें वर्तमान मुलीच्या आईनें कसबे मजकूरच्या गांवकरांस सांगितलें असतां, त्यांणीं मुलीचा शोध केला नाही, ह्मणोन व्यंकाजी राम यांणीं हुजूर विदित केलें, सबब कसबे मजकुरास शभर रुपये मसाला करून तुह्मांस पाठविले असतां, गांवकरी हुजूर आले, त्याचे व व्यंकाजी राम याचे रुजुवातीनें सदरहूचा मजकूर मनास आणितां, मूल पळऊन नेली हें गांवकरांस सांगितलें नाही, असें ठरलें; त्याजवरून मसाला मना करून हें

समान समानीन
मया व अलफ
सवाल ९

(1008) The Mámlatdár of Pránt Kalyán Bhiwandi was accused by the Jamindárs of having levied unauthorized cesses and having otherwise extorted money from the ryots. The money so collected was ordered to be refunded to the parties concerned.

A. D 1784-85

FROM THE MUTÁLIK'S DIARY.

(1009) Narso Annáji kidnapped a daughter of Girmáji Laxman kulkarni of Sawarde in Pránt Miráj with a view to marry her. It was reported to Government that the girl's mother complained about the matter to the village officers but that they made no inquiries. They were sent for and a process fee of Rs. 100 was imposed. They came to the Huzur and proved that no

A. D. 1787-88.

आज्ञापत्र सादर केलें असे, तरी गांवकरी यांस मसाल्याचा तगादा न करितां उठोन येणें ह्मणोन, गाडदी, दिंमतहाय, कामगारी कसबे सावर्डें प्रांत मिरज यांस छ. १ रोजीं मनाचिठ्ठी १.

१०१० (९९१)—प्रांत जुन्नर येथील मामलत रामराव त्रिंबक याजकडे इस्तकबील सन सबा सबैन तागाईत सन सबा समानीन, अकरा सालें होती. त्यास मामलेदार व महालकरी, व फुटगांवचे कमाविसदार, यांणीं हिशेब व अंतस्ताच्या यादी लेहून दिल्ह्या आहेत, त्याशिवाय तफावत लागू करून देऊं, याप्रमाणें बाबाजी रघुनाथ जोशी, चाकणकर, यांणीं कबुलात लेहून दिल्ही आहे, त्याचे रुजुवातीस सरकारांतून भिकाजी राम कारकून, निसबत राघो विश्वनाथ पाठविले आहेत, यांस व बरोबरचे लोकांस रोजमरा. रुपये.

तिसेन समानीन मया व अलफ रमजान १६

१६३ रोजमरा एकमाही छ. १ रमजानचा वगैरे.

१५५ दिंमत सकुल्लाखान.

३५ भिकाजी राम कारकून यास.

२५ जातीस.

१० खेरीज तैनात माणसांस. छ. १ सवालचा.

६ ब्राह्मण असामी १

४ पोरगा असामी १

१०

३५

१२० गाडदी असामी १० दर १२ प्रमाणें.

१५५

८ लोक माजी सातारकर असामी दोन एकूण.

४॥ लक्ष्मण बगदर, दिंमत संकाजी बगदरे.

३॥ संताजी मालगुरे, दिंमत शेकोजी फडतरे.

८

१६३

complaint about the kidnapping of the girl had ever been made to them. The process-fee was therefore remitted.

(1010) The Mámlat of Junnar was held by Rámrao Trimbak, for 11 years. Bábáji Raghunáth Joshi of Chákan offered to prove that accounts rendered by the Mámlatdár,

A. D. 1788-89.

१३॥ जासूद जथेहाय, यास रोजमरा दीडमाही छ. १ रमजानचा.

६॥ मानाजी नारायणजी जथे निंबाजी नाईक उंदरे.

७ जोत्याजी सुतानजी, जथे हरजी नाईक.

१३॥

४ दिंमत पागा हुजूर पैकीं पोरगा असामी १ यास रोजमरा दुमाही छ. १ सवालचा.

१८०॥

एकूण एकशें साडेऐशी रुपये सदरहू तेरखांचा रोजमरा देविला असे, तरी देणें. पुढें रुजुवातीचे कामास राहतील तोंपर्यंत रोजमरा एकमाही, व दीडमाही, व दुमाही, तेरीख भरलीयावर सदरहूप्रमाणें. याखेरीज मशारनिल्हेस हुजूरपागेपैकीं घोडी बसावयास दिल्ही आहे, तीस चंदी दररोज कैली ८८१ एक पायली, महिन्याच्या एकादशा दोन वजा करून एक हिसा हरभरे व दोन हिसे बाजरी, सनद पैवस्तगिरीपासून प्रांत जुन्नर येथील ऐवजीं देत जाणें ह्मणोन, आनंदराव विश्वनाथ यांचे नांवें. सनद १.

रसानगी याद.

१०११ (१०४८)—तालुके उंदेरी येथील मामलत महादाजी कृष्ण यांजकडे होती

इसन्ने तिसैन मया व अलफ सबाल १२

त्यास मामलेदार, व निसबतीचे कारकून, व दरकदार वगैरे यांजकडे तफावत लक्ष्मण विठ्ठल यांणी लागू करून घ्यावयाचा करार केला, त्याचे रुजवातीस कृष्णाजी नारायण कारकून पाठविले. त्यांणी रुजवात लेहून आणिली, त्याचा फडशा होऊन दरकदार वगैरे कारकुनांकडून ऐवज सरकारांत घ्यावयाचा ठरला. रुपये.

४२२।≈	लक्ष्मण आपाजी दिवाण.
१८६॥≈	सदाशिव नारायण मजमदार.
२११२॥≈।	विठ्ठल पांडुरंग, निसबत फडणीस.
५॥≈॥	बाळाजी त्रिंबक.
३३२८≈॥	महालकरी निसबतवार.
४५	त्रिंबक नारायण.

the District officers and the Kamávisdárs of villages during the above period were incorrect and that more money was received than brought to account. A kárkun was sent from the Huzur to inquire into the matter.

(1011) Laxman Vithal charged the Mámlatdár of Underi and

३१।≡	अबाजी हरि.
४२३।	माजी रायगडकरी लोक तालुके मजकुरीं आहेत त्यांजकडे.
३४९।।।≡।।	भास्कर गणेश दप्तरदार.
८०।।।≡।	शामजी कृष्ण.
१५१।।	वासुदेव लक्ष्मण.
६।।.।	बापूजी मुकुंद.
१२२।=	दामोदरभट ह्मसकर.
१९।-	नारो रघुनाथ.
३०८।=।।	गणेश बल्लाळ ओक.
७०	बाळकृष्ण चिमणाजी.
४३८।।=।।।	कुळकर्णी गांवगन्नाचे यांजकडे कसरेपैकीं.
२३।।।-	वच्याजी बल्लाळ.
७	सीदी अली.
३६५।।।	जनार्दन नारायण ओक.
३६३।।।≡	विठ्ठल भिकाजी कारखानीस.
८७।।।	पांडुरंग विश्वनाथ.
९	भवानजी विश्वासराव हवालदार.
१९।।=	गोपाळ नारायण.
२५	दादाजी मुकुंद कुळकर्णी अवसरकर.
९७।-	रामजी जाधव.
१०	निळो येशवंत पोतनीस.
१५	लक्ष्मण विठ्ठल यास घडीयाळ नाकारे आहेत, देऊन द्यावे.
२३०।।।≡	गोविंद नारायण सबनीस.
६३६२८।।.	

एकूण सहाहजार तीनशेंबासष्ट रुपये अर्धा आणा कारकून वगैरे यांजकडून वसूल घ्यावयाचे करून, हे सनद सादर केली असे, तरी सदरहूप्रमाणें वसूल घेऊन, तालुके मजकूर येथील सन इसन्ने तिसैन सालमजकूरचे लोकांचे रोजमरे याचा ऐवज देणें आहे त्या ऐवजीं देऊन, झाडा हुजूर समजावणें ह्मणोन, लक्ष्मण कृष्ण यांचे नांवें. सनद १.

रसानगी यादी, तर्फ उंदेरी येथील तफावतीचे फडशाची.

A. D. 1791-92. the Darakdárs with having misappropriated certain sums of money. Inquiry was made and various sums, amounting in all to Rs. 6362, were ordered to be recovered from the persons concerned.

सवाई माधवराव पेशवे
यांची रोजनिशी
(भाग ६ वा.)

९ इनाम, नक्तनेमणुकी, वतनें वगैरे.

(अ) देणग्या.

(१) नोकरी केल्याबद्दल, अगर नुकसानी झाल्याबद्दल अगर मेहेरबानीदाखल.

१०१२ (२१) माजी लोक, रायगडकरी व माहाडकरी सालगुदस्तां किले रायगडचे लढाईत ठार जाहाले, त्यांचे मुलांस बालपर्वेसी सालमजकुरापासून मोईन सालीना.

अर्बा सबैन मया व अलफ. सवाल २८

रायगडकरी.	नक्त रुपये.	गल्ला भात. साडे तिशेरी.
बडोजी येरडकर, बाजी येरडकर याचा लेक, उमर वर्षें ९	१५	·III·
रामजी माहाडीक, धर्मोजी माहाडीक याचा लेक, उमर वर्षें, १०	८	·II·
येसजी बानरा, कुसाजी बानरा याचा लेक, उमर वर्षें, ५	८	·II·
कृष्णाजी बारणे, संताजी बारणा याचा लेक, उमर वर्षें, ५	१५	·III·

IX Grants and continuance of Ináms, allowances, watans &c.

(A) Grants.

(1) For service done or injury received or as a mark of favour.

(1012) In the battle of Ráygad fought during the preceeding

माहाडकरी.		
तान्हाजी कदम, धोंडजी कदम याचा लेक, उमर वर्षें, १०	१०	·III·
गंगाजी उमरकर, रामजी उमरकर याचा लेक, उमर वर्षें, ५	८	·II·
गुणाजी मोरे, मोतजी मोरे याचा लेक, उमर वर्षें, ६	८	·II·
७	७२	४I·

एकूण सात असामी बालपर्वेसी, सालीना मोईन नक्त बहात्तर रुपये, व गल्ला साडेतीसेरी बारुलें मापें भात सवाचार खंडी करार केलें असे, तरी तालुके रायगडपैकीं पावीत जाणे ह्मणोन, गणपतराव कृष्ण यांचे नांवें. सनद.

रसानगी यादी.

नारो आपाजीच्या कीर्दीपैकीं.

१०१३ (८२) संभाजी वल्लद ब्रह्माजी पाटील खोकराळा, मौजे हिंवरें, तर्फ नारायणगांव, प्रांत जुन्नर, याणें हुजूर येऊन अर्ज केला कीं, जंजीरे विजयदुर्ग सरकारांत घेतला ते वेळेस आपण सरकारचाकरी एकनिष्ठपणें केली; यास्तव श्रीमंत कैलासवासी नानासाहेब मेहेरबान होऊन आपल्यास मौजे मजकूर येथें धरण बांधिलें आहे, त्याचे पोटची जमीन साडेचार बिघे इनाम देऊन, सरकारचीं पत्रें करून दिलीं होतीं, त्याप्रमाणें जमीन इनाम आपलेकडे चालत आहे, परंतु सन सलास सितैनांत मोगलाचा दंगा जाहला, त्यांत जमीनीचीं इनामपत्रें आपले जवळून गहाळ जाहलीं, याजकरितां सरकारांत येऊन अर्ज करून प्रांत मजकूरचे सुभास पेशजींप्रमाणें जमीन चालवण्याविशीं सन अर्बा सितेनांत पत्र नेलें, त्याजवरून त्याणीं मनास आणून पेशजींपासून भोगवटा चालत आहे त्याबरहुकूम चालवणें, ह्मणून सुभाचीं पत्रें करून दिलीं आहेत; त्याप्रमाणें जमीन चालत आहे, परंतु आपले जवळ भोगवटियास सरकारचीं पत्रें नाहींत, याजकरितां साहेबीं मेहेरबान होऊन सरकारचीं पत्रें भोगवटियास

खमस सबैन मया व अल्फ. जमादिलाखर २९

A. D. 1773-74. year, some men from fort Ráygaḍ and some from Maháḍ were killed. Allowances were given to their infant sons.

FROM NÁRO APPÁJI'S DIARY.

(1013) The late Peshwá Nánásáheb granted to Sambháji wd.

करून दिलीं पाहिजेत, ह्मणून; त्याजवरून मनास आणतां याणें सरकारचाकरी एकनिष्ठपणें केली, यास्तव यास तीर्थरूप कैलासवासी नानासाहेब यांणीं जमीन इनाम देऊन पत्रें करून दिलीं होतीं; त्यास सन सलास सितैनांत मोंगलाचा दंगा जाहला त्यांत याजवळून पत्रें गहाळ जाहलीं; त्याजवर सरकारांत येऊन अर्ज करून सरकारचें पत्र प्रांत मजकूरचे सुभास सुदामतप्रमाणें चालवावयासी घेतलें, त्याजवरून सुभाहून सदरहू जमीन चालत आल्याप्रमाणें चालवणें ह्मणोन भोगवटियास पत्रें करून दिलीं आहेत. तीं यानें हुजूर आणून दाखविलीं. ती पाहून व भोगवटा मनास आणून याजवरी मेहेरबान होऊन, मौजे हिंवेर, तर्फ नारायणगांव, प्रांत मजकूरपैकीं धरणाचे पोटची जमीन पेशजींची बिघे ८४॥ साडेचार बिघे स्वराज्य व मोंगलाई एकूण दुतर्फा बंदोबस्त, कुलबाब कुलकानू, हलीं पट्टी व पेस्तर पट्टी देखील इनाम तिजाई खेरीज हकदार करून इनाम दिल्ही असे, तरी सदरहू साडे चार बिघे जमीन चतुःसिमापूर्वक पेशजींप्रमाणें यास, व याचे लेकराचें लेकरीं इनाम चालवणें, दरसाल ताजे सनदेचा उजूर न करणें, या सनदेची प्रती लिहून घेऊन हे अस्सल सनद याजवळ भोगवटियास परतोन देणें ह्मणोन, छ. २० जमादिलाखर. सनदा व पत्रें.

२ सनदा.

१ नांवाची.

१ मोकदम मौजे मजकूर.

२

२ चिटणिसी. पत्रें.

१ देशाधिकारी व लेखक वर्तमान व भावी, प्रांत जुन्नर यांस.

१ देशमुख व देशपांडे तर्फ नारायणगांव प्रांत जुन्नर.

२

४

रसानगी यादी.

१०१४ (१६८) प्रांत वसई पैकीं साष्टीचे कुमकेस लोक गेले होते, त्यांपैकीं तेथें

A. D. 1774-75. Brahmáji Pátil Khokarale of Hiwre in Tarf Náráyangaon an Inám for services on the occasion of the capture of fort Vijayadurga by Government.

(1014) Visáji Keshav of prant Bassein was directed to employ, in

खमस सबैन मया व अलफ मोहरम ६

कामास आले; त्यास ज्याचे पुत्र व भाऊ असतील त्यांजपासून चाकरी घेऊन तैनाता पेशजींप्रमाणें चालवणें, ज्याचे भाऊ पुत्र नसतील त्याचे आई व बायकोस बालपर्वेसी पेशजींचे शिरस्तेप्रमाणें करून देऊन चालवणें, ज्याचे पुत्र व भाऊ चाकरीवर ठेवाल त्यास हुजूर अखेरसालीं आणून ठेवणें, व बालपर्वेसी करून घाल त्याचा झाडा तपशीलवार हुजूर समजावणें ह्मणोन विसाजी केशव, प्रांत वसई, यांचे नांवे छ. १२ जिल्काद. सनद १.

रसानगी यादी.

१०१५ (१६९)—कोट ठाणे साष्टी येथें इंग्रज मुंबईकर याचे लढाईत लोक सरकार कामास आले त्यांचीं कलमें.

खमस सबैन मया व अलफ मोहरम ६

सरदार ठार जाहले त्यांचे ऐवजीं पुत्र व भाऊ असामी.

१ भास्कर विठ्ठल, विठ्ठल भास्कर यांचे पुत्र.

१ अमृतराव घाटगे, रामाजीराव यांचे पुत्र.

१ दुलबाजीराव खानविलकर, मानाजीराव खानविलकर यांचे बंधु.

१ कासीमजी, अबुरहिमान उंदेरकर यांचा पुत्र.

एकूण चार असामी पैकीं तीन पुत्र व एक भाऊ करार करून, यांस पेशजींप्रमाणें तैनाता करार केल्या असेत, तरी बेहड्याचे नेमणुकेप्रमाणें पाववीत जाणें; आणि सदरहू चार असामी अखेर सालीं हुजूर आणून भेटवणें. कलम १.

कोटांत इंग्रजांस लोक सांपडले त्यांचीं वस्त्रें व हत्यारें गेलीं, सबब त्यांस द्यावयाबद्दल रुपये ३८५ तीनशें पंचायशीं रुपयांची नेमणूक करून दिल्ही असे, तरी लढाईत सरकार उपयोगी पडले असतील त्यांस कार्याकारण देऊन, सदरहू नेमणुकेंत खर्च करणें, मजुरा पडतील. कलम १.

इंग्रजांचे लढाईत लोक ठार जाहले, त्यांचे लेक व भाऊ कोणीं उमेदवार नाहीं अशा तऱ्हेचे जे असतील, त्यांची चौकशी करून त्यांचे बायकांस व आईस बालपर्वेशी पेशजींचे शिरस्त्याप्रमाणें चालवणें, आणि झाडा अखेरसालीं हुजूर आणून

A. D. 1774-75.

place of the men from his province who had lost their lives at Sálsetti, their sons and brothers, and in case the deceased had left no such relations, to continue the usual allowances to their wives and mothers.

(1015) Similar orders were issued in regard to officers and men of

हिरोजीराव खानविलकर, खुद्द सरदार यांची तरवार लढाईत गोळी लागोन मोडली, सबब रुपये १५ पंधरा रुपये देविले असेत, तरी देणें; मजुरा पडतील. कलम १

समजावणें; त्याप्रमाणें सरकारांतून करार करून दिल्हा जातील. कलम १.

एकूण चार कलमें करार करून हे सनद सादर केली असे, तरी सदरहू लिहिल्याप्रमाणें करणें ह्मणोन, आनंदराव राम, तालुके साष्टी, यांचे नांवें. छ. १३ जिल्काद. सनद १.

रसानगी यादी.

१०१६ (२७२)—शामराव जगजीवन यांस सनद कीं, मालोजी महाडीक शिलेदार यांस हिंदुस्थानचे स्वारींत पातशहाचे लढाईत गोळा लागोन पाय जाया जाला, त्यामुळें तीन वर्षे घरींच राहिले, चाकरी करण्यास सामर्थ्य नाहीं, याजकरतां किल्ले चंदनगडचे सरंजामपैकीं पेस्तरसाल सन सबा सबैनापासून बालपर्वेसी दाखल रुपये २०० दोनशें द्यावयाचा करार करून हे सनद सादर केली असे, तरी पेस्तरसालापासून सालीनां दोनशें रुपये प्रमाणें दरसाल पावीत जाणें ह्मणोन.

सीत सबैन मया व अलफ मोहरम ६

सनद.

रसानगी यादी.

१०१७ (३२१)—पर्वतराव डुबल शिलेदार हे सन खमस सबैनांत आनंदमोगरीवर इंग्रजांचे लढाईत ठार जाले, सबब त्यांचे पुत्र हणमंतराव डुबल यांस बालपर्वेसी रुपये १६२ एकशेंबासष्ट रुपयांची जमीन कमाल सालचे आकारची मौजे खोडसी, प्रांत कराड, येथील देशमुखी व सरदेशमुखीचे इनामापैकीं सालमजकुरापासून करार करून देऊन हे सनद सादर केली असे, तरी सदरहू ऐवजाची जमीन कमाल बेरजेची मौजे मजकूरपैकीं लाऊन देऊन मशारनिल्हेकडे चालवणें, दरसाल ताजे सनदेचा उजूर न करणें ह्मणोन, श्रीनिवास शामराव कमाविसदार, प्रांत कराड, यांचे नांवें.

सबा सबैन मया व अलफ रजब १८

सनद १.

रसानगी यादी.

A. D. 1774-75. Sálsetti and Shiwaner killed at fort Sálsetti in a battle with the English.

(1016) Máloji Mahádik three years previously had lost a leg in a battle with the Emperor in Hindustan. Being disabled from doing his duty, he was given a maintenance allowance of Rs. 200 a year.

A. D. 1775-76.

(1017) Parwatrao Dubal Silledár having been killed in A. D. 1774–75 in the battle of Ánand Mogri with the English, land assessed at Rs. 162 was granted to his son for maintenance.

A. D. 1776-77.

जनार्दन आपाजीच्या कीर्दीपैकीं.

१०१८ (३९७)-लक्ष्मण महादेव उकिडवे हरकारा हा तीर्थस्वरूप भाऊसाहेब यांचे स्वारींत पाणपतांत नाहींसा झाला, सबब त्याचे आईस व बायकोस तालुके रत्नागिरीपैकीं बालपर्वेसी वीस रुपये, व दोन खंडी गल्ला पावतो ह्मणोन हुजूर विदित जालें, त्यास मशारनिल्हेकडील कोणीं तोतयाकडे गेलें नसल्यास, बेहडेयाचे नेमणुकेप्रमाणें वीस रुपये व दोन खंडी गल्ला पावता करणें, दिकत न करणें ह्मणोन, सदाशिव केशव यांचे नांवें चिटणिसी छ. १० जिल्हेज. पत्र १.

सबा सबैन मया व अलफ जिल्हेज २९

१०१९ (४१८)-आलीशा वल्लद राजेशा खटावकर शिलेदार, दिंमत पागा हुजूर हे सन खमस सबैनांत आनंदमोगरीवर इंग्रजांचे लढाईत सरकारकामास आले, सबब त्यांचे मुलामाणसांस बालपर्वेसी मौजे तावसी, परगणे मजकूर, येथें जमीन कमाल आकाराची रुपये १५० दीडशें रुपयांची जमीन सालमजकुरापासून करार करून हे सनद तुह्मांस सादर केली असे, तरी मौजे मजकुरीं सदरहू दीडशें रुपयांची जमीन याजकडे नेमून देऊन चालवणें, दरसाल नवीन सनदेचा उजूर न करणें, या सनदेची प्रत लेहून घेऊन असल सनद यांजकडे भोगवटियास देणें ह्मणोन, गोपाळ भगवंत कमाविसदार परगणे इंदापूर यांचे नांवें सनद १.

सबा सबैन मया व अलफ मोहरम ७

१०२० (४६०)-त्रिंबकराव राणे, वस्ती मौजे चिंचवण तर्फ पाथरूड, दिंमत हशम, हे किल्ले चेनरायदुर्ग येथें चाकरीस होते, ते सन खमस सबैनांत हैदर नाईकाचे लढाईत किल्ले मजकूर येथील मोर्च्यांत सरकारकामास आले, त्यांचे पुत्र जयराम त्रिंबक लहान होते, सबब बालपर्वेसी परगणे बीड येथील चौथाई व सरदेशमुखीचे ऐवजीं सालीना पाऊणशें ७५ रुपये दर-

सबा सबैन मया व अलफ रबिलाखर १२

FROM JANÁRDAN APPÁJI'S DIARY.

(1018) Laxman Mahádeo Ukidwe, a messenger, was missing on the battle-field of Pánipat and an allowance consisting of Rs. 20 and 2 khandies of grain had been sanctioned for the maintenance of his mother and wife. Orders were now issued to continue the allowance if inquiry showed that they were not concerned in the conspiracy of the Impostor.

A. D. 1776-77.

(1019) Silledár Âlishá Walad Rájeshá Khatávkar, attached to the Huzur cavalry, having lost his life in an engagement with the English at Ânand Mogri, land assessed at Rs. 150 was given for the support of his relations.

A. D. 1776-77.

(1020) Trimbakrao Ráno employed at fort Chenráydurga having

साल द्यावयाचा करार करून, हे सनद तुह्मांस सादर केली असे, तरी पाऊणशें रुपये पेस्तरसाल सन समान सबैनापासून परगणे मजकूर येथील सदरहू अंमलाचे ऐवजीं दरसाल पाववीत जाणें ह्मणोन, वेंकाजी गणेश यांचे नांवें. सनद १.

रसानगी यादी.

१०२१ (४६५)–मुकुंद बिन येमाजी जिनगर, दिंमत पागा हुजूर, याणें चिरगुटाचा घोडा तयार करून सरकारांत आणिला, सबब यास प्रांत पुणें पैकीं हरएक गांवीं तीस रुपये आकाराची जमीन द्यावयाचा करार करून हे सनद सादर केली असे, तरी सदरहू आकाराची जमीन यास नेमून देऊन याचे नांवें इनाम खर्च लिहित जाणें; आणि चतुःसीमेचा जाबता हुजूर पाठवणें; तेणेंप्रमाणें इनामपत्रें करून दिल्हीं जातील ह्मणोन, रामचंद्र नारायण यांचे नांवें.

समान सबैन मया व अलफ जमादिलावल २४

सनद १.

रसानगी यादी.

मुतालीक यांचे रोजनिशीपैकीं.

१०२२ (१०)–शेख इभराम जुन्नरकर शिलेदार, निसबत निळकंठराव रामचंद्र, याणें सरकारांत चाकरी बहुत दिवस केली, ह्मातारपण जालें, स्वारीस यावयाचे उपयोगीं नाहीं, व दोघे पुत्र व एक पुतण्या सरकार कामावर ठार जाले, सबब घरचे बेगमीस परगणे मजकूरपैकीं एक गांव कमाल आकाराचे बेरजेचा रुपये ६०० सहाशें रुपयांचा गांव देविला असे, तरी सदरहू लिहिल्याप्रमाणें गांव नेमून देऊन आकार मशारनिल्हेचे नांवेंबद्दल मुशाहिरा खर्च लिहीत

समान सबैन मया व अलफ जिल्काद ५

A. D. 1776-77. been killed in the siege laid by Haidar Náik in A. D. 1774-75, an allowance of Rs. 75 was granted to his son for maintenance.

(1021) Mukunda Yemáji Jinngar of the Huzur cavalry, presented to Government a figure of a horse made of cloth. Land assessed at Rs. 30 was therefore given to him in Inám.

A. D. 1777-78.

FROM THE MUTÁLIK'S DIARY.

(1022) Shek Ibharám, a Silledár of Junnar, had served for a long time under Government. In consideration of his old age which rendered him unfit for further service, and the fact that his two sons and a nephew had lost their lives in the

A. D. 1777-78.

जाणें ह्मणोन, भवानी हरी, व हरी मोरेश्वर कमाविसदार, परगणे संगमनेर, यांचे नांवें.
सनद १.

नरसिंगराव बल्लाळ माडोगणे यांस. सनद १.

२.

१०२३ (९२१)—केशव रणसोड यांस, वसई तालुका इंग्रजांकडे गेला होता ते समयीं हे इंग्रजांकडे चाकरीस राहिले होते. याशी आबाजी यादव यांणीं संदर्भ लाविला कीं, किल्ले तांदुळवाडी व काळदुर्ग व महालचा अंमल इंग्रजांकडे आहे, तो सरकारांत घेऊन दिल्यास आसाम्या व पालखी वगैरे द्यावयाचा करार केला; त्यावरून मशारनिल्हे यांणीं सरकार लक्ष राखोन सन इसन्ने समानीनांत कामकाज केलें, सबब आबाजी यादव यांणीं करार केला त्यापैकीं.

सबा समानीन मया व अलफ मोहरम २२

जातीस तैनात व पालखी द्यावयांचा करार त्यापैकीं जातीस तैनात सालगुदस्तां सन सीत समानीनांत वसईकडे नेमून दिल्ही. पालखीची तैनात होणें राहिली. ते हल्लीं मोईन सालीना रुपये ५०० पांचशें रुपये, पालखीची मोईन सालीना खेरीज शिरस्ता सालमजकूर अवलसालापासून करार केली असे, तरी ताल्लुके वसईपैकीं सदरहू मोईन निवळ पावीत जाणें.
कलम १.

मशारनिल्हेचे बंधूस तीन असाम्या द्यावयाचा करार, त्यापैकीं सालगुदस्तां, सन सीत समानीनांत, रंगो रणसोड यास असामी मामले कोहज येथें नेमून दिल्ही आहे; बाकी दोन असाम्या द्यावयाच्या, त्यापैकीं हल्लीं सदाशिव रणसोड यास परगणे माहिम प्रांत वसई येथील दफ्तरदारी सांगोन सालीना मोईन रुपये १०० एकशें रुपये मोईन सालीना करार करून दिल्ही असे, तरी यांचे हातून परगणे मजकूर येथील दफ्तरदारीचें कामकाज घेऊन सदरहू मोईन सनद पैवस्तगिरीपासून परगणे मजकूरपैकीं पावीत जाणें. कलम १.

---

service of Government, he was given a village worth Rs. 600 for his house-hold expenses.

(1023) When the Táluká of Bassein was taken by the English, Keshav Ranchhoḍ accepted service under that Government. A message was sent to him by Abáji Yádav promising him a palanquin and some appointments, if he would arrange to secure the forts of Tándulwádi and Kàldurg and the Mahál (Salsett

A. D. 1786-87.

एकूण दोन कलमें करार करून हे सनद तुह्मांस सादर केली असे, तरी सदरहूप्रमाणें करणें ह्मणोन, गणपतराव जिवाजी यांस. सनद १.

रसानगी याद.

१०२४ (९६४)—सालाजी बिन सुभानजी सुपेकर यांणें हुजूर विनंती केली कीं, सरकारांतून श्रीगंडकीस पाठविलें तें काम करून आलीयावर, पुरंदरचे मुक्कामाहून त्रिंबकराव विश्वनाथ यांजकडे, व मोगलांकडे, व आणखी दहा ठिकाणीं जरुरीचे वगैरे कामगारीस पाठविलें ते साहेबांचे प्रतापें कामें करून आलों. ते समयीं आज्ञा होती कीं सरकार कामें करून आलीयावर बक्षीस देऊं, त्यास सरकार कामें एकनिष्ठेनें केलीं आहेत, साहेबांनीं कृपा करून माझे व मुलांलेकरांचे पोटास वंशपरंपरेनें कालक्षेप चाले असा इनाम करून दिल्हा पाहिजे ह्मणोन; त्याजवरून तीर्थस्वरूप कैलासवासी नारायणरावसाहेब यांणीं गंडकीस पाठविलें, त्याजवर पुरंदरचे मुक्कामींहून त्रिंबकराव विश्वनाथ यांजकडे नाजूक कामास, व नबाब निजाम अलीखान याजकडे वगैरे कामास पाठविलें; तेथून जपोन चाकरी करून आला; सरकार चाकरी केलीयावर बक्षीस द्यावें असें ते समयीं बोलण्यांत आलें होतें, त्यावर सालगुदस्तां कर्णाटकचे स्वारीस राजश्री हरी बल्लाळ यांजबरोबर गजेंद्रगडास मेहनत करून कामकाज चांगलें केलें, याकरितां कामाचा माणूस मेहनती, मर्द, इतबारी जाणोन याजवर कृपाळू होऊन घरच्या बेगमीस मौजे भाजे, तर्फ नाणेंमावळ, तालुके लोहगड, येथें पंचायशी रुपयांची जमीन नूतन इनाम, स्वराज्य व मोगलाई एकूण दुतर्फा, खेरीज हक्कदार करून, कुलबाब कुलकानु हल्लीपट्टी पेस्तरपट्टी देखील इनाम तजाई, जल, तरू, तृण, काष्ठ, पाषाण, निधी, निक्षेप सहित, दरोबस्त इनाम करार करून देऊन, हे सनद सादर केली असे, तरी मौजे मजकूरपैकीं अवल जमीन मातशेताच्या धाऱ्याची असेल, त्याप्रमाणें खराब जमीनीस सदरहू धारा लाऊन चतुःसीमापूर्वक पंच्यायशीं रुपयाचे आकाराची जमीन नेमून देऊन मोजणी जाबता हुजूर लिहून पाठवणें, त्याप्रमाणें इनामपत्रें

समान समानीन मया व अलफ सफर ३०

---

for the Peshwá. On this Keshav did service for the Government during the year A. D. 1781–82. The promised reward was therefor given.

(1024) Sáláji bin Subhánji Supekar was sent by Peshwá Náráyanráo to Shri Gandaki on some errand. He was afterwards sent from fort Purandhar to Trimbakrao Vishwanáth and to Nawab Nizam Alikhán on some delicate missions. He executed these successfully. He also did good service at Gajendragad, while serv-

A. D. 1787-88.

करून दिल्हीं जातील, सदरहू जमीनीचा आकार होईल तो यांचे नांवें इनाम खर्च लिहीत जाणें ह्मणोन, बाळाजी जनार्दन यांचे नांवें. सनद १.

रसानगी यादी.

१०२५ (१०७०)—गोविंद कृष्ण यांचे नांवें सनद कीं, तीर्थस्वरूप राजश्री बाजीराव साहेब यांजवळ ल्हानपणापासून त्याहावयास व पढावयास सोबतीस आहेत, त्यास तैनात सालीना.—

सलास तिसैन मया व अलफ सावान २६

	नक्त रुपये.	कापड आंख.
गोविंद चिमणाजी	१००	५०
त्रिंबक गोविंद.	१००	५०
	२००	१००

एकूण दोन असामींस दोनशें रुपये नक्त, व एकशे कापड आंख सालमजकूर अवलसालापासून करार करून देऊन हे सनद तुम्हांस सादर केली असे, तरी तेथील वाड्यांतील कारकुनाबरोबर सदरहूप्रमाणें तैनात सालीना देत जाणें ह्मणोन. सनद १.

रसानगी याद.

९ इनाम, नक्तनेमणुकी, वतनें वगैरे.

(अ) देणग्या.

२ धर्मकृत्यें व नवस.

१०२६ (१०८)—जगन्नाथ बैरागी, वास्तव्य मठ मौजे गंगापूर, परगणे नाशिक, यांणीं हुजूर किल्ले पुरंदर येथील मुक्कामीं येऊन विदित केलें कीं, आपण मौजे मजकुरीं मठ बांधोन स्वामींस, व स्वामींच्या राज्यास कल्याण चिंतून आहे; त्यास मठांत अतीत अभ्यागत येऊन, अन्नाविण विन्मुख होऊन जातात, याकरितां कृपाळू होऊन गांवगन्ना देहें बीतपशील.

खमस सबैन मया व अलफ रमजान १४

---

ing under Hari Ballál in Karnátic. Inám land assessed at Rs. 85 was therefore given to him.

(1025) Govind Chimnáji and Trimbak Govind, the two companions of Bájiráo saheb who received religious and secular instruction with him from his infancy, were granted each an allowance of Rs. 150 per annum.

A. D. 1782-83.

2. Grants for charitable purposes and in fulfilment of vows.

(1026) At the request of Jagannáth Bairági of the Math at Gangá-

४ परगणें नाशिक.

१ कजबे मजकूर.

१ मौजे पाथरडी.

१ मौजे गंगापूर.

१ मौजे ओढें.

४

२ परगणें दिंडोरी

१ मौजे जानोरी.

१ मौजे गिरनारें

२

१ मौजे वोझर परगणे चांदवड.

७

एकूण देहे सात येथें बाजार आहेत. तेथे बाजाराचे दिवशीं रस्त्यांत नवी दुकानें मांडून बसतील त्यांस दाण्याचे दुकानास गला एकमूठ व वाणी व चाटी व साळी व सराफ उदमी यांचें दुकानांस शिवराई रुके ३ तीन याप्रमाणें नूतन धर्मार्थ करून दिल्ह्यानें यानें अतीत अभ्यागत विन्मुख जाणार नाहींत ह्मणोन; याजवरून मनास आणितां, मौजे मजकुरीं बैरागी मठ बांधोन राहिला आहे, तेथें अतीत अभ्यागत येऊन अन्नाविण विन्मुख जातात, त्यास अन्न दिले यानें श्रेयस्कर जाणोन, कजबे नाशिक सुद्धां देहेसात येथील बाजाराचे दिवशीं रस्तेयांत नवीन दुकान मांडून बसतील त्यांस दाण्याचे दुकानास गला एक मूठ, व वाणी, व चाटी, व साळी, व सराफ, वगैरे उदमी यांचें दुकानांस शिवराई रुके ३ प्रमाणें नूतन धमार्थ सरकार जमाबंदी शिवाय करार करून दिल्हे असे तरी वाणी व चाटी, व साळी, व सराफ वगैरे उदमी यांस ताकीद करून, सदरहूप्रमाणें बैरागी याजकडे चालवणें. प्रतिवर्षी नूतन पत्राचा आक्षेप न करणें, या पत्राची प्रति

A. D. 1774-75. pur in Parganá Násik permission was given to him to levy from all new traders frequenting kasbe Násik and 6 other villages on bazár days, and occupying a portion of the road for trade purposes, the following contributions: -

from each grainshop—one handful of grain;

from each other trader—three Shivrái Ruke.

लिहून घेऊन हें असल पत्र याजवळ भोगवटियास परतोन देणें ह्मणोन, परगणें नाशिक, व दिंडोरी, व चांदवड, सरकार संगमनेर यांस. सनदा.

१ मोकदम.
१ कमाविसदार, वर्तमान व भावी यांस.

२

रसानगी यादी.

नारो आपाजीच्या कीर्दीपैकीं.

१०२७ (१९६)—वेदमूर्ती राजश्री जनार्दनभट व सदाशिवभट गाडगीळ यांणीं हुजूर विदित केलें कीं, आपले तीर्थरूप बापूभट गाडगीळ यांस वाई पैकीं आंबे सुमार पंधराशें पावत होते. त्यास गनिमाचे गडबडीमुळें वाईतून कोंकणांत गेलों. पुढें तीर्थरूप वारले. हल्लीं आपण वाईत राहण्यासी आलों आहों. तरी पूर्ववत्प्रमाणें चालवावें ह्मणोन; त्याजवरून हे सनद तुह्मांस सादर केली असे, तरी आंबे सुमार,

खमस सबैन मया व अलफ रबिलाखर ५

१००० आंबे पिकले.
५०० हिरवे, लवणशाकेस.

१५००

एकूण दीड हजार आंबे सुमार देविले असेत, तरी कसबे वाई येथील शेरीपैकीं पेशजींप्रमाणें भटजींस पावते करणें ह्मणोन, हैबतराव भवानीशंकर यांचे नांवें छ. २२ रबिलावल. रसानगी यादी. सनद १.

१०२८ (४१६)—दलबादलशा फकीर याचा तकिया मौजे कवडी येथें गांवाजवळ आहे. त्या तकियाचे चिराखबत्तीस मौजे लोणी तर्फ हवेली, प्रांत पुणें, पैकीं नूतन इनाम जमीन बिघे ४ चार बिघे करार करून देऊन, वर्तमान भावी कमाविसदार यांचे नांवें अलाहिदा सनद सादर जाहली आहे, त्या-

सबा सबैन मया व अलफ मोहरम २

The concession was granted to enable him to feed travellers coming to his Math.

FROM NÁRO APPÁJI'S DIARY.

(1027) At the request of Janárdan Bhat and Sadáshiva Bhat Gádgil, orders were issued to the officer of Wái to give them **1000** ripe, and 500 unripe mangoes from the Sheri lands of Wái.

A. D. 1774-75.

(1028) Inám lands were given for the lighting of the mosque at Kawadi.

A. D. 1776-77.

प्रमाणें मौजे मजकूरपैकीं सदरहू चार बिघे जमीन याचे दुमाला करून देऊन आकार होईल तो दरसाल यांचे नांवें इनामखर्चे लिहिणें म्हणोन, रामचंद्र नारायण यांचे नांवें.

सनद १.

रसानगी यादी.

दलबादलशा फकीर यांणीं हुजूरनजीक पुणें येथील मुक्कामीं येऊन अर्ज केला कीं, आपण दोन तीन वर्षें लष्करांत दुवा देऊन आहें, त्यास आपला तकिया मौजे कवडी येथें गांवाजवळ आहे त्यास तकियाचे चिराखबत्तीस कांहीं नूतन इनाम जमीन देऊन चालविलें पाहिजे म्हणोन; त्याजवरून मनास आणून फकीर दुवागीर तीन वर्षें लष्करांत आहे हें जाणून याजवर मेहेरबान होऊन मौजे लोणी, तर्फ हवेली, प्रांत मजकूरपैकीं नूतन इनाम जमीन बिघे ४ चार बिघे जमीन अवल दूम सीम तीन प्रतीची कुलबाब कुलकानू, हल्लीपट्टी, व पेस्तरपट्टी खेरीज हकदार करून दरोबस्त इनाम करार, करून देऊन, हे सनद तुम्हांस सादर केली असे, तरी सदरहू चार बिघे जमीन मौजे मजकूरपैकीं चतु:सीमापूर्वक नेमून देऊन, याचे दुमाला करून इनाम चालवणें. दरसाल ताजे सनदेचा आक्षेप न करणें. या सनदेची नकल लिहून घेऊन असल सनद याजवळ भोगवटियास परतोन देणें म्हणोन, कमाविसदार वर्तमान भावी प्रांत पुणें यांस. सनद १.

रसानगी यादी.

जनार्दन आपाजीच्या कीर्दीपैकीं.

१०२९ (४८७)–२००० रुपये खासगी निसबत शिवराम रघुनाथ यांजकडे श्रावण मासचे दक्षणेचें साहित्य, फुटाण्यास हरबरे व खिचडीस डाळ, व रोषनाईस तेल व विड्यांस सुपारी, व छपरें खरेदी करावयाबद्दल, व तांदूळ सडणावळ वगैरे मजुरीबद्दल, परवानगी रूबरू.

समान सबैन मया व अलफ रजब ३०

१०३० (४८८)–धर्मादाय दक्षणा श्रावणमास मुक्काम पुणें. रुपये.

समान सबैन मया व अलफ रजब ३०

FROM JANÁRDAN APPÁJI'S DIARY.

(1029) Rs. 2000 were given to Shiwarám Raghunáth for purchases in connection with the Daxaṇá distributed in the month of Shrávaṇ—such as grain, rice, pulse, oil, leaves, betelnut and for erecting huts.

A. D. 1777-78.

(1030) The following sums were distributed as Daxaṇá in the month of Shrávaṇ. The distribution commenced on the 6th of Shráwaṇ Shudha at about 9 or 10 A. M:—

A. D. 1777-78.

३०,५१० पर्वतीस रमण्यांत दक्षणा ब्राह्मणांस दिल्ही, प्रारंभ छ. ५ रजब श्रावणशुद्ध षष्ठी मंदवासरे प्रातःकाळ दीड प्रहर दिवस. रुपये.

१०२८१ विद्यमान जनार्दन आपाजी, दरवाजा पहिला, ब्राह्मण असामी ६३९३. शेरा सरासरी १॥-॥ प्रमाणें. रुपये.

४७१० विद्यमान रामशास्त्री, दरवाजा दुसरा, ब्राह्मण असामी २२५० एकूण शेरा सरासरी २-॥ प्रमाणें. रुपये.

५७०० विद्यमान अमृतराव विश्वनाथ पेठ्ये, दरवाजा तिसरा, ब्राह्मण ३३०५ एकूण शेरा सरासरी १॥। प्रमाणें. रुपये.

५६३० विद्यमान विसाजी कृष्ण, दरवाजा चौथा, ब्राह्मण असामी २९७० शेरा सरासरी १॥।=। प्रमाणें. रुपये.

४१८९ विद्यमान भिवराव येशवंत, दरवाजा पांचवा, येथें काशिनाथ शास्त्री यांणीं दक्षणा वाटिली; असामी १९२२ एकूण शेरा सरासरी २-॥। प्रमाणें. रुपये.

३०,५१० — १६,८४०

शेरा सरासरी १॥।- प्रमाणें. रुपये.

२२,१७४ वाड्यांत ब्राह्मणांस दक्षणा दिल्ही, विद्यमान वासुदेवभट कर्वे उपाध्ये नांवनिशीवार तपशीलबंद आलाहिदा ४८ एकूण ब्राह्मण असामी २२२० एकूण रुपये.

२१०२६ निसबतवार ब्राह्मण २०२४ असामी. रुपये.

१००१ क्षेत्रींचे ब्राह्मणांस दक्षणा पाठविली असामी १४५ रुपये.

१४७ वाड्यांतील असामी ५१ एकूण रुपये.

२२,१७४ — २२२०

Rs. 30510 distributed to those assembled at the Parvati temple:—

10281	By Janárdan Appáji	1st door No. of recipients	6393.
4710	,, Rámshástri	2nd ,, ,,	2250.
5700	,, Amritrao Vishwanáth Pethe	3rd	3305.
5630	,, Visáji Krishna	4th ,, ,,	2970.
4189	,, Bhiwrao Yeshwant	5th ,, ,,	1922.
30510			16840.

22174 distributed in the palace (including the sum sent out to Brahmins of holy places). No. of recipients 2250.

३०० शंकराचार्य स्वामी शृंगेरीकर यांच्या समाधी पंचवटींत श्री गोदातीरीं दोन आहेत, तेथील पूजन व अर्चन व पुण्यतिथी दोन, मिळोन दरसाल तीनशें रुपये श्रावणमासीं द्यावयाचा करार करून, सालमजकूरचे. रसानगी याद. रुपये.

१०१५ रमण्यांत ब्राह्मण दक्षणेस गेले नाहीं, त्यांस घरोघर जाऊन दक्षणा दिल्ही, व देवांपुढें दक्षणा ठेविली, गुजारत कारकून, निसबत रामचंद्र नारायण सुभा प्रांत पुणें, व बाळ दीक्षित गडबोले, बरहुकूम याद. रुपये.

२ श्री देवांपुढें ठेविली.

·॥· ओंकारेश्वर.

·॥· गणपती.

·॥· रामचंद्र.

·॥· किरकोळ.

२

१०१३ ब्राह्मण दुखणेकरी वगैरे असामी ६९० एकूण शेरा सरासरी दर असामीस १।≡॥ प्रमाणें रुपये.

४३६	प्रत असामी	४३६	दर १	प्रमाणें.
३९२	प्रत असामी	१९६	दर २	
१५३	प्रत असामी	५१	दर ३	
२०	प्रत असामी	५	दर ४	
७	प्रत असामी	१	एकूण.	
५	प्रत असामी	१	एकूण.	
१०१३		६९०		

१०१५

५३९९९ १९७५१

300 sent for the expenses of 2 worships at two Tombs of Shankaráchâryás of Shringeri at Panchwati;

1015 sent to Brahmins who on account of illness were unable to attend in person—No. of recipients 690 &; offered to four deities at 8 annas each;

४९१२। खुर्दा रमण्यांत उलफ्या बरोबर पांच रोजा, व दक्षणे समयीं दिल्हा, गुजारत नारो महादेव गद्रे. खुर्दा खरेदी गुजारत बाळाजी नाईक, दिंमत पोतदार. टक्के.

१७५५७ उलफ्यास पांच रोजा ब्राह्मण असामी एकूण. रुपये.

१३९७८। ब्राह्मण ५५९१३ असामी, दर असामी टका ।· प्रमाणें रुपये.

८५७५	दरवाजा पहिला असामी	३४३००
४२२०	दरवाजा दुसरा असामी	१६८८०
११८३।	दरवाजा तिसरा	४७३३
१३९७८।		५५९१३

तपशील तेरखा.

२१२३॥	छ. २९ जमादिलाखर	८४९४
२६९१॥	छ. १ रजब	१०७६६
२८१०॥	छ. २ रजब	११२४२
३०४२।	छ. ३ रजब	१२१६९
३३१०॥	छ. ४ रजब	१३२४२
१३९७८।		

३५७८।।। बायका, दरवाजा चौथा, दर असामी ।· प्रमाणें.टक्के.

६२८	छ. २९ जमादिलाखर	२५१२
६२८।।।	छ. १ रजब	२५१५
७४७	छ. २ रजब	२९८८
७२८॥	छ. ३ रजब	२९१४
८४६॥	छ. ४ रजब	३३८६
३५७८।।।		१४३१५

१७५५७	७०२२८

4912–4 paid to Brahmins on account of feeding charges at anna 1 per diem for 5 days–women numbering 14315 also received this allowance at the same rate;

२०९६॥।६ दक्षणे समयीं ब्राह्मणांस दर असामी रुके ८६ प्रमाणें, इस्तकबील छ. ५ रजब तागाईत छ. ६ मिनहू दक्षणेस असामी १६८४० पैकीं ब्राह्मणांस खुर्दा पावला नाहीं ते वजा ६५ असामी बाकी १६७७५, एकूण दरवाजेवार असामी, एकूण टके.

७९९८६	दरवाजा पहिला	६३९३
२७७॥।६	दरवाजा दुसरा असामी	२२२३
४१३८६।	दरवाजा तिसरा असामी	३३०५
३६६॥	दरवाजा चौथा	२९३२
२४०।	दरवाजा पांचवा असामी	१९२२
		टके.
२०९६॥।६		१६७७५
१९६५३॥।६		८७००३

पैकीं वजा खुर्दाचें माप घेतां व खर्च खातें कसर वाढली खुर्दा टके ३॥।९, बाकी टके १९६४९॥।९ एकूण दर रुपयास टके ४ चार प्रमाणें रुपये ४९१२।≈॥.

पैकीं वजा सूट ८३॥। बाकी. रुपये.

११८२ पुरंदरीं ब्राह्मणांस दक्षणा दिल्ही. रुपये.

१५ गोविंदभट निजसुरे.
१५ कृष्णभट वैद्य.
१५ कृष्णंभट जोग.
१० आपाभट वापट.
८ सदाशिवभट मोघे.
७ बाळजोशी संगमेश्वरकर.
७ दादंभट काणे.

असामी.

११०५ किता

१९ प्रत १९ दर १ प्रमाणें.

1182 distributed at Purandhar, number of recipients 372;

२८० प्रत १४० दर २
२३१ प्रत असामी ७७ दर ३
३२० प्रत ८० दर ४ प्रमाणें.
१९५ प्रत ३९ दर ५
६० प्रत असामी १० दर ६
रुपये.

११०५ ३७२

११८२
दर सरासरी ३८=॥। प्रमाणें.
४५४। किरकोळ पोता वगैरे तहाबंद अलाहिदा २

६०५४७॥
१०००० बाळकृष्णशास्त्री आश्रित यांस कर्ज वारावयाबद्दल एकसालां तैनाते खेरीज.
रुपये.

७०५४७॥
२० पीर कसबे पुणें यास सालगुदस्तांप्रमाणें सालमजकुरीं, रसानगी याद.
रुपये.

१० शेखसला.
१० शेखसादत.

२०
१७२। पोस्त खर्च, प्यादे वगैरे रमण्यांत ब्राह्मणांचे बंदोबस्तास होते, त्यांस मिठाईबद्दल दर असामीस रुपये८= प्रमाणें रसानगी यादी तीन
रुपये.

५९॥= किल्लेहायचे लोकांस.
२॥। किल्लेहायचे लोकांस असामी २२

454-4 Miscellaneous
Number of receipients 20,152

total 60547-8

20 were sent as presents to Pirs Shek Sallá and Shek Sádat;
172-4 were paid to peons No. 1378 from different forts and Tálukás

	१।	किल्ले घनगड असामी	१०
	·॥=	किल्ले चाकण असामी	५
	२॥=	किल्ले कोरीगड	२१
	५	किल्ले चंदन वगैरे निसबत शामराव जगजीवन असामी	४०
	३०८=	किल्ले पुरंदर.	
		८॥। नेहमी लोक किल्ले मजकूरचे असामी	७०
		८।= कानडे प्यादे असामी	६७
		२॥ माजी चंदनकर	२०
		१०॥ हुजूर हशम	८४
		३०८=	
	१७॥	किल्ले सिंहीगड असामी	१४०
	५९॥।=		४७९
२५॥		तालुकेहाय.	
	८।=	तालुके शिवनेर	६७
	४॥।	प्रांत राजपुरी	३८
	२॥=	अवचीतगड	२१
	५	तालुके रायगड	४०
	४॥।	तालुके सुवर्णदुर्ग	३९
	२५॥		२०४
२९		कित्ता लोक.	
	४॥	माजी चंदनगडकरी	३६
	·॥।	खास बारदार दिंमतहाय असामी	६

who were deputed to keep order at the Parwati temple at the time of the assembly.

१॥	जासूद जथेहाय असामी.	१२
३।=	प्यादे दिंमत विठोजी गुंड असामी	२७
३।=	प्यादे दिंमत अबदुल असामी	२७
१	प्यादे दिंमत पिरुजी भिलारे असामी	१६
१८=	प्यादे दिंमत रामजी यादव	९
३८=	दिंमत तोफखाना	२५
४॥।	दिंमत देवजी सावंत वगैरे माहाले लोक	३८
१	बहिरजी मोरे	८
।.	प्यादे दिंमत बालोजी सालोखे	२
१८=	प्यादे निसबत विसाजी धोंडदेव जोग	९
८=	चाकणकर असामी	१
१	फूटलोक असामी	८
२१		२३२

५४८=	दिंमत हुजूर हशम ४३३	
३॥।	खिजमतगार निसबत खास जिलीब असामी	१०
	एकूण	
१७२।		१३७८

२६२ तैवज खर्च श्रावणमासचे उत्साहाबद्दल ब्राह्मणांस विडे द्यावयास विड्याचीं पानें हिरवीं खरेदी केलीं, गुजारत प्यारजी तांबोळी पानें सुपारी.

२००००० छ. ३० जमादिलाखर.
१००००० छ. १ रजब.
१००००० छ. ४ रजब.
१२४००० छ. २६ रजब.

५२४०००

दर रुपयास पानें २००० दोन हजार प्रमाणें.

रसानगी यादी.

४५४।

१०३१ (५२३)–धूम्रपानी गोसावी चौऱ्यायशीं आसनें करून योगसाधनेंत आनंद-

समान सबैन मया व अलफ मोहरम २३

बलीस नेहमीं राहतो. त्यास पेशजीं रोजमरा दरमहा वीस रुपये व पांच शेर लांकडें वजन दररोज पावत होतें, त्यास अलीकडे पावत नाहीं, ऐशास हलीं पेशजींप्रमाणें दरमहा रोजमरा रुपये २० वीस, व लांकडें दररोज वजन पक्के ८८५ पांच शेर देविले असे, तरी सनद पैवस्तगिरीपासून गंगापुराहून देत जाणें ह्मणोन, रामचंद्र बल्लाळ नारळीकर यांस. सनद १.

रसानगी यादी.

१०३२ (५३९)–मौजे सिंगवें, परगणें नाशिक, हा गांव श्री रामचंद्र संस्थान पंच-

समान सबैन मया व अलफ सफर २६

वटी यांजकडे आहे, त्यास श्रीचा पुजारी याणें आपले कर्जाचे ऐवजीं सावकाराकडे गांव गहाण ठेऊन, गांवचा वसूल सावकार परभारा घेतो, ह्मणोन हुजूर विदित झालें; याजवरून मौजे मजकूरचे बंदोबस्तास हुजुरून श्रीनिवास नर्सी कारकून शिलेदार पाठविले असत. तरी मशारनिल्हेसी रुजू होऊन, मौजे मजकूरचा श्रीकडील अंमल सुरळीत देणें, पुजारी याजकडे व त्याचे सावकाराकडे वसूल एकंदर न देणें ह्मणोन. मौजे मजकूरचे मोकदमाचे नांवें छ. २२ जिल्काद चिटणिसी. पत्र १.

१०३३ (५४५)–तेलंग अगंतुक ब्राह्मण सोमवार पेठेंत मृत्यु पावला आहे, त्याचे

समान सबैन मया व अलफ सफर २६

दहनास लांकडें जाळाऊ वजन पक्के खंडी ।॥। पंधरा मण लांकडें देविले (लीं) असे(त) तरी खरेदी करून देऊन ब्राह्मणाचें दहन करणें, सदरहू लांकडांची किंमत होईल ते शहरमजकूरचे कोतवालीचे

(1031) An allowance of Rs. 20 per month and 5 seers of fuel per

A. D. 1777-78.

day was granted to an ascetic who inhaled smoke and practised Yoga in 84 different postures.

(1032) Government was informed that the village of Singwe in

A. D. 1777-78.

Pargaṇá Násik, belonging to the idol of Rámchandra in Panchawaṭi, had been mortgaged by the worshipper to his creditor, and that the revenue was being recovered by the creditor direct. A karkun was sent to take over the management of the village and to spend proceeds for purposes connected with the idol. The páṭil of the villaged was enjoined to see that the revenue was not paid to the creditor or to his agents.

(1033) Sanction was given to supply 3/4 Khandi, that is 15 Maunds,

हिशेबी ब्राह्मणाचे नांवें धर्मादाय खर्च लिहिणें मजुरा पडेल ह्मणोन, आनंदराव काशी कमाविसदार कोतवाली शहर पुणें याचे नांवें छ. २६ जिल्हेज. सनद १.

परवानगी रूबरू.

१०३४ (५८३)—धर्मादाय दक्षणा श्रावणमास मुक्काम पुणें. रुपये.

तिसा सबैन
मया व अलफ
रजब २९

३२२०२ पर्वतीस रमण्यांत दक्षणा ब्राह्मणांस दिल्ही, प्रारंभ छ. ४ रजब श्रावण शुद्ध षष्ठी सौम्यवासरे बेवीस घटकांनंतर रुपये.

१३२१६ विद्यमान जनार्दन आपाजी, दरवाजा पहिला, ब्राह्मण ८३४०, एकूण शेरा १॥✓। प्रमाणें.

६४६० विद्यमान रामशास्त्री, दरवाजा दुसरा, ब्राह्मण ३२५९ एकूण शेरा १॥।=॥ प्रमाणें. रुपये.

५३८१ विद्यमान अमृतराव विश्वनाथ, दरवाजा तिसरा, ब्राह्मण २७५०, शेरा १॥।=। प्रमाणें.

७१४५ विद्यमान कृष्णराव बल्लाळ काळे व काशीनाथ शास्त्री, दरवाजा चौथा, ब्राह्मण ३४१५ एकूण शेरा २✓॥ प्रमाणें

३२२०२ १७७६४

शेरा सरासरी १॥।✓ प्रमाणें.

२५८२२ वाड्यांत ब्राह्मणांस दक्षणा दिल्ही, विद्यमान रामशास्त्री नावनिशीवार तपशीलबंद, अलाहिदा सुमारें ४३ एकूण ब्राह्मण असामी.

देखील क्षेत्रींचे ब्राह्मणांसुद्धां दक्षणा. रुपये.

२३८७२ निसबतवार व क्षेत्रस्थ वगैरे मिळोन ब्राह्मण असामी २१७७ शेरा सरासरी १०॥।=॥ रुपये.

१९५० यज्ञेश्वरशास्त्री, आपाशास्त्री यांचे बंधू यांस लग्नाबद्दल सालमजकुरीं एकसाल. रुपये.

२५८२२

A. D 1777-78 of fuel for the cremation of a travelling Telang Brâhman who died in Poona.

(1034) Among the details of this date, the details of the *Shrâwan-*
A. D. 1778-79. *Daxaṇâ* expenses amounting to Rs 64, 537 are given. It appears from a remark made at the end that some

३०० शंकराचार्य स्वामी शृंगेरीकर यांच्या समाधी पंचवटींत श्रीगोदातीरीं दोन आहेत, तेथील पूजन, अर्चन, व पुण्यतिथ दोन मिळून दरसाल तीनशें रुपये श्रावणमासीं द्यावयाचा करार आहे, त्याप्रमाणें सालमजकूरचे रुपये.

२ श्रीदेवदेवेश्वर, वस्ती पर्वती, यांस रमण्यांत दक्षणा समाप्त जाल्यावर दक्षणा ठेविली, विद्यमान जनार्दन आपाजी. रुपये.

१ श्रीदेवदेवेश्वर.

१ श्रीविष्णु.

९९५ दुखणेकरी ब्राह्मण व ब्राह्मणांचीं मुलें वगैरे रमण्यांत दक्षणेस गेलीं नाहींत. त्यांस घरोघर दक्षणा दिल्ही; व गांवांतील देवांपुढें दक्षणा ठेविली, गुजारत कारकून निसबत रामचंद्र नारायण सुभा प्रांत पुणें, व बाळ दिक्षित गडबोले वरहुकूम यादी. रुपये.

२ श्रीदेव.

॥ श्रीओंकारेश्वर.

१ श्रीरामचंद्र तुळशीबागेंतील.

॥ श्रीगणपती.

२

९९३ ब्राह्मण. असामी ७४८

एकूण शेरा सरासरी १।ऽ प्रमाणें. रुपये

५०४ प्रत असामी ५०४ दर १

४८६ प्रत असामी २४३ दर २

३ प्रत असामी १ एकूण.

---

९९३ ७४८

९९५

६६७ मुक्काम पुरंधर येथील ब्राह्मणांस दक्षणा दिल्हीवरहुकूम याद.

१० बाळंभट किरकिरे.

८ गोविंदभट किरकिरे.

१० पुरुषोत्तम भट, पुराणीक.

---

at least of the persons who received Daxaṇá at the wáḍá were brought in palanquins; all the palanquins in the town were requisitioned by Government for the purpose on that day.

६ बाळंभट मराठे.

६०	प्रत असामी	१२	दर ५ प्रमाणें.
१२८	प्रत असामी	३२	दर ४ प्रमाणें.
२३१	प्रत असामी	७७	दर ३ प्रमाणें.
२०६	प्रत असामी	१०३	दर २ प्रमाणें.
८	प्रत असामी	८	दर १ प्रमाणें.
६६७		२३६	

शेरा सरासरी २॥।-। प्रमाणें.

५९९८८ २०९२६

४१५५॥ खुर्दा रमण्यांत उलफ्याबद्दल दर पांच रोजां व दक्षणे समयीं दिल्हा, गुजारत बाळाजी नारायण आगाशे, खुर्दा गुजारत पांडोबा नाईक वगैरे खुर्दा. रुपये.

१६४८३। उलफ्यास पांच रोजां ब्राह्मण वगैरे असामी. एकूण.

१३५२८॥ ब्राह्मण ५४११४ असामी. दर असामी टक्का ·।· प्रमाणें.

८१७७॥।	दरवाजा पहिला असामी	३२७११
४३८२	दरवाजा दुसरा असामी	१७५२८
९६८॥।	दरवाजा तिसरा असामी	३८७५
१३५२८॥		५४११४

तपशील तेरखा.

१८३६	छ. २९ जमादिलाखर	७३४४
२५०९॥	छ. ३० जमादिलाखर	१००३८
२८५८॥।	छ. १ रजब असामी	११४३५
३०२६॥	छ. २ रजब	१२१०६
३२९७॥।	छ. ३ रजब	१३१९१
१३५२८॥		५४११४

२९५४॥। बायका ११८१९ असामी दर असामी ·।· प्रमाणें एक.

६६३॥।	छ. २९ जमादिलाखर	२६५५
८२२	छ. ३० जमादिलाखर	३२८८

४७५। छ. १ रजब १९०१
४६८॥। छ. २ रजब १८७५
५२५ छ. ३ रजब असामी २१००

२९५४॥। ११८१९

१६४८३। ६५९३३

२१६०। दक्षणेसमयीं ब्राह्मणांस दर असामीस रुके ८६ प्रमाणें इस्तकबिल छ. ४ रजब तागाईत छ. ५ मिनहू. दक्षणेस असामी १७७६४ पैकीं ब्राह्मणांस खुर्दा पावला नाहीं ते वजा असामी ४८२ बाकी असामी १७२८२ एकूण दरवाजेवार असामी एकूण टके.

१०२३॥। दरवाजा पहिला असामी ८१९०
३६५॥।६ दरवाजा दुसरा असामी २९२७
३४३॥। दरवाजा तिसरा असामी २७५०
४२६॥।६ दरवाजा चौथा असामी ३४१५
टके

२१६०। १७२८२

१८६४३॥ ८३२१६

पैकीं वजा खुर्दाचें मापें घेतां, व खर्च होतां कसर वाढली खुर्दा टका १॥ बाकी टके १६६४२ एकूण खुर्दा खरेदी गुजारत हाये. रुपये.

२२६३।~॥ गुजारत पांडोबा नाईक पराडे, खुर्दा टके १०१५० दर ४।११। प्रमाणें रुपये.

१२६७॥~॥ गुजारत जेठ्या
१००० प्रत टके ४५०० दर ४॥
२६७॥~॥ प्रत टके १२०० एकूण दर ४।११। प्रमाणें.

१२६७॥~॥

६२४॥≡॥ गुजारत यादोबा नाईक लोहोकर टके
२७९२ एकूण दर ४।१०॥ प्रमाणें.

४१५५॥≡॥
पैकीं वजा सुट ८≡॥, बाकी रुपये.

३९३॥। किरकोळ तपशील बंद अलाहिदा २ एकूण.

६४५३७।
वाड्यांत ब्राह्मणांस दक्षणा दिली, विद्यमान रामशास्त्री इस्तकबील छ. २९ जमादिलाखर, श्रावण शुद्ध १ भृगुवासरे तागाईत छ. ७ रजब. रुपये.

३५६२ आश्रित वगैरे.

१५० बाळकृष्णशास्त्री.
१०० रामशास्त्री.
१५० लक्ष्मण पाठकजी.

× × × ×

२६३५ निसबत बापूभट शिंत्रे.

२५ विश्वनाथभट गोडशे.
२५ मथुराभट वैद्य काशीकर.
२५ बाळकृष्णभट छत्रे.

× × × ×

२२८ निसबत यज्ञेश्वर दीक्षित मनोहर.

८ बाळंभट धाणेकर.
५ शंकर दीक्षित आकुर्डीकर.

१८२ वाड्यांतील असामी एकूण रुपये.

२७ आचारी.

४ बाबाजी गोखला.
४ सदाशिव करमरकर.

× × × ×

७८ शागिर्द.

३ विसू जोशी.
३ भवानी शंकर.

× × × ×

३० हरकारे.

३ बापू अवधारी.

३ विसोबा धुमाळ.

× × × ×

१५ रीमवान.

३ लक्ष्मण चोपडा.

३ येशवंत.

× × × ×

२० पीर कसबे पुणें यांस सालगुदस्तप्रमाणें सालमजकुरीं दक्षणेसमयीं पावतात ते.

१० शेखसला.

१० शेखसादत.

२०

११७॥ पोस्तखर्च प्यादे वगैरे रमण्यांत ब्राह्मणांचे बंदोबस्तास होते त्यांस मिठाईबद्दल दर असामी ८= प्रमाणें.

३२ किल्लेहायचे लोकांस.

३ किल्ले विसापूरकर असामी २४.

२॥ किल्ले राजमाची असामी २२.

× × × ×

११॥= तालुके हाय.

६॥ तालुके विजेदुर्ग असामी ५२.

२॥ तालुके अवचितगड असामी २०.

३८॥= प्यादे वगैरे.

४॥= दिंमत रामजी यादव असामी ३७.

४॥ निसबत विसाजी धोंडदेव असामी ३६.

× × × ×

२८= माजी चंदनगडकरी.

१५० २५८= हुजूर हशमलोकांस असामी.

१५० किस्तालोक.

३६ पर्वतीस श्रीदेवदेवेश्वराकडे व विष्णूकडे चौकीस आहेत त्यांस सालाबादप्रमाणें.

१५ दरवाज्यांस असामी १५.

५॥= कारखान्याकडे वगैरे प्यादे असामी.

३० सरकारचे वाड्यांत दक्षणासमाप्तीदिवशी ब्राह्मण कोंडले त्यांचे चौकीस.

१० ब्राह्मणांस आणावयास व पोचवावयास पालख्या शहरांतील गृहस्थांच्या जमा करावयास होते ते.

५ विड्याकडे.

× × × ×

१०३५ (८९२)--श्रावण मासचे दक्षणेचे बंदोबस्तास सरकारांत लोक आणविले असेल, तरी पोटाची सदरहु लोकांची बेगमी करून देऊन पाठवून देणें ह्मणोन. सनदा.

सीत समानीन मया व अलफ रमजान १७

१ परशराम श्रीनिवास प्रतिनिधी यांस असामी ३०० तीनशे यांविशीं.

१ सदाशिव चिमणाजी सचिव यांस असामी ३०० तीनशें यांविशीं.

१ रामचंद्र नारायण किल्ले पुरंधरापैकी असामी १०० शभर याविशीं.

१ नारो महादेव किल्ले सिंहीगडपैकी असामी ७५ पाऊणशें यांविशी.

१ रामराव नारायण किल्ले राजमाची, तालुके मजकूर, पैकी असामी ५० यांविशीं.

१ रंगो शामराव किल्ले चंदन पैकीं असामी १५ पधरा येविशी.

१ भगवंतराव नारायण किल्ले चाकण पैकीं असामी १० दहा यांविशी.

१ रघुनाथ सदाशिव तालुके रायगड पैकी असामी १०० शंभर यांविशी.

८

आठ सनदा दिल्ह्या असेत. रसानगी महादाजी नरसी कारकून दिंमत सर्वोत्तम शंकर, हशमनीस.

१०३६ (९०७)—पाद्री फैल्याद्र मानरदेव रेवदंडेकर याणें हुजूर येऊन अर्ज केला कीं, रेवदंड्यास मानरदेवीची रमेद फिरंगी याचे वेळेची आहे, तिच्या भिंती मजबूद आहेत परंतु वासे जुने होऊन वरील काम जाया जाहलें आहे, तें सरकारांतून नीट करून देविलें पाहिजे म्हणोन; त्याजवरून रमेदीचें कामाबद्दल रुपये १०० शंभर रुपये तालुके रेवदंडा पैकीं दे-

सीत समानीन मया व अलफ मोहरम १२

(1035) Men were brought to Poona from the service of Pratinidhi, Sachiv, and other officers to keep order during the alms giving ceremony in the month of Shrávaṇ.

A. D. 1785-86

(1036) At the request of a Portuguese priest of Rewadaṇḍá, sanction was given to the expenditure of Rs 100 on repairing a Christian church at Rewadaṇḍá

A. D. 1785-86

विले असत, तरी सदरहू शंभर रुपये देऊन काम करवणें म्हणोन, आनंदराव शिंदे याचे नांवें. सनद १.

रसानगीयादी.

१०३७ (९४३)—श्रीपंचलिंग महादेव, वास्तव्य मौजे बारव, तर्फ हवेली, प्रांत जुन्नर यांस, तालुके शिवनेर, व तालुके चास वगैरे जागां कोळयांनीं दंगा केला होता त्यांचें पारपत्य होऊन बंदोबस्त जाला ह्मणजे श्रीचें देवालय बांधावें ह्मणोन बाळाजी महादेव यांणीं नवस केला; त्याप्रमाणें कोळयांचें पारपत्य होऊन बंदोबस्त जाला. सबब श्रीचें देवालय दोन हजार रुपयांत बांधावयाचा करार करून बाळाजी महादेव यांस आज्ञा केली आहे. तालुके शिवनेर व तालुके चास येथील गांवगन्ना पैकीं सरकारजमेशिवाय पट्टी करून दोन हजार रुपयांत देवालय बांधणें, जाजती पट्टी न करणें ह्मणोन, कमाविसदार यांचे नांवें. सनदा.

सबा समानीन मया व अलफ जमादिलावल २९

१ बाळाजी महादेव तालुके शिवनेर यांस कीं, श्रीचें देवालय दोन हजार रुपयांत बांधणें. सदरहूपैकीं सातशें रुपये निळकंठराव रामचंद्र, तालुके चास, यांजकडून देविले आहेत, बाकी तुह्मांकडून रुपये १३०० तेराशें देविले असेत, तरी तालुके मजकूर येथील गांवगन्नापैकीं देणें ह्मणून. सनद.

१ निळकंठराव रामचंद्र, तालुके चास, यांस कीं, श्रीचें देवालय दोन हजार रुपयांत बांधावयाची आज्ञा बाळाजी महादेव यांस केली आहे. सदरहूपैकीं तुह्मांकडून रुपये ७०० सातशें देविले असेत, तरी तालुके मजकूर येथील गांवगन्नापैकीं देणें, ह्मणन. सनद.

२

रसानगीयादी.

१०३८ (९५०)—द्वारकादास बैरागी हे श्रीगोदातीरीं मौजे बाभुळगांव, परगणा

(1037) When a rebellion of kolis broke out in Táluká Siwaner and Táluká Chás, Báḷáji Mahádeo, officer of the former Táluká, made a vow to build a temple to Shri Panch-Linga Mahádeo at Mouze Bárav in piánt Junner, if the rebellion was put down. The rebellion was suppressed and Báḷáji Mahádeo was permitted to fulfill his vow by levying Rs. 2000 from the two Tálukás in addition to Government demand.

A. D. 1786-87.

(1038) Dwárkádás, a Bairági residing in the fields near Bábhuḷgaum in Parganá Waijápur was a great ascetic. In summer he surrounded himself on all sides with fire, in the

A. D. 1786-87.

सबा समानीन मया व अलफ. रजब २४

बैजापूर, नजीक रानांत राहतात, निस्पृहवृत्तीने आहेत, बहुत योग्य तपस्वी, उष्णकाळीं पंचाग्निसाधन, व पर्जन्यकाळीं पर्जन्यांत, व शीतकाळी जलांत, याप्रमाणें तपस्वी, निराहारी दुग्ध प्राशन करून आहेत, आल्या गेल्या ब्राह्मणास व बैरागीयास अन्न देतात, व गाईची सेवा करितात. यांचे सरकारांतून चालविल्यास श्रेयस्कर जाणोन, नूतन इनाम पडजमिनीपैकीं जमीन चाहूर १॥ दीड चाहूर द्यावयाची करार करून हे सनद तुह्मास सादर केली असे, तरी यांचें मठाजवळ लगते परगणा बैजापूरचे गांव आहेत, तेथील गावपैकीं यांचे उपयोगी व गाईच्या चरावयाचे उपयोगी पडजमिनीपैकीं जमीन सदरहूप्रमाणें पाहून नेमून त्यांचे दुमाला करून देऊन चतुःसिमेचा जाबता हुजूर पाठवून देणें. त्याप्रमाणें इनामपत्रें बैरागी यांचे नांवें करून दिल्हीं जातील ह्मणोन, रामचंद्र नारायण मामलेदार, परगणा नेवासें वगैरे महाल, यांचे नांवें. सनद १.

रसानगीयादी.

१०३९ (१०१३)–श्रावणमासचे दक्षणेचे बंदोबस्तास तालुकेहायपैकीं लोक आणविले असेत, तरी पोटाची बेगमी करून पाठऊन देणें ह्मणोन.

इहिदे तिसैन मया व अलफ जिल्काद १

सनदा.

१ रघुनाथ चिमणाजी सचिव यांजकडील लोक असामी ३०० तीनशें येविशीं.
१ परशराम श्रीनिवास प्रतिनिधी यांजकडील लोक असामी ३०० येविशीं.
१ तर्फ शिवनेर निसबत बाळाजी महादेव यांजकडील लोक असामी २००.
१ किले बंदन निसबत विश्वासराव नारायण लोक असामी ५०.
१ किले पुरंधर निसबत रामचंद्र नारायण लोक असामी २००.
१ तर्फ पटा निसबत बाळकृष्ण केशव लोक असामी ५०.
१ किले विसापूर निसबत भिकाजी गोविंद लोक असामी ६०.
१ किले कोरीगड निसबत आनंदराव भिकाजी असामी ५०.
१ किले चाकण निसबत भगवंतराव नारायण लोक असामी १५.

---

rainy season he exposed himself to rain and in winter he remained immersed in water He lived on milk, distributed food to Brahmans and Bairágis, and was devoted to the service of cows. One and a half chahurs of inám land was therefore given to him.

(1039) About 1800 men were ordered to Poona from different tálukás to assist in keeping order at the time of the payment of the Daxaná distributed in the month of Shrávaṇ.

A. D 1790-91.

१ तालुके रायगड निसबत सदाशिव रघुनाथ लोक असामी २००.
१ किल्ले ताथवडा निसबत माधवराव कृष्ण असामी २५.
१ किल्ले राजमाची निसबत रामराव नारायण असामी ७५.
१ किल्ले चंदन व नांदगिरी निसबत रंगो शामराज लोक असामी ५०.
१ किल्ले परळी निसबत नारो वल्लाळ लोक असामी ३०.
१ किल्ले सिंहीगड निसबत केशवराव जगन्नाथ असामी १००.
१ किल्ले पाल निसबत गोविंदराव वल्लाळ असामी ७५.
१ किल्ले नारायणगड निसबत रामचंद्र शिवाजी असामी १५.
१ किल्ले घनगड हवालदार व कारकून लोक असामी १५.

१८

एकूण १८ सनदा दिल्ह्या असेत.

१०४० ( )—श्रीकार्तिकस्वामी, वास्तव्य पर्वती, यांचे प्रासादावर उल्कापतन हो- ऊन विछिन्न जालें, त्याचा जीर्णोद्धार केला त्याजबद्दल खर्च आहे.

इसन्ने तिसन मया व अलफ सवाल ३

९ इनाम, नक्त नेमणुकी, वतनें वगैरे.

(ब) देणग्या पुढें चालवणें.

जनार्दन आपाजीच्या कीर्दीपैकीं.

१०४१ (२८७)—विनायकभट थथे यांस मौजे ताथवडें, तर्फ हवेली, प्रांत पुणें, हा गांव इनाम दिल्हा आहे, त्याचीं सरकारचीं इनामपत्रें होऊन रा- जपत्रें जालीं आहेत, त्या पत्रांवर सरकारचा शिका गडबडेमुळें जाह- ला नाहीं, यास्तव श्रीमंत महाराज राजश्री छत्रपती स्वामींस विनंती

सीत सबैन मया व अलफ रबिलाखर ५

(1040) Some expenditure was incurred in repairing the temple of Shri Kártik Swámi at Parwati as it had been struck by lightening.

A. D. 1791-92.

(b) Continuance of ináms.

FROM JANÁRDAN APPÁJI'S DIARY.

(1041) The village of Táthawade in plánt Poona had been given to Vináyakbhaṭ Thathe by the late Peshwá Mádhavrao and a Sanad had been issued but never sealed. The Peshwá's agent at Sátárá was asked to request the Satárá Rájá to cause

A. D. 1775-76.

करून, तीर्थस्वरूप कैलासवासी माधवराव साहेबांचे कारकीर्दींत पत्रें जालीं आहेत, सबब त्या वेळचे शिक्के काढवून भटजींच्या पत्रांवर शिक्का करून देणें ह्मणोन, कृष्णराव अनंत, मुक्काम सातारा, यांचे नांवें छ. ११ रबिलावल. सनद १.

येविशीं बाबूराव कृष्ण यांस सदरहू अन्वयें. सनद १.

२

रसानगीयादी.

१०४२ (९८२)—महालानिहाय येथील मुसलमान खुमाचे सदारत व अदालतीची मामलत तिमाराव भिमाजी याजकडे सालमजकुरापासून सागोन, इनामदार, व जहागीरदार, व रोजिनदार, व काजी मुलाणे खतीबा वगैरे, व मोईतसबी, यांची चौकशी करून गैरसनदीमुळें ऐवज निघेल तो, व न्यायमनसुबीमुळें व सनदी लोकांपासून वाजबीच्या रीतीनें जीवन पाहून सरकारचा ऐवज साधावयाविशीं आज्ञा केली असे; तरी मुसलमान लोकांस ताकीद करून मशारनिल्हेकडे पाठवणें. ज्याचे ते रुजू होऊन सदारतीकडील पत्रें आणतील त्याप्रमाणें इनामगांव, व जमीन, व रोज, व वतनें, व हक्क लवाजमे चालवीत जाणें; दिकत असेल त्याची चौकशी, व खूम मजकुराचा न्याय इनसाफ वगैरे सदारतीचे व अदालतीचे अंमल मशारनिल्हेकडील कारकून येऊन करितील त्यास करूं देणें; दुमाले व इनामगांव ज्यांकडे असतील त्यांस ताकीद करून अंमल देवित जाणें; व काजी मुलाणें वगैरेयांस गांवखर्चीं इनामजमीनी व हक्क असतील त्यांची वैवाट पाहतील त्याचा झाडा दाखवणें; येविशीं गांवगन्नाचे मोकदमांस ताकीद करणें ह्मणोन, मामलेदार व जमीदार यांस चिटणिसी. पत्रें.

तिसा समानीन मया व अलफ जमादिलावल ६

२ परगणे पारनेर.

१ महादाजी नारायण यास.

१ जमीदारांस.

२

---

a search to be made for the late Peshwá's seals and to order the sanads to be sealed with it.

(1042) Tímárao Bhimáji was appointed to inquire into the land and cash alienation in parganá Párner, Nagar, Sinnar Sangamner, Násik &c enjoyed by Mahomedans. Where no sanads were forthcoming the alienations were to be resumed. Where sanads were forthcoming a reasonable amount from the holder as *nazar* was to be levied for Government.

A. D. 1788-89.

२ तर्फ नगर हवेली.
१ महादाजी नारायण यांस.
१ जमीदारांस.

२

२ परगणे सिन्नर.
१ पांडुरंग धोंडाजी कमावीसदार यांस.
१ जमीदार परगणे मजकूर यांस.

२

२ तर्फ हवेली संगमनेर.
१ गणेश भवानी कमावीसदार यांस.
१ जमीदारास.

२

२ तर्फ त्रिंबक.
१ धोंडो महादेव यांस.
१ जमीदार यांस.

२

२ परगणे नाशिक.
१ कृष्णराव गंगाधर कमावीसदार यांस.
१ जमीदार यांस.

२

१ जमीदार परगणे पाडेपेडगांव यांस.

१३

१०४३ (१०७६)—परगणे येरंडोल वगैरे महाल येथें इनाम जमीनी आहेत, त्यास बेवारशी व जाजती सुदामतशिवाय अनभवीत असतील त्यांची चौकशी करून, बेवारशी व जाजती जमीनी असतील त्यांचा वसूल सरकारांत घ्यावयाविशीं तुह्मांस आज्ञा करून हें पत्र सादर केलें असे,

सलास तिसैन मया व अलफ सवाल २३

(1043) An inquiry was ordered to be made into ináms which had become liable to resumption through failure of heirs, as also into those which were unauthorizedly held. All such ináms were ordered to be fully assessed to the revenue.

A. D. 1792-93.

तरी बेवारशी व जाजती जमीनी असतील त्याचा वसूल महालाकडे घेणें; आणि सुदामत इनाम असतील ते चालवणे म्हणोन भिकाजी विश्वनाथ कमावीसदार यांचे नांवें चिटणिसी.

पत्र १.

येविशीं. पत्रें ४.

३ जमीदारांस.

१ परगणा येरंडोल.

१ परगणा नेर.

१ परगणा बेटावद.

३

१ मोकदम देहेबि तपशील.

२ परगणा येदलाबाद.

१ मौजे चांगदेव.

१ मौजे इटई.

२

१ मौजे बाघोदें परगणा रावेर.

१ मौजे धाधरणे, परगणे बेटावद.

४

४

१० किताबती, व बहुमान.

जनार्दन आपाजीच्या कीर्दीपैकीं.

१०४४ (३५२)–बाबूराव कृष्ण यांचे नांवें सनद कीं, तुह्मांस बहुमान चवरी द्यावयाचा करार करून हे सनद सादर केली असे, तरी चवरी नवी करावयास रुपये.

सबा सबैन मया व अलफ रमजान २९

X Grants of titles and honours.

FROM JANÁRDAN APÁJI'S DIARY.

(1044) Baburao Krishna was permitted to use a *chawri*, and Rs. 30 were given to him to get one made (Rs. 15 for cow's hair and Rs. 15 for the handle.)

A. D. 1776-77.

१५ गंगावनाचा कांदा.
१५ दांडीस रुपें.

३०

एकूण तीस रुपये नेमून एकसालां दिल्हे असेत, तरी किल्ले सातारा येथील ऐवजीं घेऊन चवरी करऊन बाळगीत जाणे ह्मणोन छ. १९ रमजान. सनद १.

परवानगीरूबरू.

मुतालीकांचे रोजकिर्दीपैकीं.

१०४५ (१९)–बळवंतराव कदम बांडे याचे नांवे सनद की, ताराजी कदम शिलेदार तुह्मांकडील यांणीं तुमचे पथकांबरोबर स्वारींत चाकरी चागली केली, सबब त्यांस आफ्तागिरा करार करून दिल्हा असे, तरी तुह्मांकडील सरंजामाचे ऐवजी सदरहू आफ्तागिऱ्याची मोईन सालीना रुपये ५० पन्नास रुपये छ. १ सफरापासून देत जाणें; व आफ्तागिराचें सामान शिरस्तेप्रमाणें देत जाणें ह्मणोन. सनद १.

इसन्ने तिसैन मया व अलफ सफर ७

रसानगीयादी.

११ सार्वजनिक इमारती, व लोकोपयोगीं कामें.

(अ) विहिरी व तलाव.

१०४६ (४९६)–अमृतराव आपाजी यांस सनद की, वेदमूर्ती देवशंकरभट ओझे, वास्तव्य मौजे धरोल, परगणे हकार, प्रांत सोरट, यांणीं द्वारकेचे वाटेस मौजे मजकूरचे रानांत सहा कोस उजाडींत पाणी नवतें तेथें विहीर खणोन पाणी पाडिलें आहे. तें वाटसरांचे उपयोगीं पडतें. परंतु मोबर-

समान सबैन मया व अलफ रजब १२

FROM THE MUTÁLIK'S DIARY.

(1045) Táráji Kadam Silledár, under Balwantrao Kadam Bánde. having done good service in the late campaign was given an annual allowance of Rs. 50 for the salary of an *áftágir* bearer.

A. D. 1791-92.

XI Public buildings, and works of public convenience

(a) Wells and tanks.

(1046) Dewashankarbhat Oze of Dhárol in pargaṇa Hakár in prant Soraṭ had constructed a well within the limits of the village for the use of travellers proceeding to Dwárkà, as no water was to be had for 12 miles round. Sanction was accorded to an annual expenditure of Rs. 60 for drawing water from the well by bullocks.

A. D 1777-78.

गांवची गुरें व वाटसरांची गुरें घोडी वगैरे यांचे उपयोगी मोट लाविल्याशिवाय पडत नाहीं, यास्तव मोट लाविली पाहिजे ह्मणोन, भटजींनीं विदित केलें, त्याजवरून मोटेचे बैलास व माणसांस मिळोन दरसाल रुपये ६० साठ तालुके अमदाबादपैकीं नेमून देविले असत, तरी सदरहू साठ रुपये दरसाल मोटेचे बैलांस व माणसांस नेमून देणें, हे मोट लावतील ह्मणोन. सनद १.

रसानगीयादी.

१०४७ (५२०)–बाजी गोविंद यांस सनद कीं, चिमणाजी महादेव व माधवराव राम यांणी विदित केलें जें, कसबे पाल, मामले मजकूर, येथें हाटाळे तळें बहुतकाळी आहे. तें गाळानें भरलें होतें, त्यास भुतांदेवतांचे उपद्रवाकरतां हा काळपर्यंत कोणी गाळ काढून नीट केलें नाहीं, त्यास आपण तेथील जमीदारास पुसोन, भुतादेवतांचा बंदोबस्त करून, दगडी बांध व घाट बांधोन तयार केलें. तळ्याचें पाणी गुरांस व जनांचे उपयोगीं पडतें. तळ्याचे दक्षणेस व पश्चमेस व उत्तरेस तिहीं बाजूंस बांधावर आंबे, केळीं व फुलझाडें लाविलीं आहेत. त्या कामास पदरचे आठशें रुपये, व गांवकरी, वाणी, उदमी वगैरे यांणीं उदकाचें काम सर्वांचे उपयोगी परोपकार जाणोन पट्टी करोन तीनशें बेचाळीस रुपये दिले, त्यासुद्धां खर्च करून तळें बांधोन पाणी विपुल केलें. असें असता सालमजकुरी बाजी गोविंद यांणी सरकारचें तळें तुह्मांकडे आहे, तें जाग्यासुद्धां आपणाकडे ध्यावें, याअन्वयें सरकारचें पत्र आह्मांस आणिलें, त्याजवरून आह्मीं पुण्यास येऊन सदरहू वर्तमान मशारनिल्हेस सांगितलें, तेव्हां त्यांणीं तळें जाग्यासुद्धां आमचे स्वाधीन करविलें आहे, त्याप्रमाणें आम्हांकडे चालवावयाविशीं सरकारांतून सनद दिली पाहिजे ह्मणोन; त्याजवरून मनास आणितां उभयतां मोडक यांणीं आपले पदरचा ऐवज पट्टी करून गावकरी वगैरे याणी दिल्हा त्यासुद्धां खर्च करून तळें बांधून उदक विपुल सर्वांस केलें; आणि तळ्याचे तिहीं बाजूंस बांधावर झाडें आंबे, फणस वगैरे फळझाडें लाऊन बाग करून, सन सलास सीतैनापासून आज सोळा

समान सबैन मया व अलफ जिल्काद ३०

(1047) The tank of Hátále in kasbá Pál had been silted up for a long time. No one ventured to clear it through fear of raising evil spirits. Chimnáji Mahádeo and Mádhavrao Rám, with the permission of the Jamidár, arranged about the evil spirits and had the stone wall and steps repaired at a cost of Rs 1142: of this amount Rs. 800 was given by Chimnáji himself, the remaining amount being raised by contributions. The tank had now an ample supply of water and trees were planted around it It was now claimed by Bàji Govind, on behalf of Government. The matter being taken to the Peshwá, the tank was made over to Chimnáji Mahádeo and the other person on account of their expenditure on it.

A. D 1777-78

वर्षे उपभोग करीत आहेत, त्यास सालमजकुरीं तळें सरकारी ह्मणोन तुह्मांकडे सुभा निसबत सरकारांतून दिल्हें होतें, त्यास मशारनिल्हे यांणीं सदरहू वर्तमान तुह्मांस सांगितल्यावरून तुह्मीं तळें मोडकांकडे ठेविल्याप्रमाणें सरकारांतून याजकडे करार करून दिल्हें असे, तरी पेशजींप्रमाणें मशारनिल्हेकडे तळें जागासुद्धां चालवणें, अडथळा न करणें ह्मणोन छ. २२ जिल्काद. सनद १.

रसानगीयादी.

मुतालिक ह्यांचे रोजकिर्दीपैकीं.

१०४८ (१२)—मनोळी व सतगिरें या दोन्हींच्या दरम्यान सहा कोस पाणी नव्हतें, याजकरितां तुह्मांकडील रामचंद्र महादेव परांजपे यांणीं पैका खर्च करून विहीर बांधोन अरण्यांत पाणी उत्पन्न केलें, तेथें पांथिक येईल, राहील; त्यास वस्ती पाहिजे याजकरितां प्यादे नेहमीं ठेऊन वस्ती करावी लागत्ये, त्यास स्वामींनीं कृपाळू होऊन वसाहतीबद्दल जमीन नूतन देविली पाहिजे ह्मणोन, सदाशिव कृष्ण यांणीं विनंती केली; त्याजवरून बेगमीबद्दल सालमजकुरापासून जमीन. बिघे.

समान सबैन मया व अलफ मोहरम १८

१२० परगणे मुरगोडपैकीं विहिरीनजीक चिगर २ एकूण. बिघे.

६० मौजे मदलूरपैकीं चिगर १ बिघे.

६० मौजे श्रीरंगपूरपैकीं चिगर १

एकूण. बिघे.

१२० २

८० मौजे चिंचपूर, तर्फ सिंदोगीपैकीं. बिघे.

२००

एकूण दोनशें बिघे जमीन सदरहू तिही गांवपैकीं दूम, सीम प्रतींची देविली असे, तरी नेमून देऊन चालवणें, आकार होईल तो धर्मादाय खर्च लिहीत जाणें, दरसाल ताजे सनदेचा उजूर न करणें ह्मणोन महिपतराव कृष्ण यांचे नांवें. सनद.

रसानगीयादी.

FROM THE MUTÁLIK'S DIARY.

(1048) There being no water between Manoli and Satgire for a distance of 12 miles, Rámchandra Mahádeo built a well at his own cost between those villages. It became necessary to keep a guard at the place, to protect travellers who might halt there; Sadáshiv Krishṇa offered to arrange for the guard and was given 200 bighás of land in inám for the purpose.

A. D. 1777-78.

१०४९ (७१५)–आनंदराव मोरेश्वर व सदाशिव यादव उपनाम जावडेकर, गोत्र जामदग्नी, सूत्र अश्वलायन, यांणीं हुजूर कजबें पुणें येथील मुक्कामीं येऊन विनंति केली कीं, कसबें इंदापूर, परगणे मजकूर, सरकार जुन्नर, सुभे खुनस्ते बुनीयाद, येथें पाण्याचा तोटा, यास्तव आपण तळ्याची इमारत करून गांवास पाण्याची सोय केली, सबब परगणे मजकूरचे कमावीसदारांनीं व जमीदारांनीं आपणांस एक चावर जमीन इनाम देऊन चतुःसीमापूर्वक जावता करून दिल्हा, तो पाहून स्वामींनीं कृपाळू होऊन सदरहू एक चावर जमीन इनाम देऊन चालविली पाहिजे ह्मणोन; त्याजवरून मनास आणतां गांवास पाण्याचा तोटा, सबब यांणीं कजबे मजकुरीं इमारत तळ्याची करून गांवास पाण्याची सोय केली, हें जाणोन यांजवर कृपाळू होऊन यांस परगणे मजकूरचे कमावीसदारांनीं व जमीदारांनीं एक चावर जमीन इनाम देऊन चतुःसीमापूर्वक जावता करून दिल्हा, तो पाहून त्याप्रमाणें जमीन चावर.

इसन्ने समानीन मया व अलफ रमजान १५

·|||१५ थळसमलट पैकीं जमीन.

·|· अव्वल.
·|· दूम.
·|१५ सीम.

·|||१५

यासी चतुःसीमा पूर्वेस	पश्चमेस थळ पिसाळ इनाम.
बेड सिगवट.	बाबूभट अडगरे.
दक्षणेस थळ पिसाळ.	उत्तरेस थळ सिगवट.

८१५ तळया नजीक गांवकरी यांची जमीन. बिघे.

८४ अव्वल.
८६ दूम.
८५ सीम.

८१५

यासी चतुःसीमा	दक्षणेस थळ जाधव.
पुर्वेस संभूप्रसाद	माळाचा उतरवट.
मलट	उत्तरेस कसबे मजकूरचे

(1049) There being scarcity of water at kasbá Indàpur, Anandrao Moreshwar and Sadásiv Yádav Jáwḍeker built a tank for the public use. He was given one *chàhur* of land in inám.

A. D. 1781-82.

पश्चिमेस थल जाधव माळाचा उतरवट. गांवकुसास.

१

एकूण एक चावर जमीन अव्वल, दूम, सीम, तिही प्रतीची सदरहू चतुःसीमापूर्वक, स्वराज्य व मोगलाई एकूण दुतर्फा, देखील सरदेशमुखी, कुलबाब कुलकानु, हलीं पट्टी, व पेस्तर पटी, जल, तरु, तृण, काष्ठ, पाषाण, निधि, निक्षेपसहित खेरीज हकदार करून नूतन इनाम सरकारांतून करार करून दिल्हीं असे, तरी सदरहू एक चावर जमीन यांचे दुमाला करून देऊन यांस व यांचे पुत्रपौत्रादि वंशपरंपरेनें इनाम चालवणें, दरसाल नवीन सनदेचा आक्षेप न करणें, या सनदेची प्रती लिहून घेऊन हे अस्सल सनद यांजवळ भोगवटीयास परतोन देणें ह्मणोन सनदापत्रें.

२ फडणिसी.

१ नांवचें.

१ मोकदम कसबे मजकूर.

२

२ चिटणिसी. पत्रें.

१ देशाधिकारी, व लेखक वर्तमान व भावी.

१ देशमूख व देशपांडे.

२

४

सनदा व पत्रें चार दिल्हीं असेत.

रसानगी यादी.

१०५० (८४६)—शिवाजी गोपाळ यांस पत्र कीं, कल्याणाहून वसईस खुष्कीचे मार्गें जातां मनुष्यांस पाणी उन्हाळे दिवशीं नाहीं, याजकरितां मौजे राजावली, तर्फ कामण प्रांत वसई, येथील शिवेंत राजमार्गावर रानांत कोण्हीं नवी विहीर धर्मपरायण बांधिली आहे. तिचें पाणी बहुत चांगलें असतां, कोळी मच्छीमार खाजणांतील येऊन विहिरींत पाय धुतात, व ताडाचें मद्य

अर्बा समानीन मया व अलफ रजब ९

(1050) Jiwáji Gopál represented that a well built for charitable purposes at Rájáwali in tarf Kámaṇ on the road from Kalyáṇ to Bassein contained good drinking water; but

A. D. 1783-84.

काढणार भंडारी भोपळे धुतात, असा उपद्रव होतो. त्याचा बंदोबस्त जाल्यास वाटसरांस निर्मळ पाणी व छाया नवी लावणी झाडांची केली आहे त्याची होईल, याजकरितां हें पत्र सादर केलें असे. तरी प्रांत मजकूरचे नेमणुकेपैकीं एक शिपाई नेमून देऊन विहिरीचे पाण्यास कोण्ही उपद्रव न देत असें करणें ह्मणोन चिटणिसी. पत्र १.

१०५१ (९६७)—मैराळ भास्कर व निंबाजी भास्कर व यादो भास्कर व लक्ष्मण भास्कर व रामचंद्र भास्कर, गोत्र कौंडिण्य, सूत्र अश्वलायन, यारदी परगणे वण, सरकार संगमनेर, यांणी हुजूर कसबे पुणें येथील मुकामी येऊन विनंती केली की, मौजे राजापूर, परगणे मजकूर, हा गांव मार्गावरील, पाण्याची सोय नाही. त्यास गांवानजीक सप्तश्रृंगाचे मार्गावरी प्राचीन गायमुख तीर्थ आहे; त्या तीर्थाचें कुंड बेमरामत होऊन जाया जाहालें, त्यांत पाणी राहात नाही, याजमुळें सप्तश्रृंगीचे देवीचे यात्रेकरी यांस, व मार्गीचे आल्यागेल्या लोकांस, व गांवास पाणी मिळत नाहीं. त्या कुंडाचा जीर्णोद्धार करून कुड बांधावयास आह्मांस सामर्थ्य नाही. त्यास तुह्मी कुंडाचे जीर्णोद्धारास जो पयका लागेल तो लाऊन कुंड बांधावें. या खर्चाचे ऐवजीं तुह्मांस मौजे मजकूरपैकीं बागाईत जमीन एकवीस बिघे इनाम करून देऊन भोगवटीयास चतुःसीमापूर्वक पत्र करून देतों, ह्मणोन मोकदम मौजे मजकूर यांणीं सांगितलें, त्यास आह्मीं मान्य होऊन कुंडाचे जिर्णोद्धारास काम लाविलें त्याजवरून मौजे मजकूरचे मोकदम यांणीं मौजे मजकूरपैकीं बागाईत जमीन टिकी दोन एकूण जमीन बिघे ८२१ एकवीस चतुःसीमापूर्वक आपल्यास इनाम देऊन भोगवटियास इनामपत्र करून दिल्हें आहे, त्यास स्वामींनी कृपाळू होऊन मोकदम याचे सदरहू जमिनीचें इनामपत्र आपल्या जवळ आहे तें पाहून त्याप्रमाणें सरकारांतून जमीन आपणास इनाम करार करून देऊन भोगवटियास इनामपत्रें करून दिल्हीं पाहिजेत म्हणून; त्याजवरून मनास आणितां मौजे मजकुरीं गायमुखाचें कुंड आहे, त्याची बंदिस्त जाया जाहली आहे, कुंडांत पाणी राहात नाहीं, याजमुळें श्री देवीचे यात्रेकरी यांस व आल्यागेल्या लोकांस व गांवास पाणी मिळत नाही. याजकरितां कुंड बांधावयास पैका लागेल तो लाऊन कुंड

समान समानीन मया व अलफ रबिलाखर २७

---

that the water was fouled by fishermen washing their feet in it, and Bhandáries washing their liquor-pots in it. A peon was therefore appointed to prevent the well being fouled.

(1051) Mairál Bháskar and four others, Yárdis of parganá Waṇ in Sirkár Sangamner, were granted by the village officers of Rájápur in the said parganá some inám land in consideration of their having repaired, for the use of travellers, a tank on the road to Saptashringa. The grant was confirmed by the Peshwá.

A. D. 1787-88.

बांधावें. त्याचे खर्चाचे ऐवजीं यांस मोकदम यांणीं मौजे मजकूरपैकीं एकवीस बिघे जमीन बागाईत इनाम देऊन, आपलें पत्र करून दिल्हें आहे. तें यांणीं हुजूर आणून दाखविलें. तें पाहून यांचें चालवणें अवश्यक जाणून यांजवरी कृपाळू होऊन मोकदम यांचे पत्राप्रमाणें मौजे मजकूरपैकीं बागाईत पाणी पिती ठिकीं दोन एकूण जमीन बागाईती गजानें बिघे८२ १

पूर्वेस नागोजी देशमूख याचा कनीर मळा लगता १

पश्चमेस कसबे वण येथें जावयाचा रस्ता १

दक्षणेस कृष्णा देवकर याचा मळा.

उत्तरेस पुंजा शेट याचा मळा १

येणेंप्रमाणें एकवीस बिघे जमीन बागाईत सदरहू चतुःसीमापूर्वक स्वराज्य व मोगलाई एकूण दुतर्फा, देखील सरदेशमुखी कुलबाब कुलकानू हलीं पट्टी व पेस्तर पट्टी जल, तरु, तृण, काष्ठ, पाषाण, निधी, निक्षेपसाहित खेरीज हकदार करून इनाम तिजाईसुद्धां दरोबस्त सरकारांतून इनाम यांस करार करून दिल्ही असे, तरी गायमुखाचें कुंडाचें काम चांगलें पक्कें करतील, त्यास मौजे मजकूरपैकीं सदरहूप्रमाणें एकवीस बिघे जमीन यांचे दुमाला करून देऊन, यांस व यांचे पुत्रपौत्रादि वंशपरंपरेनें इनाम चालवणें. दरसाल नवीन सनदेचा उजूर न करणें. या सनदेची प्रती लेहून घेऊन हे अस्सल सनद याजवळ भोगवटियास परतोन देणें ह्मणोन. सनदा पत्रें.

३ फडणिसी. सनदा.

१ मैराळ भास्कर, व जिवाजी भास्कर, व यादो भास्कर, व लक्ष्मण भास्कर, व रामचंद्र भास्कर यारदी यांचे नांवांची. सनद.

१ मोकदम मौजे मजकूर यांस.

१ गंगाधर भिकाजी यांस कीं, अलाहिदा भोगवटियास इनामपत्रें करून दिल्हीं आहेत, त्याप्रमाणें मौजे मजकूरपैकीं एकवीस बिघे जमीन यांचे दुमाला करून देऊन, आकार होईल तो परगणे मजकूरचे हिशेबीं यांचे नांवें इनामखर्च लिहीत जाणें.

———

३

२ चिटणिसी. पत्रें.

१ देशाधिकारी व लेखक वर्तमान व भावी, परगणे मजकूर यांस.

१ देशमूख व देशपांडे, परगणे मजकूर यांस.

———

२

———

५

एकूण सनदा तीन, व पत्रें दोन मिळोन पांच दिल्हीं असेत.

रसानगी यादी.

११ सार्वजनिक इमारती व लोकोपयोगीं कामें.

(ब) दुसरीं कामें.

१०५२ (७१०)–तुकोजी होळकर यांणी क्षेत्र पंढरपूर येथें अन्नछत्राचा वाडा बांधावयाकरतां तुळया वगैरे लांकडें रायवळ अडीचशें एकूण ताफे सुमारें पांच पुणियांत खरेदी करून, क्षेत्रमजकुरीं पुणियाचे नदींतून नेतील, त्यास नेऊ देणें. सदरहू लांकडाची जकात यांस माफ केली असे, तरी आकार होईल तो यांचे नांवें माफखर्च लिहून जकातीचा तगादा न करणें ह्मणोन, भिकाजी विश्वनाथ कमावीसदार जकात प्रांत पुणें जुन्नर यांस. सनद १.

इसन्ने समानीन मया व अलफ साबान १७

रसानगी यादी.

१०५३ (८२९)–बाळाजी महादेव मामलेदार तालुके शिवनेर यांचे नांवें सनद कीं, घाट मालसेज तालुके मजकूर इंग्रजाचे गडबडीमुळें सरकारांतून पाडविला होता, त्याची हल्लीं बंदिस्त करून घाट चालवावयाची आज्ञा तुह्मांस केली असे, तरी घाटाचे बंदिस्तीस खर्च चौकशीनें करून खर्च होईल त्यापैकीं ऐवज दोन हिसे बापूजी गणेश व उधो दादाजी कमावीसदार, जकात प्रांत कल्याणभिंवडी यांजकडून व एक हिसा भिकाजी विश्वनाथ कमावीसदार जकात प्रांत पुणें व जुन्नर यांजकडून देविला असे, तरी सदरीलप्रमाणें तीन हिसे ऐवज घेणें, बाकी एक हिस्सा ऐवज राहिला, तो तुह्मीं लाऊन तालुके मजकूरचे हिशेबी खर्च लिहिणें, मजुरा पडेल ह्मणोन. सनद.

अर्बा समानीन मया व अलफ जिल्हेज १५

रसानगी यादी.

XI Public buildings and works of Public convenience.

(b) Other works.

(1052) Permission was given to Tukoji Holkar to float down free of duty, timber from Poona to Pandharpur by river, for the purpose of a charitable poor house which he intended to build there.

A. D. 1781-82

(1053) The pass of Málsej in tarf Siwner had been destroyed by Government during the war with the English. It was now ordered to be repaired.

A. D. 1783-84.

१०५४ (८९४)–मौजे राजेवाडी, तर्फ करेपठार, प्रांत पुणें, येथील हणमंताचें देवालय जीर्ण झालें आहे, तें व धर्मशाळा नवी बांधावयाकरितां गांवकरी यांणीं अर्ज केला; त्याजवरून देवालय व धर्मशाळा बांधावयाबद्दल मौजे मजकूर येथील सालमजकूरचे ऐवजीं रुपये १५० दीडशें देविले असेत, तरी देऊन देवालय व धर्मशाळा बांधवणें. सदरहू दीडशें रुपये तुह्मांस प्रांत मजकूरचे ऐवजी मजुरा पडतील ह्मणोन, रामचंद्र नारायण यांचे नांवें. सनद १.

सीत समानीन मया व अलफ रमजान २३

रसानगी यादी.

१०५५ (९६९)–मौजे वारी, परगणे कुंभारी, हा गांव तालुके धोडप येथील बेगमीस आहे, त्यास मौजे मजकूरचें गांवकुसूं सालमजकुरीं श्री गंगेस महापूर येऊन कुसास धक्का बसोन तीन बाजूंच्या भिंती वाहून गेल्या, याजकरितां कुसूं घालावयास काम लाविलें आहे, त्याचे खर्चाबद्दल सरकारांतून ऐवज द्यावयाची आज्ञा जाली पाहिजे, ह्मणोन मोकदम मौजे मजकूर यांणीं अर्ज केला, त्याजवरून गांवकुसाचे बंदिस्तीबद्दल एक सालां रुपये १००० एक हजार रुपये देविले असेत, तरी मौजे मजकूरची जमाबंदी सालमजकुरीं होईल, त्यांपैकीं सदरहू एक हजार रुपये देणें ह्मणोन, बाजीराव आपाजी तालुके मजकूर यांचे नांवें छ. ६ जमादिलाखर. सनद १.

समान समानीन मया व अलफ जमादिलाखर २९

रसानगीयादी.

१०५६ (१०००)–रामचंद्र कृष्ण यांचे नांवें सनद कीं, तुह्मीं विनंतीपत्रें पाठविलीं तीं प्रविष्ट जाहालीं. तालुके मुल्हेर येथील बंदोबस्ताविशीं लिहिलें त्यास. कलमें.

तिसैन मया व अलफ रविलावल २९

(1054) On the application of the villagers of Rájewáḍi in tarf Karepathár. Rs. 150 were given for the construction of a temple and a Dharmasháḷá.

A. D. 1785-86.

(1055) The wall round the village of Wári in parganá Kumbhári having been washed away on 3 sides by the flood of the Godávari, Rs. 1000 were given to the villagers out of the Government revenue of the village, for its repair.

A. D. 1787-88.

(1056) The village wall of Thengoḍe being out of repair, the Wáṇis and traders threatened to leave the village. The wall was ordered to be repaired at a cost of Rs. 1000, half being contributed by the villagers and the rest by Government.

A. D. 1789-90.

मौजे ठेंगोडें येथील पेठचें कुसूं जागां जागां पडोन वाटा बहुत जाहल्या, यामुळें वाणी उदमी कुसूं तयार न जाहल्यास मालेगावी जाणार, त्यास तयार करावयासी एक हजार रुपये अजमासें लागतील. पेठेची जमा तर सात आठशें रुपयेपर्यंत आहे. यास्तव निमे पट्टी व निमे सरकार याप्रमाणें खर्च लाऊन दोहों सालांत तयार करावयाची आज्ञा जाहल्यास करीन, म्हणोन लिहिलें. त्यास पट्टीचा ऐवज निमेवर जाजती साधतां साधेल तो साधून, तो ऐवज व बाकी सरकारचा लाऊन एक हजार रुपयांत कुसूं तयार करून हिशेबी खर्च लिहिणें. कलम १.

मौजे सावकी, परगणे लोहनेर, येथील बंधारा जीर्ण जाहला, त्यामुळें चार पांच जागां जाया होऊन पाणी जातें. त्याचे डागडोजीची हैगई जाहल्यास दोन हजार रुपयाचा गांव चार पाचशांवर येईल; यास्तव सावकार उभा करून चार पांचशें रुपये लागतील ते लाऊन, त्याचा ऐवज व्याजासुद्धां फिटे तों ऐन जमेपैकी शंभर रुपये दरसाल रदकर्जी देववावयाची आज्ञा जाहली पाहिजे, ह्मणोन लिहिलें, त्यास बंधाऱ्याची डागडोजी चौकशीनें चार पांचशें रुपयेपर्यंत लाऊन परभारें सावकाराकडून करवणें; आणि त्याचा ऐवज सरकारी शिरस्तेयाचे व्याजानें फिटे तोंपर्यंत दरसाल ऐन जमेपैकी अजी वजा शंभर

पेठ ठेंगोडें येथें चौवुर्जी वाडा बर्वे यांणीं बांधिला आहे, त्यांत कमावीसदार व पेठेचे बंदोबस्ताचे लोक राहतात. बाड्याची डागडोजी नाही, यामुळें जाया होतो, त्यास दलालीचा ऐवज पेशजी वाड्याकडे डागडोजीस होता. अलीकडे सरकार हिशेबी जमा येतो, त्यापैकीं पंचवीस रुपये डागडोजीस सालगुदस्तां खर्च केला आहे, ते व पुढें दरसाल पंचवीस रुपये लाऊन डागडोजी करावयाची आज्ञा जाहली पाहिजे, ह्मणोन लिहिलें. त्यास वाड्याचे डागडोजीस सालगुदस्तपासून पचवीस रुपये लावावयाची नेमणूक केली असे; तरी सालगुदस्त खर्च जाहला आहे ते, व सालमजकुरापासून पंचवीस रुपयेपावेतों खर्च लाऊन, हिशेबी खर्च लिहीत जाणें. कलम १.

हशमी लोकांत लढवाई व स्वारी शिकारीचे उपयोगीं आहेत, त्यांस ठेवणुकेचे वेळेस लहान होते त्यामुळें तैनाता कमी पडल्या आहेत. यास्तव त्यांस इजाफा केला पाहिजे. आज्ञा जाहल्यास सेन्यांत संभाळून करीन, ह्मणोन लिहिलें, त्यास इजाफा करावयाजोगे असतील त्यांचा जाबता इजाफ्यासुद्धां तैनातेचा, व ज्यांची कमी करावयाची असेल त्यांचे तैनातेचा, याप्रमाणें दोन जाबते पाठवावे. समजोन आज्ञा करणें ते केली जाईल. कलम १.

लोकांचे हिशेबास वीस हजार रुपये

A dam at Mouze Sáwki in parganá Lohoner useful for irrigation was also ordered to be repaired.

रुपये करून, सावकारास रदकर्जी देत जाणें. कलम १.

शहर मुल्हेर या भोंवताला चोरट्यांचा उपद्रव बहुत. एक दोन वेळ दरवडे आले ते संभाळिले. त्यास शहरचें कुसूं जुनें पडलें आहे, तें नीट करावयास दोन हजार पावेतों खर्च लागेल, त्यास शहरचे ब्राह्मण व उदमी यांजवर दीड हजार रुपयांची पट्टी केली आहे. वसूल करून काम चालतें करणार येविशीं, व जाजती खर्च लागल्यास सरकारांतून लावावा किंवा गांवगन्ना पट्टी करून घ्यावे, येविशी आज्ञा जाहली पाहिजे ह्मणोन लिहिलें. त्यास दीड हजारांची पट्टी केली आहे तो ऐवज घेऊन काम करावें, जाजती लागल्यास गांवगन्ना साधून साराच ऐवज हिशेबी जमा धरून खर्च लिहिणें. कलम १.

देविले ते आले नाहीं ह्मणोन लिहिलें, त्यास ऐवज देविला आहे, वाटणीस कारकून येईल त्याचे गुजारतीनें वाटणी करणें. कलम १.

कुटुंबाची माणसें मुल्हेरीस होतीं, तीं हल्लीं नाशिकास ठेविलीं आहेत. त्यास तेथें चौकीस दहा शिपाई ठेविण्याची आज्ञा जाहली पाहिजे, ह्मणोन लिहिलें. त्यास चौकीस ठेवावयास लोक द्यावयाचे नाहीं. कलम १.

एकूण सात कलमें. सदरहू लिहिल्याप्रमाणें करणें ह्मणोन छ. १५ सफर. सनद १.
रसानगी, त्रिंबक नारायण परचुरे, कारकून निसबत दफ्तर.

१०५७ (१०६४)—कृष्णाजी बल्लाळ यांचे नांवें सनद कीं, तुह्मी विनंतीपत्र पाठविलें तें प्रविष्ट जाहलें. मालसेज घाट तालुके शिवनेर येथें आहे, त्यास अवघड जागे होते तेथें जुनी बंदिस्त कोरे दगडांची होती, ती सालमजकुरी पर्जन्य भारी पडल्यामुळें जागां जागां कोसळून गेली, बैल जावयाचा मार्ग मोडला. नवी बंदिस्त केल्याशिवाय घाट चालून जकातीची आबादानी होत नाहीं, याजकरितां नवी बंदिस्त कोरे दगडाची बांधोन हंगामी घाट चालता केल्यास, वाणी उदमी जाऊन आबादानी करितील. बंदिस्त करावयास पंधरा सोळाशें

सलास तिसैन मया व अलफ रबिलाखर १४

The town wall of Mulher was ordered to be repaired at a cost of Rs. 1500, to be raised by public contribution.

(1057) Krishnáji Ballál represented that owing to heavy rains the Málsej pass had got out of order and was inaccessible: he was directed to repair the pass recovering

A. D. 1792-93.

पर्यंत अजमासें रुपये लागतील, त्यास सन अर्बा समानीनांत इंग्रजाचे दंग्यामुळें घाट पडला होता, त्याची बंदिस्त सरकारांतून करून चालता केला, तेव्हां बंदिस्तीस खर्च लागला तो प्रांत कल्याण येथील जकातदार यांजपासून दोन हिस्से व एक हिस्सा प्रांत पुणें येथील जकातदार यांजपासून, व एक हिस्सा तालुके मजकुराकडून नेमून देविला होता, त्याप्रमाणें द्यावयाविशी आज्ञा जाहल्यास घाटाची बंदिस्त करीन ह्मणोन लिहिलें, तें कळलें; ऐशास घाटबंदिस्तीस प्रांत कल्याणभिंवडी दोन हिस्से, व प्रांत पुणें एक हिस्सा, एकूण तीन हिस्से बंदिस्तीचे खर्चाचे आकारपैकीं ऐवज तुह्मांकडे द्यावयाविशीं सदरहू जकातीकडील कमावीसदारास अलाहिदा सनदा सादर केल्या आहेत, त्याप्रमाणें त्यांजपासोन ऐवज घेणें, आणि एक हिस्सा तालुके मजकूरचे हिशेबी खर्च लिहून मालसेज घाटाची बंदिस्त चौकशीनें कोऱ्या दगडाची चांगली मजबुदीनें करणें ह्मणोन. सनद १.

जकातदार यांस कीं, तुह्मांकडून ऐवज देविला असे, तरी जकातीचे ऐवजी पावता करून कबज घेणें ह्मणोन. सनदा २.

१ विसाजी भिकाजी कमावीसदार यांस चौथाई ऐवज देण्याविशीं.

१ बाबूराव हरी कमावीसदार, जकात कल्याणभिंवडी, यांस निमे ऐवज देण्याविशीं.

३

रसानगी, त्रिंबकराव नारायण कारकून, निसबत दफ्तर.

१२ टपाल खातें.

जनार्दन आपाजीच्या कीर्दीपैकीं.

१०५८ (३८२)—कलकत्तेकर इंग्रजांकडील वकील हुजूर आहेत, त्यांची पत्रें कलकत्यास जावयाची, त्यांचा लाखोटा सरकारचे सांडणीस्वाराबरोबर तुह्मांकडे रवाना केला आहे, तरी सांडणीस्वार तुह्मांजवळ बऱ्हाणपुरास येऊन दाखल होताच आजुरदार कासीदाचा चौकडा करून त्यांजवळ सदरहू लाखोटा देऊन जलदीनें काशीतील इंग्रजांकडे पाठऊन देणें. ह्मणजे ते

सलास सबैन मया व अलफ जिल्हेज २९

---

half the cost from the Octroi contractor of parganá Kalyán and Bhiwandi, one-fourth from the contractor of Poona, and one-fourth from the mahal revenue of Shiwaner.

XII Postal Service.

FROM JANÁRDAN APPÁJI'S DIARY.

(1058) Letters from the agent at the Huzur of the English colony at Calcuttá had to be sent to Calcuttá. These were sent with a camel-rider in the service of Government to

A. D. 1786-87.

तेथोन कलकत्त्यास पाठऊन सदरहूचा जाबसाल आणितील तोंपर्यंत कासीदाचे चौकडानें काशींतील इंग्रजापाशीं राहून, कलकत्त्याहून सदरहू लाखोट्याचा जाब येईल, तो काशींतील इंग्रज कासीदाचे चौकड्याजवळ देतील, तो कासीद तुह्मांजवळ घेऊन येतांच हुजूर पाठऊन देणें. कासीदाचा चौकडा काशीस पाठवाल, ते तेथें किती रोजांत गेले, व तेथें किती दिवस कागदाचे जाबाकरितां राहिले, व काशींतून किती रोजांत माघारे तुह्मांजवळ शहरीं आले, याचा दाखला लिहून पाठवणें. वायदेयाची बोली करून जलद जात, व तिकडून येतांना जलद येत तें करणें. कासीदाचा आजुरा पडेल तो हिशेबीं लिहिणें. मजुरा पडेल ह्मणोन, नारो कृष्ण यांचे नांवें छ. १३ सवाल. सनद १.

परवानगी रूबरू.

१०५९ (६३०)–बेलापूर येथील बातमीचा मचवा जाया जाला आहे, त्यास मुंबईची बातमी जलद आली पाहिजे, यास्तव नारो विष्णू कारकून तेथें बातमीच्या कामास आहेत, ते सांगतील त्याप्रमाणें सरंजाम देऊन मचवा लौकर तयार करवणें. मचवा तयार न होऊन बातमी लौकर आली नाहीं तरी कार्यास येणार नाहीं ह्मणोन, कृष्णाजी नारायण तालुके बेलापूर यांचे नांवें. सनद १.

समानीन मया व अलफ रजब १६

रसानगी, भिकाजी गोविंद गोडबोले कारकून, दिंमत चिंतामण हरी दीक्षित.

१०६० (७२८)–नवाब हैदर अलीखान बहादूर यांजकडील बातमी आणावयाकरितां बदामीपासून पुणियापावेतों डाक ठेवावयाची तुह्मांस आज्ञा केली असे. तरी डाकेस माणसें असामी ६० साठ परगणे बागलकोट येथील शिरस्तेप्रमाणें ठेऊन त्यांस रोजमरा परगणे मजकूरचे ऐवजीं

इसन्ने समानीन मया व अलफ जिल्काद १५

Barhánpur and the officer of Barhánpur was ordered to send 4 messengers with them on to the English at Káshi who would forward them to Calcuttá and get a reply. The reply when received by the English at Káshi was to be given to the 4 messengers who were to wait at Káshi till its receipt. The reply on reaching Barhánpur was to be immediately forwarded to the Huzur. The officer of Barhánpur was further directed to induce the messengers to go and return quickly by offers of rewards.

(1059) The boat which carried letters from Bombay to Belápur being out of repair, orders were issued to repair it at once; so that news from Bombay might not be delayed.

A. D. 1779-80.

(1060) Anandráo Bhikáji was directed to arrange for a postal

देत जाणें, मजुरा पडेल ह्मणोन, आनंदराव भिकाजी यांस. सनद १.

परवानगी रूबरू.

१०६१ (८२५)–४६ अजुरा खर्च खेमकर्ण वकील यांजकडून दिल्लीहून कासीद जोडी अजुऱ्यानें आली, तिचा करार पंचवीस रोजांनीं पुण्यास पावल्यास पन्नास रुपये द्यावे, त्यास जाजती दोन रोज लागले त्याचे वजा रुपये ४ बाकी अजुरा. रुपये.

अर्बा समानीन मया व अलफ सवाल १९

रसानगी यादी.

२३ साहेबराम वलद रामकुवार.

२३ रामचंद्र वलद रतीराम.

४६

१३ वैद्यकी व शस्त्रक्रिया.

नारो आपाजीच्या कीर्दीपैकीं.

१०६२ (२०२)–वेदमूर्ती राजश्री सदाशिवभट नानल यांणी श्रीमंत महाराज राजश्री छत्रपती स्वामी यांस औषध दिलें, तेणेंकरून आरोग्य जालें, यास्तव स्वामींनीं कृपाळू होऊन यांस मौजे नसरापूर येथें एक चावर जमीन इनाम नेमून द्यावयाविशीं आज्ञा केली; त्याजवरून सदाशिव पंडित सचीव यांस मौजे मजकुरीं एक चावर जमीन चतुःसीमापूर्वक नेमून द्यावयाविशीं पत्र दिल्हें, त्यास मौजे मजकुरीं एक चावर जमीन बेवारशी न मिळे, यास्तव एकुणतीस बिघे जमीन मौजे मजकुरी नेमून देऊन बाकी चावराचे भरतीस गांवगन्ना तर्फ पौनमावळपैकीं नेमून देऊन आपलीं पत्रें करून दिल्हीं आहेत. त्याबावत सरकारांतून करार करून

खमस सबैन मया व अलफ रबिलाखर ५

A. D. 1781-82 service from Badámi to Poona in order to obtain news about Nawáb Haiderali-KhanBahádur and he was permitted to entertain 60 runners for the purpose.

1061) Two messengers sent by Khemkarna agent, came from Delhi to Poona in 27 days. The agreement had been to pay them Rs 50 if they came in 25 days: Rs. 4 were cut as they were 2 days over time and they were paid Rs. 46 (that is Rs. 23 each.)

A. D. 1783-84.

XIII Medicine and Surgery.

FROM NÁRO APPÁJI'S DIARY.

(1062) Sadáshivbhaṭ Nánal having cured the Satárá Rájá was granted one *cháhur* of land in inám at Nasrápur.

A. D. 1774-75.

अलाहिदा भोगवटियास पत्रें करून दिल्हीं आहेत, त्याप्रमाणें तुह्मीं श्रीमंत छत्रपती स्वामी यांस विनंती करून राजपत्रें करून देवणें ह्मणोन, कृष्णराव अनंत, मुक्काम सातारा, यांस छ. ३ रविलाखर.

सनद १.

रसानगी यादी.

१०६३ (६२६)—जयशंकर व देवशंकर बिन भवानीशंकर वैद्य गुजराथी,

समानीन मया व अलफ जमादिलाखर २६

वास्तव्य कसबे नाशिक, यांस मौजे तळेगांव अंजनेर, परगणे नाशिक, येथील मोकासा जगजीवन पवार यांजकडून होता तो व सरकार-तर्फेनें जागीर फौजदारी व बाबती सरदेशमुखी एकूण दरोबस्त अंमल देखील घासदाणा व खरेदी व बेठबेगार कुलबाब कुलकानू, धर्मार्थ गोरगरीबांस औषध देतात, सबब आरोग्यशालेबद्दल पेशजीं सरकारांतून करार करून दिल्हा, त्याप्रमाणें चालत होता. त्यास उभयतां मृत्य पावले, सबब जयशंकर याचे पुत्र वेदमूर्ती राजश्री विद्याधर वैद्य बिन जयशंकर वैद्य यांजकडे पेशजींप्रमाणें मौजे मजकूर येथील दरोबस्त अंमल धर्मार्थ गोरगरीबांस औषध द्यावयास आरोग्यशालेबद्दल करार करून दिल्हा असे; तरी गांव यांजकडे चालऊन, परगणे मजकूर येथील हिशेबीं यांचे नांवें पेशजींप्रमाणें ऐवज खर्च लिहित जाणें ह्मणोन, पांडुरंग धोंडोजी कमावीसदार, परगणे मजकूर यांचे नांवें.

सनद १.

१०६४ (७२३)—वेदमूर्ती आपाभट वैद्य वाईकर यांजकडून कसबे वाई येथें

इसन्ने समानीन मया व अलफ सवाल ७

सरकारांतून रसायणें करविलीं आहेत, त्यास औषधी लावावयाबद्दल जमीन बिघा ८१ एक बिघा जमीन देविली असे, तरी कसबे मज-कुरी वैद्य यांचे घरासमीप पडे अशी सदरहू एक बिघा जमीन नेमून देणें. त्या जमिनींत हे औषधें लावितील, त्यास पुरे असें पाणी पाटाचें दररोज देत जाणें. औषधाचें काम जाल्यावर जमीन माघारे घेणें ह्मणोन, भवानीशंकर हैबतराव यांचे नांवें.

सनद १.

रसानगी यादी.

(1063) The Government *amal* of the village of Taḷegaum Anjner

A. D 1779-80.

in parganá Násik was granted to Jayshankar and Dewashankar bin Bhawánishankar Vaidya Gujaráthi in consideration of their dispensing medicines gratis to the poor. The *amal* was on their deaths continued to Jayshankar's son Vidyádhar Vaidya, to be spent on medicines for the poor.

(1064) Apábhaṭ Vaidya of Wái had been ordered to prepare some

A. D. 1781-82.

medicines for the Peshwá. Orders were issued to give him one bighá of land near his house that he might grow medicinal herbs in it, to supply the land with sufficient water, and to take back the land after the medicines had been prepared.

१०६५ (१०७५)—वेदमूर्ती भीमाशंकरभट बिन वासुदेवभट वैद्य यांणीं हुजूर येऊन विनंती केली कीं, आपले तीर्थरूप वासुदेवभट वैद्य यांस कसबे संगमनेर, तर्फ मजकूरचे मालांपैकीं वर्षासन दोनशें रुपये पावत होतें, त्यास ते मृत्य पावले, सबब आपले नांवें करार करून देऊन चालविलें पाहिजे ह्मणोन; त्याजवरून मनास आणितां, यांचे तीर्थरूपांस वर्षासन गोरगरीबांस औषध द्यावें त्याबद्दल रुपये शंभर व उदर पोषणानिमित्त रुपये शंभर, याप्रमाणें पावत होतें. त्यास ते मृत्य पावले, सबब यांचे नांवें पेशजींप्रमाणें कसबे मजकूरचे मालांपैकीं सालिना रुपये २०० दोनशें करार करून देऊन हे सनद सादर केली असे, तरी सदरहूप्रमाणें दोनशें रुपये वर्षासन कसबे मजकूरपैकीं पाववीत जाणें. दरसाल ताजे सनदेचा आक्षेप न करणें. या सनदेची प्रती लिहून घेऊन हे असल सनद भटजीजवळ भोगवटियास परतोन देणें ह्मणोन, कमावीसदार वर्तमान भावी तर्फ हवेली, परगणे संगमनेर, यांचे नांवें.

सलास तिसैन
मया व अलफ
सफर २३

सनद १.

रसानगी याद.

१४ व्यापार व कारखाने.

(अ) पेठ व बाजार बसवणें.

१०६६ (५४८)—कसबे बारशी, परगणे मजकूर, येथें नवी पेठ बसवावयाकरितां भवानराव शामराव यांणीं पेशजीं सरकारचा कौल वाणी उदमी यांस वगैरे सात सालां नेऊन, पेठेची वसाहत केली आहे, त्यास कसबे मजकूरपैकीं पेशजीं पेठेकडे जमीन दिल्ही आहे, त्याशिवाय त्या जमीनीचे लगती दहा बिघे जमीन कसबे मजकूरपैकीं पेठेकडे वसाहतीबद्दल द्यावयाचा करार करून हे सनद सादर केली असे, तरी सदरहूप्रमाणें जमीन पेस्तर सालापासून पेठे-

समान सबैन
मया व अलफ
सफर २६

(1065) Wásudeobhat, a medical practitioner of Sangamner, was granted an allowance of Rs. 200 for dispensing medicines to the poor (Rs. 100 for cost of medicines and Rs. 100 for his maintenance). The allowance was on his death continued to his son Bhimáshankarbhat.

A. D. 1792-93.

XIV Trade and Manufacture.

(A) Establishment of peths and markets.

(1066) A new peth was established at Bársi by Bhawánráo Shámráo, after obtaining from Government a *kowl* in favour of the traders. Ten bighás of land were given as site for the peth in addition to what had previously been given.

A. D. 1777-78.

कडे देणें, दिक्कत न करणें ह्मणोन, मौजे मजकूरचे मोकदमास. सनद १.

सदरहू अन्वयें परगणे मजकूरचे जमीदारास चिटणिसी पत्र १.

२.

१४ व्यापार व कारखाने.

(ब) देशांत येऊन राहणाऱ्या व्यापाऱ्यांस उत्तेजन.

१०६७ (४५ अ)–कसबे सुपें, परगणे मजकूर, येथें जुनीपेठ बुधवार बाजाराची आहे. ते पेठेंतील कुळें नादारीमुळें खराबीस येऊन मुलकावर उठोन गेली आहेत, व बाजारही मोडकळीस आला, यास्तव हें अभयपत्र सादर केलें असे, तरी कुळें उठोन गेली आहेत त्यांस आणून बाजाराची अमदरफ्ती आबादी करणें. सालमजकुरी आफ्ती आहे, सबब पाऊसपाणी होई तों बाजाराचे अमदानीकरितां बाजारांत दाणा वगैरे जिन्नस येईल त्यास जकात थळमोड व थळभरीत माफ केलें असें, तरी बाजाराची अमदरफ्ती करून बाजार भरीत जाणें, व कुळें मुलकावर गेली आहेत त्यांस आणून पेठेची वसाहत करणें ह्मणून, महाजन व शेट्ये यांचे नांवें. कौल १.

अर्बा सबैन मया व अलफ रबिलावल २२

येविशीं चिटणिसी. पत्रें ४.

१ आनंदराव त्र्यंबक सुभेदार परगणे मजकूर यांस.
१ नारो शिवराम कमावीसदार बाबती साहोत्रा दिमत पंतसचिव यांस.
१ माधवराव भिकाजी कमावीसदार दिमत सरलष्कर यांस.
१ येसोजी धोंडदेव कमावीसदार, दिंमत महिपतराव कवडे यांस.

४

पांच पत्रें दिल्हीं असेत छ. ५ जिल्हेज.

रसानगी याद.

(B) Encouragement to traders settling in the country.

(1067) The traders of kasbá Supe having in consequence of poverty left the town, and the year being one of scarcity the octroi on imports and exports was remitted.

A. D. 1773-74.

१०६८ (४४४)–छबिलदास गुलाबदास बऱ्हाणपूरकर यांणी हुजूर विदित केलें

सबा सबैन
मया व अलफ
रबिलावल २९

कीं, शहर मजकुरीं आपण कापडाचें नवें दुकान घालणार, त्यास दुकानचा हशील बमयतारकसी निमे आपणास माफ करावा, व निमे सरकार घ्यावा म्हणून; त्याजवरून निमे हशील यासी माफ करून हे सनद तुह्मांस सादर केली असे, तरी शहर मजकुरीं मशारनिल्हे नवें दुकान कापडाचें तारकसीसुद्धां घालतील, त्यास हशिलाचा शिरस्ता असेल त्यापैकीं निमे हशील यासी दरसाल माफ करून, बाकी निमे हशील सरकारांत घेणें म्हणून, नारो कृष्ण यांचे नांवें.
छ. ८ सफर. सनद १.

रसानगी यादी.

१०६९ (१००२)–पोमाजी नाईक व गोविंद नाईक भुके चारण, यांणीं हुजूर

तिसैन
मया व अलफ
रबिलावल २९

येऊन अर्ज केला कीं, आपल्या तांड्याच्या बेवीस नाईक्या मिळोन बैल अदमासें पंधरा हजार आहेत, त्यांजवर दरएक जागाहून दाणा भरून लष्करांत व मुलकांत खेपा करतों. परंतु भुसाराची जकात कोणीं घेतली नाहीं, त्याजवर पुण्यांत महागाई जाहली तेव्हां गला आणून अमदानी करणें, ह्मणोन सरकारांतून आज्ञा जाहली, त्याजवरून दाणा भरून पुण्यास आलों, त्यास येथील जकातीचे मामलेदार बोलिले कीं, बंदरीं मिठास जाणें ह्मणजे भुसाराची जकात घेणार नाहीं, न गेल्यास घेऊं. याप्रमाणें सांगोन हडपें व रोख ऐवज घेतला आहे, तो माघारा देववून, भुसार दाणा भरून खेपा आणावयाची आज्ञा केली पाहिजे ह्मणोन; त्याजवरून गुदस्तां चारण मजकूर यांस कौल पाठवून भुसाराची अमदानी पुण्यांत करविली, सबब जकातीबद्दल हडपें व रोख ऐवज सालगुदस्तां तुह्मीं घेतला असेल तो माघारा देणें; व सालमजकुरीं भुसार दाणा पंधरा हजार बैल भरून खेपा आणावयाच्या(चा) चारण मजकूर यांनीं करार केला, यास्तव एकसालां जकात माफ केली असे, तरी यांजपासून जकात न

(1068) Chabildás Gulábdás of Barhánpur represented that he in-

A. D. 1776-77.

tended to open a new shop for the sale of cloth and embroidery in the city and prayed that the tax leviable from him might be reduced by half. His request was granted.

(1069) Pomáji Náik and Govind Náik Bhuke cháraṇs owned

A. D. 1789-90.

15,000 pack bullocks and used to cary grain to military camps and about the country generally, free of octroi duty. During the previous year on account of high prices, they had been ordered by Government to bring grain to Poona, but the octroi Mámlatdár there threatened to levy duty from them, unless they brought salt from the sea-coast and actually made them deposit articles and cash as security for complying with his order. They complained

घेणें ह्मणोन, विसाजी भिकाजी, व चिमणाजी बाबूराव कमाविसदार, जकात प्रांत पुणें व जुन्नर, यांचे नांवें छ. १२ रबिलावल. सनद १.

रसानगी यादी.

१४ व्यापार व कारखाने.

(क) जलमार्गाचा व्यापार.

१०७० (२)—चिमणाजी गणेश साठे, मौजे केळीये, तर्फ माजगांव, तालुके रत्नागिरी, यांणीं नवीन महागिरी बांधिली; त्यास घरखर्चाबद्दल गला वगैरे जिन्नस हरएक बंदराहून खरेदी करून मौजे मजकुरीं आणतील, त्यास जकातीचा व खुटव्याचा व वेठीचा तगादा न करणें ह्मणोन.

अर्बा सबैन मया व अलफ रजब २

दस्तक १.

१०७१ (८८८)—नरोत्तम जोशी, साकीन बंदर मस्कत, यांची डंगी, भोरशृंगार मंगरुळाहून माल भरून मस्कतास जात असतां, वाटेस तुह्मांकडील आरमाराची गांठ पडोन बेकौली ह्मणोन डंगी तुह्मीं धरून आणिली, त्याजवरील कारागी वगैरे माणसें अटकेस ठेऊन माल उसपोन घेतला, त्यास बंदरचे दलाल सरकारचे कौल वसईहून घेऊन सावकाराकडे जलमार्गें व खुष्कीनें रवाना करितात, त्यास दिवसगत लागलीयास, सावकार डंगीची हाकारणी करून निघतात, तेव्हां कोणास ठिकाणीं व मार्गीं अथवा ज्या बंदरीं डंगी जाते तेथें कौल पावता होतो, त्यास मध्यें सरकारचे अरमाराची गांठ पडली तरी बंदरांत आलियावर कौल घेतला आहे नाहीं याची चौकशी करून, डंगी दस्त जाल्या अगोदर कौल घेतला असा दाखला पुरल्यास मालसुद्धां डंगी सोडून देतात, अशी चाल आहे. त्यास हल्लीं जोशी मजकूर यांचे डंगीचा कौल वसईहून तेथील बंदरचे दलालानें घेऊन रवाना केला त्याची गांठ पडली

खमस समानीन मया व अलफ रजब १०

---

to Government. The articles and cash deposited were ordered to be restored to them and they were exempted from octroi for one year.

(C) Maritime trade.

(1070) Chimnáji Ganesh Sáthe of Keliye in tarf Májgaum in táluká Ratnágiri having built a new ship was exempted from octroi and other taxes on goods brought in the ship from other ports to his village for house-hold use. His ship was also exempted from liability to forced service.

A. D. 1773-74.

(1071) Narottam Joshi, a merchant of Mascat, was proceeding from Mangrol to Mascat in a boat loaded with merchandize. On the voyage the boat was seized by Anandráo Dhulap,

A. D. 1784-85.

नाहीं, अगोदर हाकारणी करून निघाला, त्यास कौलाची चौकशी करून मालसुद्धां डंगी सोडून द्यावयाची आज्ञा जाली पाहिजे, ह्मणोन मथुरादास गिरधर, दिंमत जोशी मजकूर याणें हुजूर विनंती केली; त्याजवरून मनास आणितां जोशी याचे डंगीचा कौल वसईहून तेथील दलालाचे मार्फतीनें जाला, त्यास हंगामी कौल घेऊन जलमार्गें अगर खुष्कीनें रवाना करितात, त्यांची कोणाची गांठ ठिकाणीं व मार्गीं अथवा ज्या बंदरीं डंगी जात्ये तेथें पावेतों, त्यास दर्यांत अरमाराची गांठ पडल्यास डंगीवर कौल नसल्यास धरून आणिल्यावर चौकशी करून धरिल्या अगोदर कौल घेतला असल्यास सोडावयाची चाल पेशजींपासून आहे, त्यास जोशी यांची डंगी धरून आणिल्यावर चौकशी न करितां काराणी वगैरे माणसें अटकेंत ठेऊन माल उसपून घेतला, हें ठीक न केलें. हलीं कौलाची तेरीख पाहतां डंगी धरल्याच्या अगोदर कौल घेतला, परंतु पोंहचला नाहीं, आणि हाकारणी करून निघाला. सरकारचे बंदरांत डंगी आल्यावर कौल येऊन पोंहचावा, तों तुह्मी डंगी धरली. यास्तव जोशी याची डंगी सोडावयाचा करार करून, हे सनद तुह्मांस सादर केली असे, तरी भवानजी गाईकवाड खिजमतगार सरकारांतून पाठविला आहे, त्याचे गुजारतीनें डंगी मालसुद्धां सोडून देणें ह्मणोन, आनंदराव धुलप यांचे नांवें. सनद १.

रसानगी यादी.

१४ व्यापार व कारखाने.

(ड) वजनें व मापें.

जनार्दन आपाजीच्या कीर्दीपैकीं.

१०७२ (५०९)—मकरंदसिंग लछीराम याजकडे सरकारांतून बटछपाईचें कामकाज प्रांत गंगथडी व खानदेश व बागलाण येथील सांगितलें आहे, त्यास केली मापें व पक्कीं वजनें व कच्चीं वगैरे यांजवर शिका मारावयाचे छापे पुणियांतील आहेत, त्याप्रमाणें दोन छापे मशारनिल्हेस देणें ह्मणोन, आनंदराव काशी कोतवाल, शहर पुणें, यांचे नांवें छ. १८ सवाल. सनद १.

समान सबैन मया व अलफ सवाल ३०

रसानगी यादी.

---

as it could not produce a permit of Government. It was found on inquiry that the necessary permit had been issued but that it had not reached the vessel before it sailed. The vessel was ordered to be released.

(D) Weights and Measures.

FROM JANÁRDAN APPÁJI'S DIARY.

(1072) Makarandsing Lachirám was appointed to stamp weights and measures in pránts Gangathaḍi, Khándesh and Báglán, and the kotwál of Poona, was directed to provide him with 2 stamps of the kind used in Poona.

A. D. 1777-78.

१०७३ (५१०)—प्रांत गंगथडी व खानदेश येथील बटछपाईचें कामकाज सांगितलें आहे, तरी इमानेंइतबारें वर्तोन कामकाज करून वहिवाटीचा कच्चा हिशेब सरकारांत आणून समजावणें. आकार होईल त्यापैकीं कार्याकारण शिबंदी तुह्मी ठेवाल, ती वाजबीचे रुईची होईल ते गजुरा पडेल; बाकी ऐवजाचा भरणा सरकारांत करून जाब घेत जाणे ह्मणोन, मकरंदसिंग लछीराम यांचे नांवें छ. २० सवाल. सनद १.

समान सबैन मया व अलफ सवाल ३०

रसानगीयाद.

१०७४ (५११)—महालानिहाय येथील मापें, कैलीची व पक्के कच्चे वजनाचीं, व तूप तेलाचीं, लांकडाचीं मापें व गज, यांचें बटछपाईचें काम सरकारांतून मकरंदसिंग लछीराम याजकडे सांगितलें असे. जेथें महालींहून मापें करून दिल्हीं नसतील, सरकारचे शिक्क्याखेरीज उगीच मापें असतील त्यांची चौकशी करून, जेथें ज्या मापाची चाल असेल त्याप्रमाणें महालींहून एकेक माप करून घेऊन, त्या फर्मेयाप्रमाणें गांवगन्ना मापें करून देऊन बटछपाई घ्यावी. जेथें महालींहून मापें करून देऊन बटछपाई घेत असतील, तेथें कांहीं घेऊं नये. परंतु, सारे मापांची चौकशी करून, उणें असेल तें ठीक करून द्यावें. तेवढ्याची मात्र बटछपाई घ्यावी. बोभाट गैरवाजवी येऊं देऊं नये. याप्रमाणें करार करून बटछपाई घ्यावयाचा शिरस्ते जावता अलाहिदा शिक्क्यानिशी करून दिल्हा असे, तरी सदरहू क़राराप्रमाणें मापांची चौकशी करून, मापें करून देऊन, बटछपाई घेतील त्यांस घेऊं देणें. कोणी वाणी उदमी व रयत वगैरे दिकत करील त्यास निक्षून ताकीद करून अंमल बसऊन देणें. मापें महालींहून तुह्मी यांजवळ करून द्याल त्याप्रमाणें ज्या गांवीं लोहार सोनार असतील त्याजकडून मापावर छापे करून देवणें ह्मणून, प्रांत गंगथडी व प्रांत खानदेश व वागलाण, देखील सरंजामी व जहागीर किल्ले जात, येथील कमावीसदारांस व सरसुभेदारांस चिटणिसी. पत्रें.

समान सबैन मया व अलफ सवाल ३०

प्रांत गंगथडी.

१ तर्फ हवेली संगमनेर, निसबत त्रिंबक कृष्ण व भगवानजी हरी कमावीसदार.

(1073) Makarand was directed to render a detailed account to Government of his receipts and expenses. He was permitted to entertain reasonable establishment for conducting the duties of his office.

A D. 1777-78

(1074) Orders were issued to the kamávisdárs of the above provinces to allow Makarandsing to stamp all weights and measures where no such weights were supplied by the mahál officers. Makarandsing was to examine the

A D 1777-78

१ परगणा वण दिंडोरी, निसबत दिगंबर महादेव.

१ परगणा नाशिक, निसबत पांडुरंग धोंडाजी.

१ परगणा सिन्नर, निसबत शिवराम रघुनाथ.

१ तालुके त्रिंबक, निसबत धोंडो महादेव.

१ तर्फ राहुरी, निसबत बहिरो रघुनाथ.

१ परगणा कुंभारी व संवत्सर कोकमठाण, निसबत आत्माराम रंगनाथ व आत्माराम राजाराम.

१ परगणा कोतूळ, निसबत र. प्रल्हाद.

१ परगणा आकोलें, निसबत खंड. .बूराव व खान कवीजंगबहादर.

१ तालुके पटा, निसबत बाळकृ . केशव.

१ तर्फ बेलापूर, निसबत बाळाजी केशव.

१ तर्फ धांदरफळ, निसबत रामचं .शिवाजी.

१ तालुके कावनई, निसबत परशरा. त्रिंबक.

१ परगणा नेवासें, निसबत रामचंद्र नारायण.

प्रांत खानदेश.

१ शहर बराणपूर, निसब नारो कृष्ण.

१ परगणे बेटावद, निसबत कृष्णाजी बल्लाळ.

१ तालुके धोडप, निसबत बाजीराव आपाजी.

१ तालुके मुल्हेर, निसबत लक्ष्मण विश्वनाथ.

१ परगणा राजदेहर, निसबत व्यंकटराव बल्लाळ.

१ परगणा भामगड व मुधी, निसबत माधवराव कृष्ण.

१ परगणा बोरनार, निसबत निळो गोपाळ.

१ परगणा चोपडें, निसबत गोपाळराव हरी.

१ तालुके आशेर, निसबत केशवराव जगन्नाथ.

१ परगणा भोकर, निसबत वासुदेव नारायण व लक्ष्मण चांदो.

१ परगणा दहीवेल, निसबत भिकाजी कृष्ण.

१ परगणा पिंपळनेर, निसबत हरी बल्लाळ.

१ परगणा जळोद, निसबत काशी नारायण.

१ कसबें साकोरें, परगणे माणीकपुंज, निसबत चिंतो विठ्ठल.

१ परगणा लोहोनेर, वाखारी, देहुरपाळें, निसबत जगदीश व्यंकटेश, व वासुदेव नारायण.

---

weights and to repair only those which might be found deficient. The new weights and measures were to be in accordance with the standard

१ प्रांत बागलाण, निसबत गोविंद हरी;
 १ परगणे जैतापूर.
 १ परगणा पिसोल.
 १ परगणा तिळवण.
 १ परगणा पिंपळे.
 १ परगणा कनासी.
 १ परगणा कोन्हाळी.
 ———
 ६

पत्र.

१ नारो कृष्ण सरसुभा, खानदेश.
१ नरसिंगराव बल्लाळ सरसुभा, प्रांत गंगथडी.
१ सर्वोत्तम शंकर, प्रांत गंगथडी व ांत खानदेश व बागलाण येथील महालांविशीं.
१३ तुकोजी होळकर.
 १ मशारनिल्हेस.
 १ अहिल्याबाई होळकर यांस.
 ११ कमावीसदारांस वगैरे.
  १ परगणा रावेर, व सुलतानपूर, निसबत सिद्धेश्वर विष्णु.
  १ परगणा नंदुरबार, निसबत यादवराव रघुनाथ.
  १ परगणा गाळणा, निसबत राजाराम काशी.
  १ परगणा आंबे, निसबत संताजी होळकर.
  १ परगणा आडावद, निसबत केसोजी ढमढेरे.
  १ परगणा उत्राण, निसबत बाळाजी नारायण.
  १ परगणा थाळनेर, निसबत बाजीराव रामचंद्र.
  १ कमावीसदार तर्फ दापूर यांस.
  १ कमावीसदार तर्फ कोन्हाळें.
  १ कमावीसदार फुटगांव, तर्फ बेलापूर यांस.
  १ कमावीसदार, परगणा चांदवड.
  ———
  ११
 ———
 १३

weights and measures of the different localities. Makarandsing was authorised to levy certain fees varying from Rs. 1-8 to Rs. 0-0-6 for

४ महादजी शिंदे.

१ मशारनिल्हेस.

कमावीसदारांस.

१ परगणा एदलाबाद, निसबत नानाजी सखदेव.

१ परगणा लोहारें, निसबत भैराळ भिकाजी.

१ परगणा यावल, निसबत कृष्णाजी मल्हार.

४

४ रघुपतराव नारायण राजेबहाद्दर.

१ मशारनिल्हेस.

३ कमावीसदार, दिंमत मजकूर यांसी.

१ परगणा निंबाईत.

१ परगणा अंमळनेर.

१ फुटगांव तर्फ बेलापूर.

३

४

४ शिवाजी विठ्ठल.

१ मशारनिल्हेस.

३ कमावीसदार, दिंमत मजकूर यांसी.

१ परगणा सोनगीर.

१ परगणा धुळें.

१ परगणा पाटोदें.

३

४

५ सखाराम भगवंत.

१ मशारनिल्हेस.

कमावीसदारांस.

१ परगणा नेर, निसबत नारो महादेव.

---

supplying stamped weights and measures. A *nazar* of Rs. 3001 was levied from him.

१ कसबें चोपाळें, निसबत दादो भास्कर.
१ परगणा एरंडोल, निसबत रंगो गणेश.
१ परगणा सांडस, निसबत राजाराम खंडो.

५

४ महादाजी निळकंठ.
१ मशारनिल्हेस.
३ कमावीसदार, दिंमत मजकूर यांस.
१ परगणा नसिराबाद.
१ परगणा चिखलवाहाळ.
१ परगणा भडगांव.

३

४

१ आनंदराव भिकाजी रास्ते महाल.
१ परगणा सावदें.
१ परगणा जामनेर.

२

पत्र.

३ खंडेराव त्रिंबक.
१ मशारनिल्हेस.
१ परगणा जैनाबाद कमावीसदारांस.
१ जहागीर किल्ले हतगड निसबत चिंतो काशी यांस.

३

३ माधवराव रामचंद्र.
१ मशारनिल्हेस.
२ कमावीसदार, दिंमत मजकूर यांस.
१ परगणे मेहुणबारें.
१ परगणा झोडगें.

२

३

१ अमृतराव कदम बांडे यांसी महाल.

१ परगणा बारसें.

१ परगणा उमरपाटें.

पत्र.

१ तर्फ राजूर, परगणे आकोलें, निसबत धोंडो महादेव यांस.

४ अमृतराव विश्वनाथ.

१ मशारनिल्हेस.

कमावीसदारांस.

१ परगणा बोदवड, निसबत रघुनाथ गंगाधर.

१ कमावीसदार परगणा म्हसवें, यांसी.

१ कमावीसदार परगणा टोकडें यांस.

४

१ रामचंद्र पवार यासी परगणा बहाळ येविशीं.

१ बळवंतराव धोंडदेव यासी परगणा चांदसर येविशीं.

१ गुलजारखान टोके, परगणा डांगरी.

८५ (८३)

छ. १५ रमजान. पंचायशीं पत्रें दिलीं असेत.

प्रांत गंगथडी व बागलाण व खानदेश, देखील सरंजामी महाल व जहागीर किल्लेजात, येथील मापें कैलीचीं, व पक्के वजनाचीं, व कच्चे वजनाचीं, व कच्चीं तुवाचीं लांकडाचीं मापें, व तेलाचीं, व गज याचे बटछपाईचें काम सरकारांतून तुम्हांस सांगितलें असे. जेथें महालींहून मापें करून दिल्हीं नसतील, सरकारचे शिक्क्याखेरीज उगीच मापें असतील, त्यांची चौकशी तुम्हीं करून, जेथें ज्या मापाची चाल असेल त्याप्रमाणें महालींहून एकेक माप करून घेऊन त्या फर्म्याप्रमाणें गांवगन्ना मापें करून देऊन, बटछपाई घ्यावी. जेथें महालींहून मापें शिक्क्याचीं करून देऊन बटछपाई घेत असतील, तेथें कांहीं घेऊं नये. परंतु खरे मापांची चौकशी करून, उणें असेल तें ठीक करून देऊन, तेवढ्याची मात्र बटछपाई घ्यावी. याप्रमाणें करार करून बटछपाई घ्यावयाचा शिरस्ता जावता अलाहिदा करून दिल्हा असे. तरी इमानें इतबारें वर्तोन सदरहूप्रमाणें मापांची चौकशी करून मापें करून देऊन बटछपाई घेणें येविशीं. कलमें.

तीन प्रांतांचे मापांची बटछपाई सांगोन नजरेचा मक्ता ३००१ रुपये.

यासी मुदती.

१००० कार्तिक अखेर.

१००० पौष अखेर.

१००१ वैशाख मास.

५०० शुद्ध पौर्णिमा.

५०१ अखेर वैशाख.

१००१

३००१

एकूण तीन हजार एक रुपया करार केला असे. सदरहू मुदतीप्रमाणें भरणा करून जाब घेणें. कलम १.

महालानिहायचे मापांची चौकशी करून हुजूर येईतोंपर्यंत घालमेल करूं नये, ह्मणून तुमची विनंती. त्यास सरकारचे आज्ञेप्रमाणें वर्तणूक करावी. वाणी उदमी वगैरे रयतीचा बोभाट गैरवाजवी येऊं देऊं नये. उदमी यांचे राजीरजावदीनें कराराप्रमाणें बटछपाई घेणें. जाजती उपद्रव लाविल्यास कार्यास येणार नाहीं. आज्ञेप्रमाणें एकनिष्ठेनें वर्तणूक केल्यास घालमेल होणार नाहीं. कलम १.

वाणी, उदमी व रयत वगैरे कोणी दिकत करील त्यास निक्षून ताकीद करून, अंमल बसऊन देणें ह्मणून, कमावीसदारास अलाहिदा सरकारचीं पत्रें सादर केलीं आहेत, त्याप्रमाणें ते अंमल बसऊन देतील. जो कमावीसदार तुमचा अंमल बसऊं न देई त्या महालाचे वाणी उदमी वगैरे यांचा अजमास करून तेथील बटछपाईचा ऐवज होईल तो हुजूर समजावणें. कमावीसदारांस सरकारातून ताकीद करून ऐवज देविला जाईल, येणेंप्रमाणें करार. कलम १.

एकूण तीन कलमें करार करून दिल्हीं असेत. सदरहूप्रमाणें वर्तणूक करणें ह्मणून, मकरंदसिंग लछीराम यांचे नांवें. छ. १५ रमजान. सनद १.

रसानगी यादी.

सदरहू बटछपाई घ्यावयाचा शिरस्तेजावता शिक्क्यानिशीं अलाहिदा येणेंप्रमाणें.

कैली मापांस रुपये.	पक्के वजनांस.
१।~ अधोली.	१।~ पांसेरीस.
·॥· शेर.	१ अडीचशेरीस.

·।= निठवें.
६≡ चिपटें.
६―॥ अदपाई.

―――

२॥≡॥

कच्चे वजनांस.

·॥=॥ पांसेरीस.
·॥· अडीचशेरीस.
·।· सव्वाशेरीस.
· गुळाचे मणास महालचालीप्रमाणें द्यावें.

―――

१।=॥
अदगजास ·॥· रुपये.

१ दुशेरीस.
·॥· शेरास.
·।· अदशेरास.
६= पावशेरास.
६― अदपावास.
१॥ धडी सव्वामणाची.

―――

५॥।·

तुपाचीं कच्चीं लांकडाचीं मापें व तेलाचीं मापें.

·।· शेरास.
६= अदशेरास.
६― पावशेरास.
६॥ अदपावास.

―――

·।≡॥·

एकूण केली पांच मापांचे अडीच रुपये साडेतीन आणे, व पक्के आठा वजनांचे पावणेसहा रुपये, व कच्चीं वजनें चार पैकीं तीन वजनांचा सव्वा रुपया अडीच आणे, व गुळाचे मणास महालचालीप्रमाणें द्यावें; व कच्चीं मापें तूप तेलाचीं चार यांचे साडेसात आणे, व अदगजास निमे रुपयाप्रमाणें बटछपाई द्यावयाचा शिरस्ता करून दिल्हा असे.

१०७५ (५३४)–बिसाजी नारायण यांणीं हुजूर विदित केलें कीं, मौजे पालें खुर्द पैकीं पेठ पालें, प्रांत खानदेश, येथें आपल्यास एक चाहूर जमीन जिराइती इनाम करार करून देऊन दुमाला केली. त्याचा भोगवटाही चालत असतां, हल्लीं वासुदेव नारायण व जगदीश वेंकटेश कोणते काठीनें मोजून द्यावी याचें सनदेंत लिहिलें नाहीं, ह्मणोन आक्षेप करितात. त्यास येविशीं ताकीद जाली पाहिजे ह्मणोन; त्याजवरून हें पत्र तुह्मांस सादर केलें असे, तरी पांच हात पांच मुठीचे काठीनें जमीन मोजून देऊन चतुःसीमा गांवकरी यांणीं करून दिल्ही आहे, त्याप्रमाणें पेशजींचे सनदेबरहुकूम भोगवटा चालत आल्याप्रमाणें चालविणें. नवीन दिकत न करणें ह्मणोन, वासुदेव नारायण व जगदीश वेंकटेश कमाविसदार, परगणे ओतुरपालें, यांचे नांवें. छ. १० जिल्काद. चिटणिसी. पत्र १.

समान सबैन मया व अलफ सफर २६

―――

(1075) Visáji Náráyan had been given one *Chàhur* of land in mauze Pále in parganá Peth Pále in prânt Khándesh. A question having arisen as to the measure to be used in marking out the land, it was ordered that the rod, five cubits and five hands in length, should be used.

A. D. 1777-78.

१४ व्यापार व कारखाने.

(ई) किरकोळ.

१०७६ ( )—कसबे जालनापूर, परगणे मजकूर, येथें जर सनगांस लावावयास तयार करितात येविशीं वगैरे कलमें.

सीत तिसैन मया व अलफ जिल्हेज २२

चांदवड रुपया आट्न जर तयार करितात ती वाईट निघत्ये, यास्तव पेशजींपासून मल्हारशाई व इंग्रजी व सुरती व पटणी रुपया आट्न जर तयार करीत होते, त्याप्रमाणें करवीत जाणें.

कलम १.

केळीचा खार रेशमास लावितात, याजमुळें जर काळी पडत्ये, याजकरितां कारीगारांस ताकीद करून दाल्याखार रेशमास लाववीत जाणें. कलम १.

पागोटें बारा पंधरा हात लांबीचें करितात हें चांगलें नाही. तरी तिसा हातांखाली पागोटें करूं नये, याप्रमाणें कारीगार यांस ताकीद करून तीस हात पागोटें लांब करवीत जाणें.

कलम १.

एकूण तीन कलमें लिहिलीं असेत, तरी सदरहू लिहिल्याप्रमाणें कारीगार व दुकानदार यांस ताकीद करून करवीत जाणें. चांदवड रुपया आट्न जर केला, व केळीचा खार रेशमास लाविला, व बारा पंधरा हात पागोटें लांब केल्यास पारपत्य करून गुन्हेगारी घेऊन परगणे मजकूर येथील हिशेबीं जमा करणें ह्मणोन, वेंकटराव शिवाजी यांचे नावें.

सनद १.

रसानगी, त्रिंबकराव नारायण परचुरे

कारकून, निसबत दफ्तर.

XIV Trade and Manufacture

(E) Miscellaneous.

(1076) The manufacturers of turbans in kasbe Jálnápur were directed to make each turban 30 cubits long and not 12 or 15 cubits as they had been in the habit of doing and to prepare the brocade used for turbans, by melting rupees, of the Malhârshâi, English, Surati, or Patani currency, and not of the Chándvad currency.

A. D. 1795-96

१०७७ (११३३)–कसबे पैठण, परगणे मजकूर, येथें जर सनगांस लावावयास तयार करितात येविशीं वगैरे. कलमें.

सीत तिसैन मया व अलफ जिल्हेज २२

चांदवड रुपया आटून जर तयार करितात ती वाईट निघते. यास्तव पेशजीं-पासून मल्हारशाई व इंग्रजी व सुरती व पटणी रुपया आटून जर तयार करीत होते त्याप्रमाणें करवीत जाणें. कलम १.

नवी पुतळी आटून जर तयार करितात ती वाईट, याजकरितां जुनी पुतळी आटून जर करवीत जाणें. कलम १.

केळीचा खार रेशमास लावितात, याजमुळें जर काळी पडत्ये. याजकरितां कारीगारांस ताकीद करून दात्या खार रेशमास लाववीत जाणें. कलम १.

एकूण तीन कलमें लिहिलीं असेत, तरी सदरहू लिहिल्याप्रमाणें कारीगार व दुकानदार यांस ताकीद करवीत जाणें. नवी पुतळी व चांदवड रुपया आटून जर केल्यास, व केळीचा खार रेशमास लाविल्यास, पारपत्य करून गुन्हेगारी घेऊन परगणे मजकूरचे हिशेबीं जमा करीत जाणें ह्मणोन, लक्ष्मणराव नागनाथ यांचे नांवें. सनद १.

रसानगी, त्रिंबकराव नारायण परचुरे
कारकून, निसबत दफ्तर.

१५ टांकसाळी व नाणीं.

जनार्दन आपाजीच्या कीर्दीपैकीं.

१०७८ (३१८)–धारवाडी रुपयास व चांदीस चार गुंजा जळीचा शिरस्ता पेशजींचा आहे. त्यास हल्लीं सदर रुपयाची चौकशी हुजूर मनास आणतां, दर रुपयास साडे चार पांच गुंजा जळ आली. हे गोष्ट परिछिन्न कार्याची नाहीं. या उपरांत टंकसाळे तुह्मीं आणून पारपत्य चांगलें

सबा सबैन मया व अलफ जमादिलाखर २९

(1077) Similar orders were issued to the manufacturers of Paiṭhaṇ.
A. D. 1795-96.

XV Mints and Coins.

FROM JANÁRDAN APPÁJI'S DIARY.

(1078) The Dhárwár and Jamkhindi rupees were tested at the Huzur and it was found that loss in minting, which ought to be 4 *gunjás* per rupee, came to from 4½ to 5 *gunjás* in the case of the former and from 5½ to 6 gunjás in the case of the latter rupee. Orders were issued to the officers of the places to warn

A. D. 1776-77.

करून, सदरहू जळीचे रुपये पाडिले असतील त्याचा तोटा, व गुन्हेगारी टंकसाळे यांजपासून घेऊन तालुके धारवाड येथील हिशेबीं जमा धरणें; व यापुढें रुपया पेशजींचे करारापेक्षा चांगला माल, खरा पाडावयाची ताकीद निक्षून करणें. याउपरी असें जाल्यास टंकसाळे हुजूर आणून पारिपत्य केलें जाईल ह्मणोन, वेंकटराव नारायण यांचे नांवें. छ. ११ जमादिलाखर. सनद १.

परवानगी रूबरू.

जमखिंडी रुपयास व चांदीस चार गुंजा निदान जळ जावी. याप्रमाणें पेशजींचा शिरस्ता आहे, त्यास हल्लीं सदरहू रुपयाची चौकशी हुजूर मनास आणता, दर रुपयास साडे पांच, सहा गुंजा जळ आली. ऐसीयास तुमचे चौकशीस चार गुंजांस कमीच जळ जावी, ते साडे पांच, सहा गुंजा जळ दर रुपयास येते हे गोष्टी ठीक नव्हे, तरी जमखिंडींतील टंकसाळे तुह्मी आणून चांगलें पारिपत्य करून, मागील जळीचा तोटा भरून घेणें, व गुन्हेगारी घेणें; व पुढें चांगला पेशजींचे शिरस्तेप्रमाणें माल, खरा रुपया पाडावयाची ताकीद करणें. या उपरी खोटा रुपया पडिल्यास टंकसाळे हुजूर आणून पारिपत्य केलें जाईल ह्मणोन, पांडुरंगराव गोविंद यांचे नांवें. छ. ११ जमादिलाखर. सनद.

परवानगी रूबरू.

१०७९ (५६३)–गुजारत भास्कर महादेव व मल्हार मुकुंद.

समान समानीन
मया व अलफ
जमादिलावल ८

जमा. रुपये.

५१०४॥≈ मोहरा नाणें.

२३५४॥≈ दिल्ली शिका नाणें सुमार १६१ दर १४॥≈ प्रमाणें. रुपये.

२७५० पंचमेळ नाणें.

४३ सुरती.
७४ औरंगाबादी.
३४ बनारसी.
१० कुरा ज्याहानाबाद.

---

the mint owners to prevent such excess occurring in future and to inform them that any malpractice on their part would be duly punished.

(1079) The different kinds of Mohor are stated to be as follows:—

A. D. 1777-78. 1 Delhi at Rs. 14–10.

४ मछलीबंदर.

६ पटणी.

१४ लाहुरी.

१५ बराणपुरी.

२००

दर १३॥। प्रमाणें रुपये.

५१०४॥=

६४५६॥।=॥ पुतळी तारें १४०५ एकूण वजन तोळे इंग्रजी रुपये भार ४१८॥, दर १५।=॥।· प्रमाणें एकूण बारमासी तोळे ३९७॥=॥ दर १६८≡॥। प्रमाणें. रुपये.

६४५४ ऐन मुंबई इंग्रजी रुपये भार. तोळे ४१८॥ एकूण दर १३॥।= प्रमाणें.

२॥।=॥ कसर बारमासी तोळ्यावर दर वसवितां वाढली ते.

६४५६॥।=॥

१६९४।≡॥। इस्तंबोल सुमार ४०८ एकूण रुपये वजन तोळे इंग्रजी रुपये भार १२२८५ दर १३॥।= प्रमाणें. रुपये.

२९९३॥≡ कडीं सोन्याचीं सुमार ७१ एकूण वजन इंग्रजी रुपये भार तोळे ११५॥।·॥, दर १३॥।= प्रमाणें, एकूण बारमासी वजन तोळे २०५८१८॥· दर १४॥¬॥ प्रमाणें. रुपये.

१६२४९॥≡।

तपशील.

---

1 Surati.
1 Aurangábádi.
1 Banárasi.
1 Kurá Jyáhánábád.
1 Machhli Bandar.
1 Paṭaṇi.
1 Láhuri.
1 Baráṇpoori.

} at Rs. 13-12

१६२४६॥।-॥ ऐन.
२॥ॅ॥ कसर बारमासी तोळ्याचे दरामुळें.

१६२४९॥ॅ।.

१०८० (७८९)-दुलभशेट गोविंदजी व गोविंद पांडुरंग यांचे नांवें सनद कीं, कोंकण प्रांतीं सरकार तालुक्यांत खुर्द्याच्या टंकसाळा घालावयाविशी तुह्मी विनंति केली; त्याजवरून तुह्मांस आज्ञा केली असे, तरी टंकसाळा सरकार तालुक्यांत घालून खुर्दा चौकशीनें पाडणें येविशी. कलमें.

सलास समानीन मया व अलफ रबिलाखर २५

खुर्दा पाडावयाकरिता तांबें मुंबई वगैरे बंदरी इकडून गलबतें रिकामी नेऊन, तांबें मात्र खरेदी करून आणावें; दुसरा जिन्नस आणूं नये व नेऊं नये. तांबें ज्या ठिकाणीं खरेदी होईल तेथील गलबतांवर भरून आणिल्यास ती गलबतें रिकामी जातील, त्यांस अडथळा पडणार नाहीं. कलम १.

बेलापुरास सरकारचा अंमल होता ते समयीं तेथें टंकसाळ घालून तुह्मीं खुर्दा पाडिला तो साष्टीस नेला आहे, तो इकडे आणून विकावा अडथळा पडणार नाहीं. कलम १.

तांब्याचे खरेदीपुरता ऐवज रोकड व हुंड्या मुंबईस जातील, त्यास दिकत पडणार नाहीं. कलम १.

खुर्दा तयार होईल तो देशांतील व खुर्दा पाडितां तांब्याचा चुरा पडेल तो, व खुर्दा करावयाजोगें तांबें नसेल तें कासार उदमी यास विकावें, अडथळा पडणार नाहीं. कलम १.

टंकसाळांपुरतें लोखंड वगैरे सामान मुंबईहून खरेदी करून आणावें, व जाजती आणूं नये कलम १.

तांबें येईल त्याची जकात, जलमार्गाची व खुष्कीची, पेशजी पनवेलीस टंकसाळ होती, तेसमयींचे शिरस्तेप्रमाणें जकातदार घेतील; जाजती उपसर्ग लागणार नाहीं. कलम १.

टंकसाळांचें काम चालीस लागल्यापासून तागाईत पेस्तर सन आर्बा अखेर सालपर्यंत चालवावें; पुढें आज्ञेशिवाय करू नये. कलम १.

(1080) Dulabhshet Govindji and Govind Pándurang were permitted to open mints for the manufacture of copper coin in Konkan. The following instructions were issued to them:—

A. D. 1782-83

(1) they were to pay a *nazar* of Rs. 12,001. for the privilege: no other person was to be allowed to open mints for coining copper, till the end of the year A. D. 1783-84;

(2) copper required for the purpose should be brought from Bombay or other ports;

कोंकणांतील उदमी खरेदी करून हरएक जागां नेतील, त्यांस अडथळा पडणार नाहीं.
कलम १.

अलीबागेहून व इंग्रजाचे तालुक्यांतून खुर्दा हिकडे येऊं देऊं नये. कोणी आणील त्यापासून गुन्हेगारी घ्यावी. कलम १.

टंकसाळसंमंधें तुह्मांपासून नजर १२००१ रुपये बारा हजार एक रुपया घ्यावयाचा करार केला असे, तरी चैत्र शुद्ध पंचमीस सदरहू ऐवजाचा भरणा सरकारांत करून, पावलीयाचा जाब घेणें. कलम १.

खुर्दा पाडावयाचा शिरस्ता इंग्रजी वजनानें. मासे.

९। शिवराई पैसा सव्वा नऊ मासे.
१३।॥ अलमगिरी पैसा पावणेचौदा मासे.
१८॥ ढबु पैसा साडे अठरा मासे.

४१॥

सदरहूप्रमाणें खुर्दा पाडावा; कमी वजनास करूं नये. कलम १.

बंदी मोकळी जाहालीयावर इंग्रजाचे मुलकांतील खुर्दा हिकडे येऊं लागल्यास, मुदतीपर्यंत ताकीद केली जाईल. कलम १.

टंकसाळांसंमंधें नजर तुह्मांपासून सरकारांत घ्यावयाची करार केली, सबब कोंकणांत व वरघाटीं पेस्तर सन अर्बा अखेर सालपर्यंत नवी टंकसाळ होणार नाहीं. बंदी असतां तांबें आणून एक सालां चालवीत असतील, त्यांस ताकीद करून बंद केल्या जातील. कलम १.

गडबडीमुळें टंकसाळांचें काम बंद जाहालें, तरी तितके रोज चौकशी करून मुदतीपुढें मजुरा दिल्हे जातील. कलम १.

तुह्मांपासून नजर घेऊन टंकसाळांचें काम सांगितलें, त्यास दुसरा कोणी चढ देऊं लागल्यास सरकारांत ऐकणार नाहीं; व जाजती चढ तुह्मांवर मुदतीपर्यंत पडणार नाहीं. कराराप्रमाणें निभावणी केली जाईल. कलम १.

हरएक जागां सरकार तालुक्यांत टंकसाळा घालावयाची सोय असेल तेथें टंकसाळा घालणें. नजरपट्टी व हरएकविशीं मामलेदार उपसर्ग करूं लागल्यास ताकीद केली जाईल; व इंग्रजाकडे सरकारचे तालुके गेले आहेत, ते सरकारांत आल्यावर तेथें कमावीसदार सरकारांतून जातील, त्यांस पत्रें लागतील तीं दिल्हीं जातील.
कलम १.

---

(3) copper coin should not be allowed to be brought into Government territory from Alibág and from the tálukás of the English: any person acting in contravention of the rule should be punished with fine;

(4) the coins to be struck should be of the following English weights;

(a) Shivrái paisá, 9¼ *másás*.
(b) Alamgiri paisá, 13¾ *másás*.
(c) Dhabu paisá, 18½ *másás*.

एकूण सोळा कलमें करार करून दिल्हीं असेत, तरी सदरहूप्रमाणें वर्तणूक करणें ह्मणोन.
सनद १.
रसानगी यादी.

१६ सरकारनें घेतलेलें कर्ज.

नारो आपाजीच्या कीर्दीपैकीं.

१०८१ (६४)—तुह्मांपासून सालगुदस्त सन अर्बा सबैनांत छ. १८ रविलावली वैशाख वद्य पंचमी शके १६९६ जयनामसंवत्सरेचे मितीनें सरकारांत घेतलें कर्ज रुपये २,००,००० दोन लक्ष, यासी व्याज दरमहा दरसदे रुपये एकोत्रा बिन सूट प्रमाणें चहूं महिन्यानीं द्यावयाचा करार केला असे, मुदतीस व्याज मुद्दल हिशेब करून दिला जाईल ह्मणोन, आनंदराव भिकाजी यांचे नांवें लिहून दिलें. छ. रविलाखर. खत १.

खमस सबैन मया व अलफ जमादिलाखर २९

१७ निरख व मजुरी.

(अ) निरख.

१०८२ (२६३)—तुह्मांकडून तांदूळ कमोदाचे सरकारांत आणविले होते, ते जमा मुदबख कोठीकडे, गुजारत छोटाराम प्यादा. दर रुपयास कैली ८८२॥ अडीच पायली प्रमाणें कैली बारुळे मापें ·॥· दहा मण तांदूळ, असडी, सरकारांत जमा असत ह्मणोन, हरी बल्लाळ कमावीसदार, परगणे पिंपळनेर, यांचे नांवें. जाब १.

सीत सबैन मया व अलफ जिल्काद २

१०८३ (३७६)—राघोजी आंगरे, वजारत माहासरखेल, यांजकडे सरंजामास बेगमीस गांव हजार रुपये बेरजेचे, कमाल आकार दरोबस्त कमाविस सुद्धां, तर्फ तळोजें, तालुके नेरळ, पैकीं देविले असेत, तरी नक्ती आकार असेल तो, व ऐन जिन्नस जमाबंदी असेल त्याचे बाब, नक्त

सबा सबैन मया व अलफ जिल्हेज २४

XVI Government Loans.

FROM NÁRO APÁJI'S DIARY.

(1081) A loan of Rupees 2,00,000 was taken from Anandráo Bhikáji in the preceding year, at interest of one rupee percent per mensem.

A. D. 1774-75.

XVII Prices and wages.

(1082) Kamod rice from Pimpalner was sold at $2\frac{1}{2}$ *páylis* per rupee.

A. D. 1775-76.

(1083) Villages valued at Rs. 1000 in tarf Taloje, táluká Neral had been given in saranjám to Rághoji Angria; in calculating their value the assessment in kind was ordered to be valued as follows:—

A. D. 1776-77.

गोडे भातास दरखंडीस रुपये वीस, व खारे भातास दर खंडीस रुपये सोळा, व उडिदांस दर खंडीस रुपये पन्नास, व तूप दर रुपयास पक्के दीड शेर, याप्रमाणें आकार करून गांव नेमून देणें; आणि गांव नेमून द्याल, तेथील सालमजकूरचा वसूल घेतला असेल, तो मशारनिल्हेकडील कमावीसदार यांजकडे देणें ह्मणोन, राघो नारायण व धोंडो महादेव यांचे नांवें.

सनद १.

रसानगी यादी.

१०८४ (४३७)–राघोजी आंगरे, वजारत महासरखेल, यांणीं हत्ती व घोडे खरेदी केले त्यांची किंमत. रुपये.

सबा सबैन
मया व अलफ
रबिलावल ८

५००० हत्ती नग २ कर्णेल इपटण वकील कलकत्तेदार, याजपासून पुण्यांत घेतले त्यांची किंमत.

१०० घोडी रास १ मौजे कालोस, तर्फ चाकण, प्रांत जुन्नर, येथें त्रिंबक पुंडाजी याजपासून घेतली त्याची किंमत.

———

५१००

एकूण एकावनशें रुपयांस हत्ती दोन व घोडी एक घेतली, त्यांची जकात मशारनिल्हेस माफ केली असे; तरी जकातीचा आकार होईल तो यांचे नांवें माफ खर्च लिहून जकातीचा तगादा न करणें ह्मणोन, भिकाजी विश्वनाथ कमावीसदार, जकात प्रांत पुणें व जुन्नर यांस.

सनद १.

रसानगी यादी.

१०८५ (६४७)–वेदमूर्ति विश्वनाथभट गणपुले अग्निहोत्री, वस्ती कसबे केळसी, तर्फ मजकूर, तालुके सुवर्णदुर्ग, यांणीं हुजूर विदित केलें कीं, विसाजी नारायण व हरभट बिन नारायणभट व जनार्दन नारायण, उपनाम खांबेटे, यांचें ठिकाण कसबे मजकुरीं खांबेटवाडी अजमासें बिघा ८१

समानीन
मया व अलफ
जिल्काद १०

Ordinary rice, Rs. 20 per *khandi*.
rice grown in salt-lands, Rs. 16. per *khandi*.
udid, Rs. 50 per *khandi*.
ghi, Re. 1 per $1\frac{1}{2}$ *seers*.

(1084) Two elephants were purchased by Rághoji Angria for Rs. 5000 from Colonel Upton, agent at Poona of the English colony at Calcutta.
A. D. 1776-77.

(1085) A *bighá* of land in kasbe Kelsi in tarf Suvarṇadurga was sold for Rs. 525.
A. D. 1779-80.

एक आहे, तें त्यांणी आपल्यास सव्वापांचशें रुपयांस विकत दिलें आहे. तें सरकारांतून इनाम करार करून देऊन चालविलें पाहिजे ह्मणोन; त्याजवरून हे सनद सादर केली असे, तरी वेदमूर्ति खांबेटे यांजपासून सदरहू एक बिघा ठिकाण कसबे मजकुरीं खरेदी केलें आहे, त्याची तुह्मीं चतुःसीमापूर्वक मोजणी करून, जमिनीची मोजणी जाबता लिहून हुजूर पाठऊन देणें ह्मणोन, मोरो बापूजी, तालुके मजकूर यांचे नांवें. सनद १.

रसानगी यादी.

अमृतराव विश्वनाथ यांच्या कीर्दीपैकीं.

१०८६ (८७१)—रुपी कळवंतीण नंदुरबार इजला बसावयासी गाडी भाड्याची करून देऊन लष्करांत रवाना करणें ह्मणोन सालगुदस्तां तुम्हांस सनद सादर जाली आहे, त्यास तुह्मीं भाड्याची गाडी करून दिल्हीं, त्याचा आकार इस्तकबिल छ. १२ जमादिलाखर सन अर्बा समानीन तागाईत छ. २२ साबान सालमजकूर, एकूण मुशाहिरा रोज ७१, पैकीं वजा एकोणतिशी रोज एक, बाकी रोज ७०, दररोज गाडीचें भाडें गुजारत बाळू चौधरी रुपया १। प्रमाणें रुपये ८७॥ साडे सत्यांशीं रुपये कलवातीणचे नांवें हिशेबीं खर्च लिहिणें, मजुरा पडतील, ह्मणोन घाशीराम सावळदास कमावीसदार, कोतवाली शहर पुणें, यांचे नांवें छ. १२ मोहरम. सनद १.

खमस समानीन मया व अलफ मोहरम १२

रसानगी यादी.

१८. वेठ.

१०८७ (१६)—मौजे कोरेगांव, तर्फ पाबळ, प्रांत जुन्नर, या गांवाकडे कात्रजचे कुरणांतील गवत पुले १३,५०० साडेतेराहजार कापून द्यावयाची सालाबाद नेमणूक आहे, त्यास सालमजकुरीं लष्करचे मुक्काम कोरेगांवी होऊन गांवची खराबी झाली, सबब एक सालास सदरहू गवत

अर्बा सबैन मया व अलफ रमजान ३०

FROM AMRUTRAO VISHWANÁTH'S DIARY.

(1086) Rupi a dancing girl was ordered to be sent to the camp. The journey took 70 days and cart-hire was paid at the rate of Rs. 1 4·0 (choudhri) a day.

A. D. 1784-85

XVIII Forced service.

(1087) The village of Koregaom in tarf Pábal was bound to supply labour for cutting 13,500 bundles of grass every year. The village however, having suffered during the current year owing to troops encamping at it, was exe mpted from the service for that year.

A. D. 1773-74

कापावयाचें मना केलें असे, तरी गांवास तगादा बेगारीविषयीं न करणें ह्मणोन, शिवराम रघुनाथ यांचे नांवें. छ. १६ रमजान. चिटणिसी. पत्र १.

नारो आपाजीच्या कीर्दीपैकीं.

१०८८ (७०)–दिंमत तोफखाना याजकडील बैल चारणीस मौजे आणें, प्रांत जुन्नर, येथें आहेत, त्यास पावसाळ्याचे निवाऱ्याबद्दल दोनशें खण सालाबाद बांधून द्यावयाची सनद असते. त्यास सालमजकुरीं लावणीचा हंगाम, रयत खराब होईल, याजकरितां एकशें खण बांधोन देविले असे, तरी किरकोळ शेराचीं वगैरे लांकडें लाऊन गवत घालून शिऊन, बेगारीनें निवारा करून देणें ह्मणोन, रघुनाथ हरी, प्रांत जुन्नर, यांचे नांवें. छ. १६ रबिलाखर.

खमस सबैन मया व अलफ जमादिलाखर २९

सनद १.

रसानगी यादी.

१०८९ (१०५)–प्रांत गंगथडी येथील सालाबाद गवत कापून द्यावयाची नेमणूक आहे, त्यास बेगारीमुळें रयतेस उपद्रव लागतो, सबब गवत कापणावळ व गंजीस आणणावळ सुद्धां दर हजारीं रुपये २ प्रमाणें रयतेपासून घ्यावयाचे करार केले असेत, तरी सदरहू शिरस्तेप्रमाणें प्रांतांतील मामलेदारांपासून पैका घेणें. ज्याजती बेगारीविशीं वगैरे उपद्रव न लावणें ह्मणोन.

खमस सबैन मया व अलफ रमजान २९

सनदा.

१ गंगाधर शंकर यांस कीं, दिंमत पागा हुजूर यांस गवताची नेमणूक, पुले, पागा ठाणें आसी खुर्द येथील सुमार.

५०,००० तर्फ हवेली संगमनेर.
३०,००० तर्फ राहुरी.
२०,००० तर्फ बेलापूर.

१,००,०००
एक लक्ष गवताविशीं सनद.

(1088) It was usual for the villagers of Āṇe in prānt Junnar to construct every year shelters, 200 *khaṇs* in extent, for the bullocks of the artillery, sent there to graze owing to the rains. As the sowing season was at hand and as the employment of the ryots on the said work was undesirable, only 100 *khaṇs* were ordered to be constructed by means of forced labour.

A. D. 1774-75.

(1089) It was usual for the ryots of prānt Gangathaḍi to supply labourers, free of charge, for cutting grass for Government. As this arrangement was found to be a source

A. D. 1774-75.

१ सेखाजी मुळे यांस सनद कीं, तुह्मांकडील पागा मौजे जोखे येथें आहे, तेथील बेगमीस मौजे मजकूरपैकीं गवत, पुले सुमार ७५,००० पाऊण लक्ष, तर्फ हवेली सगमनेर, येथील बेगारीनें कापून द्यावयाची नेमणूक आहे त्याविशीं.

१ गिर्जोजी बर्गे यास कीं, तुह्मांकडील पागा मौजे आसी बुद्रुक, तर्फ हवेली येथें आहे, तेथील बेगमीस तर्फ मजकूर बेगारीनें मौजे मजकूरचे कुरणापैकीं गवत पुले सुमार २५,००० पंचवीस हजारांची नेमणूक आहे त्याविशीं. सनद १.

१ गोविंदराव बारावकर यांस कीं, तुह्मांकडील पागा मौजे देसोंडी येथें आहे, तेथील बेगमीस मौजे मजकूरचें कुरणपैकीं तर्फ राहुरी येथील बेगारीनें पुले सुमार ७५,००० पाऊण लक्षाची नेमणूक आहे त्याविशी. सनद.

१ निळकंठराव रामचंद्र यांस कीं, तुम्हांकडील पागा कसबे नांदुर येथें आहे, तेथील बेगमीस कसबे मजकूरचे कुरणपैकीं तर्फ राहुरी येथील बेगारीनें गवत पुले सुमार ४०,००० चाळीस हजार नेमणूक आहे त्याविशीं. सनद.

१ नारो आपाजी यांस कीं, तुम्हांकडील खिलार मौजे सांगवी येथें आहेत, तेथील बेगमीस ढग्याचे डोंगरीहून गवत, तर्फ हवेली संगमनेर येथील बेगारीनें, गवत पुले सुमार १०,००० दहा हजार द्यावयाची नेमणूक आहे त्याविशी. सनद.

६

रसानगी यादी. छ. ६ रमजान.

१०९० (४४८)—बाबु जोशी गोठणकर यांस मजेरें निवेली, कर्यात मीठगावणें, तालुके विजयदुर्ग, हा गांव इनाम आहे, त्या गांवांत वतनदार घरें तीन आहेत, त्यांपैकी दोन ब्राह्मणाची व कुणबीयाचें एक आहे, त्यास बेगारीचा उपद्रव भारी लागतो, त्याजमुळें कुणबीयाची वसाहत होत नाहीं; आणि भटजींची नुकसानी होत्ये, त्यास मजेरें मजकुरास बेगार माफ केली असे, तरी मौजे करेल येथें बेगारीचें ओझें येईल तें मौजे दांड्यास पोहचवावें, दांडेकरांनीं करेल यास पोहचवावें; याजप्रमाणें दुसरे गांव जवळचे असतील त्यांणीं त्याज-

सबा सबैन मया व अलफ रबिलाखर १

---

of annoyance to the people, it was ordered that in lieu of forced labour, Rs. 2 for each thousand bundles to be cut should be levied from the Mámlatdárs of the province.

(1090) There being only three houses—two Brahmans', one Kunbi's, in the village of Niweli in karyát Mithgávne of táluká Vijayadurga, the Kunbi was much troubled by being called upon to do forced labour. The village, which was alienated to Gothankar, was therefore exempted from liability to supply forced labour,

A. D. 1776-77

प्रमाणें परभारें वोझें पोहोंचवावें; मजरें मजकुरास हजीर बेगारीचा उपद्रव एकंदर लागों न देणें. या कामास सुभाहून कारकून एक मजरें मजकुरास पंधरा दिवस ठेऊन वळवटा पाडून देणें ह्मणोन, गंगाधर गोविंद यांचे नांवें. सनद १.

रसानगी यादी.

१०९१ (५२१)–विठ्ठलभट तामनकर, वस्ती मौजे मुटाट, तर्फ खारेपाटण, प्रांत राजापूर, येथें भटजींचें शेत कुणबाव्याचें आहे, त्यास भटजींनीं आपल्या शेतांत अर्धेलीचा कुणबी शेतांत ठेविला आहे, त्यास मौजे मजकूरचा खोत कुणबी यास वेठबिगार घेतो, ह्मणोन हुजूर विदित जालें; त्यास भटजींचें अर्धेलीचें शेत कुणबी करतो, सबब कुणबी वेठबिगार सालमजकूरापासून मना केली असे, तरी वेठबेगार घेत न जाणें म्हणोन, गंगाधर गोविंद यांचे नांवें.

समान सबैन मया व अलफ जिल्हेज १३

सनद १.

रसानगी यादी.

१०९२ (९२१)–मेस्त मालीट, वकील कलकत्तेकर इंग्रजाकडील, मुंबईस येऊन तेथून पुणीयास यावयाकरितां त्याजकडील वोझीं आणावयास तालुकेहाय प्रांत कोंकणपैकीं बेगारी. असामी.

सीत समानीन मया व अलफ जमादिलावल २५

५० परगणे बेलापूर, निसबत पांडुरंग रामचंद्र.
१०० तालुके नेरळ, निसबत गोविंद कृष्ण यांजकडून.
१०० तालुके करनाळा, निसबत रामराव अनंत यांजकडून.

२५०

एकूण अडीचशें असामी पुणें पर्यंत देविले, त्यांणीं वोझीं घाटमाथां टाकून पळोन गेले, सबब वोझीं वाटेंत पडलीं ते आणावयास पुणीयाहून मजूरदार करून पाठविले,

and the villagers of Karel were directed to carry any load that they might receive right on to Daṇḍe, and similar instructions were issued to the villagers of Daṇḍe.

(1091) A kuṇbi rented a field from Viṭhalbhaṭ Támhankar of Muṭáṭ in tarf Khárepáṭaṇ of prant Rájápoor. It was represented that the khot of the village required the kuṇbi to perform forced service. Orders were therefore issued exempting him from such service.

A. D. 1777-78.

(1092) When Mr. Málet the English agent was proceeding from Bombay to Pooná, 250 forced labourers from Belápur, Neraḷ and Karnáḷá, were ordered to carry his baggage.

A. D. 1785-86.

त्यास खर्च रुपये १८६। एकशें सव्वाशायशी रुपये जाहाले, ते सदरील तीन तालुक्यांपासून घ्यावयाचा करार करून, हे सनद तुम्हांस सादर केली असे, तरी वाटणीप्रमाणें सदरहू ऐवज ज्याचा त्याजपासून घेऊन हुजूर पाठवून देणें म्हणोन, जिवाजी गोपाळ सरसुभा, प्रांत कोंकण, यांचे नांवें. सनद १.

रसानगी याद.

१९. गुलाम.

१०९३ (२२)–किल्ले रायगड येथें सरकारच्या कुणबिणी आहेत, त्यापैकीं राणी व जानकी दोन कुणबिणी पन्नास व पंचावन वर्षे उमरीच्या बहुत दिवस किल्ल्यास आहेत, त्यांस सोड द्यावयाचा करार करून हे सनद तुम्हांस सादर केली असे, तरी सदरहू दोन कुणबिणी सोडून देणें म्हणोन, गणपतराव कृष्ण यांचे नांवें. सनद १.

अर्बा सबैन मया व अलफ सवाल २८

रसानगी यादी.

१०९४ (२८)–सतुमी मिर्धा याणें वणजारे यांजपासून पोरें कस २ दोन, एकूण किंमत रुपये १३४, एकशें चवतीस रुपये यांस खरेदी केले, त्याचे जकातीचा आकार होईल त्यापैकीं पांच रुपये माफखर्च लिहिणें; बाकी रुपये बद्दल मुशाहिरा लिहून, जकातीचा तगादा न करणें म्हणोन, भिकाजी विश्वनाथ कमावीसदार, जकात प्रांत पुणें व जुन्नर, यांचे नांवें छ. १३ सवाल. सनद १.

आर्बा सबैन मया व अलफ जिल्‌काद ३०

रसानगी यादी.

१०९५ (२९)–प्रताप मिर्धा याणें कुणबीण कस १ व पोरें कस २ एकूण किंमत

They left the baggage at the top of the ghâuts and ran away. Hired labourers were therefore sent from Poona to bring in the baggage and the charge on this account, viz Rs. 186 4-0 was ordered to be levied from the three tálukás in question.

XIX Slaves.

(1093) Two female slaves of Government at fort Ráygad, Rāṇi and Jánki, aged 50 and 55 having long served at the fort were ordered to be released.

A. D. 1773-74

(1094) Satumi Mirdhá purchased 2 boys from Vaṇjáris for Rs 134. Of the duty leviable on the sale, Rs. 5 was remitted and the rest was to be debited to him as salary.

A. D. 1773-74.

(1095) Pratáp Mirdhá purchased one female slave and two boys

अर्बा सबैन मया व अलफ जिल्काद ३० रुपये १२५, सवाशें रुपयांस चारणापासून विकत घेतले त्याचे जकातीचा आकार होईल तो बद्दल मुशाहिरा लिहून, जकातीचा तगादा न करणें म्हणोन, भिकाजी विश्वनाथ कमावीसदार, जकात प्रांत पुणें व जुन्नर, यांचे नांवें. छ. १४ सवाल. सनद १.

रसानगी यादी.

१०९६ (३०)—वेदमूर्ति राजश्री धोंडजोशी पंचनदीकर यांणीं चारणापासून पुण्यांत कुणबीण कस १ एक, एकूण किंमत रुपये ७३ त्र्याहात्तर रुपयांस विकत घेतली, तिचे जकातीचा आकार होईल तो यांचे नांवें धर्मादाय खर्च लिहून जकातीचा तगादा न करणें ह्मणोन, भिकाजी विश्वनाथ कमावीसदार, जकात प्रांत पुणें व जुन्नर, यांचे नांवें. छ. १६ सवाल. सनद १.

अर्बा सबैन मया व अलफ जिल्काद ३०

रसानगी यादी.

१०९७ (३२)—चिमाजी जगथाप, खिजमतगार, याणें आपली कुणबीण पोरगी कर्जामधें नारायणजी परभू यांस तीस रुपयांस मौजे असदें, तर्फ सेदोर, येथें विकत दिल्ही, तिचे जकातीचा आकार यास माफ केला असे, तरी तगादा न करणें ह्मणोन, आनंदराव भिकाजी रास्ते यांचे नांवें. छ. २५ सवाल. सनद १.

अर्बा सबैन मया व अलफ जिल्काद ३०

रसानगी यादी.

१०९८ (३४)—कुणबिणी सरकारच्या यांनीं कजबे पुणें येथें कुणबिणी विकत घेतल्या आहेत.

अर्बा सबैन मया व अलफ जिल्काद ३०

१ फुली, निसबत सौभाग्यवती बाई, हिणें.
१ तुळशी, निसबत मातुश्री सगुणाबाई, हिणें.

२

एकूण दोन कुणबिणी रुपये १४० एकशें चाळीस रुपयांस विकत घेतल्या आहेत,

---

A. D. 1773-74. from a *chàraṇ* for Rs. 125: the duty leviable on the sale was to be debited to him as salary.

(1096) Dhond Joshi Panchnadikar purchased one female slave from a *chàraṇ* for Rs. 73: the duty leviable on the sale was to be debited to him as *dharmàdàya*.

A. D. 1773-74.

(1097) Chimàji Jagtáp gave his female slave for Rs. 30 to Náráyanji Parbhu in payment of debt: the duty was remitted.

A. D. 1773-74.

(1098) Two female slaves were purchased by two female slaves of Government for Rs. 140.

A. D. 1773-74.

त्यांचे जकातीचा आकार माफ केला असे, तरी जकातीचा आकार होईल तो माफ खर्च लिहून, जकातीचा तगादा न करणें ह्मणोन, भिकाजी विश्वनाथ कमावीसदार, जकात प्रांत पुणें व जुन्नर, यांचे नावें. छ. ६ जिल्काद. सनद १.

रसानगी यादी

१०९९ (५९)–केसो महादेव फडके मृत्यु पावले, त्यांचे उत्तर कार्यावद्दल ब्राह्मणांस द्यावयास शेषाद्रि शास्त्री यांचे स्त्रीजवळून पुण्यांत कुणबीण कस १ एक ऐशी रुपयांस खरेदी केली, त्याचे जकातीचा आकार होईल तो माफ खर्च लिहून, जकातीचा तगादा न करणें ह्मणोन, भिकाजी विश्वनाथ कमावीसदार, जकात प्रांत पुणें व जुन्नर, याचे नांवें. छ. ८ रबिलावल. सनद १.

अर्बा सबैन मया व अलफ रबिलावल २२

रसानगी यादी.

नारो आपाजीच्या कीर्दीपैकीं.

११०० (७३)–पागा दिंमत शेकोजी मुळे यांचे नांवें सनद कीं, तुह्मांकडील पागेंतील बिब्रू पोर्गी, जैनी कुणबीण मुसलमानीण इची लेक, ही केंदूरचे मुसलमानास देऊन सालगुदस्त सन अर्बा सबैनांत तुह्मी लग्न केलें, सबब सोड खर्च लिहिणें ह्मणोन छ. १४ जमादिलावल. सनद १

खमस सबैन मया व अलफ जमादिलाखर २९

रसानगी यादी.

११०१ (६२७)–त्र्यंबक नारायण अभ्यंकर वस्ती कसबे संगमनेर, परगणा मजकूर, यांणी हुजूर विदित केलें कीं, आमची कुणबीण तावजी जाधव, वस्ती कसबे मजकूर, याणें राखली, तिची पोरगी एक व पोरगा एक याचीं लग्नें करावयास मागणी घेतली, त्यास आपण द्वाही दिली, परंतु द्वाही मोडून पोराचें लग्न केलें, व पोरीची मागणी घातली, येविशीं ताकीद जाली

समानीन मया व अलफ रजब ६

(1099) One female slave was purchased for Rs. 80 to be given to a Brahmin in connection with the obsequies of Keso Mahádeo Fadke.

A. D. 1773-74.

FROM NÁRO APPÁJI'S DIARY.

(1100) A female slave Jaini, Mohomedan by caste, attached to the cavalry under Sakhoji Mule, had a daughter. Sakhoji got the daughter married to a Musalman. Orders were issued to show her in the accounts as released.

A. D. 1774-75

(1101) Trimbak Náráyan Abhyankar of Sangamner represented that his female slave had been kept by Távaji Jádhava, and that Távaji arranged to secure a bride for the slave's son; that he (Trimbak) publicly protested in the name of Government against the marriage, but it was notwithstanding celebrated, and that

A. D. 1779-80

पाहिजे ह्मणोन; त्याजवरून हें पत्र सादर केलें असे, तरी वाजवी मनास आणून पोर व पोरगी व कुणबीण यांचे स्वाधीन करणें, आणि ज्यांणीं द्वाही मोडली असेल, त्यांपासून गुन्हेगारी घेऊन सरसुभा प्रांत गंगथडी येथील हिशेबीं जमा करणें ह्मणोन, नरसिंगराव बल्लाळ यांचे नांवें चिटणिसी. पत्र.

११०२ (७७०)—सगुणी कळवंतीण, वस्ती पेठ शुक्रवार शहर पुणें इणें दत्ताजी

सलास समानीन मया व अलफ सावान ११

साबळा दाळिंबकर याजपासून दीडशें रुपयांस चहूं वर्षीची पोरगी खरेदी केली आहे, तिचे जकातीचा आकार माफ केला असे, तरी आकार होईल तो माफ खर्च लिहून जकातीचा तगादा न करणें ह्मणोन, भिकाजी विश्वनाथ कमावीसदार जकात प्रांत पुणें व जुन्नर यांचे नांवें. सनद १.

परवानगी रूबरू.

११०३ (७७१)—फरासीसाजवळ बटकी पुण्यांत गेल्या, सबब त्यांस जातीखेरीज

सलास समानीन मया व अलफ सावान २१

करून किल्ले सिंहगड येथें पाठविल्या आहेत.

बटकी. कस.

२ उमी, दिंमत कृष्णाजी लक्ष्मण जोशी.

१ उमी उमर वर्षें ३०

१ पोरगा उमीचा उमर वर्षें ३

२

१ साळी, दिंमत दारकी खेत्रीण वस्ती पेठ नारायण उमर वर्षें २२.

३

एकूण तीन माणसें पाठविलीं आहेत, यांस किल्ले मजकुरीं अटकेस ठेऊन इमारतीचें

Távaji was also offering the slave's daughter in marriage. The Sarsubhá of Gangathaḍi was directed to enquire into the matter and if the facts were found to be as represented, to hand over the female slave with her children to Trimbak, and to punish the person who had acted in defiance of the complainant's protest.

(1102) Sakhu, a prostitute in Poona, purchased a girl aged 4 years for Rs. 150. The duty on the purchase was remitted.

A. D. 1782-83.

(1103) Three female slaves having had intercourse with Frenchmen in Poona were put out of caste and sent to fort Sinhagaḍ to be employed on building works.

A. D. 1782-83.

वगैरे काम घेऊन पोटास शेर शिरस्तेप्रमाणें देत जाणें ह्मणोन, नारो महादेव यांचे नांवें.
सनद १.

रसानगी यादी.

११०४ (८२०)—नारो विश्वनाथ जोगदंड यांणीं आपले तीर्थरूपांचे क्रियेचे दा-
अर्बा समानीन नावद्दल मार्तंड यादव मुजचाटे, वस्ती पेठ शनवार शहर पुणें याज-
मया व अलफ पासून कुणबीण कस १ एक, एकूण किंमत रुपये १०० शंभर रुप-
सवाल १ यांस खरेदी केली आहे, त्यास सदरहू रुपयांचे जकातीचा आकार
होईल तो मशारनिल्हे यांचे नांवें माफ खर्च लिहून जकातीचा तगादा न करणें ह्मणोन, भिकाजी विश्वनाथ कमावीसदार जकात प्रांत पुणें व जुन्नर यांचे नांवें. सनद १.

रसानगी यादी.

११०५ (८५७)—केसो विश्वनाथ टिळक, कारकून निसबत दप्तरी, यांणीं विठोजी
खमस समानीन हेड्या कुणबिणी विकावयास घेऊन आला, त्याजपासून पुण्यांत कुण-
मया व अलफ बीण कस एक, एकूण किंमत रुपये १०० शंभर रुपयांस खरेदी
साबान १६ केली आहे, त्याचे जकातीचा आकार होईल तो यांचे नांवें माफखर्च
लिहिणें, आणि जकातीचा तगादा न करणें ह्मणोन, भिकाजी विश्वनाथ कमावीसदार, जकात प्रांत पुणें व जुन्नर यांचे नांवें. सनद १.

रसानगी याद.

११०६ (८६१)—मैनी कोम विठोजी सोनार, वस्ती कसबे गोरेगांव, प्रांत राजपुरी,
खमस समानीन ही विठोजी मजकूर मृत्यु पावल्याबर तेथून पळून पुणेयास येत होती,
मया व अलफ ती गोविंदराव व चिमाजी माणकर मामलेदार, प्रांत मजकूर यांणीं
जिल्काद ५ धरून नेऊन कैदेंत ठेविली. पुढें गोविंद जोशी रेवदंडेकर यांस माण-
कर यांणीं धर्मादायाचे ऐवजांत दिल्ही. तिला त्यांणीं पुणियास आणिली, तेव्हां गणेशशेट सोनार, वस्ती पेठ शनवार, शहर पुणें, याणें जोशीयास शंभर रुपये देऊन धर्मार्थ सोड-

---

(1104) Nàro Vishwanáth Jogdanḍ purchased a female slave for
A. D. 1783-84. Rs. 100 to be gifted away at the obsequies of his father. The duty on the purchase was remitted.

(1105) Vithoji Heḍyá having brought some female slaves for sale
A. D. 1784-85. at Poona, one of them was sold for Rs. 100.

(1106) Maini, a woman of the gold-smith caste, ran away from
A. D. 1785-86. Goregaum in prant Rájpuri on the death of her husband and was coming to Poona. The Mámlatdârs of the province, Govindráo and Chimáji Máṇkar, arrested her and kept her in custody. They subsequently made her over to one Govind Joshi in

विली; आणि आपले आईबापांचे घरीं जाणें ह्मणोन तीस सांगितलें. तें न ऐकतां शहरांत राहून बदकर्मे करीत होती, सबब कैद करून किल्ले चाकण येथें पाठविली असे, तरी किल्ले मजकुरीं स्वारींत ठेऊन, किल्लचाचे कोठीकडे इजपासून चाकरी घेऊन पोटास शेर शिरस्तेप्रमाणें देत जाणें ह्मणोन, नारायणराव कृष्ण किल्ले मजकूर यांचे नांवें. सनद १.

रसानगी राघो विश्वनाथ गोडबोले, जबानी रावजी जिवाजी कारकून दिंमत गाडदी मुदफकात, निसबत राघो विश्वनाथ.

११०७ (८८४)—मेघी कुणबीण व तिची लेक कृष्णी या दोघी पेशजीं किल्ले सिंहीगड येथें अटकेस ठेवावयास पाठविल्या, त्या सन समान सबैनापावेतों बंदीसच होत्या, त्यांस सन तिसा सबैनांत किल्ले मजकूरचे हिशेबीं जमेस धरून, दारूखान्याचे कोठीकडे कामास लाविल्या, त्यास मेघी म्हातारी साठ सत्तर वर्षांची जाली, तिच्यानें कोठीचें कामकाज करवत नाहीं, व कृष्णी दारूखान्याचें काम करतेवेळेस काठीवरून पडोन कंबर व हात दुखवला, त्याजमुळें अधू जाली. तिच्यानें कोठीचें काम करवत नाहीं, याजकरितां त्या दोघी जणी एक कुणबीण नवी तरणी देऊन सोड मागतात त्यास व उमी कुणबीण इंग्रजांबरोबर गेली सबब पेशजीं हुजूरून पोर्ग्यासुद्धां किल्ले मजकुरीं अटकेस ठेवावयास पाठविली होती तिजला आजार होऊन मयेत जाली, तिचा पोर्गा उमर वर्षे आठांचा आहे तो रोगी, सबब वीस रुपये घेऊन पोर्गा व सदरहू दोघी कुणबिणी सोडावयाची आज्ञा जाली पाहिजे, ह्मणोन तुह्मीं हुजूर विनंती केली; त्याजवरून मेघी व तिची लेक कृष्णी या दोघी बंदिवानपैकीं किल्ले मजकूरचे हिशेबीं सन तिसा सबैनांत जमेस धरून कोठीकडे कामास लाविल्या आहेत, त्यास मेघी म्हातारी तिच्यानें काम होत नाहीं, व कृष्णी किल्लचावर सरकारचें दारूखान्याचें काम करते वेळेस इमारतीवरून पडून हात व कंबर दुखवली, सबब दोघी मिळोन एक कुणबीण चाकरीचे उपयोगीं देतात, ती घेऊन दोघींस सोडून देणें; व उमी कुणबीण इंग्रजाबरोबर गेली होती सबब तिचा पोर व ती बंदीस किल्ले मजकुरीं होती त्यापैकीं उमी मयत जाली. तिचा पोर आठां वर्षांचा आहे, त्याचे वीस रुपये कोणी देईल त्यास पोरगा देऊन,

खमस समानीन मया व अलफ जमादिलाखर ७

---

payment of certain sums due to him in charity; and Govind Joshi brought her to Poona. Gaṇesh shet Sonár of Shanwár Peth got her released by paying Rs. 100 to Govind Joshi, and told her to go to her parents' house. She, however, led a prostitute's life in the city. She was therefore arrested and sent to be imprisoned in fort Chákaṇ.

(1107) Two female slaves, Meghi and her daughter Krishṇi, were prisoners at fort Sinhgaḍ. The former was about 60 or 70 years old. The latter while employed on the work of making gunpowder fell down from a plank and became a

A. D. 1784-85.

सदरहू वीस रुपये किल्ले मजकूरचे हिशेबीं जमा करणें ह्मणोन, नारो महादेव मामलेदार किल्ले मजकूर, यांचे नांवें. सनद १.

रसानगी यादी.

११०८ (१०८८)—वेदशास्त्रसंपन्न कृष्णशास्त्री बिन रंगशास्त्री द्रविड, गोत्र शांडिल्य,

अर्बा तिसैन मया व अलफ रबिलाकर १

सूत्र कात्यायन, शाखा कण्व, यांचे नांवें सनद कीं, गुलतरंग खासे चाकरीची बाईको इचा काल श्री काशी क्षेत्रीं जाहला, ते समयीं तिणें आपले ऐवजांत क्षेत्र पंचवटी, कसबे नाशीक, परगणे मजकूर, येथें घर बांधोन, त्यांत ब्राह्मण ठेवावा, त्या ब्राह्मणास मौजे गंगापूर परगणे मजकूर येथें पाऊणशें रुपयांची इनाम जमीन माझे नांवें सरकारांतून दिल्ही आहे ती त्यास द्यावी असा संकल्प केला, ह्मणून गुणसागर खासे चाकरीची बायको हुजूर आली तिणें विनंती केली; व पेशजीं इनामपत्रें गुलतरंग इचे नांवचीं जाहलीं आहेत, त्यांत ज्या ब्राह्मणास जमीन देईल त्याचे पुत्रपौत्रादि वंशपरंपरेनें चालवावी असें लिहिलें आहे; त्याजवरून तुह्मी थोर शिष्ट सत्पात्र गंगातीरीं स्नानसंध्या करून आहां, तुमचें चालविल्यास श्रेयस्कर जाणून, तुह्मांवर कृपाळू होऊन गुलतरंग इचे ऐवजाचे पंचवटींत घर बांधिलें आहे तें तुह्मांस देऊन, मौजे गंगापूरपैकीं इनाम जमीन तिचे नांवें आहे ती सालमजकुरापासून सरकारांतून तुह्मांस इनाम करार करून देऊन, तिचे नांवाचीं इनामपत्रें आहेत तीं तुह्मांस देविलीं असेत, तरी इनामपत्रांप्रमाणें जमीन चतुःसीमापूर्वक तुह्मीं आपले दुमाला करून घेऊन तुह्मी व तुमचे पुत्रपौत्रादि वंशपरंपरेनें इनाम जमीन व घर अनभवून सुखरूप राहणें ह्मणोन. सनद १.

येविशीं गंगाधरराव भिकाजी यांस कीं, घर व जमीन यांचे दुमाला करून देऊन चालवणें; आणि गुलतरंग इचे नांवें इनामपत्रें आहेत तीं यांचे स्वाधीन करून जमीनीचा आकार यांचे नांवें इनामखर्चे लिहीत जाणें. नवी सनदेचा अक्षेप न करणें. या सनदेची प्रत लिहून घेऊन हे अस्सल सनद यांजवळ भोगवटियास परतोन देणें ह्मणोन. सनद १.

२.

दोन सनदा दिल्हा असेत. रसानगी याद.

---

cripple. The women asked for release on condition of their giving one young female slave in their place. The request was granted.

(1108) Gultarang, a woman in the personal service of the Peshwá,

A. D. 1793-94.

died at Benáres. In deference to her last wishes expressed by her to Guṇaságar, another woman in the personal service of the Peshwá, a house was built at Panchawaṭi out of her money and the house as well as her Inám land were gifted to a Brahman.

२० धर्मसंबंधीं व सामाजिक.

११०९ (४२)—नारो महादेव कमावीसदार क्षेत्र पंढरपूर, दिंमत परशराम रामचंद्र यांचे नांवें सनद कीं श्रीविठ्ठलदेव वास्तव्य पंढरपूर यांचे अंगावर पालीचा व सरडयाचा स्पर्श जाहला आहे. तेथील समस्त ब्राह्मणांचे मतें व स्वामींचे मतें देवास महारुद्र करावा, व शांति करावी, सहस्र ब्राह्मणभोजन करावें; यास खर्च पाहतां चारशें रुपये पर्यंत लागतील म्हणोन शिवाजी बावाजी यांस लिहिलें त्यांणीं हुजूर विदित केलें; त्याजवरून हे सनद सादर केली असे, तरी देवास महारुद्र करणें, व शांति करून सहस्रभोजन करणें; सदरहूचा खर्च मजुरा दिल्हा जाईल म्हणोन मशारनिल्हेस. सनद १.

आर्बा सबैन मया व अलफ सफर १८

१११० (१३३)—वेदमूर्ति सदाशिव दीक्षित ठकार हे श्रीकृष्णातीरीं माहुलीसंगमीं वाजपेय यज्ञ करीत आहेत, त्यास दीक्षितांकडे साहित्य देविलें त्याविशीं. सनदा.

आर्बा सबैन मया व अलफ मोहरम २७

१ हैबतराव भवानीशंकर यांस कीं प्रांत वाईपैकीं साहित्य सुमार.

१५० कुंभारकाम.

२५ रांजण.

१०० घागरी.

२५ मडकीं जालीं.

———

१५०

११५० सुतारकाम.

५० पोळपाट.

५० लाटणीं.

XX Religious and Social matters.

(1109) The deity Viṭhaldeo, at Pandharpur, having been touched by a lizard, the Mahárudra and Shanti ceremonies were, at the suggestion of the local Brahmins and the Swámi, ordered to be performed; 1000 Brahmins were to be fed, and sanction was accorded to the expenditure of Rs. 400 for the purpose.

A. D. 1773-74.

(1110) Sadáshiv Dixit Thakár being about to perform a Vájapeya sacrifice at Máhuli, orders were issued to provide him with earthen pots, wooden furniture &c.

A. D. 1773-74.

१००० मेखा.
५० ठाणवया.

११५०
५००० पत्रावळी.

६३००
सहा हजार तीनशे सुमार देणें म्हणोन. सनद.
१ श्रीनिवास शामराव यांस कीं प्रांत कऱ्हाडपैकीं सदरहूप्रमाणें सुमारी ६३०० सहा हजार तीनशे देणें ह्मणोन. सनद.

२
दोन सनदा. रसानगी यादी. सदरहूखेरीज कांहीं वुरुडकामही देणें ह्मणोन दोहीं सनदांत लिहिलें असे.

जनार्दन आपाजीच्या कीर्दीपैकीं.

११११ (२४२)—लख्या ठाकूर नाशीककर हा श्रीत्रिंबकेश्वराचे देवळांत गेला, यास्तव त्यास अटकाविला आहे, ह्मणोन विदित जाहालें; ऐशास ठाकूर मजकुराकडे गुन्हेगारीबद्दल ऐवज रुपये एक हजार रुपये घेऊन त्यास सोडावयाची आज्ञा केली असे, तरी सदरहू हजार रुपये घेऊन तालुके त्रिंबक येथील हिशेबीं जमा करणें, आणि ठाकूर मजकुरास सोडून देणें ह्मणोन, नारो महादेव यांचे नांवें. छ. १५ साबान. सनद १.

सीससबैन मया व अलफ रमजान ३०

परवानगी राजश्री बाळाजी जनार्दन फडणीस.

(२४३) लखा ठाकूर नाशीककर हा त्रिंबकेश्वराचे देवालयांत पूजेस जाऊन अभिषेक करूं लागला, सबब त्याजला तुह्मीं किल्ले त्रिंबक येथें अटकेंत ठेविलें आहे, त्यास ठाकूर मजकुरापासून गुन्हेगारीबद्दल एक हजार रुपये घेऊन तालुके त्र्यंबक येथील हिशेबीं जमा धरून लखा ठाकूर यास सोडून देणें, ह्मणोन छ. १५ साबानची सनद तुम्हांस सादर जाली आहे, परंतु, हल्लीं रुपये घ्यावयाचे मना करून त्यास सोडून द्यावयाची आज्ञा केली असे, तरी ठाकूर मजकुरास सोडून देणें ह्मणोन, नारो महादेव यांचे नांवें छ. २४ साबान. सनद १.

FROM JANÁRDAN APPÁJI'S DIARY.

(1111) Lakhá Thákur of Násik was fined Rs. 1,000 for having entered the temple of Shri Trimbakeshwar: the fine was afterwards remitted.

A. D. 1775-76.

११११२ (२४६)–धोंडो महादेव, तालुके त्रिंबक, यांचे नांवें सनद कीं कजबे त्रिंबक

सीत सबैन
मया व अलफ
रमजान ३०

येथें देवीस विजयादशमीस टोणग्याची बळ पहिल्यापासून चालत होती, अलीकडे चार पांच वर्षें चालत नाहीं, त्याजमुळें गांवचे लोकांस दृष्टांत होऊन उपद्रव बहुत होतो, त्यास येविशींची आज्ञा होऊन तेथील अंमलदारास सनद देवविली पाहिजे, म्हणून कजबे मजकूरचे समस्त क्षेत्रस्त ब्राह्मणांनीं हुजूर विनंतिपत्र पाठविलें; त्याजवरून हे सनद सादर केली असे, तरी कजबे मजकूरचे देवीस विजयादशमीचे दिवशीं बळीस टोणगा पांच वर्षांपलीकडे पावत आल्याचा दाखला मनास आणून, पावत आल्याप्रमाणें एक टोणगा दरसाल तालुकेमजकूरपैकीं देत जाणें म्हणोन छ. २० साबान. परवानगी रूबरू. राजश्री बाळाजी जनार्दन फडणीस. सनद १.

१११३ (२६५)–लछीनाईक भोई, निसबत पांडुरंगराव गोविंद, याणें बायको टा-

सीत सबैन
मया व अलफ
जिल्हेज २४

किली होती, त्या बाइकोचा बोभाट तुम्हांजवळ आला, तेव्हां त्यास जातींत लाऊन देऊन बाइको याणें वर्तवावी असें पांचांचें विचारें जालें, त्यास तुह्मीं नजरेविशीं तगादा लाऊन बसविला आहे, म्हणोन हुजूर विदित जालें; ऐशास मशारनिल्हेकडील भोई, याजकरितां नजरेच्या ऐवजाचा तगादा न करणें, बसविला असेल त्यास सोडून देणें, म्हणोन धोंडो बाबाजी कोतवाल शहर प्रांत पुणें यांचे नांवें चिटणिसी. पत्र १.

१११४ (२७८)–विष्णु केशव देसाई तर्फ राजापूर तालुके विजयदुर्ग यांणीं हुजूर

सीतसबैन
मया व अलफ
सफर ५

विदित केलें कीं विष्णु अनंत घाटे यांणीं आपल्यावर भुतें घालून मारे केले, त्याजवरून सुभाहून पडथळे नेमून देऊन अमीन दिला, त्याचे विद्यमानें थळीं उभयतांचा निवाडा जाला; उप्रांतीक सुभा गेलों; नंतर

(1112) A buffalo used to be sacrificed to the goddess at Kasbe

A. D. 1775-76.

Trimbak on the Dasará festival, but the practice had been discontinued for four or five years. The Brahmins of the place represented that the people were much troubled in dreams on account of this omission. The officer of Trimbak was therefore directed to restore the old practice and offer a buffalo in sacrifice every year.

(1113) The wife of Lachhi Naik Bhoi in the service of Pándurang-

A. D. 1775-76.

ráo Govind was deserted by her husband, and she complained to the kotwál. He referred Lachhi to the caste people. The Panch decided that Lachhi should admit his wife into his house. The kotwál asked Lachhi for a *nazar*. The matter having been represented to the Huzur, the kotwál was told not to trouble him for the *nazar*.

(1114) Vishnu Anant Ghâte of prânt Rájápur, being suspected of

महादाजी रघुनाथ यांणीं पंचाइत करून घाटे मजकूर याजकडे भूत लागूं जालें त्याचें पारिपत्य न होय, याजकरितां त्यांणी सरकारांत विनंतिपत्र लिहून देऊन उभयतांसही हुजूर जाण्याविशी निरोप दिला; त्यास महादाजी रघुनाथ यांणी सरकारांत पत्र दिलें तें पाहोन, व सुभांचे सांगितल्यावरून समस्त ब्राह्मणांनी घाटे यास वाळींत घातलें. त्यावर उभयतां सरकारांत आलों, पंचाइत्या जाहल्या, घाटे खोटे जाहले. त्यास सरकारची शुद्धतेची आज्ञा नसतां, व समस्त ब्राह्मणांस न कळतां, घाटे याणीं रामठाकूर देसाई, तर्फ मजकूर, यांस पुढें करून कांहीं ब्राह्मण धटाईनें जेऊं घातले आहेत, त्यास ज्या ब्राह्मणानी त्याचे घरी अन्नवेवहार केला असेल त्यांस, व घाटे यांस श्रीधूतपापेश्वराचे देवालयीं पंचगव्य देऊन शुद्ध करावयाची आज्ञा जाली पाहिजे म्हणोन; त्याजवरून हें पत्र तुम्हांस सादर केलें असे, तरी सुभाचे आज्ञेनें बहिष्कार पेशजीं जाला असल्यास, दिवाणचे आज्ञेविना त्याचे घरी अन्नव्यवहार ज्या ब्राह्मणानीं केला असेल, त्यांजपासून दर असामीस पांच रुपये गुन्हेगारी घेऊन, घाट्यास व त्यांस पंचगव्य देऊन शुद्ध करणें म्हणोन, गंगाधर गोविंद यांचे नांवें चिटणिसी. पत्र १.

११११५ (३०५) मौजे सायखेडें, परगणे नाशीक, येथील सरदेशमुखीचा अंमल शिवानंद सरस्वती संन्यासी शेणवी यांजकडे पहिलेपासून चालत होता, त्यास यादवराव रघुनाथ यांणीं सरकारांत गैरवाका समजाऊन सरदेशमुखींचे अंमलाची जप्ती करविली होती, त्याची कमावीस तुम्हांकडे सांगितली आहे, त्यास हल्ली जप्ती मोकळी केली असे; तरी तुम्हीं जप्ती मोकळी करून दखलंगिरी न करणें. जप्तीमुळें वसूल घेतला असेल तो माघारा देणें म्हणोन, शिवाजी विठ्ठल याचे नावें चिटणिसी. पत्र १.

सबा सबैन मया व अलफ जमादिलावल २

१११६ (३४८)–काजी पुणेकर याणें कळवंतिणीचे कुणबिणीची पोर रंगरेजाशीं

A. D. 1775-76.

raising evil spirits against Vishnu Keshav Desái, the matter was investigated by the Subhá and the parties were sent to the Huzur. In the meantime, Vishnu Anant was excommunicated by the villagers. He however, in disregard of the excommunication gave a dinner to certain Brahmins. A complaint was made to the Huzur and it was decided that if the order of excommunication was passed at the instance of the Subhà. the persons who had dined should be fined Rs. 5 each.

(1115) The Sardeshmukhi *ámal* of Sáyakhed in parganá Násik was held by Shivánand Saraswati, a Sanyáshi of the Shenwi caste.

A. D. 1776-77

(1116) The Kázi of Poona being about to solemnize a *Nikâ*

सबा सबैन
मया व अलफ
रमजान २९

निका लावण्याचें केलें, तेव्हां कळवंतीण सरकारांत फिर्याद आली कीं, रंगरेजाशीं पोरीचा निका लाऊं नये, त्याजवर काजीस ताकीद केली असतां रंगरेजाबरोबर कळवंतिणीचे पोरीचा निका लाविला, सबब काजी मजकूर याचे वतनाची इनामगांवसुद्धां जप्ती करून जप्तीची कमावीस तुह्मांकडे सांगितली असे, तरी कळवंतिणी वगैरे मुसलमान लोकांकडे काजीची दस्तुरी असेल ते, व गांवमळा वगैरे कुल काजीकडून जप्त करून, आकार होईल तो सरकारांत पावता करून जाब घेणें ह्मणोन, पांडुरंग कृष्ण बेडेकर यांचे नांवें. छ. १ रमजान. सनद १.

परवानगी रूबरू.

१११७ (५१६)–रामा कानडा जातीचा ब्राह्मण ह्मणवितो, परंतु पुण्यांत गाईचीं

समान सबैन
मया व अलफ
सवाल ३०

पुच्छें तोडलीं वगैरे उपद्रव केले, प्रायश्चित्त योग्य नव्हे, सबब किल्ले कोहज येथें अटकेस ठेवावयासी बेडीसुद्धां पाठविला आहे, तरी पायांत बेडी घालून पोटास कोरडा शेर देऊन पक्कया बंदोबस्तानें अटकेंत ठेवणें ह्मणोन, भिकाजी गोविंद यांस छ. १२ रमजान. सनद १.

रसानगी यादी.

१११८ (५१७)–विश्वनाथभट पेठ्ये, वस्ती कसबे कडूस, तर्फ खेड, यांणीं कुण-

समान सबैन
मया व अलफ
सवाल ३०

बीण ठेवून बायको नांदविली नाहीं, यास्तव सरकारांतून पत्र पाठवून भटजीस हुजूर आणिलें त्यास येविशीं कलमें बितपशील.

A. D. 1776-77.

marriage between the daughter of a slave belonging to a prostitute, and a dyer, the prostitute made a complaint to Government, and the Kázi was directed to refrain from performing the marriage; nevertheless, he performed it. His watan inám and his *hak* of levying *dasturi* from prostitutes and other Musulmans were attached.

(1117) Rámá Kánaḍe, calling himself a Brahmin, cut off the

A. D. 1777-78.

tails of some cows and did other mischief in Poona. His offences could not be expiated by a mere penance so he was sent in fetters to be inprisoned at fort Kohaj.

(1118) Vishvanáth Bhaṭ Peṭhye of Kaḍus in táluká Kheḍ deserted

A. D. 1777-78.

his wife and lived with a kunbi woman. He was called to the Huzur and directed to give up his mistress and live with his wife. He agreed to do so, so his wife was made over to

भटजीनें कुणबीण ठेऊं नये, स्त्रीस नांदवावें, याप्रमाणें सरकारांतून ताकीद केली; त्यास सरकारआज्ञेप्रमाणें चालतों असें भटजींनीं कबूल केलें; याजवरून यांची स्त्री यांचे हवालीं करून यांस कसबे मजकुरीं पाठविले असेत, तरी हे रीतीप्रमाणें आपले स्त्रीस नांदवितील. कलम १.

कसबे मजकुरीं भटजीचें शेत आहे, तें तुम्हीं जप्त केलें ह्मणोन हे सांगतात, तरी यांचे शेताची जप्ती मोकळी करून पूर्ववत्प्रमाणें यांचें शेत यांजकडे चालवणें. कलम १.

भटजीची कुणबीण किल्ले सिंहगड येथें अटकेंत ठेविली आहे, तिचीं पोरें तीन आहेत, तीं भटजींचे स्त्रीचे हवालीं केलीं आहेत. तीं हे आपले घरीं नेऊन पालण करितील.

एकूण तीन कलमें लिहिलीं आहेत, त्यास यांचे शेताची जप्ती मोकळी करून सदरहू लिहिल्याप्रमाणें यांस वर्तवणें ह्मणोन, गोविंद बल्लाळ कमावीसदार तर्फ मजकूर यांचे नांवें चिटणिसी छ. ९ सवाल. पत्र १.

१११९ (५८१)–धाको महादेव करमरकर, वस्ती बीरवाडी, तर्फ मजकूर, यांची कन्या चौवरसांची त्रिंबक रघुनाथ धारप याणें करमरकर याचे अज्यी गुलामास व बटकीस फिताऊन मुलीस चोरून बीरवाडी नजीक पोफळविराचे रानांत नेऊन, येस जोशी नांदगांवकर व आबा धारप यांस नेऊन लग्न करीत होता, हें वर्तमान मुलीचा माय–आजा भिकाजी बल्लाळ टींगणे व गणेश नारायण लिमये यांस कळतांच धावोन जाऊन मुलीस घेऊन गांवांत आले, आणि हुजूर येऊन सदरहू वर्तमान विदित केलें; त्याजवरून धारप व जोशी यांस मसाला करून आणून मनास आणितां येस जोशी याणें लिहून दिल्हें कीं, त्रिंबक धारप याणें मजला पन्नास रुपये द्यावयाचा करार करून, पैकीं तीस रुपये देऊन रामचंद्र कृष्ण मामलेदार याची आज्ञा घेतली आहे, तुम्हीं लग्न चालवावें म्हणून गोमय तुळसीवर हात ठेऊन शफतपूर्वक सांगि-

तिसा सबैन मया व अलफ रजब २९

---

him, and the attachment on his field was removed. The kunbi woman was sent to be imprisoned at fort Sinhgad, and the children which she had by the Brahmin were entrusted to the care of his wife.

(1119) Trimbak Raghunáth Dhárap of Birwáḍi, with the help of the slaves at Dháko Mahádeo Karmarkar's house, enticed away Dháko's daughter aged 4 years to the lands of Pophaḷvir near Birwáḍi, and was going to marry her. His brother Abá Dhárap, was present on the occasion and Yés Joshi was officiating as priest. The girl's maternal-grand-father, having got wind of the matter, ran to the spot and carried the girl back to the village; and then complained to the Huzur. Dhárap and Joshi were summoned to appear and Yés Joshi stated in his evidence, that he undertook to

A. D. 1778-79.

तलें, आणि मुलीस घेऊन पोफळविराचे रानांत गेला; त्याचा भाऊ आबा धारप मजला बोलावायास आला, तो व मी तेथें गेलों, लग्नाचा संकल्प करून देवकस्थापना पुण्याहावाचन वितरिक्त गणपतीपूजनादिक कन्यादानान्त उदकेंकरून केलें. विवाहहोमास अग्नि नव्हता तो आणावयास आबा धारप गेला, तों इतकीयांत धावणें आलें, तें समयीं आपण पळोन अवचितगडचे मेव्यांत गेलों, आणि सदरहू जालें वृत्त मामलेदारास निवेदन केलें, त्यांणीं लग्न फिरेलसें वाटतें असें उत्तर केलें. मागून भिकाजी बल्लाळ आले, त्यांणीं विवाहहोम जाहला नाहीं ह्मणोन सांगितलें, त्यास राहिलें कर्म समाप्त करणें ह्मणून सांगून ग्रामस्तांस पत्र देऊन सर्वांस निरोप दिल्हा. धारपांकडे व मजकडे पांचेंशें रुपये गुन्हेगारी करार करून निशा घेतली, पैका आपण दिल्हा नाहीं, धारप याणेंच दिल्हा. विवाहहोमादि राहिलें कर्म गांवीं येऊन करावें तों मुलीस पळविलें यामुळें जालें नाहीं. ह्मणोन, व ग्रामस्तांचें पत्र सरकारांत आलें, त्यांत विवाहहोमादिक कर्म जाहालें नाहीं ह्मणून लिहिलें आहे. त्याजवरून, वेदशास्त्रसंपन्न लक्ष्मण पाठक प्रभृती शिष्ट ब्राह्मणांचे मतें मूल कोणाची, देतो कोण, हें सारेंच अनन्वित, आणि विवाहहोमही जाला नाहीं, तेव्हां लग्न जालेंच नाहीं, यास्तव दुसरा वर उत्तम पाहून मुलीचें लग्न करावें, याप्रमाणें सिद्धान्त होऊन हें पत्र सादर केलें असें, तरी जोशी व आबाजी बल्लाळ धारप यांणीं कर्म वाईट केलें, सबब उभयतांस आपांक्त करून, मुलीस वर तिचे मातुश्रीचे विचारास येईल तो योजून लग्न करवणें ह्मणोन, रामचंद्र कृष्ण कमावीसदार, तालुके अवचितगड, यांचे नांवें चिटणिसी.

पत्र १.

सदरहूअन्वयें ब्राह्मण समस्त, वास्तव्य बिरवाडी, यांचे नांवें चिटणिसी. पत्र १.

२

दोन पत्रें छ. ७ जमादिलाखर दिल्हीं असेत.

---

officiate as priest at the ceremony as Trimbak told him that he had obtained the Mamlatdár's permission for the marriage and as he (Trimbak) paid him Rs. 30 and offered to pay 20 more. He further stated that the ceremonies of *Ganpati pujan* &c. up to and including *kanyádán* had been completed, and that they were stopped while Abá had gone to fetch fire which was required for performing the marriage sacrifice. The villager's report also showed that the sarifice had not been performed. The matter was then referred to Laxman Páthak and other learned Brahmins. They found that as the guardian of the girl had not offered the girl in marriage and that as the marriage sacrifice had not been performed, no marriage had taken place, and advised that the girl should be married to another suitable bride-groom. Orders were therefore issued to excommunicate Yés Joshi and Abáji Dhárap, and the kamávisdár was directed to get the girl married to another man selected by her mother.

११२० (५८२)—त्रिंबक धारप याणें धाको महादेव याचे मुलीस पळऊन आपणाशी

तिसा सबैन
मया व अलफ
रजब २९

बीरवाडीनजीक पोफळविराचे रानात लग्न लावीत होता, सबब त्यास धरून आणून किल्ले राजमाची येथें अटकेंत ठेवावयासी पाठविला आहे, तरी याचे पायांत बेडी घालून किल्ले मजकुरी पक्क्या बंदोबस्तानें अटकेंत ठेऊन पोटास शेर शिरस्तेप्रमाणें देत जाणें ह्मणोन, रामराव नारायण यांचे नांवें. छ. ३ जमादिलाखर. सनद १.

रसानगी यादी.

११२१ (६४२)—क्षेत्र नाशीक, परगणे मजकूर, येथें रामाजी जनार्दन दिंमत चिं-

समानीन
मया व अलफ
जिल्काद ३

तो विठ्ठल याजकडे ब्रह्मवधाचें निमित्य आलें, त्याचें प्रायश्चित्त न होतां अभिमान धरून वेदशास्त्रसंपन्न विश्वनाथभट भातवडीकर व दादंभट बेले प्रभृती ब्राह्मणांनीं आग्रहें रामाजीशी संसर्ग करून तड केला. अलीकडे दिवाकर दिक्षित पटवर्धन यांजकडे ध्यानंदास बैरागी यास मारावयाचे प्रयोजकतेचें निमित्य आलें, त्याची निष्कृति न करितां वेदशास्त्रसंपन्न पाडुरंग दिक्षित प्रभृती शुक्ल पक्षीचे ब्राह्मणांनीं दिक्षिताशीं व्यवहार चालविला. हें वर्तमान सरकारांत विदित जाहलें; त्याजवरून दोन्हींकडील संभावित ब्राह्मणांस हुजूर पुण्याचे मुक्कामी बोलाऊन वर्तमान मनास आणून ज्याजकडे जसा दोष व ज्याजकडे जसा संसर्ग तसें त्यास प्रायश्चित्त योजून दोन पक्षांच्या दोन यादी अलाहिदा ठराऊन पाठविल्या असेत, त्याप्रमाणें प्रायश्चित्त करवणें, व क्षेत्रांतील ब्राह्मण वगैरे यांणीं पुढें वर्तणूक कशी करावी येविशीचा ठराव कलमवार समस्त ब्राह्मणांचे विद्यमानें करून तीन तहनामे लिहून पाठविले आहेत, ते कोणापाशीं कसे ठेवावे येविशींचा, व कृष्णपक्षीचे ब्राह्मणांनी बखेडा केला याजमुळें शुक्लपक्षींचे ब्राह्मणांस कर्ज जाहालें तें वारावयाविशींचा मार्ग योजून तपशील लिहिला आहे. बितपशील.

कलमें.

(1120) Trimbak Dhárap, the chief offender was sent to be im-

A D. 1778-79.

prisoned in fort Rájmáchi.

(1121) One Rámáji Janárdan of Násik was suspected of having

A D. 1779-80

killed a Brahmin Vishwanáth Bhat Bháṭawḍekar; still other Brahmins knowing had dealings with him without requiring him to purify himself by penance. This led to a split in the Brahmin community of Násik, one party calling itself *Shukla* and calling their opponents, including Vishwanáth Bhat, *Krishna* (impure). Certain members of the former party, Pándurang Dixit and others, subsequently had dealings with Divákar Dixit Patwardhan who was suspected of having abetted the murder of a *bairágí* without making

१ तहनामे सरकारांतून तीन करून दिल्हे आहेत, त्यांपैकीं एक कमावीसदारांनीं दप्तरीं ठेवावा, व एक पाटील कुळकर्णी यांजपाशीं ठेवावा, व एक धर्माधिकारी यांजवळ द्यावा. धर्माधिकारी यांणीं त्याच्या पांच नकला श्व (स्व) दस्तुरी करून, आपलें बिकलम घालून, बरकड धर्माधिकारी त्यांचे भाऊबंद असतील त्यांच्या साक्षी घालून, सदरीलचें असल पत्र आपणाजवळ आहे ह्मणून नकलेचे पाठीवर लेहून, पांचा ज्ञातींजवळ पांच नकला द्याव्या.

१ देशस्थांमध्यें उपासनी हिंगणे यांजपासीं द्यावी.

१ चित्तपावनांमध्यें यज्ञेश्वर दिक्षित पटवर्धन यांजपाशीं द्यावी.

१ कऱ्हाडे यांमध्यें चिंतामण दिक्षित भडकंभकर यांजपाशीं द्यावी.

१ यजुर्वेदी यांमध्यें पूर्वींपासून ज्या घराण्यांत कागदपत्र ठेवावयाची चाल असेल त्याजपाशीं द्यावी.

१ कण्वांमध्यें ज्या घराण्यांत पूर्वींपासून कागदपत्रें ठेवावयाची चाल असेल त्याजपाशीं द्यावी.

५

१ रामाजी जनार्दन याच्या कजीयापासून शुक्लपक्षी ब्राह्मणांस व कृष्णपक्षी ब्राह्मणांस खर्च जाहला आहे, त्यास कृष्णपक्षीं खोटे पडिले, त्यांचा खर्च त्यांनीं समजोन घ्यावा; शुक्लपक्षींचे ब्राह्मणांस जो खर्च पडिला आहे त्यास हे खरे जाहले, सबब रामाजी जनार्दन व दादंभट बेले व विश्वनाथभट भातवडीकर व बाबूभट मठकर व दादंभट खेडकर वगैरे यांनीं बखेडा करून कलह वाढविला, सबब त्यांजपासून घेऊन शुक्लपक्षींचे ब्राह्मणांस देवावा; त्यांजपासून ऐवज निष्पन्न होईल तेणेंकरून ऐवजाची भरती न होय तरी महादोषाचें प्रायश्चित्ताचें द्रव्य पांचा ज्ञातीस वांटून द्यावें असें लिहिलें तें या ऐवजाचे भरतीस ऐवज फिटेतोंपर्यंत द्यावें व दिवाकर दीक्षितसंबंधें ब्राह्मणांस खर्च जाहाला असेल तो चौकशी करून दिवाकर दीक्षिताकडून देवावा.

२

एकूण दोन कलमीं तपशील लिहिला आहे, याप्रमाणें करून प्रायश्चित्ताच्या यादी अलाहिदा पाठविल्या आहेत, त्याप्रमाणें चौकशीनें प्रायश्चित्तें करऊन पुढील बर्तणुकेचा तह-

---

inquiries in the matter. The Brahmins of both the parties were therefore called to the Huzur; and inquiries were made and penances were prescribed to all according to the measure of their guilt. A document was also drawn up showing how the Brahmins were to behave in

नामा कलमवार जाहला आहे, त्याप्रमाणें वर्तणूक सर्वांपासून करणें, व तुह्मीं करणें ह्मणून पांडुरंग धोंडाजी कमावीसदार परगणे मजकूर यांचे नांवें चिटणिसी. पत्र १.

सदरील तीन तहनामे तिघांपाशीं ठेवावयाकरितां दिल्हे आहेत, त्याची नक्कल तपशीलवार अलाहिदा दप्तरीं करून ठेविली असे, तिहींचाही मजकूर एकसारिखाच असे.

११२२ (६४८)—वेदमूर्ति शामाचार्यप्रभृती ब्राह्मण पैठणकर यांणीं नरहरी रनालकर भ्रष्ट ब्राह्मण यास प्रायश्चित्ताचा अधिकार नसतां प्रायश्चित्त देऊन पंक्तीस घेतला, व शुद्धपक्षींचे ब्राह्मणांवर बलात्कार करून त्यांशीं आपली पंक्ती केली, सबब शामाचार्य याजकडे वर्षासनें वगैरे आहेत, व त्याचे कुटांतील ब्राह्मणांकडे वर्षासनें वगैरे आहेत, त्यांचीं जफ्ती सरकारांत केली त्याजविशीं रसानगी यादी. सनदा.

समानीन
मया व अल्लफ
जिल्काद २२

१ रामचंद्र नारायण यांचे नांवें सनद कीं, वेदमूर्तीकडे परगणे पैठणपैकीं मुकासीयाचे अंमलाचे गांव आहेत ते.

देहे.

१ मौजे आनंदपूर.
१ मौजे पथवंडी.

२

एकूण दोन गांव आहेत तेथील मोकाशाचा अंमल, व हरदूगांवीं मशारनिल्हेची इनाम जमीन आहे तिची जफ्ती करून उत्पन्न होईल तें परगणे नेवासें वगैरे महाल येथील हिशेबीं जमा करणें म्हणोन. सनद.

२ मोकदम देहाये, परगणें पैठण, यांचे नांवें सनदा कीं, मशारनिल्हेचे इनामजमीनीची व मोकाशाची जफ्ती करून कमावीस रामचंद्र नारायण यांजकडे सांगितली आहे, त्यांशीं रुजू होऊन सदरहूचा वसूल सुरळीत देत जाणें ह्मणोन. सनदा.

१ मौजे आनंदपूर.
१ मौजे पथवंडी.

२

future. The expenses incurred by the Brahmins of the pure party were ordered to be paid by the 'impure' party as the latter were the aggressors.

(1122) Shámácharya and other Brahmins of Paithan performed the ceremony of purification in the case of a man who was not entitled to be purified. The annuities enjoyed by the Brahmins were therefore attached.

A. D. 1779-80.

१ नारो लक्ष्मण कमावीसदार, बाबती सरदेशमुखी, परगणे पैठण दिंमत महादाजी शिंदे, यांचे नांवें सनद कीं, शामाचार्यप्रभृती कुटांतील ब्राह्मण यांजकडे सरदेशमुखीचे वगैरे अमलपैकीं रोज व वर्षासनें चालत आहेत त्यांची जफ्ती सरकारांत करून, जफ्तीमुळें ऐवज वसूल होईल तो सरकारांत पावता करून जाब घेत जाणें म्हणोन. सनद.

१ विठ्ठल कृष्ण कमावीसदार मोकासा परगणे पैठण दिंमत मानसिंगराव यादव व अमृतराव यादव सोळसकर यांचे नांवें सनद कीं, शामाचार्यप्रभृती कुटांतील ब्राह्मणांकडे मोकाशापैकीं वर्षासनें व रोज चालत आहेत त्यांची जफ्ती करून, उत्पन्न होईल तें सरकारांत पावतें करून पावल्याचा जाब घेत जाणें म्हणोन. सनद.

५

पांच सनदा दिल्ह्या असेत.

११२३ (६५२)–नारो कृष्ण यांचे नांवें पत्र कीं, कुंभाराचीं वधुवरें घोड्यावर बसऊं नयेत येविशीं कासार व सुतार व लोहार यांणीं दिकत केली, सबब कुंभाराचा व कासार वगैरे यांचा कजीया लागोन मनसुबी हुजूर पडली त्याचा फडशा होऊन कुंभाराचीं वधुवरें घोड्यावरी बसवावीं असें सिद्ध जाहालें. कुंभार खरे जाहाले त्यांजपासून हरकी घेतली, कासार वगैरे खोटे जाहाले त्यांजपासून गुन्हेगारी घ्यावी, सबब बनाजी कासार व कृष्णाजी लोहार व सुतार मौजे पोंहरी, परगणे सुतोडा, यांस दोनशें रुपये मसाला करून सरकारांतून राऊत व खिजमतगार व डलाईत हुजूर आणवावयाबद्दल पाठविले असतां ते गैर हजीर जाहाले ह्मणोन हुजूर विदित जालें, त्याजवरून हें पत्र सादर केलें असे. तरी बनाजी कासार व कृष्णाजी सुतार वगैरे यांची वस्तभाव व साहुकारी प्रांत खानदेश येथें असेल ते सरकारचा खिजमतगार पाठविला आहे, त्याचे विद्यमानें मोजदाद करून बंदोबस्त करणें, आणि मोजदादीचा जाबता हुजूर पाठवणें. सदरहू कुळाकडे गुन्हेगारीचा ऐवज येणें त्याचे वसुलास सरकारचा खिजमतगार तेथें ठेऊन घेणें ह्मणोन चिटणिसी. पत्र १.

समानीन मया व अलफ जिल्काद २९

११२४ (६५९)–बाबू विष्णु प्रभुणा याचे आईकडे माहुलीस आपाजी तमाजीस

(1123) The carpenters, blacksmiths &c. of Khándesh objected to the bride and bride-groom of the potter caste riding on horse-back. Their objection was overruled; and they were made to pay a fine, while a present was taken from the potters.

A. D. 1779-80.

(1124) The mother of Bábu Vishṇu Prabhuṇá of Máhuli was sus-

समानीन मया व अलफ जिल्हेज ८

कण्हेराच्या मुळ्या वाटून घातल्याचा, व बाबू विष्णु व त्याचा सोबती सदाशिव लिंबा या दोन पतितांचे स्त्रियांस त्यांचा संसर्ग जाला असा शब्द ठेऊन या दोघी व बाबू विष्णूची आई एकूण तिघी वेगळ्या ठेविल्या आहेत ह्मणोन हुजूर विदित जाहालें; त्याजवरून मुळ्यांचा व संसर्ग्याचा शोध करितां ह्मातारीनें मुळ्या वाटून घातल्या नाहींत, व दोघी स्त्रियांस पतितांचा संसर्ग जाला नाहीं, याप्रमाणें चौकशीनें ठरलें, याकरितां तिघींस मिथ्यापवाददोषपरिहारार्थ पंचगव्य देऊन पूर्ववत् व्यवहार चालवणें ह्मणोन, कृष्णराव अनंत यांस चिटणिसी. पत्र १.

येविशीं समस्त ब्राह्मण क्षेत्र माहुली यांस कीं, तिघींस पंचगव्य देऊन पूर्ववत् व्यवहार चालवावा असें चिटणिसी. पत्र १.

२

११२५ (७३४)–बाळाजी महादेव मामलेदार तालुके शिवनेर यांस पत्र कीं,

इसन्ने समानीन मया व अलफ मोहरम ८

जुन्नरांत तुमचे घरीं बटीक होती, ते पूर्वी जातीची परभूची स्त्री असतां, तिणें अंतेज्याशीं व्यभिचार केला होता, असें सांप्रत कळलें. तुमचे घरीं कमकसर अडीच वर्षे होती, घरांतील झाडणें, सारवणें, खरकटीं भांडीं घासणें, व भाज्या निसणें चिरणें, व बिछाने घालणें हीं सर्व कामें करीत असे, यास्तव नीचाभिगतयोषित्संसर्गप्रायश्चित्त प्राजापत्यें एकूण रौप्य प्रत्याम्नाय.

रुपये.

२७० तुमची मातुश्री ठकूबाई प्राजापत्यें १३५ दर २ दोन रुपये प्रमाणें. रुपये.

१६२० तुह्मी व तुमची स्त्री.

१०८० तुम्हांस मुंडणपूर्वक प्राजापत्यें २७० दर प्राजापत्यास रुपये ४ प्रमाणें.

A. D. 1779-80.

pected of having given roots of the *kanher* plant to Appáji Tamáji to eat. She as well as two other women, who were suspected of having had connection with their husbands after the latter had lost caste, were excommunicated by the Brahmins of Máhuli. Inquiry showed the suspicions in each case to be groundless. It was ordered however that cow's urine should be given to the three women to purify them from the false imputation that had been made against them, and that they should then be admitted into the caste.

A. D. 1781-82.

(1125) It was discovered that a female slave who had lived in the house of Báláji Mahádeo, Mámlatdár of Shiwner, for about $2\frac{1}{2}$ years was originally a Parbhu woman

५४० स्त्रीस प्राजापत्यें १३५ दर ४ प्रमाणें. रुपये.

१६२०

१३५ तुमचे चुलत बंधु उमर वर्षें १२ यांस प्राजापत्यें १३५ दर १ प्रमाणें. रुपये.

२७० तुमचे पुत्रास प्राजापत्यें १३५ दर २ प्रमाणें. रुपये.

४ तुमचे सुनेस प्राजापत्यें २ दर २ प्रमाणें. रुपये.

५०१ ब्राह्मणभोजन जुन्नरांत करावें, ब्राह्मण. असामी.

१००० खुद्द.

५०० स्त्रीस.

१०० सर्वांस.

१६००

एकूण सोळाशें ब्राह्मणांस दर हजारीं उत्तम प्रतीचे भोजनास अजमासें रुपये ३०० तीनशें प्रमाणें व दक्षणा मिळोन. रुपये.

२०० पुर्वोत्तरांग एकूण. रुपये.

३०००

येणेंप्रमाणें प्रायश्चित्त (त्ता ?) र्थ प्राजापत्यांचे रौप्य प्रत्याम्नाय, व ब्राह्मणभोजन, व पूर्वोत्तरांग मिळोन तीन हजार रुपये करार केले असेत, त्यास प्रायश्चित्त नेमिलें आहे, त्या प्राजापत्यांची व्यवस्था. रुपये.

१३८० जुन्नरांत.

६७९ प्राजापत्यें एकूण रुपये.

५४४ प्राजापत्यें २७२, दर २ प्रमाणें.

१३५ प्राजापत्यें १३५, दर १ प्रमाणें.

६७९ ४०७

एकूण सहाशें एकूणऐंशी रुपये चारशें सात प्राजापत्यांचे, त्यास वैदिक, व अग्निहोत्री व श्रौती, व पंडित, व तपस्वी असतील त्यांस दोन प्राजापत्यें दर दोन रुपयांचीं द्यावी, व सामान्य वैदिकास एक प्राजापत्य दर दोन

रुपयांचें द्यावें व किरकोळ भिक्षुकांस एकेक प्राजापत्य दर १ रुपयाचे दराचें द्यावें.

२०० पूर्वोत्तरांग.

५०१ ब्राह्मणभोजन असामी १६०० रुपये.

१३८०

२८० क्षेत्र नाशीक येथें प्राजापत्यें ७० दर ४ चार याचीं पाठवावीं. तीं वैदिक, व अग्निहोत्री, व श्रौती, व पंडित, व अध्यापक, व तपस्वी असतील त्यांस एक एक प्राजापत्य द्यावें; अग्निहोत्रें ज्यांचीं सिद्ध असतील त्यांस दोन दोन प्राजापत्यें द्यावीं.

१२० क्षेत्र पुणतांबें येथें प्राजापत्यें ३० तीस दर ४ प्रमाणें पाठवावीं. तीं वैदिक, अग्निहोत्री, व श्रौती, व पंडित, व अध्यापक असतील त्यांस एक एक प्राजापत्य द्यावें.

१२२० पुणीयांत वैदिक उत्तम, व श्रौती, व पंडित, व तपस्वी यांस योग्यतेनुरूप वाटावयासी आणावीं प्राजापत्यें ३०५ दर ४ प्रमाणें. रुपये.

३०००

याप्रमाणें प्रायश्चित्तांचा आकार करून जुन्नरांत, व क्षेत्र नाशीक, व पुण्यस्तंभ, व पुणें येथील ब्राह्मणांस वांटावयाचीं, व ब्राह्मणभोजन व पूर्वांग उत्तरांग करावयाची नेमणूक करून दिल्ही आहे, याप्रमाणें करणें; व तुमचे पंक्तीस जेवणार व संसर्गी वगैरे यांस प्रायश्चित्त द्यावयाची व्यवस्था व ग्र(गृ)ह शुद्धतेचीं. कलमें.

तुमचे अनुपनीत पुत्रास पंचगव्य प्राशन करवणें. कलम १.

मांससंसर्गीयांस प्राजापत्यद्वय व पंचगव्य प्राशन. प्राजापत्य प्रत्याम्नाय दर प्राजापतीं व्याहृती होम दोन सहस्र अथवा दर प्राजापतीं एक रुपयाप्रमाणें दर असामीनें दोन दोन रुपये प्रमाणें द्यावे. कलम १.

एक दोन वेळ पंक्तीस भोजन घडलें असेल, त्यांस उपोषण ब्रह्मकूर्च विधि करून पंचगव्य प्राशन करावें. कलम १.

गृहांतून वस्त्रपात्र धान्यादिक बाहेर काढून ग्र(गृ)हभूमीचें खनन दहन करून संमार्जन करून गायीचें परिभ्रमणादिक करून प्रायश्चित्तोक्त ब्राह्मणभोजन करावें. कलम १.

---

him. The floor of the house was to be dug up and purified by a cow trampling it. The pots were to be purified by being put into the fire. The wooden-seats & the wooden-doors were to be scraped.

मांसाहै संसर्गी यांस दोन प्राजापत्यें, व पंचगव्य प्राशन. प्राजापत्य प्रत्याम्नाय. व्याहृती होम एक हजार प्रमाणें दोन सहस्र अथवा द्रव्य दर एक रुपया प्रमाणें दर असामीनें दोन रुपये प्रमाणें द्यावें. कलम १.

निरंतर पंक्तीस भोजन करणार तुमचा भाचा व आणखी पांच असामी एकूण सहा असामी यांस दर असामीस प्राजाप्रत्यें ९० नव्वद, प्रत्याम्नाय होम दर एक हजार प्रमाणें दर असामीनें ९०००० नव्वद हजार करावा, अगर श्रीत्रिंबकेश्वरीं ब्रह्मगिरीच्या प्रदक्षिणा ३६ छत्तीस कराव्या, अथवा दर असामीस प्राजापती एक रुपया प्रमाणें नव्वद रुपये. कलम १.

घरांतील मृत्तिकाभांडीं असतील तीं त्यागावीं, व पाकसंमंधीं लांकडाचीं पात्रें असतील तीं टाकावीं, व पाट असतील ते तासून घ्यावे. चौकटी, कवाडें, खांब खरवडून धुवावे. कलम १.

तांब्याचीं व पितळेचीं भांडीं वगैरे धातूचीं भांडीं असतील तीं ताऊन घ्यावीं. कथलाचीं असतील तीं आटवावीं. कलम १.

सर्व वस्तुमात्रांवर पंचगव्य प्रोक्षण करावें, व घरच्या देवांची अर्चा शुद्धी करावी. कलम १.

याप्रमाणें करावयाचा निश्चय करून समस्त ब्राह्मण कसबे जुन्नर यांस अलाहिदा पत्र लिहिलें आहे, तरी ते सांगतील त्याप्रमाणें वर्तणूक करून प्रायश्चित्त घेऊन शुद्ध होणें म्हणोन. पत्र १.

समस्त ब्राह्मण, वास्तव्य कसबे जुन्नर, यांस कीं, सदरहू लिहिल्यान्वयें करून प्रायश्चित्त करवावें म्हणोन. पत्र १.

२

चिटणिसी.

इसन्ने समानीन मया व अलफ सफर ६

११२६ (७४१)—वेदमूर्ति मुकुंद दीक्षित पुजारी क्षेत्र श्री सप्तशृंग यांणीं हुजूर विदित केलें कीं, मौजे चंडकापूर, परगणे वण, हा गांव श्रीदेवीचे पूजेस सरकारांतून आहे, त्याचें उत्पन्न आनंदा गुरव श्रीचे पुजेस न लावतां मध्येंच खातो, त्याजपासून मागील हिशेब घेऊन देवीचे पूजेची नेमणूक पेशजीं सरकारांतून केली आहे, त्याप्रमाणें चालविली पाहिजे ह्मणोन; त्याजवरून श्रीचे पूजेस मौजे मजकूर सरकारांतून आहे, त्याचें उत्पन्न आनंदा गुरव श्रीचे

A. D. 1781-82.

(1126) It was represented that the Gurava (worshipper) of the goddess at Saptashringa had misappropriated the proceeds of the *inàm* village assigned for the expenses of the goddess. The officer of Dhodap was directed to inquire into the matter,

पूजेस न लावतां मध्येंच खातो त्याची चौकशी तुह्मीं करून, गुरवाकडे ऐवज निघेल तो त्याजपासून घेऊन सरकारांत समजावणें. आज्ञा होईल त्याप्रमाणें करणें. पुढें गांवचा ऐवज श्रीचे पूजेकडे नेमून देऊन श्रीची पूजा यथास्थित चालवणें. श्रीचे पूजेची नेमणूक कसकशी करून घ्याल तीही सरकारांत समजावणें. श्री देवीची वस्तभाव आज तागाईत शिलकेस गुरवाकडे किती आहे, तो झाडा काढून यादी श्रीचे जामदारखान्यांत ठेवणें, आणि सरकारांत समजावणें. ह्मणजे वस्तभावेचा बंदोबस्त पूर्वील चालीप्रमाणें करून दिल्हा जाईल ह्मणोन, बाजीराव आपाजी तालुके घोडप यांचे नांवें. सनद १.

रसानगी यादी.

११२७ (२८)–समस्त ब्राह्मण क्षेत्र वाई यांचे नांवें पत्र कीं, नीळकंठ नाईक रास्ते रोजगाराकरितां उठोन कर्नाटक प्रांतीं गेले, त्यास चौदा वर्षें जालीं. तिकडून आरकाटांत जाऊन राहिले, तेथें इंग्रजांची व हैदरखान यांची लढाई जाली, तेव्हां हैदरखान यांणीं या संबंदांत धरून नेऊन अटकेंत ठेविले. तेथेंही बहुत काल होते, ते सुटून प्रस्तुत वाईंत घरास आले आहेत, त्यास हे पूर्वीं गांवीं होते तेव्हां यांचें आचरण अगर यांचा स्नानसंधेचे जागां विश्वास कसा हें सर्वांस दखलच आहे. त्यांत बहुत काल यवनी राज्यांत व यवनांचे अटकेंत घालविला, तेव्हां तेथें स्नानसंध्या अगर आचरण घडावयाचें काय आहे, यास्तव यांस पडव्द प्रायश्चित्त नेमून तपशीलवार यादी अलाहिदा पाठविली आहे, त्याप्रमाणें प्रायश्चित्त देऊन शुद्ध करून पंक्तिपावन करावें ह्मणोन चिटणिसी. पत्र १.

इसन्ने समानोन मया व अलफ रबिलाखर १७

११२८ (८०२)–वेदमूर्ति राजश्री अनंत ऋषी ब्रह्मचारी नारदसांप्रदायी पैठणकर

---

to recover from the Gurava the amount that he might be unable to account for and to report the result to Govt. He was further directed to make due arrangements for the expenses in connection with the idol and to send in a list of the ornaments belonging to the idol.

(1127) Nilkanṭh Náik Ráste was for a long time in the Karnáṭik and Arcoṭ and was afterwards taken prisoner by Haider Naik in the war between him and the English. He now returned to Wái. Having stayed for a long time under a Mahomedán Govt. and in a Mahomedan prison, it could not be expected that Nilkanṭh had regularly performed the religious observances enjoined on a Brahmin. Having regard to his previous religious conduct, a penance was prescribed and the Brahmins of Wái were directed to administer it and purify the man.

A.D. 1781-82.

(1128) The people of the Mánbháv sect used to make converts from the Hindu religion. They got them shaved, both men and women, and induced them to discard their

A. D. 1782-83.

सलास समानीन मया व अलफ रजब ३

यांणी हुजूर विदित केलें कीं, सर्व प्रांतांतील मानभाव एकमतें मिळोन सांप्रत गैररीतीनें वर्तों लागले, चौहूं वर्णांत अबुद्धिजनांस वश्य करून आपले मतांत वर्तवितात, पुरुष व स्त्री यांचीं मुंडणें करून आपले वेश धरवितात, व शिष्य होतात त्यांजकडून त्याचीं प्राचीन कुलदैवतें त्यागऊन खापऱ्या पुजवितात, व वाकी व मिरजगाव व पंचालेश्वर वगैरे जागां कोठें कोठें शिवालयें प्राचीन आहेत तीं अवरोधून देवता उच्छेद करून आपले वोटे घातले, इत्यादिक भ्रष्टाचार करूं लागले; त्याजवरून गुदस्तां पैठणास दसनाम गोसावी व मानभाव कजीया सांगत आले. मानभावाचें बोलणें कीं, आपण षड् दर्शनांत आहों. न्यायशास्त्र व मुंडी दर्शन आमचें आहे, ऐसें कितेक प्रकारें अमर्याद बोलों लागले; त्याजवरून समस्त क्षेत्रस्थ ब्राह्मण व अधिकारी व जमीदार वगैरे सर्व ग्रामस्त मिळोन शास्त्रान्वयें विचार करून निर्णय केला की, मानभाव अतिनिंद्य, सर्व धर्म बहिष्कृत, षड्दर्शनांत नाहीत, शास्त्रविरुद्ध अविधि मुंडित, ऐसे असतां आपले मताच्या नानाप्रकारें नवीन चाली पाडून चौहू वर्णांमध्यें अबुद्धि जनांस आपले मतांत मेळऊन भ्रष्टाचार करवितात, मानभावाचा उपदेश कोणतेही . निकृष्ट जातीमध्यें देखील घेणें योग्य नाहीं; यांचे मतांत जे अनुसरले असतील त्यास राजदंड व ज्ञातीदंडपूर्वक प्रायश्चित्त जाहल्याविना त्याचे घरीं ब्राह्मणांनी जाऊं नये, ऐसें ठराविलें; त्याजवरून मानभाव यांणीं गोसावी यासी खोटपत्र लिहून दिल्हें की, याउपरी आपलें मत कोणास शिकवणार नाहीं; व आपण षड्दर्शनांत नाही. आपले मर्यादेनें राहूं. अतःपर अमर्यादा वर्तों तरी दिवाणचे व षड्दर्शनाचे गुन्हेगार, ऐसें लिहून दिल्यावर मानभाव औरंगाबादेस जाऊन तेथें गैरवाका समजाऊन सुभ्याचें पत्र पैठणचे कमाविसदारास नेऊन खोटपत्र गोसावीयासी लेहून दिल्हें तें बलात्कारें माघारें घेतलें, आणि पुढें अमर्यादा वर्तों लागले. येविशीं त्यांस शिक्षा असावी, यास्तव करवीरवासी श्रीशंकराचार्य स्वामी यांस व क्षेत्रोक्षेत्रींचे समस्त ब्राह्मण यांस आपण विनंती करून त्यांचीं पत्रें आणिलीं आहेत, तीं मनास आणून आज्ञा जाहाली पाहिजे. ह्मणोन विदित करून शंकराचार्य स्वामींचें पत्र

---

family gods and to worship pieces of burnt clay. They also desecrated some old Shiva temples and constructed raised grounds or platforms on the sites. Dasnám Gosàvi therefore laid a complaint against the Mánbhávs at Paiṭhan The latter alleged that they were within the pale of the Hindu riligion, (*lit.* were referred to in the *Shad-darshan*) and that *Nyàya shàstra* (logic) and *munḍidarshan* belonged to their sect, The officers and the jamidárs of Paiṭhan, as also the Brahmins of the place met together and decided that the Mánbháv sect was not recognized by the Hindu religion, that its followers were detestable in every way and that it was improper on their part to convert to their faith a Hindu, even of the lowest caste. The Mánbhávs then acknow-

व क्षेत्रोक्षेत्रींचीं पत्रें आणून दाखविलीं, ऐसीयास पैठणास समस्त क्षेत्रस्त ब्राह्मण व अधिकारी वगैरे यांणीं शास्त्रान्वयें मनास आणिलें, तेथें मानभाव खोटे होऊन गोसावीयासीं खोटपत्र लिहून दिल्हें असतां औरंगाबादेचे सुभ्यास गैरवाका समजाऊन त्यांचें पत्र पैठणचे कमावीसदारास आणून सदरहू खोटपत्र माघारें घेतलें हे बेकैदी केली. याजकरितां शंकराचार्य स्वामींचें पत्र व क्षेत्रोक्षेत्रींचीं पत्रें आलीं त्यांत मजकूर, मानभाव अति निंद्य, सर्व धर्मबहिष्कृत, चातुर्वर्णांपासून निकृष्ट जातीपर्यंत कोणत्याही जातींत नाहींत, व षड्दर्शनांत नाहींत, अविधि मुंडित, नीलांबर, ऐसे यांचा उपदेश कोणत्याही जातीनें घेऊं नये, घेतला असेल त्यास बहिष्कार, व त्याचे घरीं ब्राह्मण लग्नमुहूर्तादिक कोणत्याही कार्यास जाईल त्यास बहिष्कार, या अन्वयें आहेत. त्याजवरून मानभावाचे उपदेशिक जे जाहाले असतील त्यांस बहिष्कार घालणें, पुढें राजदंड व ज्ञातीदंडपूर्वक प्रायश्चित्त जाहल्याविना त्यांचे घरीं ब्राह्मणांनीं जाऊं नये, येविशीं ताकीद करणें, व जागां जागां प्राचीन देवालयें उच्छिन्न करून आपले वोटे घातले असल्यास ते पाडणें, व त्यांचें पारिपत्य करून मानभाव आपले मर्यादेनें वर्तणूक करीत, फिरोन लबाडी करून कोणास उपदेश करूं न पावत, ऐसा पक्का बंदोबस्त करणें, आणि येथापूर्ववत् दैवतें स्थापून मानभावांपासून गुन्हेगारी घेणें, येविशीं पत्रें.

१९ मानभावांपासून गुन्हेगारी घेऊन सरकारहिशेबीं जमा करणें, म्हणून. पत्रें.

१ सरसुभा, निसबत सर्वोत्तम शंकर महाल बीतपशील.

१ परगणे वण दिंडोरी.
१ प्रांत बागलाण.
१ परगणे पिंपळनेर.
१ परगणे कान्हापूर.
१ परगणे कुंभारी.
१ परगणे खांडवें.
१ परगणे सिन्नर.
१ परगणे सांडस, व चोपाळें.

---

ledged their defeat and agreed in writing to abstain from propogating their creed on pain of punishment by the caste as well as by Government. They however subsequently went to Aurangábád and with the aid of the Subhá, took back their written agreement by force. Anant Rishi Brahmachári therefore procured the opinions of Shri Shankaráchárya of Karvir and of the Brahmins of holy places and referred the matter to the Peshwá. The decision of the Paiṭhaṇ Brahmins was confirmed and fines were ordered to be levied from the Mánbhávs.

१ सरकार हांडे.
१ तालुके मुल्हेर.
१ तालुके धोडप.
१ तालुके पटा.
१ परगणे दहीवलें.
१ तालुके कावनई.
१ तर्फ देपूर.
१ परगणे वारसें उमरपाटें.

१६

१ सरसुभा प्रांत गंगथडी, निसबत नरसिंगराव बल्लाळ, महाल बीतपशील.

१ परगणे संगमनेर.
१ तर्फ राहूरी.
१ परगणे पाटोदें.
१ परगणे आकोलें.
१ तर्फ बेलापूर.
१ परगणे धांधरफळ.
१ जागीर किले माहूली.
१ परगणे बारागांव नांदूर.
१ परगणे वामोरी.
१ कसबे मुखेड.
१ कसबे राहातें.
१ परगणे मजकूर वगैरे.

१२

१ प्रांत जुन्नर, निसबत रामराव त्रिंबक.
१ प्रांत खानदेश, निसबत नारो कृष्ण.
१ तर्फ हवेली संगमनेर निसबत त्रिंबक कृष्ण, व जावजी हरी.
१ परगणे कर्डें रांजणगांव, निसबत बाबूराव माणकेश्वर.
१ तालुके नगर, निसबत विठ्ठल नारायण.
१ परगणे पारनेर, निसबत महादाजी नारायण.
१ परगणे इंदापूर, निसबत गणपतराव जिवाजी.

१ किल्ले सिंहीगड, निसबत नारो महादेव, यांस, तर्फ कर्यातमावळाविशीं.
१ बाबती प्रांत बाळाघाट, निसबत महिपतराव प्रल्हाद.
१ तालुके त्रिंबक, निसबत धोंडो महादेव.
१ परगणे नाशिक, निसबत पांडुरंग धोंडाजी.
१ प्रांत वाई, निसबत भवानीशंकर हैबतराव.
१ प्रांत कराड, निसबत श्रीनिवास शामराव.
१ कृष्णराव अनंत यांस तर्फ सातारा बगैरे येविशीं.
१ रामचंद्र नारायण यांस कीं, प्रांत पुणें व परगणे नेवासें वगैरे महाल येथील चौकशी करून पुण्याचे हिशेबीं जमा करणें म्हणोन.
२ वाकी व मिरजगांव व पंचाळेश्वर, व मढपिंपरी वगैरे जागां जागांचीं दैवतें उच्छिन्न करून आपले बोटे घातले आहेत ते काढून टाकणें येविशीं सदरहूप्रमाणें पत्रें.
१ चिंतामणराव पांडुरंग.
१ महादाजी शिंदे.
२

१९ (१७).
६ मानभावांपासून गुन्हेगारी घेऊन हुजूर पाठऊन देणें म्हणोन. पत्रें.
२ वाकी व मिरजगांव व पंचाळेश्वर व मढपिंपरी वगैरे जागांजागांचीं दैवतें उच्छिन्न करून आपले बोटे घातले आहेत, ते काढून टाकणें; आणि येथापूर्ववत् दैवतें स्थापणें येविशीं सदरहूप्रमाणें. पत्रें.
१ आनंदराव भिकाजी.
१ तुकोजी होळकर.
२
१ आपाजीराव पाटणकर.
१ महादाजी नीळकंठ.
१ पांडुरंग बाबूराव.

१ सगुणाबाई निंबाळकर.

६

१ अनंतरावजी ब्रह्मचारी नारदसांप्रदायी, वास्तव्य क्षेत्र पैठण, यांस कीं, जागांजागांचे संस्थानी यांस व सरदारांस व महालोमहालींचे कमावीसदारांस वगैरे यांस पत्रें देऊन मानभाव यांणीं गैरहा चालों नये, व त्यांचे मतांत जे अनुसरले असतील त्यांणीं मानभावाचा पंथ सोडून आपलाले जातींचे स्वधर्मानें वर्तावें, याप्रमाणें बंदोबस्त करविला आहे; व औरंगाबादेचे सुभ्याचें पत्र पैठणचे कमावीसदारास देविलें आहे तें तुह्मीं पैठणास नेऊन तेथें मानभावांपासून खोटपत्र पुन्हां घेऊन, त्यांचे मतांत जे अनुसरले आहेत त्यांचा बंदोबस्त शंकराचार्य स्वामींचे, व क्षेत्रोक्षेत्रींचें पत्रांअन्वयें तुह्मीं मानभावांचें पारिपत्य करून व त्यांचे शिष्यांस बहिष्कार घालून तो पंथ सोडून आपलाले जातींचे स्वधर्मानें वर्तवावें म्हणोन. पत्र.

१ समस्त मानभाव महालानिहाय यांस कीं, तुह्मीं पैठणास खोटे होऊन गोसावी यांस खोटपत्र लिहून दिल्हें असतां, औरंगाबादेचे सुभ्यास गैरवाका समजाऊन खोटपत्र दसनाम गोसावी यांजपासून घेतलें आहे, तें माघारें अनंत ऋषी यांचे विद्यमानें गोसावी यांस देऊन आपले पायरीनें राहणें. या उपरीं चातुर्वर्णापासून इतर निकृष्ट जातीपर्यंत कोणासही उपदेश केल्यास पारपत्य केलें जाईल म्हणून. पत्र.

१ दलेलगिरी व उमेदपुरी व लवंगपुरी व चैनपुरी व मोनी महंत व नारायणगिरी प्रमुख पैठणकर, व मुनेंद्रपुरी व निर्वाणभारथी व मनोहरगिरी व रेवागिरी व सिद्धपुरी दौलताबादकर, व कामेश्वर भारथी माहुरकर, व समस्त सातारकर, व समस्त सौंदतीकर, व देशनिवासी व संस्थानिक गोसावी यांचे नांवें पत्र कीं, मानभाव यांणीं खोटपत्र तुम्हांस दिलें असतां औरंगाबादेस गैरवाका समजाऊन पत्र माघारें घेतलें आहे, तें तुमचें तुम्हांस देविलें असे; येविशीं औरंगाबादेचे सुभ्यास सरकारचें पत्र आहे, तरी खोटपत्र माघारें देवितील. या उपरीं मानभाव लबाडी करून अमर्यादा वर्तणार नाहींत. कदाचित् अमर्यादा वर्तले

तरी तुह्मीं अनंत ऋषीचे विद्यमानें सरकारांत समजावणें. पारपत्य केलें जाईल म्हणोन. पत्र.

२८

अठावीस पत्रें चिटणिसी दिल्हीं असेत.

हरी बल्लाळ यांच्या कीर्दीपैकीं.

११२९ (८४१)—श्री पांडुरंग क्षेत्र पंढरपूर येथें श्रीच्या देवालयांत मर्यादा येणेंप्रमाणें कलम. बीतपशील.

अर्बा समानीन
मया व अलफ
जमादिलावल ५

श्रीदेवाचे दर्शनास येतात त्यांणीं त्यांणीं देवास भेटों नये. पूजनें करून सिंहासनावर मस्तक ठेऊन नमस्कार मात्र करावा. कलम १.

देवापुढील तृतीय मंडपांत दक्षणेकडे द्वार आहे. परंतु यात्रेचे दाटीमुळें अंधःकार पडतो, त्यास उत्तरेकडे प्राचीन द्वार होतें तें बुजवोन, तेथें हणमंताची मुहूर्त [मूर्ति] ठेविली आहे ते काढून देवालयांत ठेऊन द्वार मोकळें करून, तेथें जाळी मालबार थोर भोकाची देवालयांत उजेड पडोन वाराही पुष्कळ येईल अशी नवी दगडाची करून लावावी. कलम १.

आषाढी कार्तिकेचे यात्रेंत दाटी बहुत माणसांची होते. एकाच द्वारानें जाण्या-

गर्भागारापुढील दुसरे मंडपाचें द्वार आहे, तेथें बाहेरचे फरसापेक्षां उंबऱ्यांतील फरस नीच आहे, त्यास यात्रेचे दाटीमुळें अंधकार पडतो, याजमुळें बाहेरून आंत येणारास हिसका बसोन माणसें पडतात. यास्तव बाहेरील फरसाबरोबर आंतील फरस उंच, हिसका माणसास न बसे असा, करावा. कलम १.

देवाचे पुढील दुसऱ्या मंडपांत अंधःकार विशेष पडतो, याजमुळें यात्रेकराची वस्तभाव उचलोन नेतात, याजकरतां मंडपाचे वरील छतास हमचौरस अदगजाचें गवाक्षें पाडून, पर्जन्यकाळीं गवाक्षानें पावसाचें पाणी आंत न पडे असा बच्याव करून उजेड मंडपांत पडे असें करावें.

FROM HARI BALLÁL'S DIARY.

(1129) Certain regulations were framed for observance by persons going to the temple of Pándurang at Pandharpur, the principal of which were:—

A. D. 1783-84.

(1) they should not embrace the idol;

(2) the northern gate which was generally closed, should be opened in or der to admit light and air;

येण्याचे दाटीमुळें माणसें दुखावतात, व मरतात. यास्तव यात्रेचे दिवसांत पूर्व द्वारानें दर्शनास जाणारानें जावें, देवदर्शन करून दक्षण द्वारानें बाहेर निघावें; पूर्व द्वारानें बाहेर जाऊं नये, दक्षण द्वारानें आंत जाऊं नये येणेंप्रमाणें. कलम १.

देवालयाचे बाहेर चोखामेळ्याचा दगड उत्तरेचे आंगें आहे, तेथें अतिशूद्र दर्शनास येतात. जागासंकोच गलीची आहे. तेथें जाणारां येणारांस स्पर्शास्पर्श होतो, हें ब्राह्मणांस विरुद्ध. यास्तव अतिशूद्रांनीं चोखामेळ्याचे दीपमाळेजवळ अथवा महार वाड्यांत स्थळ असेल तेथें पुजा करीत जावी. देवालयाजवळ अतिशूद्रांनीं येऊं नये. कोणी आला तरी पारिपत्य करावें. कलम १.

देवदर्शनास मातबर येतात त्यांजबरोबर यवन येतात ते प्राकारांत जातात, याजमुळें अनाचार होतो तो अयोग्य. याजकरितां मुसलमानानें नामदेवाचे पायरीस स्पर्श करूं नये, व दुसऱ्याही प्रकारानें मुसलमान आंत जाऊं नये. कोणी गेला तर पारिपत्य करून गुन्हेगारी घ्यावी. येणेंप्रमाणें. कलम १.

येणेंप्रमाणें सात कलमें करार करून पाठविलीं आहेत, याप्रमाणें बंदोबस्त करावयास चिंतो रामचंद्र कमावीसदार क्षेत्र मजकूर, दिंमत परशराम रामचंद्र, यांस आज्ञा केली आहे, तरी सरकारचे खास बारदार पाठविले आहेत, त्यांचे गुजारतीनें सदरहू लिहिल्याप्रमाणें बंदोबस्त करणें ह्मणोन. जाबता १.

सदरहू अन्वयें कमावीसदार मजकूर यांस. सनद १.

२.

रसानगी यादी.

---

(3) at the Áshádhi and Kártiki fairs, when the crowd of pilgrims was very great, people should enter by the eastern and leave by the southern door:

(4) Mahárs should worship at the pillar erected in honor of Chokhá Meḷá or in the Mahár-wáḍá;

(5) no Musalman should enter the temple.

११३० (८५०)–तुह्मीं हुजूर विदित केलें कीं, आपला भ्रतार मृत्य पावला, आपण दोघी स्त्रिया मिळोन तीन कन्या आहेत, पुत्रसंतान नाहीं, पुढें संतान चालोन आमचा कालक्षेप चालिला पाहिजे, त्यास आपले दादल्याचे जवळचे भाऊ रामजी, व मल्हारजी, व महादजी, व महादजी लाफणे याचा मूल घ्यावा, तरी त्यासी आह्मांशीं पडत नाहीं, याजमुळें यांचा मूल घ्यावयाचा नाहीं, सबब दुसरा भाऊ सदाशिव लाफणा पाटसकर याचा लेक निंबाजी यास दत्तपुत्र घेणार, येविशीं आह्मीं दोघी राजी होऊन जिवाजीस दत्तपुत्र घ्यावयाची आज्ञा करावी ह्मणोन; ऐशास विठोजी लाफणा याच्या तुह्मीं दोघी स्त्रिया, तुमचे पोटीं पुत्रसंतान नाहीं, तुमचा कालक्षेप चालिला पाहिजे, हें जाणून दत्तपुत्र घ्यावयाची आज्ञा करून हें पत्र सादर केलें असे, तरी जिवाजीस दत्तपुत्र घेऊन त्याचे हातून दुकान व वित्तविषय अनभऊन सुखरूप राहणें ह्मणोन, अहिल्या व मुक्ती शिंपी कोम विठोजी लाफणा शिंपी, वस्ती कसबे पुणें, यांचे नांवें चिटणिसी. पत्र १.

खमस समानीन मया व अलफ साबान १६

दत्तपुत्र घ्यावयाची आज्ञां करून सरकारची नजर दोन हजार रुपये करार केले यास हसेबंदी. रुपये.

१००० आषाढ शुद्ध १५
१००० श्रावण शुद्ध १५

२०००

दोन हजार रुपयांचा हवाला फिंगोंजी भुतकर याचा घेऊन पत्र दिल्हें असे.

११३१ (८५९)–नारो महादेव व शिवाजी महादेव महाजन यांजकडे पूर्वीं तालुके वसई येथें श्रीविमल निर्मळ येथील देवालयाचा कारखाना होता, त्या बावत तफावत सात हजार रुपये त्यांजकडे निघाली आहे, त्यास त्याचा शोध करितां ते मृत्य पावले, त्यांचे पुत्र कसबे नागोठणें, तालुके अवचितगड येथें राहतात, ह्मणोन हुजूर विदित जहालें; त्याजवरून त्यांचे घरीं चौकीस प्यादे हशमाकडील संभाजी केदार, व खुतुब वलद पीर महमद, दिंमत येशवंतराव वणजारे पाठविले असेत, तरी तुह्मीं त्यांचे पुत्रास धरून प्यादे यांचे हवालीं करणें. निकड करून सदरहू तफावतीचा ऐवज घेतील. तालुके मजकुरीं त्यांची असामी आहे, त्यास

खमस समानीन मया व अलफ सवाल १९

(1130) A man of Poona, a tailor by caste, having died without any male issue, his two widows asked permission to adopt a son to carry on his business and to succeed to his property. The permission was granted on payment of a *nazar* of Rs. 2,000.

A. D. 1784-85.

(1131) Nàro Mahádeo and Shiwáji Mahádeo were managers of the funds of the temple of Shri-Vimal Nirmaḷ in táluká Bassein. Inquiry proved that they had misappropriated

A. D. 1784-85.

सन अर्बा समानीन व सन खमस समानीन दुसाला वेतन पावलें आहे तें परिच्छिन्न माघारें घेऊन प्याद्याचे हवालीं करणें ह्मणोन, गणेश बल्लाळ व हरी गणेश यांचे नांवें चिटणिसी. पत्र १.

पुढें वेतन न देणें ह्मणोन पत्रांत लिहिलें असे.

११३२ (८९०)—रघुनाथ जोतिषी बिन त्रिंबक जोतिषी, व कृष्ण जोतिषी बिन दामोदर जोतिषी, मामले पाल पंचमहाल यांणीं हुजूर विदित केलें कीं, तर्फ कोरबरशें उर्फ पौडखोरें येथील जोतिष, उपाध्यपण, व धर्माधिकाऱ्याची वृत्ति पुरातन आमची आह्मांकडे चालत आहे, त्यांत महारांचीं लग्नें तर्फ मजकुरीं जोतिष्यांनीं लावण्याची चाल पुरातन नाहीं; व आजपर्यंत लाविलीं नसतां सन अर्बा समानीनांत आपाजी कृष्ण कमावीसदार, तर्फ मजकूर दिंमत आनंदराव भिकाजी, यांजकडे तर्फ मजकूरचे महार फिर्याद होऊन आपलीं लग्नें जोतिषी यांणीं लावावीं ते लावीत नाहींत ह्मणोन सांगितल्यावरून, पुर्ती चौकशी न करितां, पेशजीं रखमाजी वाकडे हवालदार कोरीगडास होते त्यांचे वेळेस किल्याचे चाकरमान्या महाराचें लग्न लावण्याचें होतें, ते समयीं लग्न लावणार मेव्हा महार हा हजर नव्हता, सबब किल्ले मजकूरचे हवालदार व सबनीस यांणीं आमचा बाप भाऊ विनायक जोतिषी दहा पंधरा वर्षांचा अज्ञान होता, त्याजवर निग्रह करून महाराचें लग्न लावविलें. त्यास अजमासें पंचावन वर्षें जाहलीं. तेवढ्याच दाखल्यावरून महारांचीं लग्नें जोतिषांनीं लावीत जावीं ह्मणोन कमावीसदारांनीं महारास भोगवटियास पत्र करून दिल्हें; त्याजवरून लग्न लावण्यास अतिशूद्र आह्मांजवळ ब्राह्मण मागों लागले तो न दिल्हा, याजकरितां कमावीसदारांनीं आह्मांस दहा रुपये मसाला करून महालीं नेऊन महारांचीं लग्नें करावयाविशीं निग्रह केला, त्यास अतिशूद्रांचें लग्नास आह्मीं मुहूर्त मात्र सांगत असतों, पूर्वापार लग्नें लाविलीं नसतां नवीन चाल होणार नाहीं, ऐसें आह्मीं उत्तर केलें. त्याचा कमावीसदारांनीं विषाद मानून पूर्वीं या प्रांतांत धनगर नव्हते, अलीकडे नवे वस्तीस आले आहेत त्यांचीं व इतर जात परदेशी व गुजराथी वगैरे नूतन येतील त्यांचींहीं लग्नें तुह्मीं लाऊं नयेत ह्मणोन कमावीसदारांनीं आक्षेप करून, जबरदस्ती करून आमचे वतनाची जफ्ती करून, वृत्तीचे कामकाजास नवा गुमास्ता ठेविला आहे. येविशीं कमावीसदारांस ताकीद होऊन महारांस

सीत समानीन मया व अलफ साबान ६

Rs. 7,000 from the funds in their charge. They were now dead. The amount was ordered to be recovered from Nàro's son.

(1132) The Joshis of Poudkhore in Mámle Pál Panchmahál, objected to officiate as priests at the marriages of Mahárs. The practice of other *mahàls* was ascertained, and it was found that marriages among Mahárs were ordinarily celebrated by the chief Mahárs. This practice had in the case of Junnar *mahàl* been

A. D. 1785-86.

भोगवटियास पत्रें करून दिल्हीं आहेत, तीं माघारीं घेऊन आमच्या वृत्ती आह्मांकडे चालवावयाविशीं आज्ञा होऊन, जप्तीमुळें वृत्तीचा ऐवज व मसाला महालीं घेतला आहे, तो माघारा देविला पाहिजे ह्मणोन; त्याजवरून येविशींची चौकशी करून दाखले मनास आणतां महारांचीं लग्नें जोतिष्यांनीं लावावयाची चाल फार करून नाहीं, कोठें कोठें लावीतही असतील, परंतु कोंकण प्रांतीं महारांचीं लग्नें जोतिषी लावीत नाहीं, त्यांचे जातीमध्यें मेढे महार आहेत तेच लावितात, याप्रमाणें तळकोंकणचे जमीदार व जोतिषी हुजूर आहेत त्यांणीं विदित केलें; व वेदमूर्ति रंग जोशी जुन्नरकर यांणींही लिहून दिल्हें कीं, शहर जुन्नर बरहुकूम पेठा सुद्धां व तर्फेचे गांव पाऊणशें व शिवनेर वगैरे किल्ले पांच या ठिकाणीं जोतिषपणाची वृत्ति परंपरागत आपली आहे, परंतु आपले वृत्तींत अतिशूद्रांचीं लग्नें आह्मीं लावीत नाहीं, अतिशूद्रांचे जातींत ढेगोमेगो आहेत तेच त्यांचीं लग्नें लावीत आले असतां, पूर्वीं एक वेळ किल्याचे चाकरमाने व प्रांतांतील दोन चार हजारपर्यंत महार मिळोन गवगवा करोन जोतिष्यांनीं आपलीं लग्नें लावावीं ह्मणोन, आवरंगजेब पादशाहा याजवळ फिर्याद केली, तेव्हां त्यांणीं पुरातन चाल मनास आणून, जोतिषीयांणीं महारांचीं लग्नें लाऊं नयेत असा ठराव केला, त्याप्रमाणें हा कालवर चालतें. ह्मणोन याप्रमाणें दो प्रांतींचे दाखले गुजरलेल्याप्रमाणें तर्फ मजकुरींही जोतिष्यांनीं महारांचीं लग्नें लावावयाची चाल पुरातन नसतां, मागें कोरीगडचे हवालदारानें जोतिष्याचे मुलापासून बलात्कारें एक वेळ महाराचें लग्न लाविलें असल्यास तेव्हढ्याच दाखल्यावरून महारांचीं लग्नें जोतिष्यांनीं लावीत जावीं ह्मणोन तुह्मीं महारांस नवीं पत्रें करून देऊन जोतिषी यांजवर लग्नें लावावयाविशीं निग्रह करून त्यांजपासून मसाला घेऊन त्यांच्या वृत्ती जप्त केल्या, हें ठीक न केलें. मागें मोगलाई अमलांत ही पुरातन चाल मोडून नवें केलें नसतां स्वराज्यांत तुह्मीं आग्रह करून नवीन चाल करणें अनुचित. यास्तव तर्फ मजकुरीं महारांचीं लग्नें पुरातन जोतिषी लावीत नाहीं, त्याप्रमाणें पुढेंही लाऊं नयेत, याप्रमाणें ठराव करून हें पत्र तुह्मांस सादर केलें असे. तरी तुह्मीं महारांस नूतन पत्रें करून दिल्हीं असतील तीं माघारीं घेऊन जोतिषीयांजवळ देणें, आणि जोतिषी यांचें वतन जप्त केलें आहे तें मोकळें करून जप्तीमुळें ऐवज जमा जाहला असेल तो, व यांजपासून मसाला घेतला आहे तो माघारा देणें. अतिशूद्र खेरीज करून सर्व जातींचीं लग्नें पुरातन जोतिषी लावीत आल्याप्रमाणें लावितील. तुह्मीं नवीन आक्षेप न करणें. या पत्राची नकल घेऊन हें अस्सल पत्र दाखल्यास जोतिषी यांजवळ परतोन देणें ह्मणोन, आपाजी कृष्ण कमावीसदार, तर्फ पौडखोरें दिंमत अनंदराव भिकाजी, यांचे नांवें चिटणिसी. पत्र १.

actually recognized by Emperor Aurangzeb on a former occasion. The objection of the Joshis was therefore held to be valid, and the Mahárs were informed accordingly.

सदरहूअन्वयें समस्त महार तर्फ कोरबारसें उर्फ पौडखोरें यांस आपाजी कृष्ण यांजपासून पत्र करून घेतलें आहे, तें जोतिषी यांजवळ माघारां देणें. तुमचे जातीमध्यें मेंढे महार लग्नें लावीत आल्याप्रमाणें लावितील. याउपरी जोतिषी यांशीं खटला केल्यास मुलाहिजा होणार नाहीं ह्मणोन. पत्र १.

२.

दोन पत्रें चिटणिसी दिलीं असेत.

११३३ ( )—निंबाजी कुळकर्णी मौजे शहरटाकळी परगणे नेवासें याणें पैठणचे

सीत समानीन मया व अलफ सफर २६

तटांतील ब्राह्मणांशीं शरीरसंबंध करूं नये असें असतां महादेव लक्ष्मण पैठणकर याशीं शरीरसंबंध केला, त्याचे सं(व)सर्ग दोषाचें प्रायश्चित्त घेत नाहीं, ह्मणोन शंकराजी राम यांणीं विदित केलें, त्याजवरून हे सनद सादर केली असे, तरी कुळकर्णी मजकूर यासी कुटुंबसुद्धां पैठणास पाठऊन राजश्री चिमाजी नाईक भाकरे यांचे विद्यमानें संवसर्ग दोषाचें प्रायश्चित्त देवणें. प्रायश्चित्त घेऊन शुद्ध न होय, तरी त्याचे मौजे मजकूर येथील कुळकर्णाचे वतनाची जप्ती करून वतनसंबंधें उत्पन्न होईल तें सरकारहिशेबीं जमा करणें; आणि कुळकर्णी मजकूर यास हुजूर पाठऊन देणें ह्मणोन, रामचंद्र नारायण यांस. सनद १.

रसानगी यादी.

११३४ (९१९)—जमा जामदारखाना.

सीत समानीन मया व अलफ जमादिलावल ४

कमावीसभेट सौभाग्यवती रमाबाई यांसी, बाबत सौभाग्यवती कृष्णाबाई रघुनाथ सदाशिव गद्रे यांची स्त्री सहगमन केलें ते समयीं प्रसाद पाठविला तो गुजारत केदारजी येवला खिजमतगार; सनगें एकूण किंमत. रुपये.

१५	पातळ साधें	१
३	चोळखण चोळी तयार	१
१८		

(1133) Nimbáji kulkarṇi of Tákḷi in parganá Newáse became connected by marriage with a family of an excommunicated Brahmin of Paiṭhaṇ. He refused to undergo any penance for what he had done. His watan was ordered to be attached, should he persist in his refusal.

A. D. 1785-86.

(1134) A present of clothes was sent to Ramábái, the Peshwá's wife, by Krishnábái, wife of Raghunáth Sadáshiv Gadre, when the latter was going to be burnt on her husband's funeral pyre.

A. D. 1785-86.

११३५ (९२५)—जमा जामदारखाना.

सीत समानीन मया व अलफ रजब १५ — कमावीसभेट सौभाग्यवती रमाबाई यांसी, बाबत सगुणाबाई अंताजी मल्हार वाकनीस यांची स्त्री सहगमन गेली, सबब प्रसाद पाठविला तो, गुजारत केदारजी येवला खिजमतगार. सनगें एकूण किंमत. रुपये.

५ शालू साधा १

॥॥ चोळखण ½

५॥

११३६ (९३६) शामाचार्य वगैरे आठ असामी, पेशजीं ब्राह्मण भ्रष्ट होऊन यवन

सबा समानीन मया व अलफ जिल्हेज १७ — जाहला, त्याशीं अन्नव्यवहारादिक पैठणीं घडलें, त्याचा निश्चय शास्त्रमतें हुजूर होऊन सर्व क्षेत्रास वगैरे प्रायश्चित्त देऊन शुद्ध केलें, तें समयीं हे आठ असामी आग्रही, प्रायश्चित्त न घेत, सबब अपंक्त राहिले, त्यांपैकीं शामाचार्य श्रीविद्यारण्य भारथी स्वामी सन्निध क्षेत्र पैठण येथें येऊन प्रायश्चित्त घेतों ह्मणोन बोलून क्षौर केलें, पुढें यथाविधि प्रायश्चित्त घ्यावयाविशीं जामीन दिल्हा असतां बाहेर जाऊन औरंगाबाद येथील सुभ्यास गैरवाका समजावून स्वामींची अमर्यादा बहुत केली, ह्मणोन स्वामींचें पत्र आलें, व क्षेत्रस्थ ब्राह्मणांनीं हुजूर विदित केलें; त्याजवरून शामाचार्य याजकडे मौजे आनंदपूर व मौजे पंथेवाडी, परगणे पैठण, येथील मोकासा व जमीन इनाम आहे ते जप्त करावयाचा करार करून हे सनद तुह्मांस सादर केली असे, तरी हरदूगांवचे मोकाशाचा अंमल व जमीन इनाम आहे ते जप्त करून आकार होईल तो परगणे नेवासें येथील हिशेबीं जमा करीत जाणें, ह्मणोन, रामचंद्र नारायण यांस. सनद १.

सदरहूअन्वयें हरदूगांवचे मोकदम व जमीदार परगणे मजकूर यांस सनदा व पत्र कीं, मशारनिल्हे यासी रुजू होऊन अंमल सुरळीत देणें ह्मणोन. ३.

२ मोकदमास सनदा.

१ मौजे आनंदपुरी.

---

१ मौजे पंथेवाडी.

—

२

१ जमीदार परगणे मजकूर यांस चिटणिसी पत्र.

—

३ ४

एकूण तीन सनदा व एक पत्र दिल्हें असे. रसानगी याद.

११३७ (९६०) मोकदम मौजे संवदगांव, परगणे खंडाळें यास सनद. कीं, दिगंबर भयतारक जैनांचा गुरु मठ दिल्ली हा दक्षिण देशास फिरत येत होता. तो मौजे मजकुरीं राहिला. तेथें दरवडा येऊन चोरांनीं पालखी व तट्टू वगैरे दरोबस्त वस्तमाव नेली, त्याचे चौकशीस सरकारांतून विनायक गोपाळ कारकून शिलेदार पाठविले आहेत, यांस व बराबर खिजमतगार वगैरे दिल्हे आहेत त्यांस रोजमरा. रुपये.

समान समानीन मया व अलफ मोहरम १२.

५७ रोजमरा दुमाही. रुपये.

५० खुद विनायक गोपाळ यांस छ. १ सफरचा.

७ भिवजी जगताप खिजमतगार यास छ. १ जिल्हेजचा. रुपये.

—

५७

१३ जासूद जथे आणाजी नाईक यास रोजमरा; दीड माही छ. १ मोहरमचा. रुपये.

६॥ शिदोजी कुऱ्हाडा.

६॥ मालजी वालूज.

—

१३

—

७०

---

quently changed his mind, and having secured the support of the subhá of Aurangábád, behaved disrespectfully to the Swámi. His inám lands were therefore attached.

(1137) Digamber Bhayatarak, the Jain priest of the monastery at Delhi while travelling in the southern country halted one day at Sawandgáum in parganá Khandále While there, his palanquin, his pony &c. were stolen. A kárkun was sent from the Huzur to investigate.

A. D 1787-88

एकूण सत्तर रुपये रोजमरा दुमाही दीडमाही सरकारजमेशिवाय देविला असे, तरी देणें, व पुढें दरवाडियाचे चौकशीस तेथें राहतील तोंपर्यंत सदरीलप्रमाणें रोजमरा तेरीख भरलियावर मौजे मजकूरचे ऐवजीं देत जाणें म्हणून. सनद १.

रसानगी यादी.

११३८ (९७५)—जमा जामदारखाना.

तिसा समानीन मया व अलफ मोहरम ७ — कमावीसभेट सौभाग्यवती रमाबाई यासी, बाबत सौभाग्यवती मथुराबाई बाबूजी नाईक ओंकार यांची स्त्री सहगमन गेली, ते समयीं प्रसाद पाठविला, तो गुजारत जिवाजी काटकर खिजमतगार, सनगें

एकूण. रुपये.

१०	पातळ साधें केशरी रंगाचें	१
।·	चोळी केशरी शेल्याची	१
१०।		२

११३९ (९८०)—जमा जामदारखाना.

तिसा समानीन मया व अलफ रबिलावल ७ — कमावीसभेट सौभाग्यवती रमाबाई यांसी, बाबत सौभाग्यवती अन्नपूर्णाबाई बाळाजी शंकर आंबेकर यांची स्त्री सहगमन गेली, ते समयीं प्रसाद पाठविला तो, गुजारत भिवजी संकपाळ खिजमतगार, सनगें

एकूण. रुपये.

१०	लुगडें.	१
-।-	चोळखण तपशिल्याचा.	१
१०।		२

११४० (९८४)—ताठे व थिटे व आराध्ये क्षेत्र पंढरपूर यांणीं हुजूर पुण्याचे मुक्कामी येऊन विदित केलें की, क्षेत्र मजकूरच्या आपल्या वृत्ती बिन दिकती चालत असतां, बडवे याणीं नवीन वेणुनादीं विष्णुपदें पूजोन गयाविधि श्राद्धें करावयाची चाल पंचवीस तीस वर्षे पाडली.

तिसा समानीन मया व अलफ जमादिलावल २५

(1138) A present was sent to the Peshwá's wife by Mathurábái, wife of Bábuji Náik Onkár, at the time the latter was about to burn herself on her husband's pyre.

A. D. 1788-89

(1139) Presents were sent to the Peshwá's wife by Anpurnábái, wife of Báláji Shankar Ambekar, when she was preparing to burn herself on her husband's pyre

A. D. 1788-89.

(1140) It was brought to the notice of Government, that the

त्या दिवसापासून आमचे जोतिषसंबंधें गयाविधि श्राद्धीं आमंत्रण चालत असता, अलीकडे आक्षेप करितात, व होळीची पोळी बहुत वर्षे सरकारात जफ्त असतां राडीचा खेळ चालत आहे, परंतु राडीचा मान आमचा, महारानें राड खणावी, ही चाल सुदामत असता बडवेच खणू लागले, आणि आधीं पूजा आह्मीं करूं, मग सर्वांनी खेळावें, याप्रमाणें नव्या दिकती करितात, येविशीं मनास आणून आज्ञा करावी म्हणोन; त्याजवरून बडवे यांस हुजूर आणून मनास आणितां सदरहू दोन कलमांसंबंधें येणेंप्रमाणें हरदू वादी यांचेच लिहिल्यावरून ठरलें. कलमें बीतपशील.

विष्णुपदाची पूजा व गयाविधि श्राद्धें करावयाची चाल सुदामत नाहीं, पंचवीस तीस वर्षे नवीन करूं लागले, त्यास विष्णुपदपूजा व गयाविधि श्राद्धें श्रीगयास्थानींच व्हावीं, इतर स्थळीं करावयाची चाल ठीक नव्हे, शास्त्रास विरुद्ध, सबब विष्णुपदपूजा वेणुनादी तेथें गयाश्राद्धें करितील व जे करवितील त्यांस ताकीद करून करूं न देणें. कोण्ही केल्यास व करविल्यास दोघांपासून गुन्हेगारी घेणें. कलम १.

राडीचा खेळ, होळीची पोळी जफ्त असतां चालत आहे, त्यास राडीची खाच महारानें खणावी ऐसी चाल सुदामत असता अलीकडे बडवेच राड खणून आधीं पूजा करून मग सर्वांनीं खेळावें येविशीं दिकत पडली. ऐसीयास राड सुदामतप्रमाणें वतनदार महाराकडून खणऊन महाद्वारीं सर्वांनीं खेळ खेळावा. राडीची पूजा आग्रहानें कोण्हींच करूं नये. खेळांत हरएकविशीं आपला कायदा कोणी सांगूं लागेल त्याजपासून गुन्हेगारी घेणें. कलम १.

सदरहू दोन कलमें लिहिल्याप्रमाणें हरदूजणांस ताकीद करून करवणें ह्मणोन, चितो रामचंद्र कमाविसदार क्षेत्र मजकूर दिमत परशराम रामचंद्र यांचे नांवें चिटणिसी. पत्र १.

११४१ (९८६)—परगणे खटाव येथील काजी व मुलाण्याची कुतबा पढावयाविशी कलागत होऊन मारामारी जाहली, मुलाण्याचा खून जाहला, सबब जिल्हेकडून मसाला होऊन काजी कराडास गेले, त्याजवर परगणे मजकूरचे काजीचे वतनाची जप्ती करून, मनास आणावयाची आज्ञा

तिसा समानीन मया व अलफ साबान ४

A. D. 1788-89. Badwes of Pandharpur had newly introduced the practice of worshipping Vishnupad at the place, and of performing certain Shráddhás, which according to the Shástrás were to be performed at Gayá. The practice was ordered to be discontinued, and fines to be levied from any one continuing the practice.

(1141) A quarrel took place between the Kázi and Muláná of Khaṭáv in regard to preaching the Kutbá, in which the Muláṇá was killed. The Kázi's watan was therefore attached.

A. D. 1788-89

तुह्मांस करून, काजी तीन असामी जिल्हेकडे कैदेंत आहेत, ते सदारतीकडील कारकुनांचे हवालीं करावे, ह्मणजे ते मनास आणितील, ह्मणोन राजश्री पंतप्रतिनिधी यांस सरकारांतून सनद पाठविली होती, त्यास हल्लीं जिल्हेकडेच जफ्ती असावी येविशीं राजश्री कृष्णराव नारायण यांणीं विनंती केली, त्याजवरून त्यांजकडे जिल्हेसच जफ्ती करून मनास आणावयास सांगितलें असे, तरी तुह्मीं जफ्ती उठवून कारकून व प्यादे पाठविले आहेत, ते माघारे आणणें ह्मणोन, तिमाराव भिकाजी यांचे नांवें चिटणिसी. पत्र १.

११४२ (९९०)—मौजे कात्रज तर्फ कर्यातमावळ, येथें गांवालगती महार व मांग व चांभार यांचीं घरें होतीं, तीं मोडून दुसरे ठिकाणीं घातलीं, तीं घरें बांधावयाबद्दल. रुपये.

तिसैन मया व अलफ रमजान १०

२०७	महार असामी	२२
१४	मांग असामी	२
३०	चांभार असामी	२
२५१		

एकूण दोनशें एकावन रुपये देविले असेत, तरी शहर पुणें येथील महराचे खर्चाबद्दल तुमचे तसलमातीस ऐवज खर्च पडला आहे त्यापैकीं देणें ह्मणोन, रामचंद्र नारायण यांचे नांवें. सनद १.

रसानगी यादी.

मौजे कात्रज, तर्फ कर्यातमावळ, येथें गांवालगतीं महार व मांग व चांभार यांचीं घरें होतीं, तीं मोडून दुसरे ठिकाणीं घातलीं. तीं घरें बांधावयाबद्दल वासे सुमार ३०० तीनशें देविले असेत, तरी मौजे नांदेड येथील जाहालीचें बेट पैकीं महार वगैरे तोडून नेतील त्यांस नेऊं देणें ह्मणोन, जोत्याजी जाधवराव यांचे नांवें. सनद १.

रसानगी याद.

११४३ (९९६)—जमा जामदारखाना.

तिसैन मया व अलफ जिल्काद २७

कमावीसभेट राजश्री राव यांस, बाबद अया(य्या)शास्त्री यांचे घरीं यज्ञ जाहला, सबब खासा स्वारी गेली. ते समयीं पोषाख दिल्हा तो, गुजारत जानोजी जाबक खिजमतगार सनगें एकूण, किंमत. रुपये.

(1142) The houses of Mahárs, Mángs and Chámbhárs at Kátraj in tarf Karyát Máwal, being too near the village, were removed to another site. The expense of rebuilding the houses was given by Government, and timber was given free of cost for the purpose.

A. D. 1789-90.

(1143) A sacrifice was performed by Ayyá Shástri. The Peshwá

३० तिवट गुलनार १
५० दुपटा गुलनार १/२
—
८०

११४४ (१०१०)—कसबे पेण परगणे साकर्से येथील समस्त ब्राह्मण हुजूर येऊन

तिसैन मया व अलफ रमजान २०

निवेदन केलें कीं, श्रीमंत कैलासवासी नारायणरावसाहेब यांचे कारकीर्दीत परभूंचे कर्माचरणाविशीं सरकारांतून ठराव करून दिल्हा, त्याप्रमाणें त्यांणीं वर्तावें, तें न करितां आपला धर्म सोडून मनस्वी वर्तणूक करून चोरून ब्रह्मकर्में करितात, येविशीं त्यांस ताकीद होऊन बंदोबस्त जाहला पाहिजे म्हणोन; त्याजवरून मनास आणितां पेशजीं कैलासवासी तीर्थरूप रावसाहेब यांचे वेळेस चौकशी होऊन परभूंचे वर्तणुकेविशीं कलमांचा ठराव जाहला, त्याप्रमाणें त्यांणीं सरकारांत कतबा लिहून दिल्हा, त्यांतील कलमें, बीतपशील.

१ वैदिक मंत्रेंकरून कांहींच कर्म करणार नाहीं.
१ वैदिक मंत्र जे येत असतील त्यांचा उच्चार करणार नाहीं.
१ भाताचे पिंड करणार नाहीं.
१ देवपूजादिक विहित कर्में पुराणोक्त मंत्रेंकरूनच करूं. व ब्राह्मणभोजन आपले घरीं करणार नाहीं.
१ शालग्राम पूजा करणार नाहीं.
१ ज्या देवास शूद्र जातात त्या देवास आह्मीं जाऊं.
१ ब्राह्मणांस दंडवत मोठ्यानें म्हणत जाऊं, व आपले जातींतही दंडवतच म्हणत जाऊं.
१ वैदिक ब्राह्मण व आचारी व पाणक्ये व शागिर्द ब्राह्मण व ब्राह्मण बायका चाकरीस ठेवणार नाहीं, व आपले घरींही ठेवणार नाहीं.
१ आमचे जातीमध्यें आपले संतोषें पाट लावतील त्यांस आह्मीं अडथळा करणार नाहीं.
—
९

A. D. 1789-90. attended on the occasion and gave the Shástri a robe of honour.

(1144) An order was passed in the reign of Peshwá Náráyanráo regulating the religious conduct of Parbhus, and an agreement, binding them to the following terms was, at that time, taken from them:—

A. D. 1789-90.

येणेंप्रमाणें नव कलमें लिहून दिल्हीं असतां, परभू आपले घरीं चोरून ब्रह्मकर्मे करतात, यामुळें पेणकर ब्राह्मणांचा व त्यांचा कजिया वाढोन परभूंचीं घरचीं सर्व कर्में बंद जाहालीं, त्यास येविशींचा हल्लींचा विचार करितां, परभूंचे कर्माचरणाविशीं पेशजीं चौकशी होऊन कर्में ठराऊन दिल्हीं आहेत त्याप्रमाणें त्यांणीं वर्तावें, तें न करितां आपला धर्म सोडून मनस्वी वर्तणूक करितात हें अनुचित, पेशजीं कर्में ठराऊन दिल्हीं आहेत तींच योग्य, असें शिष्टसंमतें ठरोन पुणियांत परभूंचीं घरें आहेत त्यांस हुजूर ताकीद करून पत्रें सादर केलीं असेत, तरी महालानिहाय येथें परभूंचीं घरें असतील त्यांस निक्षून ताकीद करून सदरहू कलमांप्रमाणें वर्तवीत जाणें. यांत जो कोणी अन्यथा वर्तेल त्याचें बरें वजेनें पारपत्य करून गुन्हेगारी घेत जाणें म्हणोन चिटणिसी. पत्रें.

सदरहूअन्वयें समस्त ब्राह्मण व धर्माधिकारी उपाध्ये जोतिष्यांस पत्रें पारपत्य व गुन्हेगारी खेरीज करून, बाकी मजकूर वर लिहिल्याप्रमाणें. पत्रें.

यासी तपशील—

	अजपत्रें.	मामलेदारांस	ब्राह्मणांस.
निसबत रामचंद्र नारायण.	४	१	३
तालुके सुवर्णदुर्ग, निसबत मोरो बापूजी.	२	१	१
तालुके विजयदुर्ग, निसबत गंगाधर गोविंद.	२	१	१
तालुके रत्नागिरी, निसबत महिपतराव कृष्ण.	२	१	१
तालुके अंजणवेल, निसबत त्रिंबक कृष्ण.	२	१	१
तालुके रेवदंडा, निसबत महादाजी बल्लाळ.	२	१	१
तालुके उंदेरी, निसबत जगदीश गणेश.	२	१	१
तालुके अवचितगड व बीरवाडी, निसबत बाबूराव पासलकर.	२	१	१
तालुके रायगड, निसबत सदाशिव रघुनाथ.	२	१	१
प्रांत राजपुरी, निसबत चिमाजी माणकर.	२	१	१
मामले कोहोज, निसबत पांडुरंग जिवाजी.	२	१	१
किल्ले माहुली, निसबत भगवंतराव शिंदे देखील जहागीर	२	१	१
परगणे साकसें, निसबत भास्कर लक्ष्मण.	२	१	१
प्रांत कल्याण भिंवडी व तालुके नेरळ, निसबत सदाशिव केशव.	३	१	२

(1) that they would perform no religious rite accompanied by a recital of Vedic hymns;

(2) that they would not use cooked rice in offering oblations to the dead;

तुकोजी पवार व सदाशिव पवार सरजामी यांजकडील महालानिहाय यास	२	२	१
महालानिहाय, निसबत महादाजी निळकंठ पुरंदरे.	२	१	१
महालानिहाय, निसबत मालोजी घोरपडे.	२	१	१
महालानिहाय, निसबत खंडेराव त्रिंबक ओढेकर.	२	१	१
महालानिहाय, निसबत रघुनाथराव बळवंत.	२	१	१
महालानिहाय, निसबत पाडुरंग बाबूराव जोशी.	२	१	१
परगणे सुपे, निसबत आनंदराव त्रिंबक.	२	१	१
परगणे कंकणवाडी, निसबत नागो शामजी.	२	१	१
महालानिहाय, निसबत राणोजी पवार विश्वासराव.	२	१	१
किल्ले वंदन, निसबत विश्वासराव नारायण.	२	१	१
महालानिहाय, निसबत परशराम रामचंद्र.	२	१	१
प्रांत मिरज वगैरे महाल, निसबत चिंतामणराव पाडुरंग.	२	१	१
तालुके धोडप, निसबत बाबूराव आपाजी.	२	१	१
महालानिहाय, निसबत जयवंतराव रघुनाथ मंत्री.	२	१	१
परगणे उमरखेड, निसबत बळवंतराव लक्ष्मण.	२	१	१
तालुके झांशी, निसबत रघुनाथ हरी.	२	१	१
प्रांत चऊल, निसबत राघोजी आंग्रे वजारतमहा सरखेल.	२	१	१
तालुके अमदाबाद, निसबत महिपतराव भवानी.	२	१	१
प्रांत खानदेश, निसबत नारो कृष्ण.	२	१	१
गणेश हरी, दिंमत सरसुभा प्रांत गुजराथ.	२	१	१
परगणे वाळूज वगैरे महाल, निसबत पाडुरंग बल्लाळ.	२	१	१
प्रांत गंगथडी, निसबत मल्हारराव नरसी.	२	१	१
परगणे गांडापूर वगैरे महाल, निसबत व्यंकटराव महादेव.	२	१	१
परगणे शेवगाव, निसबत खंडेराव नरहर.	२	१	१
क्षेत्र पंढरपूर, निसबत चिंतो रामचंद्र कमाविसदार दिंमत परशराम रामचंद्र.	२	१	१

(3) that in performing the daily observances such as worship &c. they would recite the hymns of Purāṇas only;

(4) that they would not feed any Brahmins at their houses;

(5) that they would not worship the Shāligrām deity;

(6) that they would visit only the temples frequented by Shudrās;

तालुके त्रिंबक रतनगड, निसबत धोंडो महादेव.	२	१	१
तालुके कावनई, निसबत गोपाळ बल्लाळ.	२	१	१
किल्ले दातेगड, निसबत माधवराव रामचंद्र.	२	१	१
किल्ले सातारा, निसबत बाबूराव कृष्ण.	२	१	१
तालुके शिवनेर, निसबत बाळाजी महादेव.	२	१	१
प्रांत बुंदेलखंड व काल्पी वगैरे महाल, निसबत बाळाजी गोविंद.	२	१	१
महालानिहाय, निसबत सिद्धेश्वर महिपतराव.	२	१	१
निसबत महादाजी नारायण.	३	१	२
किल्ले सिंहीगड, निसबत केशवराव जगन्नाथ देखील कर्यातमावळ.	२	१	१
परगणे कर्डे रांजणगांव, निसबत बाबूराव माणकेश्वर.	२	१	१
तालुके मोल्हेर, निसबत रामचंद्र कृष्ण.	२	१	१
तालुके वसई, निसबत गणपतराव जिवाजी.	२	१	१
प्रांत जुन्नर, निसबत आनंदराव विश्वनाथ.	२	१	१
महालानिहाय, निसबत महादजी शिंदे.	२	१	१
तर्फ पौडखोरें व तालुके बागलकोट वगैरे महाल, निसबत आनंदराव भिकाजी रास्ते.	३	१	२
महालानिहाय, निसबत तुकोजी होळकर.	२	१	१
किल्ले नांदगिरी व चंदनगड, निसबत रंगो शामराव.	२	१	१
महालानिहाय, निसबत हैबतराव औळे धुरंधर समशेरबहाद्दर.	२	१	१
महालानिहाय, निसबत माधवराव कृष्ण.	२	१	१
परशराम पंडित प्रतिनिधी.	२	१	१
तालुके सरसगड उर्फ मामले पाल, निसबत गोविंदराव बाजी.	२	१	१
महालानिहाय, निसबत खंडेराव दरेकर सरलष्कर.	२	१	१

(7) that they would salute Brahmins by calling out the word *dandavat* and would use the same word in saluting men of their own caste;

(8) that they would not employ or keep at their houses any Brahmin versed in the Vedás, any Brahmin cook or water bearer, or any Brahmin woman;

आनंदराव पवार सरंजामी.	२	१	१
रघुनाथराव पंडित सचिव.	२	१	१
शिवाजी विठ्ठल.	२	१	१
रघुपतराव नारायण राजेबहादुर.	२	१	१
दामोदर गोविंद तालुके गडवई.	२	१	१
किल्ले लोहगड, निसबत बाळाजी जनार्दन.	२	१	१
परगणे इंदापूर, निसबत गणपतराव जिवाजी.	२	१	१
किल्ले विसापूर, निसबत भिकाजी गोविंद.	२	१	१
प्रांत वाई, निसबत भवानीशंकर हैबतराव.	२	१	१
प्रांत कराड, निसबत श्रीनिवास शामराव.	२	१	१
परगणे अरुण वगैरे महाल, निसबत नारो चिमणाजी.	२	१	१
सगुणाबाई निंबाळकर फलटणकर.	२	१	१
ओक, सांवत, भोसले, सरदेसाई, प्रांत कुडाळ.	२	१	१
परगणे बेलापूर व तर्फ आटगांव प्रांत साष्टी, निसबत गोविंदराव.	२	१	१
किल्ले प्रतापगड, निसबत जयराम कृष्ण बापट.	२	१	१
तालुके सोलापूर, निसबत रामचंद्र शिवाजी.	२	१	१
तालुके खजुरीयाकटोती, निसबत कृष्णाजी अनंत.	२	१	१
प्रांत बागलाण, निसबत कृष्णराव गोविंद.	२	१	१
संस्थान नरवर, निसबत संभाजी व जोत्याजी व मळोजी जाधवराव.	२	१	१
तालुके कर्नोळा, निसबत रामराव अनंत.	२	१	१
परगणे शिरोळ, निसबत रघुनाथ चिंतामण.	२	१	१
परगणे रायपूर, निसबत भगवंत नीळकंठ.	२	१	१
परगणे बिडपाथरी, निसबत काशीनाथ व्यंकटेश.	२	१	१
परगणे हरसुल सातार, निसबत भिकाजी कृष्ण.	२	१	१
कसबे चाकण तर्फ मजकूर प्रांत जुन्नर, निसबत भगवंतराव नारायण.	२	१	१

(9) that they would not object to any widow of their caste, marrying another husband if she wished. It was represented that the Parbhus notwithstanding the above agreement secretly performed the prohibited acts. The opinions of respectable persons

परगणे अंतूर, निसबत गणेश नारायण.	२	१	१
किल्ले राजमाची वगैरे गांव, निसबत रामराव नारायण.	२	१	१
तालुके चास, निसबत निळकंठराव रामचंद्र.	२	१	१
रघोजी भोसले सेनासाहेब सुभा.	२	१	१
परगणे नाशीक, निसबत कृष्णराव गंगाधर.	२	१	१
कसबे खेड शिवापूर, निसबत सदाशिव दिनकर.	२	१	१
सरसुभा, निसबत सर्वोत्तम शंकर.	२	१	१
परगणे अक्कलकोट वगैरे महालानिहाय.	२	१	१
शाहाजी भोसले यांचे पुत्र फत्तेसिंग भोसले.	२	१	१
	१०६	९५	१०१

एकूण एकशें शाणव पत्रें दिल्हीं असेत.

११४५ (१०६३)—खंडेराव त्रिंबक यांणीं विनंती केली कीं, क्षेत्र पंचवटी परगणा मजकूर येथील श्रीरामचंद्रजीचें देवालय बांधिलें तें तयार जालें. त्या समोंवता परिघ घालून आंत ओवऱ्या व पुढील मंडप करावयाबद्दल देवालया भोंवत्या गोसावी बैरागी यांच्या धर्मशाळा व लोकांचीं घरें व खुली जागा आहे त्यापैकीं देविली पाहिजे म्हणोन; त्याजवरून गोसावी बैरागी वगैरे यांची जागा मंडपाखालीं परिघसुद्धां घेणें, तेव्हां मोबदला दुसरी दिल्ही पाहिजे, त्यास पैक्यावर समजावीस ज्याची पडेल, त्यास ऐवज मशारनिल्हे देतील, जागाच मोबदला पाहिजे असें असल्यास दहा पंधरा बिघे जमीन सरकारांतून देऊन समजावीस काढून परिघ मंडपाचे कामास दिक्कत न पडतां काम चाले ती गोष्ट करणें. जमीनीचा मजकूर लिहिला आहे यांत समजुतीमुळें कमी होईल ती करून समजूत पाडून काम चालवणें म्हणोन, कृष्णराव गंगाधर कमाविसदार परगणे नाशीक, यांचे नांवें. सनद १.

सलास तिसैन मया व अलफ रबिलाखर ५.

रसानगी यादी.

in Poona were taken in the matter, and the previous orders were confirmed. Instructions were issued to the various officers to severely punish any one disobeying the above orders.

(1145) Khanderáo Trimbak represented that the temple of Shri-Rámchandra at Panchawati was completed, and that land occupied by certain houses was required for the erection of a *mandap* in front of the temple He was permitted to take up the land either by paying cash compensation to the owners or by giving other land in exchange.

A. D. 1792-93.

११४६ (१०७२)—कृष्णाजी अंबादास आकोलकर यांणी हुजूर विदित केलें कीं,
सलास तिसैन मया व अलफ सवाल १९
कसबे आकोल, परगणे मजकूर, येथें आह्मी पिंपळाचे वृक्ष नवीन लाविले आहेत त्यांच्या मुंजी करणार, त्यास कसबे मजकुरीं ऋग्वेदी व यजुर्वेदी जोशी यांचा वृत्तीसंबंधें कजिदा आहे, सबब यजुर्वेदी जोशी मुंजीस अडथळा करितात, याजकरिता मुंजी करते समयीं उपाध्यिक मामलेदार यांणी अमानत ठेऊन कार्य मुंजीचें करविलें पाहिजे ह्मणोन, त्याजवरून हें पत्र सादर केलें असें, तरी पिंपळाच्या मुंजी करणार ऋग्वेदी यजुर्वेदी यांचा वृत्तीचा कजिया आहे, त्यास मुदामत चालत आल्याप्रमाणें ताकीद करून मुंजी कारकून पाठऊन करणें, कजियाच करूं लागल्यास कजियाचा विषय असेल तो अमानत ठेऊन काम चालवणें ह्मणोन, धोंडो महादेव याचे नांवें चिटणिसी. पत्र १.

११४७ (१०८१)—गुमानी भाटीण इचा दादला लहानपणीं मृत्यु पावला, तेव्हांपासून माहेरीं होती, अलीकडे कोणास न पुसतां माहेराहून कसबे पुणें येथें येऊन राहिली. त्यास ही गरत; ईणें न पुसतां उठून येऊं नये ते आली, सबब किल्ले धोडप येथें अटकेस ठेवावयास बरोबर लोक
अर्बा तिसैन मया व अलफ मोहरम ११
दिमत गुलाबसिंग निसबत हुजूर हशम असामी तीन देऊन पाठविली आहे, त्यास इजपासून किल्ले मजकुरीं इमारतीचें वगैरे कामकाज घेऊन बंदोबस्तानें ठेऊन पोटास शेर शिरस्तेप्रमाणें देत जाणें ह्मणून, बाजीराव आपाजी याचे नांवें. सनद १.

रसानगी, बापूजी बल्लाळ लेले.

२१ सार्वजनिक उत्सव.

११४८ (   )—कमावीसभेट राजश्री रावसाहेब यांस विजयादशमीनिमित्य स्वारी

(1146) Krishnáji Ambádás of Akolá wished to perform the thread-ceremonies of Pimpal trees, and asked for the assistance of the Mámlatdár, as owing to a split between the Rigwedi and Yajurwedi Brahmins of the place, it was feared that the performance of the ceremonies would be obstructed. The officer of the parganá was therefore directed to send a kárkun to Krishnaji's place and to arrange for the celebration of the ceremonies in question.
A. D. 1792-93

(1147) Gumáni, a Bhati widow, came from her father's house to live in Poona without permission. As such conduct in a respectable woman was held to be improper, Gumáni was sent to prison.
A. D. 1793-94

XXI Public festivals and amusements.

(1148) *Nazars* of Mohórs, Putalis and cash, worth in all Rs. 1,031,

अर्बा समानीन मया व अलफ जिल्काद ३०

सीमाउलंघनाहून वाड्यांत आलियावर सदरेस लोकांनीं नजरा केल्या त्या छ. ८ जिल्काद. रुपये.

५८०॥. मोहरा. नाणें.

२ बाळाजी जनार्दन फडणीस.
१ नारो नीळकंठ मजमदार.
१ त्रिंबकराव महिपत चिटणीस.
१ हरी बल्लाळ.
२ विसाजी कृष्ण.
१ बाळाजी महादेव, तालुके शिवनेर.
१ रामराव त्रिंबक, प्रांत जुन्नर.
१ रामचंद्र नारायण, प्रांत पुणें.
२ भवानी शिवराम.
२ त्रिंबकराव नारायण राजेबहाद्दर.
१ कृष्णराव बळवंत मेहेंदळे.
१ शिवराम रघुनाथ, निसबत खासगी.
१ राघो बापूजी पागा.
१ महिपतराव विश्वनाथ.
१ गोपाळ संभाजी याचे पुत्र.
१ बाळकृष्ण केशव बर्वे, तालुके पटा.
१ केशवराव जगन्नाथ गोखले.
१ माधवराव मोरेश्वर पेठ्ये.
१ बाबूराव हरी दातार, निसबत जकात प्रांत कल्याणभिवंडी.
१ चिंतामण हरी दीक्षित.
२ बळवंतराव विष्णु दीक्षित, रघोजी भोसले सेनासाहेब सुभा.
१ वासुदेव रघुनाथ फडणीस, प्रांत जुन्नर.
१ अमृतराव विश्वनाथ पेठ्ये.
१ रामराव नारायण, तालुके राजमाची.

A. D. 1783-84. were received by the Peshwá from his officers and others at the Darbár held on the evening of the Dasará festival. The names of the persons presenting *Nazars* are given in detail. The list begins with 'Bálàji Janárdan Fadnis—2 Mohors.'

१ बाबाजी गोविंद कारकून, निसबत दफ्तर.
१ नीळकंठराव गोविंद.
१ माधवराव रामचंद्र.
१ मुसा जारल.
१ गणाजी चंद्रराव वसईकर.
१ येशवंतराव गंगाधर.
१ रामराव बाजी.
१ नारो महादेव गद्रे किल्ले सिंहीगड.
१ माधवराव त्रिंबक, त्रिंबकराव सदाशिव दीक्षित यांचे पुत्र.
१ कृष्णाजी भैरव थत्ते.
१ कृष्णराव नारायण जोशी.
१ रंगराव महादेव वोढेकर.
१ नांव लागलें नाहीं.

४३ (४२)

८४ पंचमेळ ६ दर १४
५९ दिल्लीच्यां ४ दर १४॥
९६। प्रत नाणें.

४ कोऱ्याच्या.
१ दिली शिक्का डाकाची.
१ सुरती डाकाची.
१ अजमीरची.

७

दर १३॥ प्रमाणें रुपये.

२५६॥ प्रत. नाणें.

७ औरंगाबादी.
१० शेटशाई.
२ हल्लीं शिक्का.

१९

दर १३॥ प्रमाणें. रुपये.

२६ प्रत. नाणें.

१ फर्काबादी.

१ दिल्लीची गैरसाळ.

———

२

दर १३ प्रमाणें. रुपये.

४८ प्रत. नाणें.

१ सोलापूरची गैरसाळ.

१ लाहूरची.

१ शेटशाई गैरसाळ.

१ अर्कटची गैरसाळ.

———

४

दर १२ प्रमाणें. रुपये.

११ तळेगावीं १ एकूण ४३ रुपये.

———

५८०॥।

१५५॥ पुतळ्या. तोंडें

१ सखाराम येशवंत पानसी.

२ सर्वोत्तम शंकर.

१ नारायणराव कृष्ण पारसनीस.

१ महादाजी बल्लाळ साठे.

१ तानको कृष्ण दिंमत रघोजी भोसले सेना साहेब सुभा.

१ त्रिंबकजी आपाजी पागा.

१ लक्ष्मण कृष्ण मेहेंदळे, कृष्णराव बळवंत यांचे पुत्र.

१ माधवराव कृष्ण पानसी.

१ कृष्णराव भिवजी.

१ रामचंद्र कृष्ण मेहेंदळे.

१ बळवंतराव व्यंकटेश, निसबत पोतनीस.

४ मुसा मात्रो.

१ केशव विठ्ठल गोळे.

१ बाळाजी राम भिडे.

१ जनार्दन राम पागा.
१ बाबूराव पासलकर.
१ जयराम त्रिंबक सोमण मजमदार, प्रांत राजपुरी.
१ चिमाजी माणकर, प्रांत राजपुरी.
१ गोपाळराव बापूजी पागा.
१ भगवंतराव बापूजी शिलेदार यांचे पुत्र.
१ येशवंतराव मल्हार खासनिवीस, दिंमत हुजरात.
१ गणपत आनंदराव मेहेंदळे.
१ जिवाजी गोपाळ.
१ बाबाजी बल्लाळ रानड्ये.
१ बाबूराव अनंत पागा.
१ पांडुरंग नारायण पागा.
१ राघो विश्वनाथ गोडबोले.
१ अमृतराव केशव थत्ते.
१ शिदोजी पलांडे पागा.
१ जयवंतराव येशवंत पानसी.

३४

तपशील.

३३ ऐन तार्टे.
१ गबर.

वजन तोळे ९।~ दर १६॥ प्रमाणें. रुपये.

३॥। गणपतराव भिकाजी रास्ते यांचे पुत्र. होन नवा एलोरी नाणें १, एकूण रुपये.

२९१ नक्त. रुपये.

५ बळवंतराव जिवाजी लिमये.
३ रंगो कान्हेरे एकबोटे.
५ खंडो अनंत, दिंमत खंडेराव त्रिंबक वोढेकर.
५ गोविंदराव कृष्ण काळे.
५ मल्हार धोंडदेव यांचे पुत्र.
२ केशवराव व्यंकटेश पानसी.
५ त्रिंबकराव गंगाधर.
२ गंगाधर बल्लाळ दिंमत फडणीस, दिंमत तोफखाना.

४ गणेश तुकदेव.
५ बळवंतराव शंकर पागा.
२ गोपाळ नारायण एकबोटे.
५ विश्वासराव त्रिंबक.
५ येशवंतराव रघुनाथ.
५ केसो शंकर कान्हेरे.
५ बहिरो मुकुंद, मुकुंद श्रीपत यांचे पुत्र.
३ बळवंतराव हरि दुंगणकर.
२ बापूजी वामन, निसबत शेख्ये.
५ वकील, दिंमत क्षेत्र संस्थान काशी.
४ लक्ष्मण बल्लाळ आठवले.
५ धोंडो राम वकील.
५ निळकंठराव रामचंद्र पागा.
२ बाजी अनंत, निसबत निळकंठराव रामचंद्र पागा.
२ निळकंठराव रामचंद्र यांचे भाऊ.
४ विश्वासराव लक्ष्मण.
१ बापूजी आनंदराव कमावीसदार, कसबे पुणें.
५ भाईदास, दिंमत गुमानसिंग मांडवीकर.
५ राघो निळकंठ पानसी, दिंमत मालोजी घोरपडे.
५ गणेश हरि पेठ्ये, दिंमत चिंतामण हरि.
३ धोंडो मल्हार पानसी पागा.
५ मोरो रामचंद्र परांजपे, रामचंद्र नाईक यांचे पुत्र.
२ राघो हरि बोक शिलेदार.
५ खंडेराव दौलत शिलेदार.
२ मीरखान टोके यांचे पुत्र.
५ मुसा जारज पांच रुपये शिवाय मोहोर नार्णे एक नजर केली तो [ती] वर लिहिली आहे.
७ मुसा जारज यांचे लेक.

५ थोरला.
२ धाकटा.

७

४ कारकून दिंमत मुसा जारज.
२ बापूजी बाबूराव.
२ खंडेराव यादव.

४

१० नारायणराव यादव भागवत.
५ मोरो राम दाभोळकर.
५ गोपाळ महादेव कारकून, निसबत दफ्तर.
४ केशवराव महादेव, माधवराव सदाशिव यांचे पुत्र.
५ दादो हरि मराठे.
५ भिकाजी विश्वनाथ, जकात प्रांत पुणें व जुन्नर.
५ चिंतामणराव सदाशिव, दिंमत गोविंदराव सदाशिव पागा.
२ जगन्नाथ रघुनाथ, निसबत कुरणें.
५ भिवराव भगवंत, दिंमत पीलखाना.
४ कृष्णाजी देवजी वकील, दिंमत नवाब.
९ हैबतराव गोपाळ वकील, दिंमत नवाब.
१ येशवंतराव मोरे माजी रायगडकरी, निसबत हुजूर हशम.
५ महादाजी बल्लाळ कारकून, निसबत दफ्तर.
१ नारायणजी गावडे शिलेदार.
९ गोविंद गणेश बिवलकर.
२ नारो बाबाजी फडके कारकून शिलेदार.
५ शिदोबा नाईक थत्ते.
५ नारो कृष्ण बरवे.
५ बाबूराव विश्वनाथ वैद्य.
५ रघुनाथ बाजी पागा.
५ सदाशिव भगवंत, दिंमत उष्ट्रखाना.
१ त्रिंबक मोरेश्वर, निसबत हुजूर हशम.
५ कृष्णाजी महादेव, नारो शिवदेव भाव्ये यांचे पुतणे.
५ नारो अनंत परचुरे कारकून, निसबत दफ्तर.
५ जनार्दन आपाजी.
५ सदाशिव मल्हार बावळे फडणीस, दिंमत तोफखाना.

५ मल्हारजी जगथाप सरनौबत, निसबत पागा, दिंमत बाबूराव निकम.

२ गोपाळराव जयवंत पानसी.

१५ निंबाजी महादेव काणे, दिंमत रघोजी भोसले सेनासाहेब सुभा.

३ बच्याजी विश्वनाथ खांडेकर शिलेदार.

३ खंडोजी जगथाप पागा.

४ नांवें लागलीं नाहींत.

२९१

तपशील.

६३ पोतेचाळ.

११८ दौलताबाद.

५४ चांदवड.

३३ मलकापुरी, दर रुपयास एक आणा बट्टाप्रमाणें.

१९ देडगांवी व करमले, दर रुपयास चव्वल बट्टाप्रमाणें.

४ बिणाचे.

२९१

१०३१

११४९ (९०६)—शिमगा खर्च दशावतारी यांजकडून सरकारचे वाड्यांत शिमग्याचा खेळ सालगुदस्तां करविला, सबब बिदाई रसानगी यादी छ. २ माहे जिल्काद. आंख.

सीत समानीन मया व अलफ मोहरम १०

३० बाललिंग नाईक यास सन इसन्ने समानीनाप्रमाणें साल मजकुरीं. आंख ३०. बाळाजी अनंत केळकर कारकून शिलेदार गजनी सनंग ·।· एकूण.

३० लक्ष्मण गुरव सुपेकर यास एकसालां कापड. आंख ३०. बाळाजी अनंत केळकर कारकून शिलेदार सनगें एकूण. आंख.

(1149) Rewards were paid to actors who acted the Ten Avatârs in the Royal palace during the Shimgâ festival.

A. D. 1785-86.

८॥	तिवट	१
२१॥	गजनी	।;
३०		१।

६० ११॥-

११५० (९६६) कमावीसभेट राजश्री राव यांस, विजयादशमीस छ. ८ मोहरमीं

समान समानीन मया व अलफ रबिलावल २९ — सीमा उलंघन करून स्वारी वाड्यांत आलियावर सदरेस लोकांनीं नजरा केल्या ते जमा. रुपये.

६२३॥ मोहरा नाणे.

२ बाळाजी जनार्दन फडणीस.
१ बाजीराव गोविंद बर्वे.
१ त्रिंबकराव अमृतेश्वर पेठ्ये.
१ नारो निळकंठ मजमदार.
१ माधवराव मोरेश्वर पेठ्ये.
१ सर्वोत्तम शंकर हशमनीस.
१ नारायणराव यादव भागवत.
१ त्रिंबक महिपतराव चिटणीस.
१ वासुदेव रामकृष्ण.
१ मुसा जारज गाडदी.
५ भवानी शिवराम, तालुके अमदाबाद.
२ रघुनाथराव नारायण राजेबहाद्दर.
१ कृष्णराव हरि सुपेकर.
२ महिपतराव विश्वनाथ बिनीवाले.
१ रामराव नारायण देशमूख.
१ बाळकृष्ण केशव, तालुके पटा.
१ गोपाळ बल्लाळ केतकर, तालुके कावनई.
१ रामचंद्र शिवाजी पागा.
१ खंडेराव बल्लाळ, दिंमत शिवाजी शिवराम.

(1150) This gives a list of the Sardárs who presented *Nazars* to
A. D. 1787-88 the Peshwá on the Dasará festival.

१ गणपतराव जिवाजी सरसुभा, प्रांत कोंकण.
१ कृष्णराव नारायण जोशी सातारकर.
१ माधवराव रामचंद्र.
१ कृष्णराव बळवंत.
१ गोविंदराव बाजी जोशी.
१ निळकंठराव गोविंद लिमये.
१ माधवराव त्रिंबक दीक्षित पटवर्धन.
१ हरी बल्लाळ.
१ खंडेराव त्रिंबक ओढेकर.
१ राघो विश्वनाथ गोडबोले.
१ विठ्ठलराव नारायण अभ्यंकर नगरकर.
१ रामराव त्रिंबक, प्रांत जुन्नर.
१ शिवराम रघुनाथ, निसबत खासगी.
१ आनंदराव भिकाजी फडके.
१ कृष्णाजी बहिरव थत्ते.
१ रंगराव महादेव मेढेकर.
२ येशवंतराव गंगाधर.
१ रामराव अनंत बिवलकर.
२ नांवें लागलीं नाहीं ते असामी २.

४८

१८९ प्रत नाणें.

१० शेटशाई.
१ हली शिका.
१ हैदराबादी.
२ आर्काटच्या.

१४

दर १३॥ प्रमाणें. रुपये.

१६८ प्रत पंचमेळ नाणें १२ एकूण दर १४ प्रमाणें रुपये.

७२ प्रत नाणें.

२ औरंगाबादी.
४ गैरसाळ.
———
६
दर १२ प्रमाणें. रुपये.

३३ किता नाणें.
१ नरहरची.
१ दिल्लीची गैरसाळ.
१ अमदाबादी गैरसाळ.
———
३
दर ११ प्रमाणें. रुपये.

४० प्रत नाणें.
१ करोली.
१ सीली शिक्का अलीगौर गैरसाळ.
२ अजमेर गैरसाळ.
———
४
दर १० प्रमाणें. रुपये.

१२१॥ प्रत जयनगर कोटे नाणें ९ दर १३॥ प्रमाणें. रुपये.

———

६२३॥ ४८

२२४॥।- पुतळ्या. तांटे.

१ वासुदेव व्यंकटेश कारकून, निसबत पोतनीस.
१ सखाराम येशवंत पानसी.
२ गोविंद आनंदराव सुपेकर.
१ भास्कर महादेव कानिटकर.
१ सदाशिव शामराज आसवलीकर.
१ आनंदराव धुलप.
१ गुलजारखान टोंके.
१ हरबाराव धुलप.
२ रामचंद्र नारायण, प्रांत पुणें.
१ जिवाजी बल्लाळ कारकून, निसबत चिटणीस.

१ हैबतराव पलांडे पागा.
१ विठ्ठल रामचंद्र आंबीकर.
१ अमृतराव विठ्ठल गोळे.
१ नारायण रघुनाथ पागा.
१ पांडुरंग नारायण पागा.
१ जयराम त्रिंबक सोमण.
१ मल्हारराव नरसी मांडवगणे.
१ गणपत आनंदराव.
१ भिकाजी नारायण पाळंदे.
१ महादाजी विठ्ठल शिंत्रे, प्रांत राजपुरी.
१ शिवाजी बाबाजी म्हसकर यांचे पुत्र.
१ गणपतराव चिंतामण ओंकार.
१ भगवंतराव बापूजी.
१ चिमाजी माणकर.
१ विसाजी नारायण वाडदेकर.
१ मळोजी पवार पागा.
१ बहिरजी मुळ्ये पागा.
१ निळकंठराव रामचंद्र.
१ व्यंकटराव भास्कर भाव्ये.
१ विसाजी गणेश वाघमारे पागा.
१ लक्ष्मणराव कोलटकर.
१ शिवराम लक्ष्मण कोटकर.
१ गोविंद राम आपटे.
१ नारो महादेव गद्रे यांचे पुत्र.
१ बळवंतराव महादेव भानू.
२ बाळाजी केशव थत्ते.
१ अमृतराव केशव थत्ते.
१ रघुनाथ केशव थत्ते.
१ शिदोबा नाईक थत्ते.
१ बळवंतराव नागनाथ पागा इंदापूरकर.
१ नारायणराव विश्वनाथ, दिंमत सरलष्कर.
१ जयवंतराव येशवंत पानसी.

१ भास्कर जगन्नाथ.

२ नांवें लागत नाहींत.

___

४९

९९ ताटें एकूणपन्नास वजन तोळे १३॥१॥ दर १६॥ प्रमाणें.

रुपये.

१२ होन नाणें.

१ राघो केशव नेने.

१ माधवराव त्रिंबक धायगुडे.

१ नांव लागत नाहीं.

० लंग.

___

३   रुपये.

८ एलोरी नाणें २ दर ४

४ हैदरी नाणें १ एकूण.

___

१२

३८२ नक्त   रुपये.

५ भाईदास दिंमत राजे मांडवीकर.

३ रंगो कोन्हेर एकबोटे.

१ बापूजी आनंदराव मोकाशी.

५ विश्वासराव रघुनाथ, राघो बापूजी यांचे पुत्र.

५ विश्वासराव चिंतामण पागा.

२ केशव जयवंत पानसी.

५ बळवंतराव शंकर खांडेकर पागा.

५ खंडेराव दौलत.

२ बळवंतराव हरि डिंगणकर.

२ बळवंतराव नारायण केसकर.

५ केसो कृष्ण, दिंमत बाळाजी गोविंद बुंदेले.

१ मुसा जारज, गाडदी.

१ बाबूराव केशव ठाकूर.

१ त्रिंबक हरि वर्तक यांचे पुत्र.

३९

५ दोयरीलो जोरज मुसा जारज यांचे लेक.
२ मुसा जारज यांचा छोटा लेक.
५ सर्वोत्तम शंकर यांचे पुत्र.
५ मीर मुस्तफाखान.
५ बळवंतराव, दिंमत भोंसले.
५ दाजी गोपाळ जोशी, गोपाळ महादेव यांचे पुत्र.
५ व्यंकटराव राम दाभोळकर.
५ लक्ष्मण बल्लाळ आठवले.
२ बापूशेट भालवणीकर.
५ काशीकर राजे यांजकडील वकील.
१ मल्हार अनंत माळी पुणेकर.
५ गोविंद भगवंत पिंगळे.
९ दिंमत नवाब निजामअल्लीखान रुपये.
    ५ रघोत्तम हैवतराव.
    ४ कृष्णराव देवाजी.
    ———
    ९

५ सदाशिव राम गुणे.
५ माधवराव कृष्ण गुणे.
२ जगन्नाथ धोंडदेव गुणे.
५ राघो निळकंठ पानसी.
५ विठ्ठल नारायण जोगळेकर.
५ येशवंतराव नरसी पागा.
५ विसाजी राम जोशी.
५ राघो हरि ओक.
५ नरसिंगराव भाव्ये.
२ देवबा नाईक रास्ते.
५ नारो कृष्ण यांचे पुत्र.
१ येशवंतराव मोरे हवालदार रायगडकर.
५ बाळाजी धोंडपकर ५
५ गोपाळराव राम सातारकर.
१ लक्ष्मण शिवराम बागलाणकर.

५ खंडेराव शंकर भागवत.
५ खंडो अनंत वर्तक.
८ बहिरो अनंत कामरगांवकर.
२ महमद तकी पारसनीस.
५ गणेश हरि पेठ्ये.
५ गोविंदराव सदाशिव पागा.
८ जमीदार गुतीकर.
४ रामराव.
४ अहोबलराव.
———
८
२ निळकंठराव रामचंद्र पागा यांचे पुत्र.
४ गणपतराव माधव, माधवराव सदाशिव यांचे पुत्र.
५ गणपतराव व्यंकटेश कानिटकर.
१ गोविंदराव अच्युत.
५ भगवंतराव नारायण पारसनीस.
४ गोपाळराव भगवंत, निसबत पारसनीस.
५ जनार्दन आपाजी.
५ बाळाजी कृष्ण ठोसर.
२ नारो बाबाजी फडके.
५ त्रिंबकराव नारायण परचुरे.
५ विष्णुमहादेव, महादाजी बल्लाळ कारकून यांचे पुत्र.
५ बाळाजी मोरेश्वर, निसबत जकात प्रांत पुणें.
५ दादो हरि मराठे.
५ कमळाकर, दिंमत बळवंतराव धोंडदेव.
५ वामनाजी हरि मराठे.
२ नारायण गाड्या.
५ जनार्दन गोपाळ खांडेकर.
४ राघो विश्वनाथ आठवले.
२९ (नांवें लागलीं नाहींत.)
———
३१६

६६ भेट पैकीं नाणें तसलमातीस घेऊन नजर केली त्याचे नक्त रुपये
आणून दिल्हे.   रुपये.

  ५६ मोहोरांचे ऐवजीं नक्त रुपये.

    १४ काशी बल्लाळ रानव्हे.

    १४ खंडेराव नरहर कमाविसदार, परगणे शेवगांव.

    १४ सदाशिव रघुनाथ गद्रे.

    १४ महादाजी अनंत बेहेरे.
    _____
      ५६

  १० पुतळ्यांचे ऐवजीं नक्त रुपये.

    ५ मोरो रामचंद्र परांजपे.

    ५ सोनो गणेश फडणीस, तालुके अमदाबाद.
    _____
      १०
    _____
      ६६

३८२   रुपये.

  ७५ पोते चाल.

  २२५ चांदवड.

  ६५ नाशीक मोल्हेर.

  १५ दौलताबाद.

  २ तांब्याचे.
  _____
  ३८२

१२४२१॰

खमस तिसन
मया व अलफ
जमादिलाखर २३

११५१ (१११९)–श्रीगणपति उत्साहखर्चे भाद्रपद शुद्ध चतुर्थींचा, उत्साह प्रति-
पदेपासून दशमीपर्यंत दहा दिवस जाला त्याची बिदाई देणें गोसावी
व गवई व कळवंतिणी बगैरे गुणीजन यांस, बाबत वांटणी. रसा-
नगी यास (द ?)   रुपये.

A. D. 1794-95. (1151) The details of expenses incurred on account of the Ganapati
festival celebrated from the 1st to the 10th of Bhádra-
pad Shudha are given. The chief items are:—

२१५५ गोसावी हरदास.

१९५८ बरहुकूम गुदस्त असामीस १४५ रुपये.
१९७ जदीद सालमजकुरीं ३६ नवे आले त्यांस रुपये.

२१५५ १८१

३२९ गवई. रुपये.

३०१ बरहुकूम गुदस्त असामीस ३० रुपये.
२८ जदीद सालमजकुरीं नवे ९

३२९ ३९

१०२६ कळवंतिणी ताफे यांस रुपये.

८८६ बरहुकूम गुदस्त ताफे ३५ यांस रुपये.
१४० जाजती ताफे ८ आले त्यांस.

१०२६ ४३

१४८ गुरव पखवाजी यांस रुपये.

१२१ बरहुकूम गुदस्त २५ असामीस. रुपये.
२७ जदीद ८ आसामीस. रुपये.

१४८ ३३

३० ब्राह्मण चोपदार सोंगें घेऊन मखरापुढें उभे राहतात असामी २ बरहुकूम गुदस्त. रुपये.

३४ शागिर्दे गोसावी वगैरे यांस आमंत्रण करितात व लग्ना करितात सबब बरहुकूम गुदस्त ४ रुपये.

२४० वाजंत्री ताफे बरहुकूम गुदस्त वगैरे २५ रुपये.

३२ कर्णेकरी बरहुकूम गुदस्त १९ यांस. रुपये.

	Who appeared last year.	Amount paid.	Who appeared for the first time this year.	Amount paid.
Gosàvi preachers	145	1958	36	197
Singers, men	30	301	9	28
Singers women	35	886	8	140
Musicians	25	121	8	27

The total cash expenditure was Rs. 4,175. In addition to this sum, clothes were presented to these persons.

१५५ किरकोळ असामीस.

८५ बरहुकूम गुदस्त ४ असामी.

७० जदीद सालमजकुरीं २ आले त्यांस

१५५ ६

२६ मिठाई शागिर्द पेशा वगैरे यांस. रुपये.

४१७५

११५२ (११२०)–विजयादशमीचे पोशाख सनगें, एकूण. आंख.

खमस तिसैन मया व अलफ जमादिलाखर २३ — दिमत हुजरात सनगें एकूण आंख.

२७३८३॥ श्रीमंत महाराज श्रीछत्रपती स्वामी यांस रवाना सातारा तसलमात महादजी जाधव व सटवाजी पिंजण खिजमतगार सनगें, एकूण.

९७६२ श्रीमंत महाराज राजश्री छत्रपती स्वामी यांस सनगें एकूण. आंख.

३२२४ मातुश्री आईसाहेब यांस सनगें एकूण. आंख.

१२३२८॥ सौभाग्यवती बाईसाहेब यांसी सनगें एकूण. आंख.

५०९ महाराज यांचे पुत्र, वय वर्षें पावणेदोन यांस सनगें. आंख.

१२९३। कन्या महाराज यांच्या सनगें एकूण. आंख.

२३९। सौभाग्यवती जिजाबाई संतूबाई महाडीक यांची सून सनगें एकूण. आंख.

२७३५६ ४१॥≡

२७॥ बासनांस सनगें एकूण १॥– आंख.

२७३८३॥ ४३।–

७६०॥ रवाना सातारा तसलमात महादाजी जाधव, व सटवाजी पिंजण खिजमतगार सनगें एकूण. आंख.

(1152) The details of clothes of honour presented to the Sátárá Rájá, the Sirdárs, Commandants and Agents of foreign powers on the Dasará festival are given. The total expenditure is Rs. 2,20,144. Clothes worth Rs, 31,267 were sent to the Sátárá Rájá for himself, his family and the people at his court.

A. D. 1794-95.

४०५॥ दिंमत नारायण दीक्षित ठकार सनगें एकूण. आंख ७

॥· बासनास खादी पासोडी सनंग ८२

४०५॥ ७८२

२५२॥। निळकंठ बाबूराव आमात्य सनगें एकूण. आंख.

१०२। रामचंद्र रघुनाथ पंडितराव सनगें एकूण. आंख.

७६०॥ १२॥।

६०७॥। दिंमत मंत्री तसलमात हैबती उगला खिजमतगार सनगें एकूण. आंख.

३०३॥। भास्करराव त्रिंबक रवाना इसलामपूर सनगें एकूण. आंख.

३०४ जयवंतराव रघुनाथ रवाना भिलवडी सनगें एकूण. आंख.

६०७॥। ७।

१२८३। दिंमत परशराम श्रीनिवास प्रतिनिधी सनगें एकूण. आंख.

११३१॥ रवाना कऱ्हाड तसलमात जोती जाधव, व खिजमतगार सनगें एकूण. आंख.

१५१॥। आनंदराव कृष्ण बापट, तर्फे कृष्णाजी उगला खिजमतगार सनंग एकूण. आंख.

१२८३। ९।८

The following are some of the details:—

Clothes worth Rs. To

9,762—the Rájá of Sátárá himself.

3,264—Ái sáheb.

12,328-8—the Báisáhebs.

509—Rájá's son.

1293-4—Rájá's daughters 3.

239-4—Jijábái Mahádik.

405-8—Náráyaṇ Dixit Takár.

252-12—Nilkanṭh Báburáo Amátya.

102-4—Rámchandra Raghunáth Panditrao.

303-12—Bháskarrao Trimbak Mantri.

६०३॥ दिंमत शंकरराव रघुनाथ सचिव, तर्फे खंडोजी भोंसला खिजमतगार सनगें एकूण. रवाना जेजुरी. आंख.

४४८ खासा सनगें एकूण. आंख.

१५३ राघो वेंकटेश फडणीस सनगें एकूण. आंख.

२॥ बासनास सनगें एकूण. आंख.

६०३॥ ५॥≈

१५१। भवानीशंकर हैबतराव राजाज्ञा, रखमाबाई तर्फे केदारजी ससाणा खिजमतगार सनगें एकूण. आंख.

२२५॥ जीवनराव विठ्ठल सुमंत, तर्फे भवानजी भोंसला खिजमतगार सनगें एकूण. आंख.

२५२॥ मल्हारराव राम चिटणीस, तसलमात दादजी मांजरा खिजमतगार, सनगें एकूण. आंख.

३१२६७॥। ८५।॥≈

304—Jayawantrao Raghunáth Mantri.
852—Parashrám Shrinivás Pratinidhi.
279-8—Antáji Wásudeo Mutálik.
151-12—Anandrao Krishṇa Bápaṭ.
603-8—Shankarrao Raghunáth Sachiv.
151-4—Bhawáni Shankar. Haibatrao Rájádnyá.
225-8—Jiwanrao Vithal Sumant.
252-8—Malhárrao Ràm Chitṇis.

Rs. 31,267-12 Total.
Rs. 34,033-4—Cavalry officers.
79,703=8—Silledárs.
6,440——Bhosle of Nágpur.
5,88812—Nawáb Nizám Alikhán.
249-8—Yeshwantrao Dábháde.
2,470—Bálaji Janàrdan Faḍnis.
697-4—Agent of Bundhlle.
255—Musá Jaraj.
202—Viṭhal Goraksh, Agent of the Portuguese of Goá.

पागानिहाय सनगें एकूण. आंख.

३४०३३। ३१।८

किल्लेदार सनगें एकूण. आंख.

७९७०३॥ १२०५४८

किरकोळ सनगें एकूण. आंख.

४८११८॥ ३११॥≈

रवाना आनंदवली, तर्फे विठोजी गवारी, व माणकोजी नवला खिजमतगार, सनगें एकूण. आंख.

१९६० राजश्री बाजीराव यांसी सनगें एकूण. ४॥ आंख.

१८२० राजश्री चिमणाजी आपा यांस सनगें एकूण. ३॥ आंख.

१२६३ राजश्री अमृतराव यांस सनगें एकूण. आंख.

८९२ खासा सनगें एकूण. ४॥ आंख.

३७१ विनायकराव पुत्र सनगें एकूण. ६॥। आंख.

१२६३

३४० सौभाग्यवती सत्यभामाबाई, अमृतराव यांची स्त्री, सनगें एकूण. २ आंख.

३९६॥ नाटकशाळा सनगें एकूण. आंख.

७० हेमंत सनगें एकूण. २ आंख.

६९॥ रूपकुवर सनगें एकूण. २ आंख.

६३ चंपक सनगें एकूण. २ आंख.

६७ मैना सनगें एकूण. २ आंख.

६४ वसंत सनगें एकूण. २ आंख.

600-12—Mr. Malet, agent of the English colony of Calcuttá.

249-8—Nurdi Husenkhán, in the service of the English of Calcuttá.

1,036-12—Artillery.

1,960— Bájirao.

1,820— Chimnáji Appá.

1,263— Amrutrao.

340— Satyabhámábái.

396-8— Six dancing girls (by name).

६३ उमेदा सनगें एकूण. २ आंख.

३९६॥ १२

१७७९॥ २८॥

१०॥ बासनास सनगें एकूण. आंख.

५७९० २९।=

८३६ सौभाग्यवती भागिर्थीबाई पुणियांत आहेत त्यांस, तर्फे केदारजी येवला खिजमतगार सनगें एकूण. २ आंख.

६६२६ ३१।=

सनगें. गज.

२२०१४४।- २६४३८ १०१

११५३—रोजकीर्द राजमंडळ स्वारी राजश्री पंतप्रधान सुरसन खमस तिसैन मया व अलफ छ. २३ जमादिलाखर यांत विजयादशमीचे पोशाख सनगें खर्च आहेत तीं.–

(अनुक्रमनंबर ११५२ चे लेखांकाचा हा कच्चा तपशील आहे. दोन्ही लेखांक एकच आहेत.)

३११२६७॥ दिमत हुजुरांत सनगें एकूण. आंख.

९७६२ श्रीमंत महाराज राजश्री छत्रपती स्वामी.

३२२४ मातोश्री आईसाहेब.

१२३२८॥ सौभाग्यवती बाईसाहेब.

६९७२॥ वाडा पहिला.

५३५६ वाडा दुसरा.

१२३२८॥

५०९ महाराजांचे पुत्र, वय वर्षे १॥।.

१२९३। कन्या महाराजांच्या.

५६९॥। थोरलीस.

५९१॥ दुसरीस.

836— Lady Bhágirthibái.

Rs. 2,20,144 Total.

१३२ तिसरीस.

———

१२९३।

२३९। सौभाग्यवती जिजाबाई, संतूबाई महाडीक यांची सून.

२७॥ बासनास सनगें.

४०९॥ नारायण दीक्षित ठकार.

२०९ खासा. १९६ यज्ञेश्वर दीक्षित.

॥॰ बासनास.

२५२॥। निळकंठ बाबुराव आमात्य.

१०२। रामचंद्र रघुनाथ पंडितराव.

३०३॥। भास्करराव त्रिंबक मंत्री.

३०४ जयवंतराव रघुनाथ मंत्री.

८५२ परशराम श्रीनिवास प्रतिनिधी.

२७९॥ अंताजी वासुदेव मुतालीक, २७५॥ बासनास कापड, ४

१५१॥। आनंदराव कृष्ण बापट.

६०३॥ शंकरराव रघुनाथ सचिव.

४४८ खासा. १५३ राघो व्यंकटेश फडणीस.

२॥ बासनास.

——— ———

४५०॥ १५३

१५१। भवानीशंकर हैबतराव राजाज्ञा.

२२५॥ जीवनराव विठ्ठल सुमंत.

२५२॥ मल्हारराव राम चिटणीस.

———

३११६७॥।

३४०३३। पागानिहाय.

२०५ केसो महादेव.

२९८ पर्वतराव भापकर.

१२३। यादो शामराज.

१४५॥ मोरो विश्वनाथ.

३४७ राजजी फडतरे.

१४५॥ विश्वासराव चिंतामण.

४००॥ मुर्तजा माहात.

१२३ माणकोजी गावडे.
७५ सुभानराव गावडे.
२००। सखाजी काटे.
२४१ येशवंतराव देवकोत.
१४८।।। सग्याबा निंबाळकर.
१४७।।। गंगाधर गणेश.
२४९। लक्ष्मणसिंग.
१५१।। बाबुराव अनंत.
१२७। गंगाधर गोविंद.
२०० बळवंतराव नागनाथ वामोरीकर.
१००।। आनंदराव आईतोले.
१०१।।। जानराव आईतोले.
१०० रामचंद्र आईतोले.
२००।। गमाजी निंबाळकर.
१४६।। विरोजी देवकोत.
१५१। तुकोजी आनंदराव.
१९९ चिमाजी जगताप.
२०२ धोंडो बल्लाळ गोखले.
७९ नागोजी वलये.
७७ देवीसिंग.
९८।।। हिरोजी शेळके.
९६ येशवतराव येगील.
७३।। राघो बल्लाळ.
७७ रामराव भगवंत.
२४३।। दि।। सखाराम रामचंद्र, रामराव रघुनाथ यांचे पुत्र.

९८।। खासा. ७२ खंडोजी पवार.
७३ येशवंतराव शिंदे.

१७१।। ७२

२४३।।

७५॥ गोविंदराव कोकरे.
९६॥। भुजंगराव सावंत.
७५॥ आनंदराव घोरपडे.
७५॥ म्हसाजी शेडगे.
७४॥ गंगाजी येगील.
७४॥ भगवंतराव कृष्ण.
७४॥ केदारजी झांबर.
७६॥। बहिरजी सलगर.
७६॥। राणोजी रणनवरे.
७६। भिवजी काळे.
१०१॥ बहिरजी शितोळे.
७५। मल्हारजी लवटे.
७६॥ आबाजी लवटे.
७५॥ धुळाजी शेडगे.
१०२॥। काशीराव कोकरे.
१०२॥। जानराव खराडे.
१०४ मानाजी जगदळे.
१४८। विसाजी गणेश बागमारे.
३५०॥ निळकंठराव रामचंद्र.
२०३ अमृतराव गावडे.
२००॥। भुजंगराव गावडे.
२०० साबाजी निंबाळकर.
१९८ गोविंदराव सदाशिव.
१४७॥। जगन्नाथ रघुनाथ.
१५१॥ गोपाळराव बापूजी.
१००॥ राजाराम रघुनाथ.
२९५। हैबतसिंग.
२९२ कृष्णसिंग.
१५३॥ कान्हाजी खडक.
२९५। महिपतराव भवानी.
९८॥। खंडेराव बल्लाळ.
९९। आपाजी मल्हार, दिंमत रामचंद्र शिवाजी.

२९६। गणपतराव विष्णु.
१४९॥। मानसिंगराव जगताप.
१४९ परशराम महादेव कुंटे.
१९६। बळवंतराव मुंढे.
१४९। भिकाजी जनार्दन.
२०३ रामचंद्र इच्छाराम.
३६१॥ लक्ष्मण गंगाधर.
१९६ भैराळजी पायगुडे.
१९८॥ भास्कर जगन्नाथ.
२५२ सिद्धेश्वर महिपतराव.
३९४॥। दादू माहात.
१९९ गिरजाजी बर्गे.
१००॥ बापूजी बल्लाळ भावे.
१०१ सुभानजी चाबुकस्वार.
१०२ गोदाजी चाबुकस्वार.
३०३ जयेसिंगराव निकम सरनोबत.
१०२ चिमाजी पवार.
१०२ सखाराम चाबुकस्वार.
१२४। मिरजा कासब बेग सांडणी.
४८॥ मिया बल्लद माणीक मालदार.
११२९७॥। दिंमत दौलतराव शिंदे.
४१२८ खासा.
१८२३॥ मातोश्रीस.
४२४॥ बहिण.
४५१॥ स्त्री सौ.
४२५॥ आबाजी रघुनाथ चिटणीस.
४०१ सदाशिव मल्हार.
२५२ बाळाजी लक्ष्मण.
३९२ बाळाजी अनंत.
२४८ सदाशिव बापूजी.
२४९ नारायणराव जिवाजी.
२५१। मोरो बल्लाळ.

३००॥ कृष्णाजी रघुनाथ.
२४८॥ हरि अबाजी चिटणीस.
१५०॥। माधवराव बाजी.
३०२॥। रामजी पाटील.
३००। रायाजी पाटील.
३०० कल्याणराव कवडे.
३०१ लाडोजी शितोळे.
२४९। हसनभाई.
९८॥ सखाराम.

११२९७॥।

३७२॥ मीरा महात.
१०१ घोडीं निसबत निळकंठराव जगताप.
१५०॥ घोडीं निसबत येशवंतराव त्रिंबक.
१४८॥ हैबतराव पलांडे.
१९७॥। विठ्ठलराव मल्हार, धोंडो मल्हार यांचे बंधु.
२९९॥। बाजीराव गोविंद बर्वे.
७७ घोडीं निसबत मलोजी पवार.
२०१५ दिंमत अली बहादर.
८११ समशेरबहाद्दर.
७०४ मातोश्रीस.
४०० दोघी स्त्रियांस.
१०० कन्या.

२०१५

३४७॥ आबाजी गणेश.
१५२ खासा.
१९५। महादजी अनंत.
।।बासनास.

३४७॥

१७० बहिरजी मुळे.

३४०॥। दिंमत आनंदराव बाबर.

१९५ खासा. १४५॥ जैतोजी बंबर.

।·बासनांस.

१९५। १४५॥

३४०॥।

१४९ विठ्ठलराव निकम.

१५१ माधवराव भोईटे.

१४८ राजजी दिघे.

१४९॥। गणेश हरि, येसाजी हरि यांचे बंधु.

१२३४॥ निसबत चिंतामणराव पांडुरंग.

५९९ खासा.

१४७॥ गणेश बाजीराव.

२३९॥ जनार्दन अनंत.

१५० नारायण भिकाजी.

९८॥ मोघम पागा.

१२३४॥

१०८९॥ दिंमत परशराम रामचंद्र.

७८७॥ खासा.

३०२ हरि परशराम, पुत्र.

१०८९॥

५२० पांडुरंग कृष्ण गोडबोले.

१०० सटवोजी मांजरे.

१५० बळवंत सुभराव.

१९७॥। बळवंतराव नागनाथ कुगांवकर.

१५० अवधूतराव येशवंत.

१५४ हैबतराव शंकर.

७६० येशवंतराव तापकीर.

३५०३३।

७९७०३॥ शिलेदार सनगें. आंख.

५०४। दिंमत शिवराव पवार.

२५२॥ खासा.

२५१। धिरोजी पवार.

॥ बासनास.

———

५०४।

२५० शेखमिरा बांईकर.

११०४॥ दिंमत पांडुरंग बाबूराव जोशी.

५०२ खासा.

३२० मातोश्री कमळजा बाई.

२७९ स्त्री सौ.

३॥ बासनांस.

———

११०४॥

७८९॥ तुकोजी पवार.

४०२ खासा.

२६२॥ मातोश्री गंगाबाई.

१२५ बाजी खंडेराव कारकून.

———

७८९॥

७४॥ संताजी यादव.

१२५॥ तुळसाजी पवार.

१०३ बळवंतराव चोपडे.

७७॥ नरसिंगराव रणदिवे, शंकराजी रणदिवे यांचे बंधु.

३०३ निळकंठ आबूराव जोशी.

३६०। मातुश्री लक्ष्मीबाई, बाबूराव सदाशिव जोशी यांची स्त्री.

८३०॥ दिंमत सदाशिव पवार.

४०७ खासा.

२९५॥ हैबतराव पवार.

१२८ रामकृष्ण विश्वनाथ, रावजी गंगाधर यांचे पुतणे.

———

८३०॥

१६१॥ दिंमत शेट्याजी पवार.
१०१। खासा.
६०। खंडोजी नलवडे.

४४३॥। दिंमत सुभानराव नाइक निंबाळकर.
२९४॥। खासा.
४८॥ जिवाजी गोविंद कारकून.
१००॥ बापूजी शंकर कारकून.

४४३॥।

४५५। कोकर मंडळी.
५१ वीवजी कोकर.
५०॥ गंगाजी पर्वतराव.
५० संताजी कोकर.
५०॥ कनकोजी कोकर.
५०॥। रामराव बिन सोनजी कोकर.
५०॥ मानाजी देवकोत.
५१ बाबाजी कोकरे.
५० म्हाळाजी भिसे.
५१ कृष्णाजी भिसे.

४५५।

३५१॥। दिंमत मानसिंग नाइक.
३०३। खासा.
४८॥ निंबाजी गोविंद कारकून.

३५१॥।

२७५६ दिंमत खंडेराव विठ्ठल.
७९९ खासा.
१७५५ नरसी खंडेराव पुत्र यास.
२०२ चिमणाजी खंडेराव.

२७५६

१७४ जगताप पणदरेकर.

९७॥ अभिमन्यराव जगताप.
७६॥ देवजी जगताप.

१७४
३४२॥। दिंमत खंडेराव जाधव भुईंजकर.
२४४ खासा.
९८॥। सदाशिव भालचंद्र कारकून.

३४२॥।
२३९८ निसबत कृष्णराव बळवंत.
१२९६ खासा.
१०० नारो भिकाजी.
७५ काशिनाथ लक्ष्मण.
७५ विठ्ठल माणकेश्वर.
७३ रामचंद्र माणकेश्वर.
९८॥ हणमंतराव जाधव.
१२५। हैबतराव जाधव.
७६। मावजी जगताप.
७३। तायाजी सोळसकर.
७५। संभाजी घोलप.
१००॥ काशीबा घोलप.
१०१। लक्ष्मण भगवंत.
७६ पिराजी जगताप.
५२॥। शिवाजी गावडे.

२३९८
५२९॥। शिराळकर मंडळी.
७२। मल्हारराव.
७५। गोविंदराव शिराळकर.
४९॥ राजाराम लक्ष्मण.
५२॥। माणको व्यंकटेश.
५०॥। चिमणाजी बाबूराव.
५२॥ गंजवाजी यादव.

५०॥ मिताजी मदले.
४९॥ सठवाजी यादव.
७६॥। त्रिंबक महादेव शिराळकर.

५२९॥।

४४८॥ जाधव मीरवाडीकर.

१००॥ आनंदराव जाधव.
९९ रायाजी जाधव.
९९ जोत्याजी जाधव.
१५० जाधव मीरवाडीकर मोघम.

४४८॥

२०१ लुकमाजी यादव.
२९४॥। येशवंतराव यादव.
२००॥ महिपतराव थोरात.
५० गोविंदराव साळोखे.
१५१॥ आपाजी बर्गे.
१००॥। बाळाराम बेणीदास.
१०१॥। दुर्गोजी शिंदे.
१०० राजजी लभे.
७५॥। फतेखान जुन्नरकर.
१००॥ कृष्णाजी जाधव.
२५२ दिंमत रघुनाथ घाटगे.

२०१ खासा.
५१ आनंदराव जनार्दन कारकून.

२५२

१४४॥ परकाळे मंडळी.

७१॥ नरसिंगराव कृष्ण वाडदेकर.
७३ रखमाजी परकाळे.

१४४॥

२९५ गुत्तीकर.

१४८ रामराव नरसी.

१४७ नरसिंगराव आहोबळ यांस.

२९५

६९७॥। जाधव वाघोलीकर.

१९८॥। मळोजी जाधवराव.

२४९॥ जोत्याजी जाधवराव.

२४९॥ संभाजी जाधवराव.

६९७॥।

१०० भगवंतराव धुमाळ.

१००॥ नाइकजी धुमाळ.

११२६ रंगराव त्रिंबक राजेबहाद्दर.

३९८ खासा.

२२० चिराजरी निशाणास.

२५४। गोपाळराव त्रिंबक, बंधु.

२९३॥। माधवराव त्रिंबक, बंधु.

११२६

१७६॥ बढे मंडळी.

१०१ माणकोजी बढे.

७५॥ भगवंतराव बढे.

१७६॥

२७५ लेले मंडळी.

९९॥ बाबूराव अनंत.

१००॥ गणपतराव राम.

७५ नरसिंगराव शंकर.

२७५

१९९॥ शितोळे न्हावीकर.

१५० बनाजी शितोळे.

४९॥ मंबाजी शितोळे.

१९९॥

२५१। तुकोजी रविराव.

१०१ खासा.
७५ सखाराम रविराव, जानराव यांचे पुत्र.
७५। मानाजी रविराव.

२५१।

५४७॥। बारावकर मंडळी.

७४॥। महिपतराव.
७४॥। सर्जेराव.
१०० हणमंतराव.
७५। दौलतराव.
७२॥ आनंदराव.
७५। खंडेराव.
७५। विठ्ठलराव बारवकर, संताजी बारावकर यांचे पुत्र.

५४७॥।

५६२। शितोळे कुसेगांवकर.

१५०। हैबतराव शितोळे.
७५। अनसोजी शितोळे.
७५ अमृतराव शितोळे.
१००॥ दादजी शितोळे.
५० रघुनाथ शितोळे.
५१। गोविंदराव शितोळे.
६० यमाजी शितोळे.

५६२।

२९७ मीरखान टोके.

१४९ रणमस्तखान.
१४८ दावेदारखान.

२९७

३०३५। कारकून शिलेदार वाड्यांतील.

५०॥। गणेश सदाशिव.

१२५ रामचंद्र अनंत आवळसकर.
१५० सखो विश्वनाथ साने.
७६ भिकाजी महादेव जोशी.
५१ नारो कान्हो ठोसर.
२०३ मोरो विश्वनाथ भाव्ये.
५२ सदाशिव गणेश फाटक.
१०० कृष्णाजी नारायण लिमये.
७५ वामनाजी बल्लाळ दामले.
१०० विसाजी लक्ष्मण आपटे.
१०० भास्कर काशी जोशी.
१०० महादाजी धोंडदेव साठे.
५० बाळाजी कृष्ण बेहरे.
१०० भिकाजी कृष्ण आगाशे.
५२ रामचंद्र विश्वनाथ गोखले.
५२ शिवराम सदाशिव परांजपे.
९८ दिनकर बल्लाळ भडभडे.
३०० आबाजी बल्लाळ ठोसर.
१०४ गोविंद हरी बर्वे.
६२० विठ्ठलराम, निसबत वाकनीस.
७५॥ बाळाजी अनंत केळकर.
१२५ विसाजी राम बर्वे.
७५ बाजी बल्लाळ बेहरे.
२०१ रामचंद्र नारायण गोरे.

३०३५।

१५३॥ शितोळे अवसरीकर.
७६ बाबाजी शितोळे.
७७॥ लाडाजी शितोळे.

१५३॥

४९॥ बहिणाजी हेला.
५८२॥ निगडे मंडळी.
९१। खंडेराव निगडे.

९७॥ येशवंतराव निगडे.
९८। आनंदराव निगडे.
९५ परशराम महादेव कारकून.
२००॥ निगडे मंडळी मोघम.

५८२॥

१२८ हैबतराव गावडे.
३०२ राघोजीराव निंबाळकर.
१५८५। घोरपडे मंडळी.

७६॥ फत्तेसिंग घोरपडे.
९७। विठोजी घोरपडे.
१०२॥। शाहाजी घोरपडे.
१४६। बाळाजी घोरपडे.
७६। जोत्याजी घोरपडे.
७५। जनकोजी घोरपडे.
१०११ निसबत मालोजी घोरपडे.

६६६॥ खासा.
३४४॥ नारायणराव घोरपडे.

१०११

१५८५।

२९७। येळकर मंडळी.

९८॥ कुसाजी येळकर.
९८। निळकंठराव.
१००॥ खराजी येळकर.

२९७।

१७२९ दरेकर मंडळी.

८२७॥ हणमंतराव दरेकर.
३०४ जयसिंगराव.
३०१॥ सुभानराव.
२९६ रामराव दरेकर.

१७२९

५०० दोर्गे मंडळी मोघम.
२७६ निसबत पुरंधर.
१०१ निळकंठ बळवंत, कृष्णराव हरी यांचे पुतणे.
१७५ गोविंद आनंदराव सुपेकर.

२७६
१९५। सुपेकर.
९७॥ भगवंत खंडेराव
९७॥। आनंदराव गिरराव.

१९५।
१५२ भोंसले रांजणीकर.
१००। नरसिंगराव भोंसले.
५१॥। जोत्याजी भोंसले.

१५२
३४४॥। मोहिते सनगें.
१९५। हंबीरराव.
१४९॥ अवधूतराव.

३४४॥।
२५०॥ विश्वासराव लक्ष्मण.
२५४ आपाजी मोरे.
२०२ त्रिंबकजी भोंसले.
१५०॥ भाईदास दिंमत गुमानसिंग राजे मांडवीकर.
२९९ संभाजी राऊत.
१२३। बहिरराव जगताप.
२९४ जानराव नाइक निंबाळकर.
९६॥ दावलजी शितोळे
३००। बाजीराव पाटणकर.
२०३। तीर्थोजी जाधव, कुंभारगांवकर.
१२५॥। येशवंतराव निकम.
९८ रजबखान.

१२६ संताजी मोहिते.
३०० आनंदराव नाइक निंबाळकर.
१९५॥ गुलजारखान ठोके.
२७३॥ भगवंतसिंग वैस.
१४७॥ गणोजी शिर्के.
१५० नरसिंगराव गोविंद.
९७॥ बाबूराव दाभाडे.
२४९ जनाजी घाटगे.
१०१॥ अमरसिंग रजपूत.
३०३॥ जयरामराव पाटणकर.
१०१॥ रघुनाथ थोरात.
५२ विठ्ठलराव भंग, चिंचोलीकर.
४०३ अमरसिंग जाधवराव.
१५१॥ सिदराम शिंदे.
१५२ मुकुंदराव पाटणकर.
३०४। महिपतराव घोरपडे.
३०३॥ बाळकृष्णराजे भोंसले.
२५३ शिवाजीराजे भोसले.
२९९॥ भगवंतराव कदम.
३०१॥। धारराव कदम.
१४५॥ मनाजी भापकर.
१७५ जानाजी ढमढेरे.
६५०। मानाजी शिंदे.
१५२ निळकंठराव मोहिते.
३९७ आबाजी बाजी घाटगे.
१४९॥। दत्तात्रय विठ्ठल रास्ते.
२४४ राघोजीराव पाटणकर.
३००॥ रघुनाथराव मोहिते.
२९५॥ नारायणराव पाटणकर.
९८। अमृतराव पासलकर.
२४५॥ आबाजी जाधव, अलशिवकर.
१४८ शिदोजी घोरपडे.

१०२ हकीमखान ठोके.
१९७॥ माधवराव भापकर.
३०४॥ आणगोजी नाइक निंबाळकर.
९६॥ धिंबाजी कामथे.
३०५॥ काशीराव रास्ते.
५५०॥ हिरोजीराव पाटणकर.
७५ आनंदराव मान्ये.
१९९ शाहामीरखान रोहिले.
१४८ दिनकर मल्हार कानिटकर.
१९८॥ जनकोजी माहाडीक.
५५१ दारकाजीराव पाटणकर.
३२७ कृष्णाजी नारायण जोशी.
१९२॥ लक्ष्मण नागनाथ.
२०१ श्रीनिवास नारायण कानिटकर.
१९९ गोविंदराव येशवंत कानिटकर.
१०१। येशवंतराव बारावकर.
४९८ रामचंद्रराव घोरपडे.
१५२ शेख शिराजुदीन.
१५३॥ गोपाळ धोंडदेव जळेगांवकर.
१५२॥ बाबुराव हरी.
१४५॥ व्यासराव अनंत, अंताजी माणकेश्वर यांचे पुत्र.
२००॥ नाइकजी राजे भोंसले.
१५० देवजी शिर्के.
१२६॥ नरसो तुकदेव.
१५३ मानाजी सलगर.
१००। माणिकराव धायगुडे.
१००॥ बहिरो मुकुंद.
१५०। दावलजी निंबाळकर.
९७॥ बहिरजी वोधे.
५० आनंदराव बेर्गे.
५२॥ घनःशाम थोरात.
१४९ बलवंतराव कदम.

१५१ केसो कृष्ण दातार.
३९९ साबाजी नाइक निंबाळकर.
२०३ अमृतराव भोंसले.
५०।।। हरजी ढमढेरे.
९७ येशवंतराव भिकाजी सुळ.
१०२। माधवराव मुळे.
५० मिताजी सरकस.
९७ बैजोजी जगताप.
१०१।। पिलाजी ताकपीर.
१००।। तानाजी तापकीर.
७६। आनंदराव जगताप, मोरगांवकर.
१५२ राघो विश्वनाथ गोडबोले.
४८।।। हैबतराव मोहिते.
१०१ हैबतराव खताल.
७३। खंडेराव गौळी.
७८।। पिलाजी कदम, गिरवीकर.
७७ गोविंदराव मोरे.
९५।।। शहाजी खलाटे.
९७।।। संताजी रणदिवे.
७३।।। मकाजी काकडे.
७६ आनंदराव निकम.
२९४।। चंदरराव पवार.
२९८।।। मल्हारराव पवार.
४०३ खंडेराव त्रिंबकराव बाडेकर.
७६ बाजी जगथाप.
१०२ माणकोजी साठे.
९८। महमद सुलतान मावळे, जुन्नरकर.
१०१।। रामचंद्र गाईकवाड.
४८ सयाजी बेगें.
१९७।।। मेघःशामराव नागनाथ.
१००।। विठ्ठलराव नागनाथ.
७५।।। गोपाळसिंग गौतम.

९९ रघुनाथ जाधव.
२४५॥ नरसिंगराव शिंदे.
२५०॥। सटवाजी शितोळे.
९५। येशवंतराव बारावकर.
१४६। दाजी भोइटे.
७४। जानराव घाटगे.
२४४। भिवराव जाधव.
७५ मल्हारराव निगडे.
१९९। येशवंतराव शिंदे.
२०१। हटेसिंग हौस.
२५१ गोविंदराव काकडे.
१००॥ हणमंतराव घोरपडे.
१००॥ हैबतराव लेभे.
१२९ अमृतराव काकडे.
७६॥। सुभानराव माने.
१५०॥ राघोजी कदम.
१००॥ सदाशिव जाधव.
७५। हैबतराव जाधव.
७५॥। अमोजी चव्हाण.
१०३॥। रघुनाथराव शिंदे.
१०१॥ वेंकटराव चव्हाण.
७५। आनंदराव शिंदे.
१०१ सटवाजी घोरपडे.
७५॥। भिवराव ताळे.
९८। महमदअली कडपेकर.
१०० सैद हैदर.
१०२॥। मिर्जा मोगलबेग.
१०१ गंगाजी बाबर.
१००॥। आनंदराव सखाराम.
१०१। दौलतराव सोमवंशी.
१०१। मल्हारराव सोमवंशी.
७४। खान महंमद नगरकर.

९९॥। येशवंतराव मसाले.
९८। सुभानराव निंबाळकर.
७५। गंगाजी नलगे.
७३॥। मुलतानजी निंबाळकर.
१०१ दारकोजी निंबाळकर.
७४॥। वेंकटराव थोरात.
१०४ महिपतराव मालसकिरे.
१००॥। बहिरजी नलगे.
९९ सदाशिव येशवंत खंडाळकर.
५९॥ पर्वतराव मान्ये.
७४॥। कादरदादखान, निसबत फाजल आलिबेग.
९८। कृष्णाजी तांटे.
७४॥। धोंडजी शिंदे.
७६॥ लक्ष्मणराव येशवंत.
९५। हणमंतराव निंबाळकर.
१२५ रस्तुमराव जाधव, सिंदखेडकर.
७५ खंडेराव गाडे.
१०१ बाळाजी विष्णु सहस्रबुद्धे.
१५२ चिंतो रामचंद्र लिमये.
७६॥ सर्जेराव खलाटे.
७५ गोविंदराव सूर्यवंशी.
९६ नारायणराव गोविंद.
७३॥ कृष्णराव जाधव, शिंदखेडकर.
९६॥ होनाजी चवाण, आटपाडीकर.
९८ मुरारराव चवाण.
३०८ गणपतराव कान्हेरे, कुरुंदवाडकर.
६९५। दिंमत रघुनाथराव निळकंठ.
५९७ खासा.
९८। विसाजी नारायण वाडदेकर.

६९५।

१४८। विठ्ठलराव पुरुषोत्तम मंगळवेढेकर.

१५०॥ विष्णु लक्ष्मण मंगळवेढेकर.
१५१॥। मोरो श्रीपत, श्रीपतराव मोरेश्वर यांचे पुत्र.
३००। माधवराव गंगाधर, गंगाधर गोविंद यांचे पुत्र.
२०० काशीराव खंडागळे.
७५ विठूजी भालेराव.
७४॥ दाजी रामचंद्र.
१५२ खंडेराव दौलत.
७३॥ सामाजी गायकवाड.
७२। सुभानराव शेळके.
१४९ बळवंतराव आंबीकर.
९९॥। खंडेराव रणसिंग.
१०१। विष्णु धोंडदेव गुण्ये.
२५० विठ्ठल धोंडदेव.
१७७॥ दुर्गोजी शिंदे.
१००॥। जोत्याजी फडतरे.
१२४ बहिरजी शिरके.
४१८। विठोजी चव्हाण हिंमतबहाद्दर.

२९७॥ खासा.
१२०॥। जानराव चव्हाण, पुत्र.

४१८।

४५६॥ दौलतराव घारगे. कितुरकर.

२०३॥ खासा.
१२७ विश्वासराव घार्गे.
१२६ पिराजी घार्गे.

४५६॥

१२६ येशवंतराव परळीकर.
१४५। रामजी भोईटे, आरडगांवकर.
१७१ पिराजी सर्जेराव घाटगे, कागलकर.
२९४॥। निळकंठराव शिंदे, मनोळीकर.
८५७ थोरात गोठखडीकर.

२०५॥ कृष्णाजी थोरात.
२०० परशराम थोरात.
१५१॥ खंडेराव थोरात.
७५ केदारराव थोरात.
१२४॥ मुरारराव थोरात.
१००॥ बापूजी थोरात.

८५७

६०१ पाटणकर.

२०० बहिरराव पाटणकर.
२०० जोत्याजीराव पाटणकर.
२०१ मानसिंगराव पाटणकर.

६०१

१०० व्यंकटराव भापकर.
२०२ येशवंतराव बिन कृष्णाजी थोरात.
२०२ बहिरराव भापकर.
२७८॥ जबरखान सावनूरकर.
९७। हरबाजी नरसी धायगुडे.
५९२॥ निंबाळकर आकळुंजकर.

२९१॥ गिरजोजी नाइक.
३०१ मालोजी नाइक.

५९२॥

७५॥ हणमंतराव मोरे कापळेकर.
१२२ वेंकटराव चव्हाण, विठोजी चव्हाण हिंमतबहाद्दर यांचे पुत्र.
९०४॥ दौलतराव हिंदुराव घोरपडे.

६०४ खासा.
३००॥ संभाजी, हिंदुराव पुत्र.

९०४॥

२९५॥ शिदोजी हिंदुराव, दौलतराव यांचे पुतणे.
४०३ घोरपडे कापशीकर.

२०१ मानसिंगराव.
२०२ जीवनराव.

४०३

३३०। जीवनराव निंबाळकर.
२४४॥ त्रिंबकराव गंगाधर रेटरेकर.
१४८ रामचंद्र माधव, माधवराव गंगाधर रेटरेकर यांचे पुत्र.
९९। हैबतराव गावडे.
४८।॥ बाबूराव बर्गे.
५०॥ बहिणाजी झरेकर.
२४२।॥ रुस्तुमराव पांडरे शरफजमुलुक, दिंमत फत्तेसिंग भोंसले
३५१ गणपतराव आनंदराव मेहेंदळे.
१२४॥ त्रिंबकराव बांडे.
१४५ येशवंतराव बांडे.
३०५ जोगोजी घाटगे.
२४४॥ शंभूसिंग जाधवराव.
९४॥ साबाजी जानकर.
१२३ महमदसाहेब जुदीन.
३०२ महादजी शितोळे मांजरीकर.
७३॥ सर्ज्येराव जगताप.
७५ जानराव जगताप.
७३।॥ हैबतराव साजप.
९८।॥ त्रिंबकराव ढगे.
७६ उदाजी भोंसले.
७४ निंबाजी जगताप.
१५१ मानसिंग मान्ये, म्हसवडकर.
९८।॥ गोपाळ शिवराव कडेकर.
७८ विठोजी खळदकर.
९९ संताजी साळोंखे.
५० नरसिंगराव ताळो.

७४॥ रामचंद्र गोपाळ.
७५। दर्याजी काळे कोल्हारकर.
४८॥। सुभानराव सुल, मलोजी सुल यांचे पुत्र.
९६ चंदरराव रणसिंग.
५१॥ कृष्णाजी हरफळे, चिमाजी हरफळे यांचे पुत्र.
७३॥ जानराव लाबखंडे.
७५। माधवराव काळे, घोडेगांवकर.
१००। संताजी ताटे.
७५ येसाजी बाबूराव.
१५१ मिर्जा मानुकबेग.
७४॥ आत्माजीराव सर्वे.
७६॥ बगाजी चिंतामण बेहरे.
२५५ चवाण निंबगांवकर.
५१॥। लक्ष्मणराव चवाण, माधवराव यांचे पुत्र.
१०२। कृष्णाजी चवाण, रघुनाथ चवाण याचे पुत्र.
१०१ आबाजी चवाण.

२५५

९९ संताजी बीन सखोजी निंबाळकर.
१५१। परशराम घाटगे.
७५ नारायणराव सावंत, दानवाडकर.
१०१॥ अनसाजी रणदिवे.
७६॥ आनंदराव नारायण उखाडेकर.
१०१। मुकुंदराव चवाण.
१०१॥ आपाजी चवाण.
९९ आबाजी जाधव वाडीकर.
७९ रामचंद्र विश्वनाथ, विसाजी बल्लाळ कारकून निसबत वाडीकर यांचे पुत्र.
७५ चापाजी गाईकवाड.
४७॥। अमृतराव कदम.
७९ भिवाजी काळे.
७७ मानाजी काळे.

१०१।।। शिदोजी बाबर.
७३ जीवनराव नरसी चिकोडीकर.
१०३।। खत्रोजी वाग, विरजी वाग यांचे पुत्र.
९४ बाळाजी नाइक सायना.
७७ हैबतराव झरेकर.
७४।।। गोपाळराव रामचंद्र घोरपडे.
७३।।। महिपतराव चवाण.
७५।।। जनार्दन गोविंद कारकून शिलेदार.
१०२।। वेंकटराव काळे.
९६ सटवाजी धायभर.
१५०।। बाळाजी काशी कात्रे.
२९६।।। माधवराव रामचंद्र.
७३।।। सुभानजी रायनांदे.
७८ रामराव गोपाळ.
१०० खंडेराव निळकंठ रास्ते.
२९८ रघुनाथराव निळकंठ, धोंडो दत्तात्रय यांचे नातू.
१९८।। सखाजी शिर्के.
१०१। विठोजी सुर्वे.
१०२ तुकाजी कदम, नागोजी कदम यांचे पुत्र.
६९८।। गंगाधरराव भिकाजी रास्ते, दिंमत आनंदाराव भिकाजी रास्ते.

३९५।। खासा.
३०३ व्यंकटराव गंगाधर, पुत्र.

———

६९८।।

९५।। कृष्णाजी अनंत कारकून, दिंमत आनंदराव भिकाजी रास्ते.
९८।।। लक्ष्मणराव डफळे.
७५ कृष्णराव पाटणकर.
७२ नागोजी इदलकर.
७७।। बळवंतराव होगळे, बाजीराव होगळे यांचे पुत्र.
१४९।। लक्ष्मणराव ढमढेरे.
७१।। त्रिंबकराव सानप.

१२५ जगन्नाथ लक्ष्मण मेहेंदळे.
१००॥ त्रिंबक सोनदेव.
५०० गेये, लवये, जलगे वगैरे गायकवाड मंडळी.
७८ बाघोजी शिर्के.
१००॥ लक्ष्मण गिधड, गिधडमंडळी.
१५० मोठे मदनें पंचभाई.
१५२ मिर्जा अस्कर अलीबेग.
६० जानराव होगले.
५०। निंबाजी भोइटे.
५०। नरसिंगराव भोइटे.
६० हणमंतराव अदमणे.
६१। पुरुषोत्तमराव सदाशिव.
१९४। बळवंतराव काशी, काशी बल्लाळ यांचे पुत्र.
१९१ विष्णु रघुनाथ पानसी.
५९॥। मेघःशाम आनंदराव परींचकर.
१०० गणपतराव वर्गे.
१५० मनोहर भगवंत.
७६॥। कृष्णाजी जनार्दन, जानो बाबूराव यांचे पुत्र.
७५ मालजी पवार.
७२॥ रत्नोजी नाग टिळक.
७६। सुलतानजी मान्ये.
७५ हैबतराव भापकर.
७५। फिरंगोजी कदम.
२९३। येशवंतराव गंगाधर.
९९ भास्करराव गणेश.
१५० लक्ष्मण रामचंद्र पुरंदरे.
१५० भिवराव खंडेराव.
२०५ मीर सफीउलाखान त्रिंबककर.
१०० आनंदराव लक्ष्मण पुरंदरे.
१२७ महादाजी विठ्ठल, दिंमत त्रिंबकराव अमृतेश्वर.
१००॥ दत्ताजी भोपते.
१५० गंगाधर शंकर पुरंदरे.

१२६ मोरो सदाशिव साठे.
९९॥। बहिरजी काळे.
१००॥ येशवंतराव काळे.
५१ दिंमत बहिरजी काळे--(नांव दाखल नाहीं)
६०॥ निंबाजी शिराळे.
९७ बळवंतराव काळे.
१०० माल शिकारे कुवेगांवकर.
१२३ विश्वासराव नारायण भावे.
२७५ शेखअबदुल कडपेकर.
१०१॥ पांडुरंग गिरमाजी.
२५३। खंडेराव घोरपडे.
२४९॥। राघोजी लांबहाते.
१२१॥। मायाजी शिळिमकर यांचे पुत्र.

७९७०३॥

किरकोळ सनगें.

६४४० दिंमत भोंसले, रवाना नागपूर.
१६६० रघोजी भोंसले खासा.
२५०३ परसोजी भोंसले.
३५२ भवानी काळे.
९ बासनांस कापड.
१९१६ व्यंकाजी भोंसले.
१५६४ खासा.
३४६॥ श्रीधर लक्ष्मण.
५॥ बासनांस कापड.

१९१६

६४४०

१२६॥। बाबूराव कृष्ण किल्ले सातारा.
२०२॥। कृष्णाजी अनंत.
१५६। बाबूराव विश्वनाथ वैद्य रवाना नागपूर.

५८८८॥। दिंमत नबाब निजामअलीखान.

११२७॥ मौजुद्दोले रवाना भागानगर.

१०१ कृष्णाजी देवजी.

२१२१॥ रेणोराव धोंडाजी रायराया.

१०६७ खासा.

१०५४॥ पुत्र.

२१२१॥

२०३४॥ मीर अलम.

११२६ खासा.

९०८॥ पुत्र.

२०३४॥

२४९॥ रघोत्तम हैबतराव.

२५४॥। बाबूराव वकिल.

५८८८॥।

५०। विठ्ठल हरी.

३८१८॥ मिरजा मुजफरबख्त शाहाजादे.

८३५ नबाब अकबर अलीखान.

२४९॥ येशवंतराव दाभाडे.

१३७८ इतमातदौले, गाजुद्दीनखान यांचे पुत्र.

१२०८ उमदाबेगम.

८०९॥ दिंमत भोंसले.

४०१॥ कृष्णराव माधव.

१४५ रामचंद्र दादो.

१०२ बाळाजी शिवदेव.

१०३॥ अमृतराव.

५७॥ उदाजी नाइक.

८०९॥

४४० बापूजी आबाजी बासरे.

२४७० बाळाजी जनार्दन फडणीस.
१९८॥ गोविंद बाजी जोशी.
२४८॥ गोपाळराव राम.
१५२ त्रिंबक जयराम, जयराम कृष्ण बापट यांचे पुत्र.
७६। महादशेट वीरकर.
२८६। काशी बल्लाळ, निसबत गाडदी.
 १८९ खासा.
 ९७। सेख सुलतान सेख लाल गाडदी.
 ———
 २८६।
११२० चिंतामण हरी फडके.
७५॥। अंताजी बापूजी.
७६॥। रामशेट बिन हरशेट वीरकर.
६९७। वकील निसबत बुंदेले.
 २९६॥ पृथ्वीसिंग.
 २४८। भवानीसिंग, पृथ्वीसिंग यांचे पुत्र.
 १५२॥ मानसिंग.
 ———
 ६९७।
१०० जनार्दन गोविंद खिजमतराव.
११५३॥ महाराव जसवंत निंबाळकर.
२४४॥। रामचंद्र आबाजी वानवळे.
२५५ मुसानारज.
९०० मुलें वाड्यांतील.
 १९९॥। गोविंदसिंग.
 ३०२। त्रिंबकसिंग.
 १९७ बहिरसिंग.
 २०१ महिपतसिंग.
 ———
 ९००
१०१॥ रामचंद्र कृष्ण रिसबूड, आदवानीकर.
२४८॥। येशवंतराव महादेव नगरकर.

१४८ नारो बाबूराव वैद्य.
१५० गोविंदा जेठी.
१४७ मिना जेठी.
९९। तिमा जेठी.
१५१॥ गोविंदराव माणकर.
१२६।। येशवंतराव नरगुंदकर.
२०२ विठ्ठल गोरक्ष वकील गोवेकर.
६००।। मिस्तर मालीट वकील, निसबत इंग्रज कलकत्तेकर.
२४९॥ नुरदी हुसेनखान, निसबत इंग्रज कलकत्तेकर.
७४।। वकील दिंमत जाबितजंग.
१०० गिरमाजी विठ्ठल. निसबत खंदारकर.
२२०।। वकील निसबत जमातदार.

१४६ गंगाधर नरहर.
७४।। बाळाजी व्यंकटेश.

२२०।।

१९५ सदाशिव नाइक बानबळे.
१०३६।। दिंमत तोफखाना.

१९५ माधवराव कृष्ण.
२९७।। सखाराम येशवंत.
२०२ भिवराव जयवंत.
३४२ सैदहुसेन गोलंदाज.

१०३६।।

२४६॥ सुभानराव वकील सुरापूर.
१५३ नावाजी गौळी, निसबत गोविंदराव गाईकवाड.
१७७ वकील अलफसदन कर्नोळेकर.

९९। रामचंद्र दादो.
७७।। कृष्णराव सुंदर.

१७७

६४८। महात दिंमत पीलखाना.

१०० गुजर वल्लद दलेल.

७५॥। लालण वल्लद शेख महंमद.

२५०॥ बाळा वल्लद छट्टु.

१२२ मिया वल्लद मदार.

१०० हुसेन वल्लद इभ्राम.

———

६४८।

७५॥। शेषो मेलगीर वकील संस्थान गदवाळ.

९९ हणमंतराव सभापत.

१००। विनायक नारायण परांजपे.

३७० मनाजी मिदो.

७०४। दिंमत पीलखाना, निसबत अल्ली महात.

५०१॥। खासा.

२०२॥ मिया वल्लद मुर्तुजा.

———

७०४।

१०१॥ दीनानाथजी काशीकर.

६० सौभाग्यवती उमाबाई जोशीण.

९८। बाळकृष्ण लक्ष्मण वैद्य निसबत मानाजी आंग्रे.

७५॥। सिनापा तोडमरीकर.

१५०॥। सदाशिव अनंत बेहेरे कारकून निसबत दप्तर.

२०२ सैद महंमद गाडदी.

७६॥। भवानी लक्ष्मण निसबत चंदरराव.

६७॥। लाला सीताराम ईभ्राम वकील कर्नाळेकर

७१॥ आपाजी जाखदेव निसबत तुकोजी होळकर.

१५१॥ भालदार.

७६॥ मदन वल्लद रस्तुम.

७५ हसन वल्लद शेकन.

———

१५१॥

१७२ परशराम सिंपी.

१६० सखाजी घोडका.

२५० पीर महंमद.

५२० अबदुल रहिमान वलद शेख अहंमद कारीगार औरंगाबादकर.

६९२५ खिजमतगार.

२६२ भवानजी नाईक.	१५१ केदारजी येवला.
६६० जानोजी जाबक.	१९८ जानोजी चवाण.
३०० खंडोजी पणदरा.	८१६ हणमंता टिळेकर.
२६२ बाबाजी पडवळ.	२०० येसाजी जाधव.
२६२ येसाजी शेटगा.	२०० जिवाजी काटकर.
२२३ भवानजी मेमाणा.	४५० रायाजी वाघमारा.
२६० पिलाजी पानसरा.	६९५ लक्ष्मण मान्या.
२४० संभाजी सिंदा.	१८० कृष्णाजी उगला.
१८८ तानाजी पडवळ.	२६८ बाळोजी वळसा.
२८२ जोगोजी जगदळा.	२२६ दत्ताजी आढाव.
२६२ रामजी बेकराळ.	२४० हैबती जरंडा.

६९२५

२५३६ चोपदार.

५२० भवानी वलद नंदराम.
५०८ तुकाराम वलद नंदराम.
२८२ घासी वा बुद्दु.
३०२ महासिंग वलद मदनसिंग.
२६६॥ मखु वलद शेख फरीद.
६५७॥ जगंनाथ वलद मदन.

२५३६

७७ परशराम पवारसिंग पोर्गा.

३३९ निसबत खासजी लिंब.

१८५ संभाजी धायरीकर.
१५४ तुकाजी साळोखा.

३३९

४८११८॥

रवाना आनंदवलीस.

१९६० राजश्री बाजीराव.
१८२० राजश्री चिमाजी आपा.
१२६३ राजश्री अमृतराव.
३४० सौभाग्यवती सत्यभामाबाई.
३९६॥ नाटकशाळा.

७० हेमंत.	६७ मैना.
६९॥ रूपकुवर.	६४ बसवंत.
६३ चंपक.	६३ उमेदा.

३९६॥

१०॥ वासनास सनगें.
८३६ सौभाग्यवती भागिर्थीबाई.

६६२६

२२०१४४।८

२२ शहर पुणें, व पेठा.

११५४ (४)--पेठ सदाशिव कसबे पुणें तुम्हांकडे होती त्यास नारायण पेठेंत वस्तीस दाटी जहाली, सबब पेठ बचो विश्वनाथ यांजकडे देविली असे तरी मशारनिल्हेचे हवालीं करणें म्हणोन, बाळाजी कृष्ण यांसी.

अर्बा सबैन मया व अलफ रजब ६

सनद १.

रसानगी यादी.

११५५ (५)—पेठ रविवार कसबे पुणें प्रांत मजकूर येथील कमावीस पेशजींचे कमावीसदारांकडून दूर करून सालमजकुरापासून तागाईत सन समान सबैन पांच साला मामलत तुम्हांकडे मक्तियानें सांगितली, तरी इमानें इतबारें वर्तोन अंमल चवकशीनें करणें, मक्ता दरसाल रुपये.

अर्बा सबैन मया व अलफ रजब ९

XXII Poona and its suburbs.

(1154) There is an allusion in this sanad to Náráyaṇ Peṭh of Poona being overcrowded.
A. D. 1773-74.

(1155) The kamâvis of Peṭh Raviwár of Poona was farmed out to Anandráo Káshi for Rs. 11,800 annually, from which Rs. 888-8-0 was to be deducted on account of establishment expenses.
A. D. 1773-74.

९७९८४॥ बरहुकुम गुदस्त सन सलास सबैन आकार रुपये.

५१३०॥ पेठ.

४६६७॥ शिवाय जमा.

९७९८४॥

२००१॥॥ जास्ती चढ

११८००

एकूण अकरा हजार आठशें रुपये दरसाल जमा मक्ता. पैकीं वजा महाल मजकूर वगैरे नेमणूक. रुपये.

६३५ महाल मजकूर पेशजींप्रमाणें.

२०० कमावीसदार.

१०० परशराम शेट्या.

१०० कुळकर्णी.

२३५ शिबंदी प्यादे असामी ८ दरमहा रुपये २५ प्रमाणें अकरमाही.

६३५

५३॥ माफ साऱ्याबद्दल सालगुदस्तप्रमाणें रुपये.

४७॥ फकीरचंद सराफ दिंमत त्रिंबक सदाशिव पुरंदरे यांचे घराबद्दल.

६ विसोबा नाईक दुकानाबद्दल.

५३॥

२०० गैर सनदी माजी कमावीसदारास सन सबैनांत मजुरा दिल्हे आहेत त्याप्रमाणें.

८८८॥

एकूण आठशें साडेअठ्याशीं रुपये दरसालची नेमणूक वजा होऊन बाकी १०९११॥ रुपये.

यास हप्तेबंदी सुद्धां १

१०००	आषाढ.	९००	अश्विन.
१०००	श्रावण.	९००	कार्तिक.
९००	भाद्रपद.	९००	मार्गशीर्ष.

९०० पौष.	९०० चैत्र.
९०० माघ.	९०० वैशाख.
९०० फाल्गुन.	८११॥ जेष्ठ.

१०९११॥

एकूण दहा हजार नऊशें साडेअकरा रुपये सदरहू हसेबंदीप्रमाणें साल बसाल सरकारांत भरणा करून पावलयाचा जाब घेत जाणें. रयतीवर जाजती जलेल करू नये. माजी कमावीसदारांचे रीतीप्रमाणें अमल करणें ह्मणोन, आनंदराव काशी यांचे नांवें.

सनद १.

नारो आपाजीच्या कीर्दीपैकीं.

११५६ (१०२)–भोज्या शिंदा याचें घर पेठ शुक्रवार, शहर पुणें येथें आहे, तेथील मोरी कोतवालीकडून बांधली त्याचा आकार रुपये ७ सात रुपये शिंदा मजकूर यास माफ केले असेत, तरी कोतवाली शहर पुणें येथील हिशेबीं खर्च लिहिणें ह्मणोन, धोंडो बाबाजी कोतवाल शहर पुणें यांचे नांवें. छ. २२ रजब.

खमस सबैन मया व अलफ. रमजान २९

सनद.

रसानगी यादी.

११५७ (६१२)–३ छ. ३० सफर पदाजी माळी पांढरा वस्ती कसबे पुणें यास सरकारची धर्म पवई (पोई) शूद्र लोकांस पाणी पाजावयास पेठ सोमवार कसबे पुणें येथें नागझरीवर घातली आहे, तेथें पाणी पाजावयास ठेविला, त्यास दरमाहा अकरमाही शिरस्ता छ. १ रविलोवलपासून रुपये ३ तीनप्रमाणें करार करून तूर्त एक माही रोजमरा रसानगी यादी.

तिस सबैन मया व अलफ जमादिलावल १८

रुपये.

११५८ (७३९)–शहर पुणें येथील कोतवालीची कमावीस आनंदराव काशी यांजकडे होती, ते त्यांजकडून दूर करून हली तुह्मांकडे कमावीस सांगितली असे, तरी इमानें इतबारें वर्तोन अंमल चौकशीनें करणें. कोतवालीसबंधें— कलमें.

इसन्ने समानीन मया व अलफ सफर ६

FROM NÁRO APÁJI'S DAIRY.

(1156) A drain was constructed by the kotwál for a house in Shukrawárpeth belonging to Bhojyá Sindá. The cost of construction viz. Rs 7 was remitted.

A D 1774-75

(1157) An establishment was kept by Government at Nágzari in Poona to give drinking water gratis to persons other than Brahmins.

A. D. 1778-79

(1158) The office of kotwál of Poona City was taken from

तुह्मांस तैनात सालीना पेशजीप्रमाणें.

रुपये.

५०० जातीस.

६६ अफ्तागीऱ्या

५५ दिवट्या देखील तेल.

६२१

एकूण साहाशें एकवीस रुपये तैनात करार केली असे, तरी कोतवालीचें ऐवजीं घेणें, मजुरा पडतील. कलम १.

तुह्माकडे पूर्वी कोतवाली होती, ते वेळेचें फाजील तुमचें देणें निघालें तें आनंदराव काशी याणीं तिही वर्षात तिहीं हप्त्यांनी द्यावयाचा पेशजी करार केला असता झाडून ऐवजाचा निकाल कराराप्रमाणें करून दिल्हा नाहीं. दहा हजार रुपये अजमासें देणें राहिलें, सबब तुह्मांकडे कोतवालीची कमावीस सांगोन रसदेचा ऐवज सरकारांत द्यावयाचा रुपये ५००० पांच हजार रुपये करार केले असेत, तरी छ. ९ मोहरमापासून एका महिन्यानें सदरील ऐवज सरकारांत पावता करून पावलियाचा जाब घेणें. कलम १.

अनंदराव काशी यांचे फाजील सरकारांत हिशेब होऊन ठरले त्याची निशा पेस्तर सालापासून तिही हप्त्यांनीं तिहीं सालात झाडा तुह्मीं करून द्यावा याप्रमाणें निशा द्ण. कलम १.

अनंदराव काशी यांचे फाजिलाचा ऐवज देविला आहे, हा व तुमचे फाजील आनंदराव काशीकडून गैरअदा होऊन देणें राहिले आहे तो ऐवज व हल्ली रसदेचे पाच हजार रुपये घ्यावयाचे केले आहेत, एकूण एकंदर ऐवज कोतवालीवर तुमचा फिटेतों कोतवालीची घालमेल तुमची होणार नाहीं. कदाचित् घालमेल करणें जाहल्यास तुमचा ऐवज देणें त्यांत उत्पन्न मिना होऊन बाकीची निशा नव्याकडून घेतल्याखेरीज होणार नाहीं.

कलम १.

पांडुरंग कृष्ण यांस सरकारांतून सरअमीनीं सांगितली असे, तरी कोतवालीसंबंधें कुल कारभार मशारनिल्हे यांचे इतल्याखेरीज करूं नये. जे कर्तव्य तें तुह्मी व सरअमीन उभयतां एकविचारें करीत जाणें. कलम १.

A. D. 1781-82. Anandrao Kashi and given to Gháshirám Sáwaldás. His salary was fixed at Rs 500 besides Rs. 66 for an attendant to hold an *aftágir* and Rs 55 for a torchbearer. The following instructions were issued to him:—

(1) the clerks and peons employed at the kotwal's office should not be removed without the consent of Pándurang Krishna, the Sar Amin who was appointed by Government,

(2) two new police posts should be built in Náráyanpeth and, Shanwárpeth, as owing to the want of enough police posts, offences in those parts were not detected;

कोतवालीच्या चावड्याचे वगैरे कोतवाली सबंधें ठेवणुकी कारकून व प्यादे यांची तहगीरी व बाहाली करणें ते पांडुरंग कृष्ण सरअमीन यांचे इतल्याशिवाय न करणें; मशारनिल्हे व तुह्मी मिळोन करीत जाणें. कलम १.

दरकदाराचे हातें दरकाचें कामकाज घेत जाणें. कलम १.

कोतवालीचा अंमल मुदामत चालीप्रमाणें करणें. इमानें इतबारें वर्तत जाऊन रयत आबाद राखत जाणें गैर वाजबी परिछिन्न न करणें. कलम १.

पेठ नारायण, व पेठ शनवार या दोहों पेठांत कोतवालीची चावडी नाहीं, याजमुळें फंद फितुरी व हाली हरामी समजण्यांत येत नाहीं, याजकरितां दोहों पेठांत दोन चावड्या घालावयाचा करार केला असे, तरी निवारसी जागा पाहून दोन चावड्या घालणें, आणि हाली हरामीची पैदास्त होईल त्यापैकीं चावड्यांच्या खर्चाची नेमणूक होईल त्याप्रमाणें खर्च जाऊन बाकी रद्द कर्जी घेत जाणें. फंद फितुरी याची बातमी यथास्थित राखून सरकारांत समजावीत जाणें. कलम १.

कमाविसीचे कलम पांच हजार रुपये पावेतों होईल तें कोतवालीचे हिशेबीं जमेस धरून रद्द कर्जा घेणें. पाच हजारांवर जाहल्यास सरकारांत पोता भरणा करणें. कलम १.

महाल मजकूर शिबंदी प्यादे, बाजेलोकसुद्धां असामी ७८ अठ्याहत्तर यांस तैनात दरमहा रुपये ३१० तीनशें दहा रुपये अकरमाही पेशजींचे नेमणुकेबद्दल शिरस्तेप्रमाणें ठेवणें, व कारकून व खेरीज मुशाहिरा मागील त्रिंबक हरी याची व हल्लींची वहिवाट मजुरा पडत आली तें मनास आणून नेमणूक करून दिल्ही जाईल, त्याप्रमाणें खर्च करीत जाणें. जाजती करूं नये. कलम १.

शहरांतील रस्ते चांगले राखावे, पडवी, वोटे पुणें जळाल्यावर नवे परवानगीशिवाय जाले असतील ते मोडून टाकणे पुढें होऊं देऊं नये. कलम १.

कोतवालीचा मागील वहिवाटीचा हिशेब पाहून, व नव्या दोन चावड्या हल्लीं करावयाच्या सांगितल्या आहेत त्यासुद्धां सरकारांतून बेहडा करून देऊं, त्याप्रमाणें चालावें. कलम १.

---

(3) the duties of the office should be carried on honestly and in conformity with established practice. the rayats should be kept happy. improper conduct would not be tolerated;

(4) the roads should be kept in good order. no new verandas or sheds should be allowed. all verandas and sheds unauthorizedly constructed after the great fire at Poona city should be pulled down;

(5) information should be regularly collected in each peth regarding conspirators coming into the city, and should be communicated to Government from time to time;

शहरांत फंद फितुरी वगैरे येऊन राहतात, त्यांची चवकशी पेठां पेठांतून कोतवालीचे कारकून वगैरे आहेत त्यांजकडून बारकाईनें बातमी राखीत जाऊन वरचेवर सरकारांत कळवीत जाणें.

कलम १.

पेठकरी अमलास खलेल करतील, त्यास सरकारांतून ताकीद केली जाईल.

कलम १.

शहरांत रात्रीची गस्त कोतवालीकडील फिरत्ये त्याजबरावर कारकून व प्यादे चौकस देत जाऊन रात्रीच्या गस्ती नेहमीं फिरऊन बंदोबस्त राखीत जाणें, व बारकाईनें चोरांचा पत्ता लाऊन चोर धरून आणून सरकारांत देत जाणें.

कलम १.

प्यादे बाजेलोकसुद्धां अठ्याहत्तर असामी नेमणुकी आहेत, त्यांजपासून चाकरी तुम्हीं व पांडुरंग कृष्ण सरअमीन उभयतां घेत जाणें. दरकदाराकडे निसबत माणूस एकंदर न देणें. कलम १.

कोतवालीचा हिशेब महिनेमहाल सरकारांत महिना गुदरताच पडलें पान तफावत न करितां देत जाणें. कलम १.

रसदेस व्याज एकोत्रा शिरस्तेप्रमाणें व फाजिलास सरकाराचे शिरस्तेप्रमाणें, व्याज कोतवालीचे ऐवजीं मजुरा पडेल. कलम १.

गरती बायकांस शिनळकीची परवानगी देऊं नये. कलम १.

एकूण वीस कलमें करार करून कोतवालीचा अंमल छ. ९ मोहरमापासून सांगितला असे तरी सदरील लिहिल्याप्रमाणें वर्तणूक करणें म्हणोन, घाशीराम सावळदास यांस.

सनद १.

रसानगी यादी.

११५९ (७५५)–सरकारांत नहराचें काम लाविलें आहे, त्याची पट्टी सर्वांप्रमाणें तुम्हांकडे पांच हजार रुपयांची करून सरकार खिजमतगार वसुलास पाठविले होते; त्याजवरून तुम्हीं सदाशिव नीळकंठ भावे यांजवर पुणियाची हुंडी पाठविली, ते रुपये ४००० चार हजार रुपये हुंडीप्रमाणें पोतेचाल सरकारांत जवाहीरखान्याकडे जमा झाले असेत म्हणोन, रघुनाथ हरि यांचे नांवें.

इसन्ने समानीन मया व अलफ जमादिलाखर ९

जाब १.

परवानगीरूबरू.

(6) efficient kárkuns and peons should be sent on patrol every night and thieves should be arrested and sent to Government;
(7) married women should not be given permission to become prostitutes;
(8) 78 peons at monthly cost of Rs. 310 were attached to the office.

(1159) Contributions were levied from the people for the con-

११६० (८१६)—मौजे कात्रज, तर्फ हवेली, प्रांत पुणें येथील जमीन सरकारचे नळाचे कारखान्याखालीं, व तळ्याखालीं, व नहराखालीं पडली आहे. त्याचा आकार खेरीज गल्ला, व कडबा, व तूप वगैरे करून गांवचे चालीप्रमाणें मजुरा द्यावा म्हणोन, मौजे मजकूरचे गावकरी यांणीं अर्ज केला; त्याजवरून गोपाळ वैजनाथ कारकून व रघोजी सोरटे नाईकवाडी दिंमत सुभा प्रात मजकूर यास जमीनीचे चौकशीस पाठविले, त्यांणी अडोसीपडोसीं शेतें होतीं त्याचे रुक्याची चाल पाहून जमीन पडली ते. रुके.

अर्बा समानीन मया व अलफ साबान २९

·।· थळ कचालमळ्याचे रुके.

८४॥ गोडवीर थळपैकी रुके. ३ व अवलीथळपैकी रुके ८१॥ एकूण रुके.

·॥४॥

एकूण साडेअठ्ठावीस रुके जमीन नळाचे कारखान्याखालीं, व तळ्याखालीं, व नहराखाली पडली आहे, त्याचा आकार खेरीज गल्ला, व कडबा, व तूप वगैरे करून दर सजगाणीस नक्त रुपये ४० प्रमाणें रुपये १९० एकशें नव्वद जहाले, ते गांवास सन इसन्ने समानीनापासून मजुरा द्यावयाचे करार करून हे सनद तुम्हांस सादर केली असे, तरी सदरहूप्रमाणें एकशें नव्वद रुपये नहराकडे खर्च लिहून गांवास दरसाल मजुरा देत जाणें म्हणोन, नारो महादेव किल्ले सिहगड यांचे नांवें. सनद १.

रसानगी यादी.

११६१ (९१०)—बापूजी आनंदराव कमावीसदार कसबे पुणें यांचे नांवें सनद कीं, राजश्री आनंदराव भिकाजी रास्ते याणी नवी पेठ वसवावयाकरितां जागा देविली पाहिजे म्हणून विनंति केली; त्याजवरून मशारनिल्हे यांस पेठ वसवावयास जमीन. बिघे.

सीत समानीन मया व अलफ सफर ४

८७॥१ मोरो बल्लाळ जोशी यांजकडे दहा बिघे जमीन चालत होती ते हल्लीं मोजणीमुळें सरली ते.

८२॥ कबीर फकीर याजकडे जमीन आहे त्यापैकीं.

---

construction of an aqueduct at Poona: the sum to be paid by Sadáshiv Nilkanth Bháve was Rs. 5,000.

A. D. 1781-82.

(1160) Land measuring 28½ *rukas* at Kátraj having been taken up for the tank, pipes, and the works connected therewith, its assessment viz. Rs. 190 was ordered to be remitted.

A. D. 1783-84.

(1161) Land measuring 24¾ bighás and 1 pand was given to Anandrao Bhikáji Ráste to found a *peth*.

A. D. 1785-86

८१०॥। त्रिंबक महिपतराव चिटणीस यांजकडे सोळा बिघे जमीन चालत होती ते हालीं मोजणीमुळें भरली ते.

८४ सटवाजी पारखी याचे थळपैकीं.

८२४॥।१

एकूण पावणे पंचवीस बिघे एक पांड जमीन नेमून देविली असे, तरी सदरहूप्रमाणें जागा मशारनिल्हेचे हवालीं करणें ह्मणून. सनद १.

११६२ (९१६)—जीवनराम घाशीराम यांचे नांवें सनद कीं, शहर पुणें येथें भवानी पेठेचे पूर्वेस नवापुरा पेठ वसवावयाची आज्ञा जाल्यास वसाहत करीन ह्मणोन तुह्मी विनंति केली; त्याजवरून सदरहू जाग्यावर पेठ वसवावयाची आज्ञा तुह्मांस केली असे येविशींचीं. कलमें.

सीत समानीन मया व अलफ रबिलोवल २२

नवीं कुळें पेठ मजकुरीं येऊन राहतील, त्यांस सालमजकुरापासून सात साला मोहोतर्फा, व वेठ बेगार माफ केली असे, वस्ती करणें. कौल भरल्यावर मोहोतर्फा व वेठ बेगार वगैरे घेतली जाईल. कलम १.

कोतवालीकडील व बट छपाईचा उपद्रव कुळांस कौल भरेतोंपर्यंत लागणार नाहीं. कलम १.

सरकारची खरेदी व मातबर लोकांची खरेदी कौल भरेतोंपर्यंत पेठ मजकुरीं होऊं नये येणंप्रमाणें. कलम १.

पेठ मजकुरीं कुळें येऊन वसाहत करितील, त्यांस मागील देणेंदारांचा उपद्रव लागला तर देणें घेणें मनास आणून जीवन पाहून पैका घ्यावा. कलम १.

शिबंदी, प्यादे, व कारकून पेठ संबंधें व चावडी बांधावयास वगैरे लागवड लागेल त्याचा चौकशीनें खर्च करून हिशेब सरकारांत समजावणें. कौल भरल्यावर पेठेचे ऐवजीं देविला जाईल. कलम १.

एकुण पांच कलमें करार करून हे सनद सादर केली असे, तरी सदरहू लिहिल्याप्रमाणें वर्तणूक करणें; आणि पेठेची वसाहत करणें म्हणोन. सनद १.

येविशीं सनद, व कौल मिळोन २.

१ बापूजी आनंदराव कमावीसदार कसबे पुणें यांस कीं, रस्त्याचे उत्तरेस सरकारचीं झाडें आहेत, त्याचे लगते बाग, व मळे असतील त्यांपैकीं दुकानापुरती जागा साठ हात लांबीची, जीं दुकानें होतील त्यांस देविली असे, तरी बागमळ्यांपैकीं सदरहूप्रमाणें दर दुकानास साठ हात लांबीची जागा देऊन बाकी बाग, व मळे राखणें ह्मणोन. सनद.

(1162) Jiwanrám Ghásirám was permitted to found a new suburb called Nawápurá, to the east of Bhawánipeth at Poona.

A. D. 1785-86.

१ वाणी, उदमी, बेपारी, व रयत वगैरे यास कौल की, इस्तकबील सन सीत समानीन तागाईत सन इसन्ने तिसैन सात साला माफीचा कौल देऊन जीवनराम घासीराम यास पेठेचे वसाहतीची आज्ञा केली असे, तरी तुह्मी वेवसवसपणें पेठ मजकुरीं येऊन वसाहत करून उदीम व्यवसाय करीत जाणें कौल सात साला भरेतों मोहोतर्फा, व वेठ बेगार यांचा आजार लागणार नाहीं. कौल भरल्यावर बरकड पेठांचे शिरस्तेप्रमाणें मोहोतर्फा वगैरे देत जाऊन सुखरूप राहणें ह्मणोन.

२ कौल.

तीन पैकीं दोन सनदा, व एक कौल. रसानगी यादी. ३

११६३ (९१७)–सखाराम बिन घासीराम याणें हुजूर कसबे पुणें येथील मुक्कामीं येऊन अर्ज केला कीं शहर पुणें येथें भवानी पेठेचे पूर्वेस जीवनराम घासीराम हे नवापुरा पेठ बसवीत आहेत, त्यास साहेबीं मेहरबान होऊन पेठ मजकूर येथील शेटेपण कांहीं जीवनमाफक नजर घेऊन मजकडे करार करून दिल्यास पेठेची वसाहत करीन. पेठ वसवायास सात साला कौल दिल्हा आहे, तो भरल्यावर शिरस्तेप्रमाणें हक्क देवऊन भोगवटियास पत्र करून दिल्हें पाहिजे ह्मणोन; त्याजवरून पेठेचे वसाहतीवर नजर देऊन तुजवर मेहरबान होऊन तुजला पेठ मजकूर येथील शेटेपणाचें वतन करार करून दिल्हें असे, तरी कोणे गोष्टीचा अंदेशा न धरितां पेठेची वसाहत करणें. शेटेपणाचा हक्क सालमजकुरापासून सात साला कौल भरल्यावर बरकड पेठांत चाल असेल त्याप्रमाणें घेऊन तूं व तुझे पुत्रपौत्रादि वंशपरंपरेनें शेटेपणाचें वतन अनुभऊन सुखरूप राहणें. सदरहु वतनसंबंधें तुजकडे सरकारची नजर रुपये ५०० पांचशें करार केले ते सरकारांत पोता जमा असेत ह्मणोन, सखाराम मजकूर याचे नांवें. सनद १.

सीत समानीन
मया व अलफ
रबिलावल २२

रसानगी यादी, पेठेचे कलमाचे कराराची.

११६४ (९९२)–कोतवालीकडे नवद प्यादे असामीची नेमणूक आहे तितक्यानें कोतवालीचे कामकाजाचा बंदोबस्त होत नाहीं. शहर मोठें, व नव्या पेठांची वसाहत जाहली त्यासुद्धां बंदोवस्तास गस्तीस वगैरे मिळोन जदीद प्यादे असामी पंचवीस ठेवावयाविशीं तुह्मी सरकारात विनंति

तिसैन
मया व अलफ
रमजान १८

(1163) The Shet's watan of the above new suburb was given to Sakhárám bin Ghásirám.

A. D 1785-86

(1164) The establishment of 90 peons, entertained under the kotwál of Poona, was owing to the extent of the city and the creation of new suburbs found insufficient for

A. D 1789-90.

केली; त्याजवरून छ. १ साबान गुदस्तां सन तिसा समानीनापासून जदीद असामी २५ पंचवीस दरमहा दर असामीस रुपये ४ चार अकरमाही शिरस्तेप्रमाणें करार करून दिल्हे असेत, तरी चाकरी घेऊन शहरचा बंदोबस्त करीत जाणें. चाकरी बमोजीब ऐवज मजुरा पडेल. दरवडे पडतात त्यांचेही ठिकाण बारकाईनें लावणें ह्मणोन, घासीराम सांवळदास कमावीसदार कोतवाली शहर पुणें यांचे नांवें. सनद १.

रसानगी यादी.

११६५ (९९८)—सरकारचे जागे शहरांत आहेत, त्यांचे रस्तेयांतील मोऱ्या जागा जागा बांधिल्या, त्यास खर्च जाहला तो, गुजारत गणेश रंगनाथ कारकून व गंवडे आकार. रुपये.

तिसेन मया व अलफ रबिलोवल २१

२०१ गुजारत सदाराम गंवडा. रुपये.

११८॥ पागा पेठ बुधवार येथील पश्चिमेकडील रस्तेयाची मोरी तीन तोंडीची बांधली. दक्षिण उत्तर लांब गज १५८ पैकीं निमे शेजारीं समोरील याची हद्द गज ७९ बाकी निमे सरकारची गज ७९ दर १॥ प्रमाणें. रुपये.

५१।॥ खबुद (त?)र खान्याचे उत्तरेकडील बाजू पूर्व पश्चिम रस्तेयांतील मोरी तीन तोंडींची लांब गज ६९ पैकीं निमे शेजारीं समोरील याची गज ३४॥ बाकी निमे सरकारची गज ३४॥ दर गजी १॥ प्रमाणें. रुपये.

३०॥। जुन्या कोटांत रस्ता पूर्व पश्चिम जातो, तेथील मोरी तीन तोंडीची गज एकूण. रुपये.

८। दारुखान्याची हद्द मोरी गज ११ पैकीं निमे शेजारीं समोरील याची हद्द गज ५॥ बाकी निमे सरकारची गज ५॥ दर १॥ प्रमाणें.

२२॥ बंदीखान्याचे जाग्याची मोरी गज ३० पैकीं निमे शेजारीं

---

the duties of patrol and for other police duties. The fact being represented by Ghâshirâm Sâwaldâs, kotwâl to Government, 25 additional men were given and he was directed to detect the dacoities that were being committed in the city.

(1165) The drains on Government sites in Poona were constructed at a cost of Rs. 226.

A. D. 1789-90.

समोरील याची हद्द गज १५ बाकी निमे सरकारची गज १५ दर गजी रुपया १॥ प्रमाणें. रुपये.

३०॥ २०॥

२०१ १३४

२५ गुजारत पंचम गंवडा याजकडून पेठ शुक्रवार येथील मोरी बांधविली त्याचा आकार. रुपये.

६। आपाजी शिंदा याचे हद्देची मोरी दगडाची पूर्व पश्चिम गल्लीची लांब गज १० पैकीं निमे शेजारीं समोरील याची हद्द गज ५ बाकी निमे सरकारची गज ५ दर १। प्रमाणें. रुपये.

१८॥ हैबतजी शिंदा याचे हद्देची मोरी दगडाची पूर्व पश्चिम लांब गज ३० पैकीं निमे शेजारीं समोरील याची हद्द गज १५ बाकी निमे सरकारची गज १५ दर गजी रुपया १। प्रमाणें. रुपये.

२५ २०

२२६ १५४

एकूण दोनशें सवीस रुपये मोरीचे कामास लागले ते कोतवालीचे हिशेबीं खर्च लिहिणें, मजुरा पडतील ह्मणोन, घासीराम सांवळदास कमावीसदार कोतवाली शहर पुणें यांचे नांवें. सनद १.

रसानगी याद.

११६६ (१००६) फिरंगोजी खाडे निसबत राजश्री बाळाजी जनार्दन फडणीस

तिसैन मया व अलफ जमादिलाखर १९

याणें हुजूर येऊन अर्ज केला कीं, शहर पुणें येथें बाजार मजकूरचे वाणी, उदमी, बेपारी वगैरे आहेत, त्यांपैकीं कांहीं उदमीयांचीं घरें पुणियांत आहेत, कांहींचीं नाहींत; दरसाल दरएक जागा छपरें घा-

---

(1166) Traders being put to inconvenience for want of land to build houses for their residence, a new suburb was permitted to be established to the east of Gaṇeshpeṭh to the north of Bhawánipeṭh and upto the limits of the stream to the south of the Ráste's peṭh.

A. D. 1789-90.

लून राहतात. नेहमीं घराची सोय नाहीं; याजकरितां साहेबीं कृपाळू होऊन गणेश पेठेचे पूर्वेस नवी पेठ वसवावयास जागा नेमून देऊन सात साला माफीचा कौल दिल्हास वसाहत करीन ह्मणून; त्याजवरून नवी पेठ होऊन माहामुरी होते हें जाणून पेठेस जागा, गणेश पेठेचे पूर्वेस, भवानी पेठेचे उत्तरेस, रास्ते यांचे पेठेचे दक्षिणेस, वोढा आहे तेथपर्यंत, रुंदी गज ४५० चारशें पन्नास, व लांबी पूर्व पश्चिम नागझरीपासून गज ६०० सहाशें खुली आहे ती पेठ वसवावयास नेमून देऊन इस्तकबील सन तिसैन सालमजकूर तागाईत सन सीत तिसैन सात साला माफीचा कौल सादर करून पेठ वसवावयाची आज्ञा केली असे, तरी तुह्मीं कोण्हे गोष्टीचा अंदेशा न धरितां पेठेची वसाहत करणें. सात साला कौल भरल्यावर सरकार महसूल शिरस्तेप्रमाणें देत जाणें. पेठ मजकूरचें शेट्येपण फिरंगोजी मजकर यास करार करून दिल्हें असे. कौल भरल्यावर शेटेपणाचा हकदक करार करून दिल्हा जाईल ह्मणोन, वाणी, उदमी, वेपारी वगैरे यांचे नांवें. कौल १.

सदरील अन्वयें बापूजी आनंदराव कमाविसदार कसबे पुणें यांचे नांवें सनद कीं, सदरहूप्रमाणें जागा नेमून देणें ह्मणोन. सनद १.

२

एकूण कौल व सनद मिळोन दोन दिल्हा असेत.

रसानगी याद.

सदरील कौल, व सनद दिल्ही त्यांत फिरंगोजींनें अर्ज केला असी मालुमांत लिहिली ती नसावी, याजकरितां दुसरी याद देण्याची जाहाली आहे, त्याप्रमाणें छ. २ रमजानीं कौल, व सनद दिल्ही असे, सबब दूर. रसानगी, मोरो महादेव कुंटे.

माधवराव नारायण ऊर्फ सवाई माधवराव पेशवे यांची रोजनिशी.

LIST OF PLACES AT WHICH THE PESHWA RESIDED DURING THE YEAR.

इंग्रजी साल व मुसलमानी साल, महिना	मुसलमानी तारीख.	मुक्काम.	शेरा.	इंग्रजी साल व मुसलमानी साल, महिना	मुसलमानी तारीख.	मुक्काम.	शेरा.
अर्बा सबैन मया व अलफ	१ ते ७	कसबा पुणें.			१०	मौजे कोटगिरें, परगणे यतेगिर.	
१७७३–७४	८ ते ९	मु. दाखल नाहीं.			१९	मौजे कोडदूर, परगणे रायचूर.	
माहे रजब.	१०	कोरेगांव प्रांत, जुन्नर.			२२	मौजे मंचाल, परगणे आदवानी.	
	११ ते १८	जुन्नर.			२३	सदर.	
	१९	मौजे नायगांव, तर्फ सांडस, प्रांत पुणें.			२४	मौजे कनकुरी,परगणे आदवानी.	
					२५	मौ.आंचोली,परगणे आदवानी.	
	२० ते २२	मौजे कोथळें, तर्फ करेपठार, प्रांत पुणें.			२६	मौ. नागनहळ्ळी, पर० लोचागुड	
					२७	सदर.	
	२३	मौजे मोरगांव, प्रांत पुणें.			२८	सदर.	
	२४	मौजे कुरकुंब, तर्फ पाटस, प्रांत पुणें.			२९	सदर.	
				माहे जिल्काद.		माची, किल्ले पुरंदर.	
	२५ ते २९	मौजे पेडगांव, तर्फ पाटस, प्रांत पुणें.		माहे जिल्हेज.		माची, किल्ले पुरंदर.	
				माहे मोहरम.		माची, किल्ले पुरंदर.	
साबान, रमजान.		मु. दाखल नाहीं.		माहे सफर.	१ते१५	माची, किल्ले पुरंदर.	
माहे सवाल.	३	मौजे तोंडर, परगणे कलबुर्गे.			१६ ते २४	पुरंदर, माची.	§
	९	मौजे भुरखेड, परगणे चितापूर.					

§ पेशवे यांचे नांव ठेवलें त्याजबद्दल आहेर जमा आहे. ता. २१ चे कीर्दीत.

(माहे सफर)	२५	वटेश्वर, कसबे सासवड.
	२६	मौजे पिंपरें, कसबे सिरवळ.
	२७	मौजे दहिगांव, प्रांत वांई.
	२८	मौजे आरळें, प्रांत वांई, कृष्णा दक्षिणतीर.
	२९	सदर.
	३०	सदर.
माहे रबिलावल	१ ते ७	मौजे आरळें, प्रांत वांई.
	८	मौजे किकली, प्रांत वांई.
	९	कसबे सिरवळ, नीरा उत्तरतीर.
	१०	पट्टे पुरंदर.
	११ ते २२	माची, किल्ले पुरंदर.
खमस सबैन मया व अलफ १७७४–७५		
माहे रबिलावल.	२३ ते २९	माची, किल्ले पुरंदर.
माहे रबिलाखर.	१ते३०	माची, किल्ले पुरंदर.
माहे जमादिलावल.	१ते३०	माची, किल्ले पुरंदर.
माहे जमादिलाखर.	१ते२९	माची, किल्ले पुरंदर.
माहे रजब.		माची, किल्ले पुरंदर.
माहे साबान.		माची, किल्ले पुरंदर.
माहे रमजान.	१ते१८	माची, किल्ले पुरंदर.

	१९	पट्टे पुरंदर नजीक.	‡
	२० ते २३	मौजे यखतपूर, प्रांत पुणें.	
	२४	मौजे वलती, प्रांत पुणें.	
	२५	कसबे तळेगांव, तर्फ पाबळ.	
	२६	मौजे काडापुरी, तर्फ पाबळ, प्रांत जुन्नर.	
	२७	मौजे कोकडी, तर्फ कडें, प्रांत जुन्नर.	
	२८	मौजे रुई, तर्फ रांजणगांव.	
	२९	मौजे चास, परगणे पारनेर.	
माहे सवाल.	१	मौजे चास, परगणे पारनेर.	
	२	मौजे जेऊर, परगणे कडेवलींत.	
	३	सदर.	
	४	मौजे हिंगोणी, परगणे नेवासें.	
	५ ते ७	मौ. आंब्रगांव, पर० गांडापूर.	
	८	मौजे काठीपिंपळगांव, परगणे गांडापूर.	
	९	मौजे पारोळें, परगणे खंडाळे.	
	१०	कसबे नसरतपूर, परगणे देहरें.	
	११	मौजे उंब्रखेड, प्रांत खानदेश.	

‡ स्वारीस सखाराम भगवंत व बाळाजी जनार्दन निघाले.

(माहे सवाल.)	१२	सदर
	१३	मौजे बोरकुंड, परगणे धुळें प्रांत खानदेश.
	१४ व १५	कसबे धुळें, परगणे मजकूर प्रांत खानदेश.
	१६	मौजे डाफरी, परगणे सोनगीर, प्रांत खानदेश.
	१७ व १८	कसबे थालनेर, परगणे मजकूर.
	१९	सिगवें, परगणे थालनेर.
	२० ते २३	मौजे तारखेडें, परगणे सुलतानपूर.
	२४	मौजे खरदें, परगणे थालनेर प्रांत खानदेश.
	२५	मौजे दगडी, परगणे चोपडें.
	२६	मौजे नमणें, परगणे आडावंद प्रांत खानदेश.
	२७ व २८	मौ. दाबुरडी, परगणे आडावंद.
	२९	कसबे यावल, परगणे मजकूर.
	३०	मौजे पिंपरुड, परगणे सावदें.
माहे जिल्काद.	१ व २	मौजे पिंपरुड परगणे सावदें.
	३ ते ५	मौजे भोकरी, परगणे रावेर, प्रांत खानदेश.

	६ ते १०	काळाचौतरा नजीक बऱ्हाणपूर.	
	११ ते १७	मौजे सारोळें, परगणे जैमाबाद.	
	१८	मौजे अंतोरली, परगणे येदलाबाद.	
	१९	मौ. हात्याले, परगणे येदलाबाद	
	२०	मौजे साकेगांव, परगणे येदलाबाद.	§
	२२	मौजे हणमंतखेड, परगणे उत्राण.	
	२३	मौजे हिंगोणें, परगणे बाहाल.	
	२४	मौजे करजगांव, परगणे देहुरें.	
	२५	मौजे कासाठी, परगणे पाटोदें.	
	२६	मौजे रोठेगांव, परगणे बैजापूर	
	२७ व २८	मौजे मातुलठाण, परगणे वजापूर, गोदा दक्षिणतीर.	
	२९	कसबे राहुरी, परगणे मजकूर.	
माहे जिल्हेज.	१	मौजे जांबगांव, परगणे पारनेर	
	२	मौजे गणेगांव, तर्फ कर्डे.	
	३	मौजे वडकी प्रांत पुणें.	
	४ त ३०	माची किल्ले पुरंदर.	*

§ आज रोजीं सखाराम भगवंत व बाळाजी जनार्दन यांस निरोपाचीं वस्त्रें नवाब निजामअल्लीखान यांणीं छ. १७ जिल्काद रोजीं दिलीं तीं जमा आहेत.

* नानाफडणीस व सखाराम भगवंत स्वारीस गेले होते, ते माचीस दाखल झाले

माहे मोहरम, सफर, रविलावल.		माची किले पुरंदर.	
माहे रविलाखर.	१ ते ५	माची किले पुरंदर.	
सित सबैन मया व अलफ १७७५–७६			
माहे रविलाखर.	६ ते ३०	माची किले पुरंदर.	
माहे जमादिलावल, जमादिलाखर, रजब, सावान, रमजान, सवाल, जिल्काद, जिल्हेज.		माची किले पुरंदर.	
माहे मोहरम.	१ ते ५	मौजे कोढीत तर्फ करेपठार.	
	६ ते ३०	माची किले पुरंदर.	
माहे सफर, रविलावल.		माची किले पुरंदर.	
माहे रविलाखर.	१ ते १५	माची किले पुरंदर.	
सबासबैन मया व अलफ १७७६–७७			
माहे रविलाखर.	१६ ते २९	माची किले पुरंदर	
साल अखेर.		माची किले पुरंदर.	

समान सबैन मया व अलफ १७७७–७८			
माहे रविलाखर	१७ ते ३०	माची किले पुरंदर.	
साल अखेर.		माची किले पुरंदर.	
तिसासबैन मया व अलफ १७७८–७९			
माहे जमादिलावल.	९ ते ३०	माची किले पुरंदर.	
माहे जमादिलावल-ते-जिल्हेज.		माची किले पुरंदर.	
माहे सफर.	१ ते १०	पट्टे किले पुरंदर.	
	११ ते ३०	सासवड.	
माहे रविलावल.	१ ते २०	सासवड.	
	२१	मौजे आंबी, परगणे सपें.	
	२२	मौजे वळती, प्रांत पुण.	
	२३	मौजे थेऊर, प्रांत पुणें.	
	२४ ते २९	मौजे पर्वती, प्रांत पुणें.	
माहे रविलाखर.	१ ते ९	मुक्काम पर्वती, प्रांत पुणें.	
	१० ते ३०	पुणें.	
माहे जमादिलावल.	१ ते १८	मुक्काम दाखल नाहीं.	

समानीन मया व अलफ १७७९–८०			
माहे जमादिलावल.	१९ ते २९	पुणें.	
माहे जमादिलाखर ते जमादिलावल.		पुणें.	
माहे सवाल.	१ ते २१	पुणें.	
	२२ ते २९	खडकी प्रांत पुणें.	
इहिदे समानीन मया व अलफ १७८०–८१			
माहे रबिलावल.	१ ते १०	मौजे कार्ले, तर्फ नाणेमावळ.	
	११ ते २९	मौजे मुडवरें, तर्फ नाणेमावळ.	
	३०	मौजे खडकाळें,तर्फ नाणेमावळ.	
माहे रबिलाखर	१ ते २४	कसबे नाणे, तर्फ मजकूर.	
	२५	मौजे मढ तर्फ बोराटी.	
	२६ व २७	मौजे खालापूर, तर्फ बोराटी.	
	२८ ते ३०	मौजे कांबे तर्फ तुंगारतन.	
माहे जमादिलावल	१ ते ४	मौजे कांबे तर्फ तुंगारतन.	
	५ ते ७	मौजे वयाल.	

	८ ते १८	मौजे मढ, तर्फ बोरेटी.	
	१९ ते २४	मौजे सिरसे तर्फ बोरेटी.	
	२५	मौजे मढ.	
	२६ ते २८	मौजे जांबलें.	
	२९	मौजे शेलारवाडी.	
इसन्ने समानीन मया व अलफ १७८१–८२			
माहे जमादिलाखर	१ ते ३०	पुणें.	
माहे रजब	१ ते २९	पुणें.	
माहे सावान ते माहे जमादिलावल		पुणें.	
माहे जमादिलाखर	१ त २१	पुणें.	
सल्लास समानीन मया व अलफ १७८२–८३			
माहे जमादिलाखर	२२ ते ३०	पुणें.	
माहे रजब त माहे जमादिलाखर		पुणें.	
माहे रजब	१ ते ३	पुणें.	

अर्बा समानीन मया व अलफ १७८३–८४			
माहे रजब	४ ते ३०	पुणें.	
माहे साबान ते जमादिलाखर		पुणें.	
माहे रजब	१ ते १४	पुणें.	
खमस समानीन मया व अलफ १७८४–८५			
माहे रजब,	१५ ते ३०	मुक्काम पुणें.	
माहे साबान ते जिल्काद		मुक्काम पुणें.	
माहे जिल्हेज	१ ते ९	मुक्काम पुणें.	†
	१०	मुक्काम पुणें.	§
	११ ते १७	मौजे भांबुर्डे, तर्फ हवेली.	
	१८	कसबे खेड, तर्फ मजकूर प्रांत जुन्नर.	
	१९	नारायणगांव, प्रांत जुन्नर.	
	२०	कसबे ओतूर, प्रांत जुन्नर.	
	२१	मौजे कुंभफळ, परगणे, आकोलें	
	२२	कसबे सिन्नर, परगणे मजकूर.	
	२३ ते २९	क्षेत्र पंचवटी, परगणे नाशिक.	
माहे मोहरम	१ ते १३	क्षेत्र पंचवटी, परगणे नाशिक.	
	१४	मौजे जागेली, परगणे नाशिक.	
	१५	मौजे फदीपूर, तर्फ देपूर.	
	१६	मौजे निलवाडी, तर्फ हवेली परगणे संगमनेर.	
	१७	मौजे मांडवे, परगणे पारनेर.	
	१८	मौजे टाकळी, परगणे पारनेर.	
	१९	मौजे देवीभोईरे, तर्फ निघोज प्रांत जुन्नर.	
	२०	मौजे वरुडे, तर्फ पाबळ, प्रांत जुन्नर.	
	२१	मौजे वडुखुर्द, तर्फ सांडस, प्रांत पुणें.	
	२२ ते २९	कसबे पुणें.	
माहे सफर, रबिलाखर व जमादिलोवल		मुक्काम पुणें.	
माहे जमादिलाखर		मुक्काम दाखल नाहीं.	
माहे रजब	१ ते २५	मुक्काम दाखल नाहीं.	

† तारीख ९ रोजीं पेशव्यांची स्वारी गंगापुरास जाण्यास मुहूर्तेंकरून रात्रौ सत्ताविसावे घटकेस वाड्यांतून निघाली सबब घटकास्थापनास वगैरे खर्च ४६।.

§ रावसाहेब रोज गुदस्त खासा स्वारी मुहूर्तेंकरून डेऱ्यास दाखल जाली.

सीत समानीन मया व अलफ १७८५-८६			
माहे रजब	२६ ते ३०	मुकाम पुणें.	
माहे साबान ते जमादिलाखर		मुकाम पुणें.	
माहे रजब	१ ते २९	मुकाम पुणें.	
माहे साबान	१ ते ७	मुकाम दाखल नाहीं.	
सबा समानीन मया व अलफ १७८६-८७			
माहे साबान	८ ते ३०	मुकाम पुणें.	
माहे रमजान ते माहे सफर		मुकाम पुणें.	
माहे रविलोवल		मुकाम दाखल नाहीं.	
माहे रविलाखर	१ ते १५	मुकाम पुणें.	
	१६ ते ३०	मुकाम दाखल नाहीं.	
माहे जमादिलोवल	१ ते २९	मुकाम पुणें.	
माहे जमादिलाखर व माहे रजब		मुकाम पुणें.	
माहे साबान	१ ते १२	मुकाम दाखल नाहीं.	
	१३	मुकाम पुणें.	
	१४ ते १७	मुकाम दाखल नाहीं.	

समान समानीन मया व अलफ १७८७-८८			
माहे साबान	१८ त २९	मुकाम पुणें.	
माहे रमजान ते माहे रजब		मुकाम पुणें.	
माहे साबान	१ ते २७	मुकाम पुणें.	
तिसा समानीन मया व अलफ १७८८-८९			
माहे साबान	२८ ते २९	मुकाम पुणें.	
माहे रमजान ते माहे साबान		मुकाम पुणें.	
माहे रमजान	१ ते ८	मुकाम पुणें.	
तिसैन मया व अलफ १७८९-९०			
माहे रमजान	९ ते २९	मुकाम पुणें.	
माहे सवाल ते माहे साबान		मुकाम पुणें.	
माह रमजान	१ ते २०	मुकाम पुणें.	
इहिदे तिसैन मया व अलफ १७९०-९१			
माहे रमजान	२१ ते २९	मुकाम पुणें.	

माहे सवाल ते माहे रमजान		मुक्काम पुणें.
माहे सवाल	१	मुक्काम पुणें.
इसन्ने तिसैन मया व अलफ १७९१–९२		
माहे सवाल	२ ते २९	मुक्काम पुणें.
माहे जिलकाद व जिल्हेज		मुक्काम पुणें.
माहे मोहरम	१ ते १८	मुक्काम पुणें.
	१९ ते २९	मुक्काम वानवडी, प्रांत पुणें.
माहे सफर	१ ते ३	मुक्काम वानवाडी, प्रांत पुणें.
	४	मौजे लोणी, प्रांत पुणें.
	५	मौजे जेजुरी, तर्फ करेपठार, प्रांत पुणें.
	६ ते ७	मौजे पिंपरें बुद्रुख, परगणे सिराळें.
	८	मौजे जेऊर, तर्फ वंदन, प्रांत वाई.
	९	मौजे पांडें, समत हवेली, प्रांत वाई.
	१० ते १४	कसबे वाई.
	१५	मौ. महाबळेश्वर, प्रांत जावली.
	१६ ते २९	मुक्काम वाई.
माहे रबिलावल	१ ते १४	मुक्काम वाई.
	१५	मौजे पळसी, समत वाघोली, प्रांत वाई,
	१६	मौजे निबेद तर्फ निरथडी.
	१७	कसबे सुपें, परगणे मजकूर.
	१८	मौजे आंबळे, प्रांत पुणें.
	१९ ते २९	कसबे पुणें.
माहे रबिलाखर ते रमजान		मुक्काम पुणें.
माहे सवाल	१ ते १२	मुक्काम पुणें.
सलास तिसैन मया व अलफ १७९२–९३		
माहे सवाल	१३ ते २९	मुक्काम पुणें.
माहे जिलकाद ते रमजान		मुक्काम पुणें.
माहे सवाल	१ ते २३	मुक्काम पुणें.
अर्बा तिसैन मया व अलफ १७९३–९४		
माहे सवाल	२४ ते २९	मुक्काम पुणें.
माहे जिलकाद ते माहे सवाल		मुक्काम पुणें.
माहे जिलकाद	१ ते ५	मुक्काम पुणें.

खमस तिसैन मया व अलफ १७९४–९५		
माहे जिलकाद	६ ते २९	मुकाम पुणें.
माह जिल्हेज ते रबिलाखर		मुकाम पुणें.
जमादिलावल.	१ ते १९	मुकाम पुणें.
	२० ते २९	मुकाम गारपीर.
जमादिलाखर.	१ ते १३	गारपीर, कसबे पुणें.
	१४ ते २३	मौजे खराडी, प्रांत पुणें.
	२४ ते २६	मौजे कोरेगांव, तर्फ पाबळ, प्रांत जुन्नर.
	२७ ते ३०	मौजे मीरगव्हाण, तर्फ पाबळ, प्रांत जुन्नर.
रजब	१	मौजे आलेगांव, परगणे कर्डें रांजणगांव.
	३ ते ६	मौजे काष्टीतांदळी, परगणे कर्डें रांजणगांव.
	७ ते १५	मौजे बेलवडी, परगणे कर्डें.
	१६	मौजे आडळगांव, परगणे कर्डें
	१७	मौ.खांडवी, परगणे मिरजगांव.
	१८ ते २९	मौजे हिंगणगांव, परगणे कर्डें.
साबान.	१ ते २०	मौजे हिंगणगांव, परगणे कर्डें.
	२१ ते ३०	मौजे धानोरे, परगणे कडेवलीत.
रमजान.	१ ते १०	मौजे धानोरे, परगणे कडेवलीत.
	११ ते १५	मौजे जवले, परगणे कडेवलीत.
	१६ ते २८	मौ.शेलगांव, परगणे कडेवलीत.
	२९	मौजे कर्जे, परगणे कडेवलीत.
सवाल.	१	मौजे कर्जे, परगणे कडेवलीत.
	२ ते ३	मौ. सोगांव, परगणे कडेवलीत.
	४ ते ६	मौजे सिरापूर, प्रांत पुणें.
	७	मौजे कानगांव प्रांत पुणें.
	८	मौजे खामगाव, प्रांत पुणें.
	९ ते ११	मौजे लोणी, प्रांत पुणें.
	१२ ते २९	कसबे पुणें.
जिलकाद.	१ ते १६	मुकाम पुणें.
सित तिसैन मया व अलफ १७९५–९६		
जिलकाद.	१७ ते ३०	मुकाम पुणें.
जिल्हेज.		मुकाम पुणें.
माहरम.		मुकाम पुणें.
सफर.		मुकाम पुणें.
रबिलोवल.		मुकाम पुणें.
रबिलाखर.	१ ते १३	मुकाम पुणें. §

§ छ १३ रोजीं माधवराव नारायण उडी टाकून अस्तमानीं मयत जाले. छ. १४ पासून चिमणाजी माधव यांनी कारकीर्द सुरू.

ERRATA.

Number	Page	Line	Incorrect	Correct
881	83	4	Ápajis	Apaji's
891	88	10	in	on
897	92	6	Châdak	Chândak
900	93	8	Ápâjis	Ápâji's
911	102	2	Apâjis	Apaji's
913	103	2	Ápajis	Apaji's
918	108	5	adultry	adultery
951	129	8	sucessful	successful
,,	,,	,,	details	debts
999	158	12	only; it	only It
1005	166	4	term	tenure
1030	188	3	1015	1013
	188		690...each	690; 2 offerred to four deities at 8 annas each.
1032	194	10	villaged	village
1034	195	3	details	debits
1042	205	7	amount...Government	amount was to be levied for Government from the holder as nazar
1045	208	5	âftâgir bearer	âftâgir & bearer
1047	209	11	other person	other
1088	245	3	owing to	during
1089	246	1	labour'	labour,
1129	277	4	honor	honour
1156	349	1	Dairy	Diary

शुद्धिपत्र.

पृष्ठ	ओळ	अशुद्ध.	शुद्ध
४	१०	रकदर्जा	रदकर्जा
२	१७	बाजीराऊ	बाजीराव
३	९	फडनीस	फडणीस
५	१८	मृत्य	मृत्यु
७	२	दरकसंमंधें	दरकसंबंधें
२२	२९	बल्लाल	बल्लाळ
४१	२	गागू	गानू
५७	१०	नासिककर	नाशिककर
५९	१४	बाजीराऊ	बाजीराव
६१	४	जोसी	जोशी
६२	१२	आमचेव	आमचे
६३	१०	वृत्ति	वृत्ति
६५	२७	किली	किल्ली
८२	९	रामगिरवर	रामगिरिवर
८९	२०	नीलकंठ	नीळकंठ
९७	२३	हेलवांकला	हेळवांक
९७	२८	हेलवांक	हेळवाक
१०९	१३	कीर्दीपैका	कीर्दीपैकीं
१३४	५	एकशएक	एकशेएक
१४५	१	दुसर	दुसरे
१६६	१४	सबंधें	संबंधें
१६९	२	मोज	मौजे
१७५	२३	सितेनांव	सितेनांत
१९३	१२	बालोजी	बाळोजी
१९९	१८	यथुराभट	मथुराभट
२०२	१९	म्हणून	म्हणोन
२०७	११	देहेबि	देहेबी
२०९	८	मजकर	मजकूर
२९०	८	निसब	निसबत
३२१	११	कमळजा बाई	कमळजाबाई
३५०	५	देण.	देणें.
,,	२१	ज	जे.
३५५	६	रणें	रहाणें
३५८	१०	मजकर	मजकूर

सवाई माधवराव पेशवे यांचे रोजनिशांतील अपरिचित शब्दांचा कोश.

पृष्ठ सं.	ओळ.	कठिण शब्द.	कठिण शब्दांचे अर्थ.
२८८	१३	अजपत्रें.	शेरेपत्र ?
२२१	६	अजुरा.	मजुरी.
५७	५	अडशेरी.	अडीच शेरी. अर्धी पायली.
२३५	१४	अदगज.	अर्धागज.
७९	१४	अन्वयें.	प्रमाणें.
७०	२०	अफलाद.	कन्यासंतति.
२२४	११	असदरफ्ती.	ये, जा.
२५७	१९	अमीन.	हुद्दाविशेष. अधिकारी—न्यायाचे वगैरे.
१६५	१	आकस.	द्वेष.
२१९	२३	आजुरदार.	मजुरदार.
५२	८	आदा.	दिलेले, देण्यांत आलेले.
२८	९	आफ्तागिरी.	अबदागीर.
२२४	११	आफ्ती.	दुष्काळ.
१८४	२६	आक्षेप.	मागणें, तक्रार, आशंका.
१६३	२५	इजमाहाल. (इजमायली?)	चालू, तातपुरत्या, कामचलाऊ.
२१७	२१	इजाफा.	पगाराची बहडती, वाढ.
७६	२२	इतबारी.	विश्वासू.
६	९	इतल्यानें.	सल्ल्यानें.
४	४	इस्तकबील.	ह्यापासून.
२३९	१८	इस्तंबोल.	नांव (कान्स्टांटीनोपल).
१८	१	इस्ताल्याचे.	दरसालचे चढाचे.
१६९	१०	उच्छेद.	नाश, उपटून टाकणें.
१७९	१५	उजूर (करणें).	वाट पाहात बसणें; हरकत करणें.
२९९	२६	उष्ट्रखाना.	उंट बांधण्याची जागा (उंटखाना).
१६४	२२	उफाल (ळ).	जास्तीबाकी, जास्त शिलक.
१८९	१	उलफा.	बिन शिजविलेलें धान्य.
१२३	६	एकजदी.	एके ठिकाणीं असलेले, एकत्र.
१५४	१४	एक्तीयार.	जबाबदारी, अखत्यार.

पृष्ठ सं.	ओळ.	कठिण शब्द.	कठिण शब्दांचे अर्थ.
११३	२०	ऐन तैनांत.	मुख्य तैनात.
१०१	२६	कतवा.	जबाबदारीचा कागद.
१०७	९	कमच्या.	वेताच्या छड्या.
४	८	कमाविस.	वसूली, सारा वसूली.
२४२	१४	कमोद.	तांदुळाची जात.
२४६	१९	कर्यात.	पोट महाल.
६२	१७	करीने (करिणा).	लेखी म्हणणें.
२४८	१३	कस.	इसम.
१५२	११	कारखानीस.	कारभारी, हिशेबनवीस, कोठीवाला.
१८	१०	कारसाई.	तगाई.
२२६	१४	कारागी.	कामगार, खलासी.
२२०	१	कासीद.	टपाल घेऊन जाणारा गडी.
१५९	४	काळीची.	शेतांतील जमीन.
१६९	६	कुफराणा.	आगळीक.
६९	२६	कौल.	अभयपत्र.
२१२	३०	खाजण.	समुद्रकिनाऱ्यावरील लागवडीची जमीन, खार.
२४३	१	खारेभात.	खाऱ्या जमीनींत तयार झालेलें.
६	१२	खासबरदार.	खासगीचे नोकर.
२४६	१३	खिलार.	गाई, म्हशी वगैरे.
६९	१३	खिसा.	राखून ठेवलेला भाग.
२२६	९	खुटवा.	जहाजावरील जकात.
२०५	८	खुमाचे.	समुदायाचे, जमावाचे, गटाचे.
५८	१८	खोजेदायम.	विशेषनाम.
३	१९	खोतीस.	मक्त्यास.
२९३	१३	गरत.	गृहस्थीण, घरातलि बायका.
१४७	१४	गुजारतीनें.	मार्फतीनें, हस्तें.
५	१९	गैरवाका.	निष्काळजीपणानें.
८२	२	घरबंद.	पडीक घराची जागा.
५	१७	घालघसर.	टाळाटाळी, लांबवालांबवी.
१६९	१३	घासदाणा.	कर.
२७९	१३	चाकरमान्या (ने).	चाकरीचे.
१८४	२५	चाटी.	शिंपी.
२२५	१०	चारण.	धान्य नेणारे आणणारे व्यापारी, तांडेवाले.

पृष्ठ सं.	ओळ.	कठिण शब्द.	कठिण शब्दांचे अर्थ.
२१०	१५	चिगर.	किरकोळ.
१४	८	जकीऱ्या (स).	सामान.
१७२	२	जथे.	जासूदांची टोळी.
१६६	१७	जराबाजरा.	किरकोळ सामानसुमान.
१४	७	जदीद.	नवीन.
२३३	२७	जाबता.	पत्रक.
२२०	१	जाबसाल.	बोलणें चालणें.
१२	१६	झाडीयानसी.	झाड्यानिसी.
२१४	४	ठिकीं.	ठिकाणें, जमिनीचे तुकडे.
२२६	११	डंगी.	होडी, बोट फताडी, ढाण.
२८०	१०	ढेगोमेगो (ढेंगोमेंगो).	महारांचे गुरु.
१८५	२२	तकिया.	बसण्याची जागा, फकीराची उभी राहण्याची जागा.
२६	७	तर्पे.	तर्फे.
१२३	२०	तालीक.	नक्कल.
१६१	६	तेजकरी.	सावकार वगैरे.
१९३	२४	तैवज.	पानसुपारी.
१४०	११	तोतया.	सादृश्यावरून दुसऱ्याचें नांव सांगणारा.
२२४	१३	थळभरीत.	माल भरण्याचे ठिकाणचा कर.
२२४	१२	थळमोड.	माल विकण्याचे ठिकाणाचा कर.
६७	२२	दखलगिरी.	मध्यें पडणें.
३	१९	दरकदार.	सरकारनें नेमलेला मनुष्य.
७	२०	दरसदे.	दरशेंकडा.
२४	१९	दस्तक.	परवाना.
६२	२	दायाद.	नातेवाईक, वारस.
१०	५	दास्तान.	कोठार.
१०७	९	द्वाहिदुराई.	आरडाओरडा.
१४	९	दिगर.	अधिक, जास्त, इनाम सरंजाम वगैरे.
११	२३	दिंमत.	निसबत, तर्फेचा.
६२	२१	दिव्य.	खरे, दाखविणारें अद्भुत.
२२६	१६	दिवसगत.	जास्तादिवस.
२	१२	दिवाणदस्तुरी.	सरकारी कर.
१८६	६	दुवा.	आशिरवाद.

पृष्ठ सं.	ओळ.	कठिण शब्द.	कठिण शब्दांचे अर्थ.
७०	२५	देहाय.	गांवगन्ना.
६२	७	दौहित्र.	मुलीचा मुलगा.
१६४	९	नाकारे.	वाईट, गहाळ.
७४	२	नामजाद.	कीर्तिमान, एक पदवी, मान्यतेनें.
२५९	१	निका.	लग्न दुसरें, पाट.
२४२	१३	निरख.	भाव.
२६६	१७	नीचाभिगतयोपित्संसर्गप्रायाश्चित्त.	हलक्या जातीच्या माणसासीं सहवास असणाऱ्या बाईच्या संसर्ग दोषाचें प्रायश्चित्त.
२७१	७	नीलांबर.	निळें वस्त्र नेसणारे.
१३३	११	पथक.	सरदारांच्या हाताखालील फौजेचा भाग.
११२	५	पडथळे.	अंगांतील देव अगर भुतें.
२३६	१०	पटणी.	पाटण येथील.
१२८	१५	परनिष्ठ.	सत्यवादी, केव्हांही खोटें न बोलणारे.
६५	२	परिचारक.	नौकर, हुजऱ्या.
६७	६	पांढरीनें.	समस्त खेडे गांवांतील मंडळीनें.
२९९	१४	पीलखाना.	हत्ती बांधण्याची जागा (हत्तीखाना).
६२	१८	पुरशीस.	अर्ज.
७०	१५	पुस्त दर पुस्त.	पिढीनपिढी.
२	११	पेशकसी.	इनामावरील कर, नजराणा.
५४	१४	पोता.	पिशवी, खजिना.
२६६	१७	प्रत्याम्नाय.	वैदिक.
६४	२६	प्रथकोंकोर.	पृथक् पृथक्.
२७७	२	प्राकार.	हद्दीची भिंत.
२६६	१७	प्राजापत्य.	गोप्रदान, प्रायश्चित्ताचें गोप्रदान.
९	२५	फडफर्म.	ऐनजिनसी नजर.
४	५	फरोक्त.	विक्री, विकलेला.
१५५	३	फुटखोत.	फुटकळ खोत, थोड्याभागाचे जमीन सान्याचे मक्तेदार.
१२८	८	फेरिस्त.	याद.
२३३	२१	बटछपाई.	शिक्का मारण्याबद्दल वार्षिक कर.
९४	११	बदफैली.	गैरवर्तन.
२२५	३	बमय.	सहित.
११३	११	बमोजीब.	प्रमाणें, बरहुकूम.

पृष्ठ सं.	ओळ.	कठिण शब्द.	कठिण शब्दांचे अर्थ.
१९२	२७	बारदार.	हुजऱ्या.
१७७	२२	बालपर्वेशी.	मुलांचें पोषण.
१४४	१२	बेकार.	बिनरोजगारी, बिनधंद्याचे लोक.
१६४	२०	बेहडे.	अंदाज पत्रकें.
३	८	मखलासी.	पसंतीचा शेरा.
२१२	३०	मच्छीमार.	मासे मारणारे, कोळी.
६	५	मजमू.	वसुलीचें काम.
२४६	१९	मजरें.	लहान खेडें.
२२०	१०	मचवा.	लहान जहाज.
१२३	७	मनसुफी.	न्याय.
१५	५	मरामत.	दुरुस्ती.
१२०	८	मलई.	गर्दी.
६९	२७	महचर.	सनदलेख.
१६	२	महागिरी.	गलबत.
२५	१३	माली.	वसूल संबंधीं.
२४२	१९	माहासरखेल.	राजे रजवाड्यांचा किताब.
१९०	३	मिनहु.	चालू सदरहू.
२४८	१६	मुशाहिरा.	पगार, रोजमुरा.
२६१	५	मेटा.	टोंक.
२	३	मोकासा.	लष्करी नोकरीबद्दल वसूलांपैकीं वांटा.
३	१	मोईन.	कायम नेमणूक.
२०५	११	मोईलसबी.	मुकरर वस्ती करणारे (?)
१०	७	मोर्तब.	राजशिक्का.
५९	७	यजीतपत्र.	अजिंक्य पत्र, शरण पत्र.
३	६	रजातलबेत.	हुकुमांत.
७३	१०	रयते.	रयत.
६७	१७	रयान.	रयत.
२८	३	रवासुदगी.	रोखे पत्राचे रजिस्टर.
४	७	रसद.	रसीद, भरणा.
१	१०	रसानगी.	रवानगी.
२३४	२१	राजीरजावदीने.	राजीखुषीनें.
१२४	१४	रुईनें.	रिवाजानें, सीध्या रस्त्यानें.
७०	५	रुसूम.	दरसाल मिळणारी नक्त नेमणूक.

पृष्ठ सं.	ओळ.	कठिण शब्द.	कठिण शब्दांचे अर्थ.
६०		रूबरू.	समक्ष.
१८५	१६	लवणशाकेस.	लोणच्याकरितां.
८१	११	लाजा.	संबंध.
६४	१२	लिख्या.	हिशेबाच्या, नोंदीच्या.
२४२	१९	वजारत महासरखेल.	एक किताब.
१५८	५	वरात.	हुंडी.
६४	९	वस्तवानी.	चीजवस्त.
२४७	२	वळवटा.	वहिवाट, पद्धत, क्रम.
६९	२९	शाहिदीनामा.	साक्षिदारांचालेख-जबान्या.
२७१	८	षड्दर्शन.	योग, सांख्य, पूर्व व उत्तर मीमांसा, न्याय व वैशेषिक हीं सहा दर्शनें, सामान्यतः सहा शास्त्रें.
२७०	१६	षडब्द.	सहा दिवसाचें प्रायश्चित्त.
६४	२६	सख्या.	एकट्या, नुसत्या.
१६०	११	सतेल.	एक प्रकारचें भांडें.
२०५	८	सदारत.	ऐपतदार ?
६५	२०	समापत्र.	संमतिपत्र.
१५५	३	सरखोत.	मुख्य खोत.
२५	२०	सरदेसगत.	मुख्य देशमुखी.
२५	१२	सरसुभा.	मुख्य तालुकदार.
१७	२१	सरहवाला.	मुख्य हवालेदार.
८२	७	हटकरी.	बाजारकरी.
२६५	१८	हरकी.	नजराणा, हरल्याबद्दल दंड, बक्षिसी.
१७०	६	हरद्र.	आशय.
५७	१५	हरदू.	दोन्ही.
१०	१९	हशम.	तैनातीचे लोक.
१२	५	हशमनिसी.	हशमनिसाचा, हशमनीस-हजीरीपट ठेवणारा अधिकारी.

www.ingramcontent.com/pod-product-compliance
Lightning Source LLC
LaVergne TN
LVHW022354220825
819400LV00033B/808